D1772339

உலகப் புகழ்பெற்ற மூக்கு

(பஷீரின் தேர்ந்தெடுத்த சிறுகதைகள்)

உலகப் புகழ்பெற்ற மூக்கு
வைக்கம் முகம்மது பஷீர் (1908 – 1994)

1908 ஜனவரி 19ஆம் தேதி கேரளா வைக்கம் தாலுகாவில் தலையோலப் பரம்பில் பிறந்தார். பத்தாம் வகுப்பு படிக்கும்போது வீட்டைவிட்டு ஓடி, இந்திய தேசியக் காங்கிரஸில் சேர்ந்து உப்பு சத்தியாக்கிரகத்தில் கலந்துகொண்டார். சுதந்திரப் போராட்ட வீரராக சென்னை, கோழிக்கோடு, கோட்டயம், கொல்லம், திருவனந்தபுரம் சிறைகளில் தண்டனை அனுபவித்தார். பகத்சிங் பாணியிலான தீவிரவாத அமைப்பொன்றை உருவாக்கிச் செயல்பட்டார். அமைப்பின் கொள்கை இதழாக *உஜ்ஜீவனம்* வார இதழையும் தொடங்கினார். பத்தாண்டுகள் இந்தியாவெங்கும் தேசாந்திரியாகத் திரிந்தார். பிறகு ஆப்பிரிக்காவிலும் அரேபியாவிலும் சுற்றினார். இக்காலகட்டத்தில் பஷீர் செய்யாத வேலைகளே இல்லை. ஐந்தாறு வருடங்கள் இமயமலைச் சரிவுகளிலும் கங்கையாற்றின் கரைகளிலும் இந்துத் துறவியாகவும் இஸ்லாமிய சூஃபியாகவும் வாழ்ந்தார். சுதந்திரப் போராட்ட வீரர்களுக்கான மத்திய, மாநில அரசுகளின் ஓய்வூதியம், சிறப்பு நல்கை, இந்திய அரசின் பத்மஸ்ரீ விருது, கோழிக்கோடு பல்கலைக்கழகத்தின் டி.லிட்., சம்ஸ்கார தீபம் விருது, பிரேம் நசீர் விருது, லலிதாம்பிகா அந்தர்ஜனம் விருது, முட்டத்து வர்க்கி விருது, வள்ளத்தோள் விருது, ஜித்தா அரங்கு விருது போன்ற பல்வேறு விருதுகள் பெற்றவர்.

1994 ஜூலை 5ஆம் தேதி காலமானார்.

மனைவி : ஃபாபி பஷீர்

மக்கள் : ஷாஹினா, அனீஸ் பஷீர்.

குளச்சல் யூசுஃப்
மொழிபெயர்ப்பாளர்

குமரி மாவட்டம், குளச்சலில் பிறந்தவர். தற்போது நாகர்கோவிலில் வசித்துவருகிறார். வைக்கம் முகம்மது பஷீரின் படைப்புகள் உட்பட முப்பதுக்கும் மேற்பட்ட நூல்களைத் தமிழில் மொழிபெயர்த்துள்ளார். செம்மொழித் தமிழாய்வு மத்திய நிறுவனத்துக்காக நாலடியார், இன்னா நாற்பது, இனியவை நாற்பது, கார் நாற்பது, களவழி நாற்பது, நான்மணிக்கடிகை ஆகிய அறநூல்களை மலையாளத்திலும் மொழியாக்கம் செய்துள்ளார். மொழிபெயர்ப்பிற்கான சாகித்திய அகாதெமி விருது, தமிழ்நாடு அரசு விருது, ஆனந்த விகடன் விருது, உள்ளூர் பரமேஸ்வரய்யர் விருது, வி.ஆர். கிருஷ்ணய்யர், நல்லி – திசையெட்டும், ஸ்பாரோ கவிக்கோ உட்படப் பல்வேறு விருதுகள் பெற்றுள்ளார்.

மின்னஞ்சல்: kulachalsmyoosuf@gmail.com

அலைபேசி : 99949 23926

வைக்கம் முகம்மது பஷீர்

உலகப் புகழ்பெற்ற மூக்கு
(பஷீரின் தேர்ந்தெடுத்த சிறுகதைகள்)

தமிழில்
குளச்சல் யூசுஃப்

காலச்சுவடு பதிப்பகம்

அன்பார்ந்த வாசகருக்கு,

வணக்கம்.

காலச்சுவடு நூலை வாங்கியமைக்கு நன்றி.

நூலின் உள்ளடக்கம், உருவாக்கம், அட்டைப்படம் இன்ன பிற அம்சங்கள் பற்றிய உங்கள் கருத்துகளையும் ஆலோசனைகளையும் காலச்சுவடு வரவேற்கிறது. தகவல், எழுத்து, வாக்கியப் பிழைகள் தென்பட்டால் கட்டாயம் தெரிவித்து உதவுங்கள். நூல் தயாரிப்பில் கடும் குறைபாடு இருப்பின் மாற்றுப் பிரதி உங்களுக்குக் கிடைக்கக் காலச்சுவடு ஏற்பாடு செய்யும்.

மின்னஞ்சல்: publisher@kalachuvadu.com

காலச்சுவடு நாகர்கோவில் அலுவலகத்திற்குக் கடிதம் அனுப்பலாம்.

தங்கள்
எஸ்.ஆர். சுந்தரம் (கண்ணன்)
பதிப்பாளர் — நிர்வாக இயக்குநர்

உலகப் புகழ்பெற்ற மூக்கு ❋ பஷீரின் தேர்ந்தெடுத்த சிறுகதைகள் ❋ ஆசிரியர்: வைக்கம் முகம்மது பஷீர் ❋ மலையாளத்திலிருந்து தமிழில்: குளச்சல் யூசுஃப் ❋ ©ஷாஹினா, அனீஸ் பஷீர் ❋ முதல் பதிப்பு: டிசம்பர் 2008, பத்தாம் பதிப்பு: டிசம்பர் 2023 ❋ வெளியீடு: காலச்சுவடு பப்ளிகேஷ்ன்ஸ் (பி) லிட்., 669 கே.பி. சாலை, நாகர்கோவில் 629001

ulakap pukazpeRRa muukku ❋ Selected Short Storys of Vaikom Muhammed Basheer ❋ Author: Vaikom Muhammed Basheer ❋ Translated from Malayalam by: Colachel Yoosuf ❋ © Shahina, Anees Basheer ❋ Language: Tamil ❋ First Edition: December 2008, Tenth Edition: December 2023 ❋ Size: Demy 1 x 8 ❋ Paper: 18.6 kg maplitho ❋ Pages: 320

Published by Kalachuvadu Publications Pvt. Ltd., 669 K.P. Road, Nagercoil 629001, India Phone: 91-4652-278525 ❋ e-mail: publications@kalachuvadu.com ❋ Illustrations: Namboothiri ❋ Printed at Mani Offset, Chennai 600077

ISBN: 978-81-89945-55-8

12/2023/S.No. 288, kcp 4921, 18.6 (10) ass

பொருளடக்கம்

மொழிபெயர்ப்பாளர்: *முன்னுரை*	11
எனது அன்பார்ந்த கதைசொல்லி	15
ஜென்ம தினம்	35
ஐசுக்குட்டி	55
அம்மா	65
புனிதரோமம்	83
மூடர்களின் சொர்க்கம்	91
பூவன்பழம்	103
நீலவெளிச்சம்	123
உலகப் புகழ்பெற்ற மூக்கு	141
தங்கம்	153
ஒரு பகவத் கீதையும் சில முலைகளும்	161
எட்டுக்காலி மம்மூஞ்ஞு	183
சிரிக்கும் மரப்பாச்சி	195
பூமியின் வாரிசுதாரர்கள்	221
சிங்கிடி முங்கன்	239
ஆனைமுடி	267
பர்ர்ர் . . . !	295
பின்னுரை: *பஷீர் எனும் தனிமரம்*	307

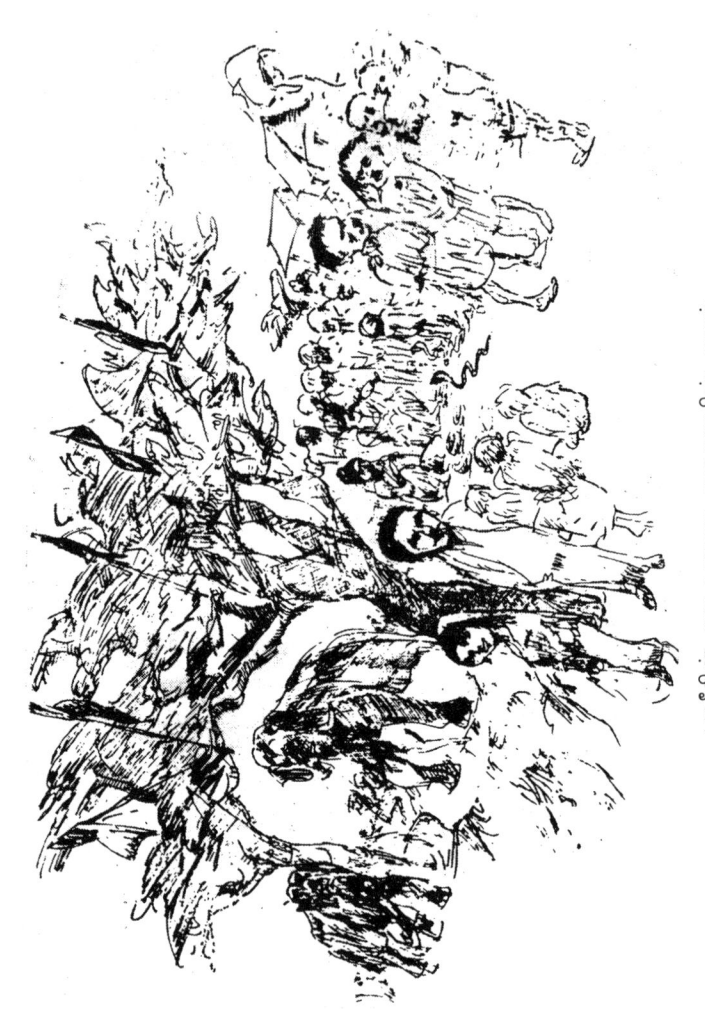

பஷீரின் தல புராண கதைகளின் களம்
(தலையோலப் பரம்பு)

எம்.டி. வாசுதேவன் நாயரும், பஷீரும்

முன்னாள் கவர்னர் பா. ராமச்சந்திரனுடன் பஷீர்

பஷீரின் குடும்பம்

மொழிபெயர்ப்பாளர்

முன்னுரை

நாகர்கோவிலில் நடந்த இலக்கியக் கூட்டமொன்றில் பேசும்போது கவிஞர் சுகுமாரன் குறிப்பிட்டார்: "வைக்கம் முகம்மது பஷீரின் படைப்புகளைத் தமிழில் 'சரிவர' மொழி பெயர்க்க வேண்டிய தேவையிருக்கிறது." எழுத்தாளர் ஜெயமோகன் முன்பொருமுறை சொன்ன விஷயம், அப்போது என் நினைவுக்கு வந்தது. 'வைக்கம் முகம்மது பஷீரின் படைப்புகளைச் சரிவர மொழிபெயர்ப்பதென்பது ஒருபோதுமே சாத்தியப்படாது.' இந்நிலையில் கவிஞர் சுகுமாரன் 'சரிவர' செய்பவர் என்று யாரை நினைக்கிறார்? நான் யோசித்துக்கொண்டிருக்கும் போது கண்ணன் சொன்னார்: 'யூசுப், நீங்கள் பஷீரை மொழிபெயர்ப்பது பற்றி யோசிக்கலாம்.' இதை அப்போதைக்கு அவர் சொன்னதாக எடுத்துக்கொள்ளாமலும், பஷீரின் வாரிசுகளிடமிருந்து முறைப்படியான அனுமதி பெறாமலும், தீவிரமாக எழுத்த் தொடங்கிவிட்டேன். ஏறத்தாழ ஆயிரம் பக்கங்கள் வருமளவில் பஷீரின் படைப்புகளைத் தேர்வு செய்து, ஒரு வருடத்தில் மொழிபெயர்த்து முடித்துவிட்டு மகிழ்ச்சியுடன் கண்ணனிடம் போய்ச் சொன்னேன். 'அவசரப் பட்டுவிட்டீர்கள். அனுமதியை வாங்கிய பிறகு வேலையை ஆரம்பித்திருக்கலாம்' என்று சொல்லிவிட்டு அனுமதி பெறுவதற்கான முயற்சி களில் ஈடுபட்டார். ஏற்கனவே தமிழில் பஷீர் அறிமுகமாகியிருக்கும் விதம், அனுமதி என்கிற ஒரு வழக்கத்தைச் சம்பிரதாயமாக வேனும்

கடைப்பிடிக்காத வெளியீட்டாளர்கள் குறித்தெல்லாம் நொந்துபோயிருந்த பஷீரின் மகன் திரு.அனீஸ் பஷீர், தமிழில் மொழிபெயர்க்க அனுமதி கொடுப்பதாக இல்லை என்று தீர்க்கமாகவே சொல்லிவிட்டார். இந்தத் தீர்க்கம் அனுமதி கேட்பவர்களை மட்டும்தானே கட்டுப்படுத்த முடியும் என்கிற கிடுக்கிப்பிடியை எல்லாம் அனீஸ் கண்டுகொள்ளவே இல்லை.

அனுமதி கிடைப்பது சிக்கலாகிவிட்ட இந்தச் சூழலில் என்னால் இயன்றவரை பல்வேறு வகைகளில் நானும் சில முயற்சிகளில் ஈடுபட்டேன். அனீஸ் பஷீர் இதற்கான அனுமதியைத் தர வேண்டியதற்கான இன்னபிற காரணங்கள் என்பதில், ஒரு பகுதியை லாஜிக்காகவும் மற்றொரு பகுதியைத் தார்மிக நியாயங்களாகவும் முன்வைத்துப் பார்த்தும்கூடத் தோல்வியைத்தான் தழுவினேன்.

மீள முடியாத இந்தச் சோகத்தில் என்னை ஆழத் தள்ளிவிட்ட கவிஞர் சுகுமாரன் மீது நியாயமான கோபமும், எனக்கு எந்த வகையிலும் தொடர்பில்லாதவரும் வாழ்க்கையின் போக்கை எனது சிறு வயது முதலே தீர்மானித்தவரும், என்னை மலையாள மொழிக்குள் கொண்டுவந்து சேர்த்தவருமான அமரர் வைக்கம் முகம்மது பஷீர்மீது இயலாமையினாலும் கோபம் கொண்டேன். அனுமதி வேண்டி அடம் பிடிக்கும் கண்ணன் மீதான வெஞ்சினம் வேறு வகைப்பட்டது.

இந்தச் சிக்கலிலிருந்து என்னை விடுவிக்கும் தார்மிகப் பொறுப்பு சுகுமாரனுக்கு இருப்பதால் அனுமதி உதவிக்கான முழுநீளப் பட்டியலில் அவரது பெயர்தான் முன்னிலை வகித்தது.

மகாகவி உள்ளூர் பரமேஸ்வரன் ஐயரின் பேரனும் பேராசிரியருமான மற்றொரு உள்ளூர் பரமேஸ்வரன் ஐயர் (கோழிக்கோடு), வைக்கம் முகம்மது பஷீர் தமிழில் எழுதினால் எப்படியிருக்குமோ அப்படியே மொழி பெயர்த்திருக்கிறார் யூசுப் என்று எனக்காகத் தொடர்ந்து அனீஸ் பஷீரிடம் வாதிட்டவரும், கேரள கலாசாரங்களுடன் மட்டுமே தொடர்புள்ள அபூர்வமான சில கலைச் சொற்களுக்கான அர்த்தங்களை (உதாரணமாக, யானையின் தும்பிக்கையின் மீது வெள்ளையாகத் தேமல் போன்றிருக்கும் பகுதிக்கு மலையாள வழக்கிலிருக்கும் சொல்லின் பொருள்) தெளிவுபடுத்தியவருமான கடலூர் சசிதரன் (மூளிக்குளம்), கே.என்.ஷாஜி, புனத்தில் குஞ்ஞப்துல்லா, ஒலிவ் பதிப்பகம் நவ்ஷாத் (கோழிக்கோடு) ஆகியோரும் பட்டியலில் உண்டு.

மொழிபெயர்ப்பிற்கான என்னுடைய முறையியலைப் பற்றியும் சில விஷயங்களைச் சொல்லிவிடலாம் என்று

தோன்றுகிறது. மொழி பெயர்ப்பென்பது பொது மொழியில் இருக்க வேண்டும் என்கிற ஒரு பார்வை தொடர்ந்து தமிழில் முன்வைக்கப்படுகிறது, பொது மொழியின் இலக்கணம் பல்வேறு காலகட்டங்களினூடே மாற்றத்திற்குள்ளாகி வருகிறபோதும்கூட. நெருங்கிய உறவுகளுக்கிடையிலான உரைநடை; விளிம்பு நிலை மக்களின் சொல்லாடல்; குழந்தைகளின் மழலை மொழி போன்றவற்றைப் பொதுத் தமிழில் சொல்லும்போது உருவாவது நாடகத் தன்மையும் வாசக சலிப்பும், தவறான புரிதல்களும்தான். பஷீரின் ஒரு கதையில், வாசலில் வந்து நிற்கும் சங்கூதிப் பண்டாரம் ஒருவரைக் குறித்து குழந்தை, 'பீப்ளி பீச்சிண மிஸ்கீன்' என்று சொல்லும். இந்த இடம் ஒரு குழந்தையையும் ஒரு சமூகத்தின் சொல்லாடலையும் நுட்பமாக வெளிப்படுத்துகிறது. இதைப் பொதுத்தமிழில் சொல்லும்போது வெறுமொரு தகவலாக மட்டுமே சுருங்கிவிடுகிறது. கலாசாரத் தொடர்புகளற்ற இரண்டு மொழிகளுக்கிடையிலான பரிவர்த்தனையின்போது, மாற்றுவழிகள் இல்லாத நிலையில் இவை தவிர்க்க முடியாததாக இருக்கலாம். ஆனால், தமிழ்–மலையாளம் போன்ற தாய் பிள்ளைகளான, இரண்டு நிலப்பகுதிகளின் ஒன்றிணைந்த கலாசாரக்கூறுகளுடனுமிருக்கும் மொழிகளுக்கிடையிலான பரிமாற்றத்தைக் குறிப்பிட்ட கதைத் தளம், கதைமாந்தர்களின் இயல்புகளுக்கேற்ப வழக்குச்சொற்களில் சொல்ல முற்படுவதுதான் சரியாக இருக்க முடியும் என்று கருதுகிறேன்.

குறிப்பாக, குமரி மாவட்டத்தின் கடலோரப் பகுதி முஸ்லிம் களின் கலாசாரம், உணவு, உடை, சடங்குகள், நம்பிக்கைகள் எல்லாமே வட கேரளத்தின் கடைசிப் பகுதிவரைக்கும் ஏகதேசம் ஒன்றாக இருப்பதைப் பார்க்க முடியும். ஆகவேதான் வைக்கம் முகம்மது பஷீரின் படைப்புகள் உட்பட இஸ்லாமியக் குடும்பக் கதைத்தளம் கொண்ட படைப்புகளின் உரையாடல் பகுதிகளை மட்டும் நான் குமரி மாவட்டப் பேச்சு வழக்கில் எழுதுகிறேன். இங்கே, குமரி மாவட்டப் பேச்சுத் தமிழ் என்பது மொழிக்கு அன்னியப்பட்டதல்ல என்பதையும், பண்டை இலக்கியங்களில் கையாளப்பட்ட சொற்கள்தான் என்பதையும் குறிப்பிட வேண்டும்.

O O O

தீவிரவாதி, பத்திரிகையாளர், சுதந்திரப் போராட்ட வீரர், சாமியார், சமையல்காரர், காதலர், கப்பல் பணியாளர் என வாழ்வின் சகல கூறுகளினுள்ளும் வதைபட்டு வாழ்ந்த, மலையாள எழுத்துலகில் காலங்களைக் கடந்து வாழுகிற கதையின் சுல்தான்; அக உணர்வுகளைப் பிரபஞ்ச அனுபவங்களாக

மாற்றிய உலக சஞ்சாரி; எண்ணவோட்டங்களின் அழுத்தத்தால் மனப் பிறழ்வின் ஆழ் வெளிகளுக்குள் தூக்கியெறியப்பட்ட பஷீர் எனும் மானுட மனம், பல்வேறு கால நகர்தல்களினூடே பயணப்பட்டபோது புனைந்த 16 சிறுகதைகள், நம்பூதிரியின் கோட்டோவியங்கள், எம்.டி. வாசுதேவன் நாயர், எம்.என். விஜயன் கட்டுரைகள், அபூர்வப் புகைப்படங்கள் ஆகியவை இந்த மொழிபெயர்ப்புத் தொகுப்பில் உள்ளன.

கடிதங்கள், கேள்வி – பதில்கள் மற்றொரு தொகுப்பாகவும் நாவல்கள், நாவல்கள் குறித்த மதிப்புரைகள் ஆகியன இரண்டு தொகுப்புகளாகவும் தொடர்ந்து வெளிவர இருக்கின்றன.

எனது மொழிபெயர்ப்புகளைச் செம்மைப்படுத்தி உதவும் கவிஞர் சுகுமாரன், திரு.எம்.எஸ், கவிஞர் ராஜமார்த்தாண்டன் ஆகியோருக்கும் இந்தத் தொகுப்பை நல்லமுறையில் அச்சாக்கம் செய்த நண்பர் ஐயப்பன், தோழியர் சுமித்ரா, கலா, ஷாலினி, சுனிதா, காயத்ரி, வடிவாக்கம் செய்த பிரேமா மற்றும் முதலில் குறிப்பிட்ட எல்லா அன்பர்களுக்கும் மனமுவந்த நன்றிகளுடன்.

15.10.2008 **குளச்சல் யூசுஃப்**

O

எனது அன்பார்ந்த கதைசொல்லி

ரொம்ப நாட்களுக்குப் பிறகு, பஷீர் என்னைக் கண்டதும் கேட்டார்: "நீ எங்கே போயிருந்தே? எந்த நாட்டுலெ இருந்தே? ஒன்னெ காணவே இல்லியே?"

பேப்பூருக்கு வராமலிருப்பதற்குச் சோம்பல்தான் காரணம் என்ற உண்மையைச் சொன்னேன். நேர்முகம் காணவருபவர்களின் கூட்டம் ஒருபோதும் ஓய்வதில்லையென்பதாகக் கேள்வி. அவர்கள், பேப்பூருக்குப் புறப்படுவதற்காகப் பேருந்து நிலையத்திற்கோ புகைவண்டி நிலையத்திற்கோ வருவது முதல் தொடங்கும் பயணக் குறிப்புகளை நிறையவே படித்திருக்கிறேன். எல்லாவற்றிலுமே குரு போற்றி, குரு தர்மிணி வர்ணனை, கடுஞ்சாயா ஸ்தோத்திரம், நீதிபோதனை போன்றவை அனுஷ்டானக் கிரமம் போல் இடம் பெற்றிருக்கும். அவர்களுடனான எதிர்முகத்தைத் தவிர்ப்பதற்காகவே தலைமறைவாக வாழ்கிறேன். சொல்வதற்காகவென்று கொஞ்ச நாட்களாகத் தூக்கிவைத்திருந்த ஒரு விஷயத்தை அப்போது போடாமலிருக்க முடியாதுபோல் தோன்றியது. பேப்பூர் சுல்தான் என்ற அந்தப் பட்டப்பெயர் தான். பேப்பூரில் இரண்டேக்கர் நிலத்தில் நான் ஒரு சுல்தான்போல் வாழ்ந்துகொண்டிருக்கிறேன் என்று பஷீர் எழுதியதுதான் அதன் தொடக்கம். பிறகு மற்றவர்கள் எப்போதாவது அபூர்வமாக அப்படிக் குறிப்பிடும்போது வேடிக்கையாகவும் தோன்றியது. ஆனால் தேவையிருக்கிறதோ இல்லையோ,

பத்திரிகைக்காரர்கள் தொடர்ந்து உபயோகித்துக்கொண்டிருந்த அந்த வார்த்தைகளின் மேல் சலிப்புத் தட்டத் தொடங்கியிருப்பதைச் சொன்னேன். 'பால்யகாலத் தோழி', 'எங்க உப்பப்பாவுக்கொரு யானை இருந்தது', 'பாத்துமாவின் ஆடு' ஆகிய மூன்று நாவல்களின் மொழிபெயர்ப்பையும் சேர்த்து யுனெஸ்கோ வெளியிட்ட புத்தகத்திற்கு ஒரு பாகிஸ்தான் பத்திரிகை மதிப்புரை எழுதியிருந்தது. அதில் உண்மையிலேயே கதாசிரியர் பேப்பூர் சுல்தான் என்பதாகக் குறிப்பிட்டிருந்ததை பஷீர் சொல்லிச் சிரித்தார்

பேப்பூருக்கு வருவதில்லையென்றாலும் விவரங்களை யெல்லாம் நான் கேட்டு அறிந்து கொண்டுதானிருந்தேன். உடல் நிலை பற்றிய விவரங்கள். இப்போது பிரியாணி விருந்துகள் நிறைய நடப்பதாகவும் கேள்விப்பட்டிருந்தேன்.

பழைய குஸ்திக்காரனின் உடலமைப்பில் வயோதிகம் சில மாற்றங்களை ஏற்படுத்தியிருந்தது. புடைத்துநின்றிருந்த சதைத் திரட்சிகள் உருக்குலைந்திருந்தன. முகத்தில் நிறைய சுருக்கங்கள். கண்களில் தூக்ககலக்கம்போல் தெரிந்த சோர்வு. பேசத் தொடங்கிய பிறகு முதுமை உடலுக்கு மட்டும்தான் என்று மனம் ஆசுவாசம் கொண்டது. பிறகு, வழக்கம்போல் ஒவ்வொன்றையும் பேசிக்கேலி செய்தோம். அப்புறம், என்னை விவாதம் செய்யத்தொடங்கினார்.

நாங்கள் மற்றவர்கள் முன்னிலையில் சின்னச் சின்ன விஷயங்களுக்கெல்லாம் சண்டை போடுவோம். விவாதம் செய்வதும் அத்துமீறுவதும் அனேகமாக நானாகவே இருப்பேன். பதிலுக்கு என்னை அவர் பயங்கரமாகக் கேலி செய்வார். இது ஆரம்பம் முதலே உள்ள வழக்கம்.

"தென்னை மரத்துலெ ஏறி போட்டோவுக்கு போஸ் குடுத்திருக்கீங்களே, என்ன, சர்க்கஸ் வித்தைகாட்டுறீங்களா, நீங்க?"

"அவங்க கேட்டாங்க, சரி, எடுத்துக்கோன்னு சொல்லி நானும் ஏறியிருந்தேன். அதுக்காக நீ என்னைக் கொன்னுரலாம்னு பாக்குறியா, நூலா?"

தேவையில்லாத சில கடிதங்கள் அச்சாகி வெளிவந்ததை வாசித்துவிட்டுக் கேட்டேன்:

"எதுக்கு அதையெல்லாம் எழுதிக் கொடுத்தீங்க?"

"அதுசரி! நான் அவங்களுக்குக் கடிதம்தானே எழுதினேன்? அதை அவங்க அச்சடிச்சு வெளியிடுவாங்கனு நான் கண்டனா?"

நான் கோபத்துடன் சொன்னேன்:

"பொய்! அவங்க அதைப் புள்ளிவிடாமல் வெளியிடுவாங்கனு தெரிஞ்சுதானே நீட்டிப் பிடிச்சு கடிதம் எழுதுறீங்க? சும்மா வேஷம் போடவேண்டாம்."

அன்பை வெளிக்காட்டாமல் கோபத்துடன் சண்டை போடுவது நாங்கள் சந்திக்கும்போதெல்லாம் நடக்கும்.

வாயிலூறிக்கொண்டிருக்கும் *கெட்டியான திரவத்தை இடையிடையே உமிழ்ந்தபடியே இலேசான சுவாசத் தடையோடு சோர்ந்துபோய் என் எதிரிலிருந்த குருவைப் பார்க்கும்போது மனதிற்குள் வேதனை படர்ந்தது. பாவம், சண்டைபோட இயலாது.

என்னைப் பற்றி பொய் கலந்த கதைகளைக் கட்டிவிடுவது பஷீருக்கு மிகவும் பிடித்தமான ஒரு விளையாட்டாக இருந்தது. தனக்கு வசதியாக அவரிடம் வந்து கிடைக்கும் எனது கதைகளின் நாயகனாகவோ வில்லனாகவோ என்னை உருவகித்துக்கொள்வார். அவ்வப்போது எனக்கு வேடிக்கையான பெயர்களைச் சூட்டி அதைப் பிரச்சாரம் செய்வதுமுண்டு. நூலன்வாசு, கடாரி வாசு போன்றவை எல்லாமே இப்படி வந்த பெயர்கள்தான். இப்படியான பேச்சுக்களுக்கும் கேலிகளுக்குமிடையே எப்போதாவது சொல்லும் நல்ல வார்த்தைகளைத் தங்க நாணயங்களைப் போல் பொறுக்கியெடுத்து மனதில் பத்திரப்படுத்திக்கொள்வேன். தனிமையிலிருக்கும் போது ஒவ்வொன்றாக வெளியே எடுத்து சந்தோசமடைவேன்.

இந்த மனிதர் எனக்கு யார்? இலக்கிய வாழ்வில் அவர் எனக்கு நிழலாகவோ ஊன்றுகோலாகவோ இருந்ததில்லை. பஷீரிய இலக்கியத்தின் சுவடைத் தொட்டு எழுதுவதற்கு நான் முயற்சி செய்ததுகூடக் கிடையாது. இருந்தும் இந்த மனிதன், என் மனதில் காலபைரவனைப் போல் வளர்ந்து நிறைந்து நிற்பதற்கான காரணமென்ன?

இதற்குப் பதில் தெரியாமல் உழன்றுகொண்டிருக்கும் ஒவ்வொரு வேளையும் மனிதர்களைப் பற்றிய ஒரு பஷீரிய சிந்தனை என் மனதில் படரும். சில காகிதப் பக்கங்களில் சொல்லப்பட்ட ஒரு சிறிய – ஆனால் – பெருங்கதை.

எல்லைப் பிரதேசத்தில் எங்கோ அலைந்து திரிந்து ஒரு நாள், பஷீர் ஒரு ஓட்டலில் சாப்பிடச் சென்றார். சாப்பிட்டபிறகு

---

* வயிற்றுவலிக்கான ஒரு அலோபதி மாத்திரை சாப்பிட்டதன் பின்விளைவு இது, வயிற்று வலி தீரவில்லை. கசப்பான உமிழ்நீர் மட்டும் ஊறத் தொடங்கியிருந்தது.

கல்லாப்பெட்டியின் பக்கத்தில் போய் நின்று பணம் கொடுப்பதற்காக பாக்கெட்டில் கையை விட்டபோது பர்சைக் காணவில்லை. யாரோ பிக்பாக்கெட் அடித்துவிட்டார்கள். அது, குரூரத்திற்குப் பெயர் பெற்ற பத்தானியர்கள் வாழும் பகுதி. ஓட்டலின் உரிமையாளன், மேல்கோட்டைக் கழற்றச் சொன்னான். பஷீர் கழற்றினார். சட்டையையும் கழற்றச் சொன்னான். அதையும் கழற்றினார். நிக்கரைக் கழற்றச் சொன்னான். முழு நிர்வாணத்துடன் கண்களைத் திறந்து கொண்டு நடக்கச் சொல்லிவிடுவானோ என்று பயந்தபடி நிற்கும்போது, மற்றொரு முரட்டுமனிதன் வந்து கேட்கிறான். இவர் சாப்பிட்ட பில் எத்தனை ரூபாய்? கடைக்காரனுக்குப் பணத்தைக் கொடுத்துவிட்டு அந்த மனிதன் பஷீரிடம் உடைகளை அணிந்துகொள்ளச் சொல்லிவிட்டு வெளியே போய் நின்று பஷீரை அழைத்தான். ஆளில்லாத ஒரு இடத்திற்குச் சென்று வேட்டி மடிப்பிலிருந்து சில பர்சுகளையெடுத்துக் காட்டி, "இதில் உன்னுடைய பர்சு எது, எடுத்துக்கொள்" என்று உத்தர விட்டான். பர்சு கிடைத்தது. அவனைக் கும்பிட்டபோது அவன் அதைக் கவனிக்கவே செய்யாமல் நடக்கத் தொடங்கினான். பஷீர் அவனது பெயரைக் கேட்கிறார். பெயரெல்லாம் கிடையாது என்ற பதில் வருகிறது. "ஒருவேளை கருணை என்றிருக்கலாம்." பஷீர் மனதிற்குள் சொல்லிக் கொள்கிறார்.

இந்த உண்மைக் கதையில் விதியின் விபரீதமுரண் காரணமாக பாக்கெட் அடித்தவன் பஷீராகவே இருந்தாலும் நான் ஆச்சரியப் படமாட்டேன், ஏனென்றால், பஷீர் – புதிய வேஷங்களும் பழைய இதிகாசங்களும் Legend என்று சொன்னாலும் சரி – வெறுமொரு மனிதன்தான். பஷீரின் இலக்கித்தைப் போலவே பஷீர் என்ற அந்த மனிதனும் எனக்குப் பிடித்தமானவர்தான்.

வாழ்வின் ஓடைகளிலும் மேடைகளிலும் சஞ்சரித்த பஷீர் எப்போதும் ஒரு மனிதராக மட்டுமே வாழ்ந்தார். தன்னையும் புரிந்துகொண்டிருந்தார். யார் யாரோ அவர் மீது ஏற்றிவைத்த விசேஷத் தன்மைகளோ விசேஷமின்மைகளோ நிறைந்த அலங்கார மேலங்கி அவரது தனித் தன்மையை ஒருபோதுமே பாதித்தது கிடையாது.

இலக்கியம் சார்ந்தும் வாழ்க்கை சார்ந்தும் என் ஆராதனைக்குப் பாத்திரமான சொற்பமான சில எழுத்தாளர்களின் ஒரு பட்டியலை நான் மனதிற்குள் போட்டுப் பார்த்தேன். முன்பு, அதில் பஷீருமிருந்தார். முதல் வரிசையில்தான். ஆர்வமுடன் நெருங்கிப் பார்த்தபோது விக்கிரகங்கள் என நான்

கருதியவை, வெறும் களிமண் பொம்மைகளாக இருப்பதைப் புரிந்துகொண்டு ஏமாற்றத்துடன் திரும்பிக் கொண்டிருந்தது என் வாழ்க்கையில் நேர்ந்த பெரும் அபத்தங்கள். பஷீர் இந்த விஷயத்தில் என்னை ஏமாற்றமடையச் செய்ததில்லை. சாப விமோசனக் கதைகளின் இராஜகுமாரர்களுக்கு நேர்ந்தது போல் கால்கள் களிமண்ணாக மாறத் தொடங்குகிறதோ என்று நான் சந்தேகித்த நிமிடங்களாகவே இருக்க வேண்டும், பஷீருடன் நான் சண்டை போடும் அந்த நேரங்கள்.

ஒரு நட்பு வளையத்தின் கதையைத்தான் இந்தக் காதல் கதையின் முன்வாசலில் நிற்கும் எனக்குச் சொல்ல வேண்டி யிருக்கிறது. ஒருவேளை எனக்கு மட்டுமே பிடித்த கதை. முழுக்க முழுக்கத் தனிப்பட்ட ஓர் ஆர்வம். பஷீர் என் வாழ்க்கைக்குள் நுழைந்தது, விலை மதிக்கமுடியாத ஓர் அபூர்வ கணம். அவரது எதிரில் நான் வந்து நின்ற அந்த நிமிடமும் அபூர்வமான நிமிடம் தான். அதற்கொரு பின்னணியுமிருந்தது. ஆவேசமான வாசிப்பு. புத்தகங்கள்தான் எனது பொக்கிஷங்கள். இலக்கியம்தான் எல்லா வற்றையும்விட முக்கியமான ஜெபவழிபாடு. அப்படியான ஒரு காலகட்டத்தில், பதிமூன்று வயதுப் பையனான எனக்கு ஒரு அதிர்ஷ்டம் வாய்த்தது. தலைமையாசிரியரின் அறைக்கு அழைக்கப்பட்டபோது பயந்துகொண்டேதான் போனேன். அங்கே போன பிறகுதான் தெரிந்தது, எனக்குக் கடந்த வருடத்திற்கான ஸ்காலர் ஷிப் கிடைத்திருக்கிறது. எண்பது ரூபாய். ரெவின்யூ ஸ்டாம்பில் கையழுத்திடும்போது கை நடுங்கியது. எழுபத்தொன்பது ரூபாய் பதினைந்து அணாவுடன் அலுவலக அறையிலிருந்து நான் வெளியே வந்தேன். குமரநல்லூர் ஹைஸ்கூலில் இதோ ஒரு புதிய ராஜகுமாரன்.

சாயங்காலம், புத்தகங்களிலும் இலக்கியத்திலும் ரொம்பவும் ஆர்வமுள்ள என் அண்ணனும் நானும் சேர்ந்து யோசனை செய்தோம். இதை வீட்டிலிருப்பவர்கள் அறிந்து கொள்வதற்கான வாய்ப்புகள் கிடையாது. கிடைத்த பணத்திற்குப் புத்தகங்கள் வாங்குவோம். பிறகு எப்போதாவது அறிந்து கொண்டால்? ஐம்பது ரூபாய் கிடைத்தாகச் சொல்லலாம். மீதி முப்பது ரூபாய்க்குப் புத்தகம். பிற்காலப் புகழ் பற்றிய கணக்கொன்றும் அம்மாவுக்குத் தெரியாது. நிறைய புத்தகங்கள் வாங்க வேண்டும். ஆகவே, புத்தகப் பட்டியலை வைத்து ஒரு லிஸ்ட் தயார் செய்தோம். ஒரு ரூபாயும் ஒன்றேகால் ரூபாயும் விலையுள்ள புத்தகங்கள். இரண்டு ரூபாய் விலையுள்ள புத்தகங்கள் தகழியும் கேசவதேவும் எழுதியவை. பட்ஜெட்டில் உட்படுத்தப்படவேண்டிய இவர்களுடைய புத்தகங்கள் இன்னும் இருந்தன. எழுதி வரவழைத்த புத்தகங்களில் பஷீரின்

‘ஜென்ம தினமும்’, ‘அனர்க நிமிஷமும்*’ இருந்தன. தகழி, பொற்றேக்காட், காரூர், முட்டத்து வர்க்கி, நாகவள்ளி, ராஃபி, சரஸ்வதியம்மை – இப்படியாக, தொகை பிரிக்கப்பட்டது. புத்தகக் கட்டு வந்தபோது தேவைப்படுபவர்கள் நிறைய பேர்கள். எனக்குக் கிடைத்தது, ‘அனர்க நிமிஷம்’தான்.

வாசித்தேன். திரும்பவும் வாசித்தேன். மற்றப் புத்தகங்களை எல்லாம் வாசித்துத் தீர்த்த பிறகு திரும்பவும் ‘அனர்க நிமிஷத்’ திற்கே வந்தேன். சில வார்த்தைகளை மனப்பாடமாகப் படித்து வைத்துக்கொள்ள வேண்டுமென்று அப்போதுதான் தோன்றியது. யாருக்கும் கேட்காது என்ற உறுதியுடன் குன்றின் சரிவில், ஏகாந்தமாக நின்று அந்த வார்த்தைகளைச் சத்த மாகச் சொல்லிப் பார்ப்பதை ஒரு வினோத செயலாக வைத்திருந்தேன். நினைவிலிருந்து இதை நான் இப்போது சொல்லிப் பார்த்துக்கொள்கிறேனே.

“நீயும் நானும் என்ற எதார்த்தத்திலிருந்து நீ மட்டும் எஞ்சி யிருக்கப் போகிறாய். பயணத்திற்கான காலம் நெருங்கிவிட்டது.”

“எல்லைகளற்ற பிரார்த்தனையே வாழ்க்கை.”

“இளம் ஆண்களே, பெண்களே, அழகும் வீரமும் செறிந்த ஒரு புதிய பிரபஞ்சத்தை நோக்கிய அருணோதயத்தினூடே புறப்படட்டும் உயிர்த் துடிப்புள்ள உங்களது யாத்திரை.”

இப்படியாக எத்தனை எத்தனை வரிகள்.

பெரியவர்கள் சொல்லித் தந்தார்கள். இது கதைகளல்ல. பஷீர் எழுதிய உரைநடைக் கவிதைகள்.

உரைநடைக் கவிதையென்பது அப்போது இலக்கியத்தில் ஒரு புதிய வருகை.

(தனக்குத்தானே மனதிற்குள் சொல்லிக்கொண்டேன். நான் எழுதப் போவதும் உரைநடைக் கவிதைகள்தான். இலக்கணத் தொந்தரவெல்லாம் இல்லாதது.)

அப்போது, எல்லாக் கதாசிரியர்களுடனும் கையில் கிடைத்த அவர்களது புத்தகங்களின் வழியாக நான் நெருங்க முயற்சி செய்தேன். அப்போது தோன்றிய மன உணர்வுகள் எதுவாகயிருந்தன? பல வருடங்களுக்குப் பிறகுதான் நான் அவற்றின் நுட்பங்களைத் தேடிப் பார்க்கிறேன். புரிந்து கொள்ளவும் முடிந்தது. பொற்றேக்காட்டின் மீது என்னைவிட நான்கைந்து வயது அதிகமான பக்கத்து வீட்டுக்காரியின் மீது

---

* அபூர்வ கணம்

ஏற்படும் காதல். தகழி? தூரத்து உறவினரான ஒரு பெரியவர், அத்தான் மீது ஏற்படும் ஒரு அன்பு போன்று. கேசவதேவ் மீது மதிப்பு. பஷீரிடம்? பஷீரை... ஒருவிதமான பயம். அதற்கான காரணம் 'பால் ஷரீஃபு'ம், 'அனல் ஹக்'கும், 'அகம் பிரம்மாஸ்மி'யும் போன்றவைகளாக இருக்கலாம். ஏகாந்தப் பெருவெளியின் சஞ்சாரி. பயமென்றால், சாமியார்களைக் காணும்போது ஏற்படுமே, அதுபோன்ற மரியாதை கலந்த பயம்.

பிறகு, கொஞ்சம் முதிர்ந்தபோது இவரைப் பற்றிய, கேட்டதும் சொன்னதுமான கதைகள் என் பக்கத்திலும் வந்துசேர்ந்தன. பஷீர், எந்த இலக்கியக் கூட்டத்துக்கும் போகமாட்டார். முரடன் எப்போதுமே குடிதான். பக்கத்தில் வருபவர்களைத் திட்டி விரட்டுவார். வருபவர் எவ்வளவு பெரிய கொம்பனாக இருந்தாலும் சரி, இந்தியா முழுவதும் சுற்றியிருக்கிறார். அதற்குமுன் ஒரு சரக்குக் கப்பலிலேறி மத்திய ஆசியா முழுவதும் சுற்றியிருக்கிறார். சுதந்திரப் போராட்டங்களில் ஈடுபட்டு ஜெயிலுக்கெல்லாம் போயிருக்கிறார். திருவிதாங்கூர் சமஸ்தானத்தின் திவானாக இருந்த சர்.சி.பி. ராமசாமி அய்யரின் பட்டியலிலுள்ள குற்றவாளியான டி.வி. தாமசுக்கு மல்யுத்தம் கற்றுக் கொடுத்தவர். எழுதுவது மட்டுமல்ல, சமையல், கைரேகை, ஜோதிடம், மேஜிக், கறை போக்கும் மருந்து வியாபாரம், மல்யுத்தம் போன்றவைகளிலெல்லாம் நிபுணர். இப்போது, எரணாகுளத்தில் புத்தகக் கடை வைத்திருக்கிறார். பயங்கரமான ஆள்!

பள்ளி இறுதி வகுப்பை முடித்துவிட்டு ஒரு வருடம் சும்மாயிருந்தபோது எரணாகுளத்துக்குப் போகும் ஒரு வாய்ப்புக் கிடைத்தது. எழுத்தாளர்கள் யாரையாவது பார்க்க முடிந்தால் நல்லது. கடிதம் மூலமாகச் சிறிது அறிமுகமாகியிருந்த ஒரு எழுத்தாளர் இருந்தார். திரு. டாட்டாபுரம் சுகுமாரன். டாட்டா ஆயில் மில்லுக்குச் சென்று அவரைச் சந்தித்தேன். சாயுங்காலமும் எனது கம்பெனியை அவர்மேல் வலுக்கட்டாயமாகத் திணித்தேன். தவிர்க்க முடியாமல் என்னையும் அழைத்துக் கொண்டு கொஞ்ச தூரம் நடந்தார்.

"பஷீரின் புத்தகக் கடை எங்கே இருக்கிறது?"

"அந்த வழியாகத்தான் போகிறோம். காட்டித் தருகிறேன்."

ரோட்டின் எதிர்ப்புறம் நின்று காட்டினார்.

"அதுதான் பஷீரின் புத்தகக் கடை."

பக்கத்தில் நின்று பார்ப்பதற்காக ரோட்டைக் கடந்து சென்றேன்.

சுழன்றுகொண்டிருந்த ஒரு மின்விசிறியின் மறைவில் கதர் ஜிப்பா தெரிந்தது. டாட்டாபுரத்தைக் கண்டதும் கையை உயர்த்தி வணக்கம் சொன்னார்.

"வா அறிமுகம் செய்துவைக்கிறேன்." வேண்டாம். மனதில் பயமுறுத்துகிற ஒரு காட்சி தெரிந்தது. இந்தப் பையன் மலபார், கூடலூரிலிருந்து வந்திருக்கிறான். கொஞ்சம் எழுதவும் முயற்சி செய்துகொண்டிருக்கிறான். என்றோ அல்லது வேறு ஏதாவது முறையிலோ இதய சுத்தியுடன் டாட்டாபுரம் சொல்வாராக இருக்கலாம். அப்போது சிங்கம் தலை சிலிர்த்தெழுந்து," ஏண்டா, உனக்கெல்லாம் வேறு வேலையே இல்லையா? போய் நாலெழுத்துப் படிக்கிற வழியைப் பாருடா" என்றெல்லாம் ஏதாவது சொல்லிவிட்டால் என்ன செய்வது? ஆகவே நான் அவசரமாகச் சொன்னேன்: "வேண்டாம், அடுத்தமுறை பார்க்கலாம்."

டாட்டாபுரம், கடையில் ஏறி இரண்டு மூன்று நிமிடங்கள் நலவிசாரணை நடத்திவிட்டு இறங்கிவந்தார். அதுவரை தலையை உயர்த்திக்கூட பார்க்காமல் நான் ரோட்டருகில் நின்றிருந்தேன்.

சில வருடங்களுக்குப் பிறகு, நான் அலைந்து திரிந்து பத்திரிகையாளனாகப் பயிற்சி பெறுவதற்குக் கோழிக்கோட்டுக்குச் சென்றபோது பஷீரும் அங்கு வரப்போவதாக அறிந்தேன். எரணாகுளம் புத்தகக் கடையை மூடிவிட்டு கொஞ்சநாட்கள் தலையோலப்பரம்பில் தங்கியிருந்துவிட்டு இப்போது கோழிக் கோட்டுக்கு வரப்போகிறார். இதற்கு முன், பஷீருக்குப் பைத்தியம் பிடித்ததையும் வல்லப்புழையின் நர்சிங் ஹோமில் சிகிச்சை பெற்றதையும் கேள்விப்பட்டிருந்தேன். பிறகு, ராமு காரியத், சோபனா பரமேஸ்வரன் நாயர் ஆகியோரது குழுவினருடன் தொடர்பேற்பட்டபிறகு பஷீரின் பைத்தியம் குறித்து மேலும் விவரங்களைத் தெரிந்துகொண்டேன். 'பாத்துமாவின் ஆடு' முன்னுரை, பிறகுதான் வந்தது. கனவில், வடக்கும்நாதன்* பஷீரின் பக்கத்தில் வந்து சிரித்தபோது அவரது பற்கள் சிவந்திருப்பதைக் கண்டார். பஷீரிடம் நன்றாகப் பழுத்த பாக்கு கிடைக்காததுதான் காரணம் என்று வடக்குநாதன் குறைபட்டுக்கொண்டார். பரமுவிடம் மறுநாள், விவரத்தைக் சொல்லாமல் பழுத்த பாக்கு வாங்கிக் கொண்டுவரச் சொல்லி, அதை பார்சல் செய்து யாரும் காணாமல் வடக்கும்நாதனின் கோயில் மதில் கட்டினுள் எறிய ஏற்பாடு செய்தார். பரமு, இன்னும் பல கதைகளைச் சொன்னார். நாங்கள் சிரித்தோம்,

---

* திருச்சூர் ஆலயத்தின் மூலவர்

நிறையவே சிரித்தோம். பிறகு, மனதிற்குள் சத்த மில்லாமல் அழுதோம்.

பஷீரின் புத்தகங்களை அப்போது கவனமாக வாசித்து முடித்திருந்தேன், கதாபாத்திரங்கள், என்னுடைய மன உலகுக்கு தொட்டுவிடும் தூரத்தில் நின்றுகொண்டிருப்பதாகவே எனக்குத் தோன்றியது. குஞ்ஞுப்பாத்தும்மாவோடும் சாரம்மாவோடும் எனக்கு ரகசியக் காதல் உருவானது. சைனபாவோடு கொஞ்சம் தனிப்பட்ட முறையிலான காமஉணர்வு மேலிட்டது. நிஸார் அஹமது, கேசவன் நாயர், அப்துல்காதர் (பூவன்பழம்) போன்றவர்கள் மீது பொறாமை. பிறகு, 'பாத்துமாவின் ஆடு' வந்த பிறகு சாம்பங்காய்கள் பொறுக்க வந்த குமரிப் பெண்களுடன் குறும்பு பேசும் வழக்கைத் தலை பஷீரின் மீது பொறாமை வந்தது. அப்புறம், உம்மா எனும் பிரமாண்டமான கதாபாத்திரம். அக்கம் பக்கம் பார்த்துவிட்டு செவிக்குச் செவி கேட்காமல் ரூபாய் மட்டும் தந்தால் போதுமென்று சொல்லும் உம்மா, எவ்வளவு அற்புதமான, வெளிப்படையான, எளிமையான, அப்பட்டமான யதார்த்தம். ஆனால், எவ்வளவு மனிதாபிமான மிக்க அக உணர்வு. சென்ட்ரல் ஜெயிலிலிருக்கும் தன் மகன் பசியுடன் வந்துவிடுவானோ என்று ஒவ்வொரு இரவும் தகர விளக்கைப் பற்ற வைத்துச் சோறுடன் காத்திருக்கும் அதே உம்மாதான் இந்த உம்மாவும். பஷீர் தனது உதடுகளின் புன்னகையையும் மனதின் வேதனையையும் வெளிப்படுத்தியிருக்கிறார்.

பஷீரின், அவர் சித்திரித்திருக்கும் வாழ்க்கையின் அக வேதனைகள் மிகச் சாதாரணமானவை. வீரியமும் எளியதுமான வாழ்க்கையின் நெருடல்களிலிருந்து மனத்தின் உள்ளார்ந்த வலிகளை ஒன்றும் தெரியாத, களங்கமில்லாத பாவனையுடன் விவரித்துச் சொல்கிறார், கதைசொல்லத் தெரிந்த இந்தக் கதாசிரியர்; எங்களில் பலர் கதை 'எழுதுவதற்கு'ச் சிரமப்பட்டுக் கொண்டிருக்கும்போது பஷீர் மிகச் சாதாரணமாகக் கதை 'சொல்லிக்கொண்டிருக்கிறார்.' புராதன உலகமான அரேபிய நகர அங்காடிகளில் கூடாரங்கள் கட்டி, கதைசொல்லிக் கொண்டிருந்தவர்களைப் பற்றி நாம் புத்தகங்களில் படித்திருக்கிறோம். இசையும் தத்துவ சாஸ்திரங்களும், ஹாஸ்யமும், சோகமும், வாழ்க்கை பற்றிய சிந்தனைகளும் நிரம்பிய அவர்கள் கதை கேட்க வருபவர்களுக்கு வாய்மொழிப் படைப்புகளால் விருந்தளித்தார்கள். சிரிப்பு மூட்டினார்கள். அழ வைத்தார்கள். இதயத்தில் காதலின் மொட்டுக்களை அரும்ப வைத்தார்கள், மீண்டும் கதைகளின் பட்டுநூல் முடிச்சைக் கட்டவிழ்க்கப்போகும், மறுநாள் மாலையை மனதில்

நினைத்தபடியே அவர்கள் பெருமூச்சுடன் கூடாரத்தைவிட்டு வெளியே வருவார்கள். கதை கேட்பதற்கான மாலைப் பொழுதுகளை எதிர்பார்த்தே அவர்கள் பகல்பொழுதுகளைக் கழித்தார்கள். அந்தக் கதை சொல்லிகளின் பாரம்பரியச் சுடர் பஷீர் எனும் கதைசொல்லியிலுமுண்டு. பஷீர், முகில சக்கரவர்த்திகளிடம் தனது வழுக்கைத் தலைக்கு ஒரு கிளாமரை உருவாக்குவதற்கான வேர்களைத் தேடியது வெறும் பொழுது போக்கு மட்டும்தான். அதற்கும் மேலாக, பாக்தாதிலும், பஸ்ராவிலும், கெய்ரோவிலும் வழியோரங்களில் அலங்காரம் செய்யப்பட்ட கூடாரங்களிலமர்ந்து நறுமண வாசம் கமழ அரை இருட்டுகளில் அமர்ந்து கதைசொல்லிக்கொண்டிருந்த, முகம்தெரியாத அந்த மூதாதையர்களிடம்தான் பஷீரின் கலையம்சத்தின் அடிவேர்களைத் தேடும் நாம் சென்றடைவோம்.

உறுதியாகிவிட்டது, பஷீர் கோழிக்கோட்டுக்கு வந்து தங்கப் போகிறார். பொற்றேக்காட்டின் ‘சந்திரகாந்தம்’ இல்லத்தில் வைத்து ‘எங்க உப்பப்பா...’வை நாடகமாக எழுதுகிறார்.

சந்திரகாந்தத்திற்கு என்.பி.முகம்மதுவின் பின்னால் நான் சென்றேன். பழைய பயங்கள் எல்லாம் இப்போதும் இருக்கின்றன. போதாக்குறைக்கு பைத்தியத்தின் ஒரு தாளவட்டம் முடிந்து வேறு வந்திருக்கிறார் அந்தப் பயங்கரமான மனிதன். பயத்தையும் பதற்றத்தையும் வெளிக்காட்டாமலிருக்க நான் முயற்சி செய்தேன்.

மல்யுத்த பயில்வானைப் போல், வயிற்றை முதுகெலும்பில் ஒட்டிப்பிடித்தபடி இந்த உலகத்திடம் கோதாவில் இறங்கச் சவால் விடுபவரைப்போல் நின்றிருந்தார் பஷீர்.

என்.பி. அறிமுகம் செய்துவைத்தார்.

“அந்தப் பையனா இது? தெரியுமே. நூலுபோல இருக்கிறானே? நான், ஏதோ ஒரு முரட்டுத் தடியன் நாயராக இருப்பானோண்ணு நினைச்சிருந்தேன்.”

நான் வெறும் நூற்றிப்பன்னிரண்டு ராத்தல் எடையுள்ள, எலும்புக்கூட்டினுள் ஒடுங்கியிருந்த ஒரு உருவமாக இருந்தேன்.

“டேய், நீங்க இரண்டுபேரும் இங்கேயே இருங்க. நறுக்க வேணும், அரைக்கவேணும், லொட்டுலொடுக்கு வேலைகள் செய்யவேணும். இவ்வளவுதான். நல்ல ஆகாரம் ஃப்ரீ.”

எனது கழுத்தின் இருபுறமும் உந்தி நிற்கும் எலும்பை விரலால் தடவியபடியே பஷீர் சொன்னார்: “உன் உடம்பைத் தேத்தியெடுக்குற பொறுப்பை நான் ஏத்துருக்கேன்.”

பிறகு கொஞ்ச நாட்கள் நடுச்சாமம் வரை நாங்கள் சந்திர காந்தத்தில் இருந்தோம். பஷீரின் போர்ட்ரெய்ட்டை வரைவதற்கு எம்.வி.தேவன் தினமும் வருவார். கலா சமிதி தலைவர்களான எம்.அப்துல் ரஹ்மான், வி.அப்துல்லா போன்றவர்கள்தான் பஷீரைக் கவனித்துக்கொண்டிருந்தார்கள். நிறைய பார்வையாளர்கள் வருவார்கள். வயது குறைவான எனக்குத்தான் அதிகமான வேலையிருந்தது. அவ்வப்போது வெளியே ஓட வேண்டும். அப்பளத்தைப் பொடிப்பொடியாக நறுக்கி காரமான ஒரு சீவல் தயாராக்கும் 'ரெசிபி' முறையை முதல் நாளே குரு எனக்குச் சொல்லித் தந்தார்.

மறுநாள் சாயங்காலத்திற்குப் பின், பி.கே.என். வந்திருந்தார். வந்தவர் அங்கேயே தங்கியும்விட்டார்.

"இவன் நேற்று ராத்திரிதான் வந்தான். ராத்திரி ஒரு கதையும் சொன்னான். விஷயம், நல்ல சுவராஸ்யம்தான்! ஆனால், மோசமான கெட்ட வார்த்தை. கெட்ட வார்த்தைன்னு சொன்னா...கதைக்கு நான் ஒரு கீரிடம் வெச்சுக் கொடுத்தேன். ஆனால், வெளியேதான் படுத்திருக்க வேண்டும். உடம்பில் பட்டுவிடக் கூடாது என்பதுதான் நிபந்தனை. அவ்வளவு தூரம் மோசமான கெட்ட வார்த்தை" என்றார் பஷீர்.

சமையல் வேலைகளும், சாப்பாடும், பொழுது போக்குகளும் முடிந்து நடுச்சாமத்தில்தான் என்.பி.யும் நானும் புதியறை யிலிருந்து கிளம்புவோம். தூரத்திலிருக்கும் ஆனிஹால் ரோட்டில் என்னை விட்டுவிட்டு என்.பி.க்குக் குண்டுங்கலுக்குப் போய்ச் சேர, திரும்பவும் ஒரு நாழிகை நடக்க வேண்டும். மகிழ்ச்சியும் குதூகலமும் நிரம்பிய இரவுப் பொழுதுகள். சிரித்துக் களித்த காலை நேரங்கள். ஆசார, உபச்சாரங்களில்லாத நாட்கள். உபதேச மற்ற பரிந்துரைகள்.

"வாசு, ஜீன் கிறிஸ்டோஃப் வாசிக்கலாம்."

"ஸ்டோரி ஆஃப் சான்மிஷெய்ல் படிக்கலாம்."

நான் இழந்துவிட்ட நல்ல தினங்கள்.

பஷீரைப் பற்றிக் கேள்விப்பட்ட கதைகளில் கற்பனை கலந்த ஒரு குறிப்பிட்ட சதவீதத்தை நான் ஒதுக்கி வைத்திருந்தேன். பஷீர், கறைபோக்கும் மருந்து விற்றுக்கொண்டு நடந்த காலத்தில் அப்போது லாட்ஜில் தங்கியிருந்த சில சென்னை வாழ் மலையாளிகளை நான் சந்தித்திருக்கிறேன். அதன்பிறகுதான் கற்பனை கலந்த உண்மைகள் என்று நான் ஒதுக்கி வைத்திருந்த எனது மனக்கணக்கின் சதவீதத்தில் தவறு நிகழ்ந்தது. பஷீர்

எப்போதுமே குறைத்துச் சொல்லும் வழக்கம் கொண்டவர். சுய அனுபவங்களைச் சொல்லும்போதுகூட, "ஒரு இரவுக்குள் நாங்கள் பத்து ஐநூறு பட்டாளக்காரர்கள் தண்ணீர் குடித்தோம். மறுநாள் பார்க்கும்போது பாத்திரத்தில் மிச்சமிருந்தது இரத்தம்." பஷீரின் இந்தச் சுருக்கிச் சொல்லும் முன்னுதாரணங்கள் நிறையவே என்னிடமிருந்தன. ஆனால் இதையெல்லாம் நான் ஏன் முதலிலேயே நினைவில் கொள்ளவில்லை?

ஒரு ஆள், அரைநூற்றாண்டுக்குப் பிறகு பஷீரைத் தேடியலைந்த சம்பவத்தை ஒரு தடவை, என்.பி. சொன்னார். பஷீர் ஒரு எழுத்தாளர் என்ற விஷயம் அந்த ஆளுக்குத் தெரியாது. தான், வேலை செய்துகொண்டிருந்த எஸ்.எஸ். ரிவான் என்ற கப்பலில் வைக்கத்தைச் சேர்ந்த பஷீர் என்பவன் இருந்தான். நல்ல தமாஷான ஆள். நன்றாகப் பிரியாணி சமைப்பான். நல்ல நண்பனாக இருந்தான். அவன் இருக்கிறானா என்பதை அறிந்து கொள்வதற்காக மட்டும் தேடிக்கொண்டிருந்த அந்தப் பழைய கப்பல் ஊழியரை எதிர்பாராமல்தான் என்.பி. சந்தித்திருக்கிறார்.

சந்திரகாந்தத்திலிருந்துதான் தொடங்கியது. எங்கள் குரு – சிஷ்ய உறவு. எழுதுவதைப் பற்றி பஷீர் ஒருபோதுமே என்னிடம் பேசியதில்லை. வாழ்க்கையைப் பற்றி – ஆமாம். வாழ்க்கையில் தவிர்க்கவியலாத இரண்டு கட்டங்கள்.

மௌனமாக இருந்த என் மனத்தைப் படித்துப் பார்த்தது போல் பஷீர் கேட்கத் தொடங்கினார். நாங்கள் தனியாக அமர்ந்திருந்தோம். பிறகு தீவிரமான சில விஷயங்களைப் பற்றிப் பேசினார். அதையெல்லாம் கேட்டபோது மனதிற்கு ஆசுவாசமாக இருந்தது. நான் என்ற கிராதகனுக்குள் பஷீர் மனிதனைத் தரிசித்திருக்கிறார். என் மனது அமைதியடைந்தது.

பேப்பூரில் வசிக்கத் தொடங்கிய பிறகு பெரும்பாலான எல்லா ஓய்வு நாட்களிலும் பஷீர் எங்கள் சிலருடனேயே இருப்பார். சில நாட்கள், நள்ளிரவும் கடந்து ஓய்வு நாட்களின் பகல்பொழுதுகள் வரை நீண்டுபோகும்.

பஷீர், விரித்து வைத்த வாழ்க்கையின் ஏராளமான பக்கங்களை நான் வாசித்து முடித்திருந்தேன். 'அனுராகத்தின் தினங்க'ளின் காதல் முதல் சஞ்சார காலத்தின் சாகசங்கள் வரையிலும்! மன நிலையின் தாளம் தவறிய காலத்தின் அக மனச் சித்தர வதைகள் உட்பட.

ஒருநாள் இரவு, எனக்கு ஒரு தொலைபேசி அழைப்பு வந்தது. பஷீருக்கு மீண்டும் மனநிலை சரியில்லாமலாகிவிட்டது.

ஆட்கள் வீட்டைச் சுற்றிக் கூடிநிற்கிறார்கள். பிச்சுவாக் கத்தியுடன் நின்று அவர்களைப் பயமுறுத்திக்கொண்டிருக்கிறார். யாருமே பக்கத்தில் போக முடியவில்லை.

நான், பட்டத்துவிளை கருணாகரனுக்குத் தகவல் சொன்னேன். நாங்கள் பாலு அண்ணன் என்று சொல்லும் புதுக்குடி பாலகிருஷ்ணனையும் அழைத்தோம். கருணாகரனும் நானுமாக அவரது காரில் பேப்பூருக்குச் சென்றோம். உடல்ரீதியாக பஷீரைக் கட்டுப்படுத்தும் வலுவுள்ள ஒரு ஆளைத் தேடிப்போன பாலு அண்ணன் அவர் வரமாட்டார் என்ற தகவலுடன் திரும்பி வந்தார்.

வீட்டில் நல்லவெளிச்சம். முன்புறமும் முற்றத்திலுமெல்லாம் போதுமான வெளிச்சமிருந்தது. இடைவழியிலும் வேலியின் மறுபுறமும் ஆட்கள் கூடி நின்றிருந்தார்கள். உள்ளூர்ப் பலவான்கள், பஷீரின் முழங்கையில் இரும்புத் தடியால் அடித்துக் கத்தியைக் கீழே போடவைக்கும் முறையைப் பற்றி வேலியின் மறுபுறம் நின்று திட்டம் போட்டுக்கொண்டிருந்தார்கள்.

"பக்கத்தில் போக வேண்டாம், என்ன வேண்டுமானாலும் நடக்கலாம்." யாரெல்லாமோ தடுத்தார்கள்.

"எதுவுமே தெரியாததுபோல் நாம் வீட்டுக்குள் ஏறுவோம்." கருணாகரன் சொன்னார். நாங்கள் உடல்ரீதியாக மிகவும் பலம் குறைந்தவர்கள். மூன்று பேருமே! ஆனால், மனத்தில் பயமில்லை. இரும்புத் தடியும் கோடாரிப் பிடியும் மூங்கில் கம்புமெல்லாம் தேடிக்கொண்டிருந்த உள்ளூரின் பிரதான வீரர்களிடம் இந்த மனிதனை விட்டுக் கொடுத்தால் என்னவாகும். நாங்கள் மனப் பதற்றத்துடன் ஆனால், ஏதோ ஒரு தார்மீக சக்தியின் உந்துதலுடன் பஷீரை நெருங்கிச் சென்றோம். நான் வழக்கமாக அவரிடம் பேசுவதுபோல் அதிகாரக்குரலில் கேட்டேன்:

"குரு என்ன வேலை இது? நடுச்சாமத்துலெ ஆட்களைப் பயங்காட்டவா இப்பிடி கத்தியும் கடாரியும் தூக்கிட்டு நிக்கிறீங்க?"

வீட்டில் புனலூர் ராஜன் மட்டும்தானிருந்தார். பக்கத்தில் வராமல் கவனமாகவும் பதற்றத்துடனும் நின்றுகொண்டிருந்தார் ராஜன்.

ஏற்கனவே சொல்லி வைத்திருந்தபடி கருணாகரனும் அன்பாகக் கடிந்துகொண்டார்.

எங்களை அடையாளம் தெரிந்துகொண்டு ஒவ்வொருவரையும் பெயர் சொல்லி அழைத்தார். பிறகு சொன்னார்:

"அவன் எந்த ரூபத்திலும் வருவான்."

தாளம் தவறிய மனத்தின் வார்த்தைகள்.

நாங்கள் இடைவிடாமல் பேசினோம். பிறகு அப்படியே அமர்ந்துவிட்டோம். பஷீரும் அமர்ந்தார்.

"தாகமாக இருக்கிறது."

ராஜன் இளநீர் கொண்டுவருவதற்காக இருட்டில் மறைந்தார்.

அப்போது எங்களைப் பதற்றப்படுத்துவதுபோல் மற்றொரு அறிவிப்பு:

"ஒருவேளை அவன் புனலூர் ராஜனின் ரூபத்திலும் வரலாம்."

என் கவனம் முழுவதும் அந்தப் பெரிய கத்தியிலேயே இருந்தது. அதைத் தந்திரமாக வாங்கிவிடலாமென்ற எண்ணத்துடன் கையை நீட்டியதும் ஒரு நிமிடம் அந்தக் கத்தி காற்றில் உயர்ந்து தாழ்ந்தது. கையை உடனே இழுத்துக்கொண்டு நான் கோபமும், ரோசமும், சோகமும் கலந்த குரலில் கேட்டேன்: "என்ன வேலை செய்துட்டீங்க, குரு. நான் வாசு அல்லவா?"

என்னைப் பார்த்தபடியே கொஞ்சநேரம் அசையாமலிருந்து விட்டுச் சொன்னார்: "வாசு, என்னைத் தொடாதே. ஒருவேளை நான் ஏதாவது செய்துருவேன். அவன் எந்த ரூபத்திலும் வருவான்."

நாங்கள் என்ன செய்வது என்று புரியாமல் அமர்ந்திருந்தோம்.

"என்னாலெ முடியலெ. எனக்குத் தலயோலப்பரம்புக்குப் போகணும்."

"போவோமே, சட்டையைப் போடுங்க."

கருணாகரன் உடனே சம்மதம் தெரிவித்தார்.

ராஜன் இளநீர் கொண்டுவந்ததும் தூரத்திலேயே வைத்து விடும்படி உத்தரவிட்டார்.

"எழுந்திருங்க, சட்டையைப் போடுங்க. போவோம். நேரம் நிறைய ஆயிட்டுது."

நாங்கள் உற்சாகமூட்டினோம்.

"அல்லாஹுவின் கஜானாவில் மட்டும்தான் நேரமிருக்கிறது. கணக்கில்லாத நேரம்."

நாங்கள் எதுவுமே நடக்காததுபோல் தமாஷாகப் பேச முயற்சி செய்தோம். தன்னம்பிக்கையைத் தூண்டுவதற்காக வெண்கலப் பாத்திரங்கள் உரசுவதுபோல் கலகலவெனப் பேசினோம்.

கடைசியில் சட்டையை எடுத்துத் தோளிலிட்டுக்கொண்டார்.

"எதுக்கு இந்தக் கத்தி? கீழே போடுங்க." போடவில்லை.

நாங்கள் மெதுவாக இடைவழியினூடே நடந்தோம். வேலிக்குப் பக்கத்திலிருந்து ஒரு பெண்ணின் மெல்லிய குரல் என் பெயரைச் சொல்லி அழைத்தது. திருமதி ஃபாபி பஷீர்தான். குழந்தையையும் எடுத்துக்கொண்டு வெளியே போய் நிற்கும்படி முதலிலேயே சொல்லிவிட்டார். "அமானுஷ்ய சக்திகள் குழப்பம் செய்ய வருகின்றன..."

பாலு அண்ணனின் காரில் பஷீர் முன்புறம் ஏறியமர்ந்து கொண்டார். அகாலவேளை என்பதால் ஆஸ்பத்திரி வசதிகளைக் கவனிப்பதற்காக கருணாகரனும் ராஜனும் சென்றார்கள். பாலு அண்ணன்தான் காரை ஓட்டினார். முன் சீட்டிலேயே நானும் பஷீருடன் சேர்ந்து நெருங்கி அமர்ந்துகொண்டேன். கத்தியை எடுத்து மாற்றி விடுவதற்கான வழியைப் பாலு அண்ணன் இரகசியமாக முன்னமே சொல்லியிருந்தார்.

பெரிய பிச்சுவாக்கத்தி பாலு அண்ணனின் விலாப்புறத்தி லும் சிறிய கத்தி என் விலாப்புறத்திலும் தொட்டு உரசிக்கொண் டிருந்தன. ஏதோ ஒரு பதற்ற நிமிடத்தில் நானோ பாலு அண்ணனோ இருட்டில், அமானுஷ்ய சக்திகள் வேடம் புனைந்து வந்திருப்பதாகத் தோன்றிவிட்டால்...

அர்த்தமோ, தொடர்போ இல்லாமல் எதையெதையோ நான் பேசிக்கொண்டிருந்தேன். அசாதாரணமான எதுவும் நடக்கவில்லை என்பதுபோல் காட்டிக்கொள்ள முயற்சி செய்துகொண்டிருந்தேன். குருவின் உடல் வலுவைப் பற்றி எனக்குத் தெரியும். நாங்கள் முன்பு முஷ்டி பலம் பார்ப்போம். குஸ்தி போடுவோம், அப்போதெல்லாம் எனக்கு வலிக்கும். பலம் பிரயோகிக்காமலேயே! என்னால் தடுக்க இயலாது. குரல் வளையை நெரிக்கலாம், ரிப்ளெக்சுகளைச் சரியாக வைத்து அமர்ந்திருந்தோம். மனத்தின் ஏதோ ஒரு மூலையில் ஒரு கேள்வி இருந்துகொண்டிருந்தது. இது ஒரு வைல்ட் வெஸ்ட் காட்சியாக மாறிக்கொண்டிருக்கிறதோ? வைல்ட் வெஸ்ட்டும் சயின்ஸ் ஃபிக்ஷனும் பஷீருக்குப் பிடித்தமான விஷயங்கள். என்னை வைல்ட் வெஸ்ட்டின் வாசகனாக மாற்றியதும் பஷீரின் புத்தகச் சேகரிப்புகள்தான்.

சொல்ல முடியாது. செத்துவிடுவதில் எனக்கு வருத்தமொன்று மில்லை. குரு தப்பித்துவிடட்டும். நான் எனக்குள் சொல்லிச் சொல்லித் தைரியத்தை வளர்த்துக் கொண்டேன். இல்லை. நான் செத்துப்போனாலும் பரவாயில்லை.

காலையில் ஆறரை மணிக்குத்தான் இந்தக் காவல் முடிவுக்கு வந்தது. நரம்புகள் முறுக்கிக்கொண்ட, மிக மெதுவாக நகர்ந்த நீண்ட நேரத்திற்குப்பிறகு தலையோலப்பரம்பின் மக்கள் நெருக்கடி யில்லாத சாலையில் கார் ஓடிக்கொண்டிருந்தது. கடைசியில், ஐந்து மணிக்கு பாலு அண்ணனின் வீட்டில். பிறகு ஆஸ்பத்திரி. செடேடிவ் இஞ்சக்ஷனில் மயங்கியதும் பிச்சுவாக்கத்தியை எடுத்து மாற்றினோம். சிறிய கத்தியைக் காணவில்லை. அதைப் பாலு அண்ணனின் வீட்டிலுள்ள சோபாவில் ஒளித்து வைத்திருந்த தைப் பிறகு கண்டுபிடித்தோம்.

மறுநாள் நாங்கள் பைத்தியக்கார ஆஸ்பத்திரிக்குச் சென்ற போது, குரு அங்கே அமைதியாக உட்கார்ந்திருந்தார். ஒரு கெட்ட கனவிலிருந்து விழித்தெழுந்தவர்போல்.

"என்னெவெல்லாம் நடந்தது?"

"ஒண்ணுமே இல்லெ, எதுவும் நடக்கலெ."

"நான் ரொம்ப பயந்துபோயிட்டேன். நீங்களெல்லாம் வந்த பிறகுதான் கொஞ்சம் நிம்மதி வந்தது."

இப்போது எல்லாமே தெளிந்திருந்தது.

பைத்தியக்கார ஆஸ்பத்திரியின் அறைக்குள் இருந்தோம்.

"இந்த இடம் சகித்துக்கொள்ள முடியாத அளவுக்கு மோசமா இருக்கிறது. எனக்கு இங்கிருந்து உடனே போய்விட வேண்டும். திருச்சூரில் வல்லப்புழையின் மென்டல் சானிட்டோரியத்தில் கொஞ்ச நாளிருந்தால் எல்லாம் சரியாயிடும்." அப்புறம் இங்கிருந்து கூட்டிக்கொண்டு போவதற்கான முயற்சிகள். டாக்டர் சினந்துகொண்டார். "நீங்க சொல்லும்போது அனுமதிக்கவும் உங்களுக்குத் தோன்றும் போது வெளியே விடவும் முடியாது. இங்க சில சட்டதிட்டங்கள் உண்டு. மட்டுமல்ல, இது பைத்தியம்."

நாங்கள் மனதிற்குள் சொல்லிக்கொண்டாம்.

உண்மைதான்! பைத்தியம்தான். நாம் எல்லாருமே ஓரளவு பைத்தியங்கள்தான். ஆனால், இந்தப் பைத்தியக்காரர் எங்களுக்குத் தேவைப்படுகிறார். எங்களது கௌரவம் இவர். ஒருவகையில் எங்களது அலங்காரமும்கூட. டாக்டர் ஒப்புக்கொண்டார்.

உணர்வு நிலையிலும் உணர்வற்ற நிலையிலும் அமைதியுடனும் பதற்றத்துடனும் நான் பஷீரைக் கவனித்திருக்கிறேன். பஷீருக்கு எப்போதுமே தன்னைச் சுற்றி மனிதர்கள் வேண்டும். அன்பைப் பரஸ்பரம் பகிர்ந்துகொள்ளும் மனிதர்கள். அது குழந்தைகளாக இருந்தாலும் போதும். சி.என்.முகம்மது மௌலவியுடன் மத தத்துவங்களை விவாதிக்கும் அதே கௌரவத்துடனும் கவனத்துடனும்தான் ஐந்து வயதுக் குழந்தையின் தேவைகளையும் பிடிவாதங்களையும் பஷீர் கையாள்வார். தனிமை, பஷீரை எப்போதுமே நிம்மதியிழக்கச் செய்தது.

ஆண்டுகள் சென்றன. ஆட்கள் சொன்னார்கள்: பஷீர் அதிக மதப்பற்றுள்ளவராக மாறிவிட்டார். இது பலருக்கும் திகைப்பாக இருந்தது. 'எனது உப்பப்பாவுக்'கெல்லாம் எழுதிய பஷீர் நினைவின் அறைகள் எழுதுவதா? இதில் பதற்றப்படுவதற்கு எதுவுமில்லை. பஷீர் எப்போதுமே இறை நம்பிக்கையுள்ளவராகவே இருந்தார். மதப்பற்று கொண்டவரும்தான். நான் அறிமுகமான நாள் முதல் பலமுறை அவர் சொல்வதைக் கேட்டிருக்கிறேன். நல்ல மனிதனால் மட்டுமே நல்ல எழுத்தாளனாகவுமிருக்க முடியும். மிகப் பழைமையான, ஆனால் எப்போதுமே சிந்திக்க வைக்கும் சித்தாந்தம். மனிதன் நன்றாக வாழ வேண்டுமென்பதைத்தான் எல்லா மதங்களும் போதிக்கின்றன என்று சொல்வார்.

எல்லா நேர்முகங்களின்போதும் அவர் சொல்வதை நான் கவனித்திருக்கிறேன். "நான் ஒரு முஸல்மான்தான்" என்பார். மதப் பற்று, பஷீரின் விசாலமான பார்வைக்கும் எல்லையற்ற மனிதாபிமானத்திற்கும் எந்த வரையறைகளையும் ஏற்படுத்தவில்லை என்பதுதான் உண்மை. கருமியென்பதாகச் சொல்லி நான் பரிகசிக்கும் பஷீர், அடுத்த கைக்குத் தெரியாமல் தானம் செய்த கதைகளை, பெற்றுக்கொண்டவர்களே இரகசியமாக என்னிடம் வந்து சொல்லியிருக்கிறார்கள். எல்லா மதத்தைச் சேர்ந்தவர்களும் தங்களது மத நம்பிக்கைகளை விட்டு விலகாமலேயே திருமணம் செய்து வாழலாமென்ற முடிவுக்கு 'அனுராகத்தின் தினங்கள்' நாவலின் இறுதிக் கட்டத்தில் வந்து சேர்கிறார் பஷீர். 'காதலனின் நாட்குறிப்புகள்' எனும் பழைய காகிதக் கட்டை நான் வாசித்துப் பார்த்தபோது (இதற்கு பஷீரின் அனுமதியுடன் 'அனுராகத்தின் தினங்கள்' என்று பெயர் சூட்டியது நான்தான்) இளவயதுக் காதலனும் முற்போக்கு இலக்கிய அமைப்பின் உறுப்பினருமாக இருந்த அந்தக் காலத்து பஷீர் உண்மையான மதவிசுவாசிதான். நம்பிக்கையென்பது தனிமனித மனோபாவம். அதனைக் கலைப் படைப்புக்கான எல்லைகளை

வரையறுப்பதற்குப் பயன்படுத்தக் கூடாது என்ற பார்வையையும் அவர் கொண்டிருந்ததால்தான் தனது படைப்புகள் மூலம் உலகத்தோடு புன்முறுவல் புரியவும் தன்னைத்தானே பரிகாசம் செய்யவும் அவரால் முடிந்தது. 'அனுராகத்தின் தினங்க'ளில் ஒரு வாசகம் வரும். வீட்டுக்காரர்கள் நிச்சயித்த திருமணம் ஒரு மதப்பண்டிதரின் மகளுடன். அதிலிருந்து தப்பிப்பதற்கான ஒரு வழியை தான், கண்டுபிடித்திருப்பதாக அவர் காதலிக்கு ஒரு கடிதம் எழுதுகிறார்: "கள்ளும் பட்டைச் சாராயமும் மட்டும்தான் இங்கே கிடைக்கும். அந்த இரண்டையும் சேர்த்துக் குடித்துவிட்டு அந்த மதப்பண்டிதரைப் போய்ப் பார்த்து மதம் சம்பந்தமாக கொஞ்ச நேரம் விவாதம் செய்வேன்."

இந்தக் காதல் கதையின் கதாநாயகியைப் பற்றி நான் நிறையக் கேள்விப்பட்டிருக்கிறேன். கதையை முழுவதுமாக வாசித்த பிறகு கேட்டேன்: "ஹுந்துராபி புஸ்ஸாட்டோவில் வரும் பெண் இவள்தானே?"

"கொஞ்சம் இருக்கும். 'பார்கவி நிலையம்' திரைக்கதை யிலும் கொஞ்சம் இருக்கிறது. சொற்பொழிவு எழுதி வாங்க வருபவளாக மட்டும்."

நகரின், மாடிப்பகுதிகளிலிருந்து தண்ணீர் விழுந்து நனைந்த, இடுங்கிய மூன்று ஏணிப்படிகளேறி நான் தங்கியிருந்த மாடிக்கு பஷீர் திரும்பவும் வந்தார். 'அனுராகத்தின் தினங்க'ளைப் பற்றி பத்திரிகையாளர்களிடம் பேசிய மறுநாள்.

"அதில் ஒரு இடத்தில் அவள் எனக்கு ஒரு வேட்டி தந்ததைப் பற்றி எழுதியிருக்கிறேன். கோயிலுக்குப் போகும்போது உடுத்திக் கொள்ளும் வேட்டி. பிறகு இதில் ஒரு வேடிக்கையான சம்பவமும் நடந்தது."

வேட்டியைப் பத்திரமாகப் பெட்டியில் வைத்து பஷீர் தலயோலப்பரம்பிற்குக் கொண்டுபோகிறார். ஒரு நாள் பார்க்கும் போது உம்மா அதைத் தலையில் போட்டுத் தொழுதுகொண் டிருக்கிறாள். தலையில் போட்டுக்கொள்ள சுத்தமான துண்டு தேடியபோது பெட்டியிலிருந்து கிடைத்த அன்பளிப்பு. அம்மா எடுத்துக்கொண்டார்.

"இதையும் சேர்த்தால் என்ன?"

முன்னால் எழுதியதில் எதையும் சேர்க்காமல் எதையும் குறைக்காமல் அப்படியே இருப்பதுதான் நல்லதென்று நான் அபிப்ராயம் சொன்னேன்.

பஷீர் பேசிக்கொண்டிருக்கும்போது ஆஃபீஸ் என்று சொல்லப்படும் மாடியில், என் உதவிக்காகப் புதிதாக வந்திருந்த ஓர் இளைஞன் உள்ளே வந்தான். பஷீர் இருப்பதைக் கண்டதும் பதுங்கிப் பதுங்கி அங்கேயே நின்றுகொண்டிருந்தான். நான் அறிமுகம் செய்துவைத்தேன்.

"சாருக்கு என்னை ஞாபகமில்லையா?"

பஷீர் யோசித்துப் பார்த்தார்.

"நான் ஒரு தடவை வீட்டுக்கு வந்திருக்கிறேன் சார். நான் திரும்பிப்போகும்போது எனக்கு முப்பது ரூபாய் தந்தீங்க."

இளைஞன் சொன்னான்.

பஷீருக்குச் சரியாக நினைவு வரவில்லை. ஆனால் அந்த இளைஞனின் கண்களிலிருந்த மரியாதையையும் நன்றியுணர்வையும் முழுவதுமாக என்னால் வாசித்துணர முடிந்தது.

பஷீர் எனும் மனிதனை விளம்பரக் குழுவினரால் உருவாக்கப்பட்ட *Legend*இல் ஒதுக்கி நிறுத்த முடியாது. வைக்கம் அஷ்டமிக்குத் தலையில் புத்தகக் கட்டுகளுடன் வரும் வியாபாரிகள், ஆச்சாரம் மிகுந்த ஒரு போற்றியின் வீட்டில் தங்கிக்கொள்வார்கள். அதிலிருந்து போற்றி எடுத்துக் கொடுக்கும் கதைப் புத்தகங்களை பஷீர் கொண்டுபோய் வாசித்துவிட்டுக் காலையில் கொடுத்துவிட வேண்டும். கல்வியறிவற்ற பெற்றோர்கள். புத்தக உலகத்தோடு எந்தத் தொலைத் தொடர்புமில்லாத வீடு. அங்கே பிறந்து வளர்ந்த சிறுவன் ஒன்பதாம் வகுப்புடன் படிப்பை நிறுத்திவிட்டு உப்புச் சத்தியாக்கிரகத்தில் கலந்துகொள்ளக் கோழிக்கோட்டுக்குப் புறப்படுகிறான். பிறகு, எதற்காகவோ வாழ்க்கையின் நுட்பங்களையும் பிரம்மாண்டங்களையும் தேடும் பயணத்தை மேற்கொள்கிறான். அலைந்து திரிகிறான். காலத்தால் அழியாததென்று உறுதியாகச் சொல்ல முடிந்த சில படைப்புகளை உருவாக்குகிறான். இது ஒரு *Legend* தான்.

அறிமுகமாகிப் பிரிகிறவர்கள் அனைவரிடமும் பஷீர் சொல்வார்: "வளமாக வாழ்வீர்களாக."

ஆசீர்வதிப்பதுபோல் கையை உயர்த்தி மனதில் ஒரு மௌனப் பிராத்தனையுடன் கூறும் இந்த உபச்சாரத்தை நான் கவனித்திருக்கிறேன். மனப்பூர்வமாக வளர்த்தியெடுத்த 'ஒரு மானரிச'மா இது? இல்லை. நிறைய தடவைப் பார்த்து நான் இதைப் புரிந்து கொண்டிருந்தேன். இது வெறும் பாவனையல்ல. மாற்றவே முடியாதபடி அவரது மனதின் ஒரு பகுதியாகிவிட்டது, இந்த ஆசீர்வதிக்கும் குணம்.

"உன்னிடம் நான் ஒரு உண்மையைச் சொல்கிறேன். இதைத் திருப்பியெழுதி வாசிக்கக் கேட்டபோது நான் அழுது விட்டேன்."

எனக்கு இதில் ஆச்சரியமெதுவுமில்லை. ஒரு கலைஞனின் மனத்திற்குள்ளிருக்கும் பழைய புரட்சிக்காரனும் யாத்ரீகனும் ஸூஃபியும் காதலனும் ஒரு போதும் அழிந்துவிட இயலாது. நூற்றாண்டுகளாக நீண்ட இரவுகளில், கண்களையும் காதுகளையும் கூர்மையாக்கி, வாழ்வின் நாடித் துடிப்புகளை மனத்தின் அறைகளில் உள்வாங்கக் குடில் கட்டிக் காவல் நிற்கும் ஒரு மனிதன். ஆயிரமாயிரம் இரவுகளாகக் கூர்ந்து நிற்கும் உடலின் பின்னிப் பிணைந்த நரம்புகளால் தளர்த்தப்பட்ட அகக் கண்கள், சிலவேளைகளில் அமானுஷ்ய உணர்வுகளைத் தரிசிக்கும். அக்கணங்களின்போதுதான் நாம் அவர்களைப் பைத்தியம் என்கிறோம்.

பஷீர் புறப்படுவதற்காக எழுந்தார்.

"கிளம்புகிறேன். ஒருவேளை தேவியிடமிருந்து கடிதம் வரும். புத்தகங்களைப் பற்றி நிச்சயமாக அறிந்திருப்பாள். விளம்பரமும் பார்த்திருப்பாள். கடிதம் வந்தால் கொண்டு வந்து காட்டுகிறேன்."

எழுபத்து மூன்று வயதான காதலன் சிரித்தபடியே என்னை ஆசீர்வதித்துவிட்டு இறங்கினார். காதலின் வலியை அறிந்திருந்த காதலர். மதிலின் மறுபுறமிருந்த பெண்ணின் குரலையும் வாசனையையும் உள்வாங்கச் சிறைக் கொட்டடிக்குள் காத்திருந்த பழைய தனிமைக் காதலர். மாடியில் நான் மட்டும் தனியாக!

நான் நன்றி சொல்கிறேன்: இந்த மனிதருக்கு அல்ல. கடந்துவந்த தொலைதூரப் பாதையில் எங்கேயோ ஒரு வழிப்பிரிவில், எதிரில் வந்து நின்ற அந்த விலை மதிக்க முடியாத நிமிடத்திற்கு.

எனது பாலை நிலத்தில் ஒரு சுற்று வட்டத்தில் நிழலும் நறுமணமும் தரும் இந்த மலர் விருட்சத்தை முளைக்கச் செய்த காலத்தின் செழுமையான பூமிக்கு.

எம்.டி.வாசுதேவன் நாயர்

O

ஜென்ம தினம்

மகர மாதம் 8ஆம் தேதி. இன்று எனது பிறந்த நாள். வழக்கத்துக்கு மாறாக அதிகாலையிலேயே எழுந்து, குளிப்பதுபோன்ற காலைக்கடன்களை முடித்தேன். இன்று அணிவதற்காகவென்று எடுத்து வைத்திருந்த வெள்ளைக் கதர்ச்சட்டையையும் வெள்ளைக் கதர் வேட்டியையும் வெள்ளை கேன்வாஸ் ஷூவையும் அணிந்து எனது அறையில் சாய்வு நாற்காலியில் கொந்தளிக்கும் மனதுடன் மல்லாந்து படுத்திருந்தேன். அதிகாலையிலேயே என்னைப் பார்த்த, பக்கத்தில் ஆடம்பரமாக வாழ்ந்து கொண்டிருக்கும் பி.ஏ. மாணவனாகிய மாத்யூவுக்கு ஆச்சரியமாகப் போய்விட்டது. அவன் புன்சிரிப்புடன் எனக்குக் காலைவணக்கம் தெரிவித்தான்.

"ஹலோ, குட்மார்னிங்."

நான் சொன்னேன்:

"எஸ். குட்மார்னிங்."

மாத்யூ கேட்டான்:

"என்னா, இன்னைக்கு என்ன விசேஷம், காலையிலேயே எங்கியாவது போகப் போறீங்களா ?"

"சே . . . அதெல்லாம் ஒண்ணுமில்லெ." நான் சொன்னேன்: "இன்னைக்கு என்னோட பிறந்த நாள்."

"யுவர் பர்த்டே ?"

"எஸ்."

"ஓ . . . ஐ விஷ் யூ மெனி ஹாப்பி ரிட்டன்ஸ் ஆஃப் த டே."

"தாங்க் யூ."

மாத்யூ கையிலிருந்த பிரஷைக் கடித்துப் பிடித்தபடிக் குளியலறைக்குள் சென்றான். கட்டடத் திற்குள் கூச்சல்கள், ஆரவாரம், இடையிடையே சிருங்காரப் பாடல்கள். மாணவர்களும்

குமாஸ்தாக்களும்தான். யாருக்கும் எந்த அல்லல்களுமில்லை. உல்லாசமான வாழ்க்கை. நான் ஒரு சிங்கிள் சாயா குடிக்க என்ன வழியென்று யோசித்துக் கொண்டிருந்தேன். மத்தியானச் சாப்பாட்டுக்கான மார்க்கம் உறுதிசெய்யப்பட்டு விட்டது. நேற்று பஜார்வழியாகப் போகும் போது ஹமீது என்னை இன்று சாப்பிட வரச்சொல்லி அழைத்திருந்தான். இந்த ஆள், சிறிய தோதிலான ஒரு கவிஞரும் பெரிய பணக்காரனுமாவார். இருந்தாலும் மத்தியானம்வரை சாயா குடிக்காமலிருக்க முடியாது. சூடான ஒரு சாயாவுக்கு என்ன வழி? மாத்யூவின் வயதான வேலைக்காரன் சாயா போடும் பணியில் சிரமத்துடன் ஈடுபட்டுக்கொண்டிருக்கும் விஷயத்தை நான் என் அறையிலிருந்தே கிரகித்தேன். அதற்கான காரணம், நான் தங்கியிருந்த அறை மாத்யூவின் சமையலறையின் ஸ்டோர் ரூம்தான். மாதம் ஒன்றுக்கு எட்டணா* வாடகைக்குக் கட்டட உரிமையாளர் எனக்குத் தந்திருந்தார். அந்தக் கட்டடத்தின் மிகவும் மோசமானதும் சின்ன அறையும் இதுதான். இதற்குள், என் சாய்வு நாற்காலி, மேஜை, அலமாரி, படுக்கை – இவ்வளவையும் வைத்தது போக மூச்சுவிடுவதற்கும் இடமில்லை. பெரிய மதில் கட்டிம் உள்ளிருக்கும் இந்த மூன்று கட்டடங்களின் மாடியிலும் கீழேயும் உள்ள எல்லா அறைகளிலும் மாணவர்களும் குமாஸ்தாக்களும்தான் தங்கியிருந்தார்கள். கட்டடத்தின் உரிமையாளருக்குக் கொஞ்சமும் பிடிக்காத ஒரேயொரு நபர் நான் மட்டும்தான். என்னுடனான இந்த விருப்பமின்மைக்கு ஒரே ஒரு காரணம், நான் சரியாக வாடகை கொடுப்பதில்லை. அவ்வளவுதான்! என்னைப் பிடிக்காத வேறு இரண்டு பிரிவினரும் இங்கே இருக்கிறார்கள் – ஓட்டல்காரனும் அரசாங்கமும். ஓட்டல் கரனுக்கு நான் கொஞ்சம் பணம் கொடுக்க வேண்டியதிருக்கிறது. அரசாங்கத்திற்கு அப்படியான பாக்கி எதுவுமில்லை. இருந்தாலும் என்னைப் பிடிக்கவே பிடிக்காது. அப்படி உணவு, உறைவிடம், தேசம் – மூன்றிலும் பிரச்சினைகள் இருந்தன. அடுத்த பிரச்சினைகள்: என் உடுதுணிகள், ஷூ, விளக்கு. விஷயங்களையெல்லாம் எழுதுவதற்குமுன் ஒன்றை மட்டும் தெளிவுபடுத்தவேண்டியதிருக்கிறது. இப்போது நடுச்சாமம் கடந்துவிட்டது. காகிதத்தையும் பேனாவையும் எடுத்துக் கொண்டு அறையிலிருந்து வெளியே வந்து நீண்ட நேரமாக இந்த நகரத்திலேயே சுற்றித்திரிந்துகொண்டிருக்கிறேன். வேறு விசேஷமான எந்தக் காரணமோ நோக்கமோ இல்லை. இந்த ஒரு நாளைய நாட்குறிப்பை ஆரம்பம் முதல் இறுதிவரை எழுத வேண்டும். சுமாரான அளவில் ஒரு சிறுகதைக்கான வாய்ப்புகள் இதில் உண்டு. ஆனால் என் அறையிலிருக்கும் விளக்கில் எண்ணெய்

---

* அரை ரூபாய்

இல்லை. நிறைய எழுத வேண்டியதும் இருக்கிறது. ஆகவே தூக்கப் பாயிலிருந்து எழுந்து வந்து இந்த நதியோரத்தின் விளக்குத் தூணில் சாய்ந்தமர்ந்து சம்பவங்களின் சூடு ஆறிப் போவதற்குள் எழுதத் தொடங்கினேன். சூல்கொண்ட கார்மேகங்கள்போல், இந்நாளின் சம்பவங்களெல்லாம் என் அக மனதை வெடிக்கச் செய்துவிடுவதுபோல் நெருக்கியடித்து நிற்கின்றன. பெரிய அளவில் ஒன்றுமில்லைதான். ஆனால் இன்று எனது பிறந்தநாள். நான் சொந்த ஊரிலிருந்து நீண்ட தூரத்தில், அந்நிய தேசத்தில் இருக்கிறேன். கையில் காசில்லை. கடன் கிடைப்பதற்கான வழிகளுமில்லை. உடுத்திருப்பதும் மற்றுள்ளவைகளுமெல்லாம் நண்பர்களுடையவை. எனக்கானவை என்று சொல்லிக்கொள்ள எதுவுமில்லை. இந்த நிலைமையிலான ஒரு பிறந்தநாள் மீண்டும் மீண்டும் வரவேண்டுமென்று மாத்யூ வாழ்த்தியபோது என் மனத்திற்குள் ஏதோ ஒரு அகக்குருத்து வலித்தது.

நினைத்துப் பார்த்தேன்.

மணி ஏழு: நான் சாய்வு நாற்காலியில் படுத்தபடியே நினைத்துக்கொண்டேன். இந்த ஒரு நாளையாவது களங்கமேது மில்லாமல் பாதுகாக்க வேண்டும். யாரிடமிருந்தும் இன்று கடன் வாங்கக் கூடாது. எந்தப் பிரச்சினைக்கும் இன்று இடந்தரக் கூடாது. இன்றைய தினம் மங்களகரமாகவே முடிய வேண்டும். கடந்துபோன நாட்களின் கறுப்பும் வெள்ளையுமான சங்கிலித் தொடர்களில் இருக்கும் அந்தப் பல நூறு நான்களாக இருக்கக் கூடாது இன்றைய தினத்தின் நான். இன்று எனக்கு என்ன வயது? சென்ற வருடத்தைவிட ஒரு வயது அதிகமாகி இருக்கிறது. சென்ற வருடத்தில் ..? இருபத்தாறு. இல்லை முப்பத்தி இரண்டு. ஒருவேளை நாற்பத்தேழோ?

என் மனத்தில் தாங்க முடியாத வேதனை. எழுந்து சென்று முகம்பார்க்கும் கண்ணாடியை எடுத்துப் பார்த்தேன். மோசமில்லை. சுமாரான, பரவாயில்லாத முகம். நல்ல அகன்ற முழுமையான நெற்றி. அசைவற்ற கண்கள். வளைந்த, வாள் போன்ற மெல்லிய மீசை. மொத்தத்தில் குறைசொல்ல முடியாதுஎன்றெல்லாம் யோசித்துக்கொண்டே நிற்கும்போது ஒரு காட்சி கண்ணில் பட்டது. மனத்தில் கடினமான வலியேற்பட்டது. ஒரு நரைமுடி. என் காதின் மேல்பாகத்தில் கறுத்த முடிகளினூடே ஒரு வெளுத்த அடையாளம்! நான் மிகுந்த சிரமத்துடன் அதைப் பிடுங்கியெறிந்தேன். பிறகு தலையைத் தடவிக்கொண்டிருந்தேன். பின்புறம் நல்ல பளபளப்பு. கஷண்டிதான்.* தடவிக்கொண்டிருக்கும்போது தலைவலிப்பது போன்ற சிறு உணர்வு ஏற்பட்டது. சூடுசாயா குடிக்காததால் இருக்குமோ?

---

* வழுக்கை

மணி ஒன்பது: என்னைக் கண்டதுமே ஓட்டல்காரன் முகத்தைக் கறுவிக்கொண்டு உள்ளே போய்விட்டான். சாயா போடும் அந்த அழுக்குப் பிடித்த பையன் பாக்கியைக் கேட்டான்.

நான் சொன்னேன்:

"செரி ... அதெ நாளைக்குத் தந்திடுறேன்."

அவனுக்கு நம்பிக்கை வரவில்லை.

"நேற்றைக்கும் இதத்தானே சொன்னீங்க."

"நான் இன்னைக்கு கெடெச்சுடும்னு நெனச்சிருந்தேன்."

"பழைய பாக்கியெத் தராம உங்களுக்கு சாயா கொடுக்க வேண்டாம்னு மொதலாளி சொல்லிவிட்டான்."

"செரி."

மணி பத்து: காய்ந்து சுருங்கிப்போய்விட்டேன். வாயில் உமிழ்நீர் சுரக்கவில்லை. மத்தியான நேரத்தின் கடும் வெப்பம். சோர்வின் பெரும் பாரம் என்மீது கவியத் தொடங்கிவிட்டது. அப்போது புதிய மிதியடி விற்பதற்காக வெளுத்து, மெலிந்த எட்டும் பத்தும் வயதுள்ள இரண்டு கிறிஸ்தவப் பையன்மார் என் அறைவாசலுக்கு வந்தார்கள். நான் இரண்டு மிதியடிகள் வாங்க வேண்டுமாம். ஜோடி ஒன்றுக்கு மூன்று அணாதான் விலையாம். மூன்று அணா.

"வேணாம், குழந்தைகளே."

"சாரைப்போல உள்ளவங்க வாங்கலேன்னா வேற யார் சார் வாங்குவாங்க?"

"எனக்கு வேணாம், குழந்தைகளே ... எங்கிட்டே காசு இல்லெ."

"செரி." நம்பிக்கையின்மையை வெளிப்படுத்திய சிறுமுகங்கள். எதையும் உட்புகுந்து அறிந்துகொள்ளவியலாத சுத்த இதயங்கள். இந்தவேஷமும்சாய்வு நாற்காலியில் கிடக்கும் இந்தத் தோரணையும். நான் சாராம் .. ! சாய்வு நாற்காலியும் சட்டையும் வேட்டியும் ஷூவும். எதுவும் என்னுடையதல்ல. குழந்தைகளே. எனக்கென்று இந்த உலகத்தில் சொந்தமாக எதுவுமே இல்லை. வெறும் நிர்வாணமான இந்த நான்கூட என்னுடையதுதானா? பாரதத்தின் ஒவ்வொரு நகரங்களிலும் எத்தனையெத்தனை ஆண்டுகாலங்கள் சுற்றித் திரிந்து ஏதேதோ ஜாதிமக்களுடன் எங்கெங்கெல்லாமோ தங்கியிருக்கிறேன். யாருடைய ஆகாரங்களெல்லாம் சேர்ந்தது இந்த நான். எனது இரத்தமும் எனது மாமிசமும் எனது எலும்பும் இந்த பாரதத்திற்குரியது. கன்னியாகுமரிமுதல் காஷ்மீர் வரையிலும் கராச்சிமுதல் கல்கத்தாவரையிலும் – அப்படி

பாரதத்தின் பெரும்பாலான பகுதிகளிலும் எனக்கு நண்பர்கள் இருக்கிறார்கள். பெண்களும் ஆண்களுமான அந்த அத்தனை நண்பர்களையும் நான் இன்று நினைவு கூர்கிறேன். நினைவு ... ஒவ்வொருவரையும் தழுவியபடியே என் அன்பு அப்படியே வியாபித்துப் பறக்கட்டும், பாரதத்தைக் கடந்தும் உலகைக் கடந்தும் சுகந்தம் வீசும் வெண்நிலவுபோல்... அன்பு, என்னையறிந்து அன்பு காட்டுபவர்கள் யாராவது இருக்கிறார்களா? அறிதல், எனக்குத் தோன்றுவது ரகசியங்களின் அந்தத் திரையை விலக்குவதுதான். குறைகளையும் பலவீனங்களையும் களைந்து பார்த்தால் என்ன மிச்சமிருக்கப்போகிறது? வசீகரமான ஏதாவது ஒன்று மனிதனுக்குத் தேவைப்படுகிறது. அன்பு காட்டவும் அன்பு காட்டப்படவும். ஹோ! காலம்தான் எத்தனை துரிதமாக இயங்குகிறது. தகப்பனின் சுட்டு விரலை இறுகப்பற்றிக் கொஞ்சி விளையாடித்திரிந்த நான், "உம்மா பசிக்குது" என்று தாயின் முண்டின் தலைப்பை இழுத்துக் கேட்ட நான், இன்று? ஹோ, காலத்தின் உக்கிரமான பாய்ச்சல். சித்தாந்தங்களின் எத்தனையெத்தனை வெடிகுண்டுகள் என் அகத்தளங்களில் விழுந்து வெடித்துச் சிதறியிருக்கின்றன. பயங்கரமான போர்க்களங்களாக இருந்தது என் மனம். இன்று நான் யார்? புரட்சிக்காரன், ராஜதுரோகி, இறை எதிரி, கம்யூனிஸ்ட் மற்றும் என்னவெல்லாமோ. உண்மையில் இதில் ஏதாவது ஒன்றா நான்? ஹும். என்னென்ன மனச்சஞ்சலங்கள். தெய்வமே? மூளைக்குள் சுள்சுள்ளென்று குத்துகிறது. சாயா குடிக்காததால் இருக்குமோ? தலை நேராக நிற்கவில்லை. போய், சாப்பிட்டுவிட வேண்டியதுதான். இந்தத் தலைவேதனையுடன் ஒரு மைல் நடக்க வேண்டும். இருந்தாலும் வயிறு நிறைய சாப்பிடலாமல்லவா?

மணி பதினொன்று: ஹமீது கடையில் இல்லை. வீட்டிலிருப்பாரோ? என்னையும் அவர் கூடவே அழைத்துச் சென்றிருக்க வேண்டும். அதுதான் முறை. ஒருவேளை, மறந்து போயிருக்கலாம். வீட்டுக்கே போய்விடலாமா? சரி.

மணி பதினொன்றரை: ஹமீதுவின் மாடிவீட்டின் கீழ் இரும்புக் கதவு அடைக்கப்பட்டிருந்தது. நான் அதைத் தட்டினேன்.

"மிஸ்டர் ஹமீது."

பதில் இல்லை.

"மிஸ்டர் ஹமீ ... து."

மிகுந்த கோபத்துடனிருந்த ஒரு பெண்ணின் உரத்தகுரல் மட்டும்.

"இங்கெ இல்லெ."

"எங்கெ போயிருக்காரு?"

மௌனம். நான் திரும்பவும் கதவைத் தட்டினேன். மனம் மிகுந்த சோர்வடைந்தது. திரும்பி நடக்கப்போகும்போது யாரோ வருவதுபோன்ற காலடிச் சத்தம். கூடவே வளை கிலுக்கமும். வாசல் கதவு இலேசாகத் திறந்தது – ஒரு இளவயதுப் பெண்.

நான் கேட்டேன்: "ஹமீது எங்கெ போயிருக்காரு?"

"அவசரமா ஒரு எடத்துக்கு." மிகுந்த பொறுமையுடன் தான் பதில்.

"எப்போ வருவாரு?"

"சாயுங்காலத்துக்குப் பிறகு ஆயிடும்."

சாயுங்காலத்துக்குப் பிறகு!

"வந்தா நான் வந்து தேடுனதாகச் சொல்லுங்க."

"நீங்க யாரு?"

நான் யார்?

"நான் … ஓ … யாருமில்லெ. எதுவும் சொல்ல வேண்டாம்."

நான் திரும்பி நடந்தேன். அனல் தகிக்கும், கால் புதையும் வெள்ளை மணல் பரப்பு. அதைத் தாண்டினால் கண்ணாடிச் சில்லுபோல் பளபளக்கும் கால்வாய். கண்களும் மூளையும் இருண்டுபோயின. மிகுந்த மன அங்கலாய்ப்பு. எலும்புகள் சூடேறிக்கொண்டிருந்தன. தாகம். பசி. ஆவேசம். உலகத்தையே விழுங்கும் ஆவேசம். கிடைப்பதற்கான வழியில்லையென்பதுதான் ஆவேசம் அதிகரிப்பதற்கான காரணம். கிடைப்பதற்கான உத்தரவாதம் ஏதுமற்ற நிலையில் எண்ணற்ற பகல் இரவுகள் என்முன். நான் தளர்ந்து விழுந்துவிடுவேனா? தளர்ந்து போய்விடக் கூடாது. நடக்க வேண்டும் … நடக்க வேண்டும்.

மணி பன்னிரண்டரை: பரிச்சயமானவர்கள் அனைவரும் பார்த்ததாகவே காட்டிக்கொள்ளாமல் கடந்துபோய்க்கொண்டிருந்தார்கள். 'தோழர்களே, இன்று எனது பிறந்தநாள். எனக்கு வாழ்த்துச் சொல்லிவிட்டுப்போங்கள்' என்று என் மனம் உச்சரித்தது. நிழல் தடங்கள் என்னைத் தாண்டிப் போய்க்கொண்டிருந்தன. நண்பர்கள் ஏன் என்னைக் கண்டு பேசாமல் போகிறார்கள்?

என் பின்னால் ஒரு சி.ஐ.டி.

அது சரி!

மணி ஒன்று: ஒரு காலத்தில் பத்திரிகை அதிபரும் இப்போது வியாபாரியாகம் இருக்கும் மிஸ்டர் 'பி'யைப் பார்க்கச் சென்றேன். கண், பார்வைத் தெளிவுடன் இல்லை; பதற்றமாக இருந்தது.

‘பி’ கேட்டார். “புரட்சிகளெல்லாம் எந்த இடம்வரை வந்திருக்கு?”

நான் சொன்னேன்: “பக்கத்துலெ வந்துட்டு.”

“ம்ஹூம்! எங்கிருந்து வாறீங்க? பார்த்தே கொஞ்ச காலம் ஆயிட்டுதே?”

“ஹா ...”

“அப்புறம், என்ன விசேஷம்?”

“சே ... ஒண்ணுமில்லெ. சும்மா.”

நான் அவரது பக்கத்திலிருந்த செயரில் அமர்ந்தேன். எனது கட்டுரைகளில் பலவற்றை நான் அவரது பெயரில் எழுதிப் பிரசுரம் செய்திருந்தேன். பண்டைப் பெருமை பேசுவதற்காக அவர் அந்தப் பழைய பத்திரிகைகளை பைண்ட்செய்து வைத்திருந்தார். நான் அதையெடுத்துத் தலைச் சுற்றலோடு அப்படியே பார்த்துக்கொண்டிருந்தேன். ‘எனக்குச் சூடா ஒரு சாயா வேணும். நான் ரொம்ப தளர்ந்துபோயிருக்கேன்’ என்று என் மனம் வேகமாகச் சொல்லிக்கொண்டிருந்தது. பி, ஏன் என்னிடம் எதுவுமே கேட்காமலிருக்கிறார்? நான் சோர்ந்துபோயிருப்பதை அவர் கவனிக்கவில்லையா? அவர் கல்லாப்பெட்டியின் பக்கத்தில் கம்பீரமாக அமர்ந்திருக்கிறார். நான் மௌனமாகத் தெருவைப் பார்த்துக்கொண்டு அமர்ந்திருந்தேன். துண்டு தோசைக்காக இரண்டு தெருக் குழந்தைகள் சண்டையிடுகிறார்கள். ‘ஒரு சூடு சாயா.’ நான் கேட்கவில்லை. என் சர்வநாடிகளும் இரந்துகொண்டிருந்தன. பி, பெட்டியைத் திறந்து நோட்டுகளின், சில்லறைகளின் இடையிலிருந்து ஓர் அணாவை எடுத்து ஒரு பையனிடம் கொடுத்தார்.

“சாயா கொண்டு வாடா.”

பையன் ஓடிச் சென்றான். என் மனம் குளிர்ந்தது. எவ்வளவு நல்ல மனிதன்! பையன் கொண்டுவந்த சாயாவை பி, வாங்கி விட்டு என்னைப் பார்த்துத் திரும்பினார்:

“உங்களுக்குச் சாயா வேணுமா?”

நான் சொன்னேன்: “வேண்டாம்.”

ஷூவின் லேசை இறுக்குவது போன்ற பாவனையுடன் குனிந்துகொண்டேன். முகத்தை அவர் பார்த்துவிடக் கூடாது. என் மன விகாரத்தை அது காட்டிக்கொடுத்துவிடக்கூடும்.

பி, வருத்தத்துடன் சொன்னார்: “உங்களோட புத்தகங்கள் எதையும் எனக்குத் தரலியே?”

நான் சொன்னேன்: "தர்றேன்."

"அதெப் பற்றிய விமர்சனங்கள் எல்லாத்தையும் நான் வாசிப்பதுண்டு."

நான் சொன்னேன்: "நல்ல விஷயம்."

சொல்லிவிட்டுக் கொஞ்சம் சிரித்துவிட முயற்சி செய்தேன். மனத்தில் பிரகாசம் வற்றிப்போன முகம். எப்படிச் சிரிக்கும்?

நான் விடைபெற்றுத் தெருவில் இறங்கி நடந்தேன்.

என் பின்னால் அந்த சி.ஐ.டி.

மணி இரண்டு: நான் தளர்ந்து மிகவும் சோர்ந்துபோய் அறையில் நாற்காலியில் சாய்ந்துகிடந்தேன். நல்ல ஆடைகள் உடுத்தி, வாசனைத் திரவியம் பூசிய ஏதோ ஒரு பெண் எனது அறைவாசலில் வந்தாள். எங்கோ தொலைதூரத்திலுள்ளவள். வெள்ளப் பெருக்கால் நாடே அழிந்துபோய்விட்டது; ஏதாவது உதவிசெய்ய வேண்டும். மெல்லிய புன்சிரிப்புடன் அவள் என்னைப் பார்த்தாள். மார்பகங்களை வாசல் கதவின் சட்டத்தில் இறுக அழுத்தியபடியே பார்த்தாள். என் மனத்திற்குள் சூடான விகாரம் எழுந்தது. அது படர்ந்து எழுந்து நாடிநரம்புகளெங்கும் பரவியது. என் இதயம் அடித்துக்கொள்வது எனக்குக் கேட்பது போல் தோன்றியது. பயங்கரமும் சிக்கலும் மிகுந்தது அந்த நிமிடம்.

"சகோதரி, எங்கிட்டே எதுவுமே இல்லை. நீங்க வேறெ எங்கயாவது போய்க் கேளுங்க – எங்கிட்டே எதுவுமே இல்லை."

"எதுவுமே இல்லியா?"

"இல்லே."

அதன்பிறகும் அவள் போகாமல் நின்றாள். நான் சத்தமாகச் சொன்னேன்.

"போயிரு, ஒண்ணுமில்லே."

"சரி." அவள் வருத்தத்தோடு குலுங்கி அசைந்து நடந்து போனாள். அப்போதும் அவளிடமிருந்து பரிமள வாசம் வந்துகொண்டிருந்தது.

மணி மூன்று: யாரிடமிருந்தாவது கடன் வாங்கினால் என்ன? பயங்கரமான சோர்வு. மிகவும் இயலாத ஒரு கட்டம். யாரிடம் கேட்பது? பல பெயர்கள் நினைவுக்கு வந்தன. ஆனால், கடன் வாங்குவது நட்பின் அந்தஸ்தைக் குறையச் செய்கிற ஏற்பாடு. செத்துவிடுவோமா என்று யோசனை செய்தேன். எப்படியான சாவாக இருக்க வேண்டும்?

மணி மூன்றரை: நாக்கு உள்ளே இழுத்துக்கொண்டிருந்தது. கொஞ்சமும் முடியவில்லை. குளிர்ந்த நீரில் அப்படியே மூழ்கிக் கிடந்தால்? உடல் முழுவதையும் கொஞ்சம் குளிர வைத்தால்? அப்படியே படுத்திருக்கும்போது சில பத்திரிகை அதிபர்களின் கடிதங்கள் வந்தன. கதைகளை உடனே அனுப்பிவைக்க வேண்டும், திருப்பியனுப்பும் வசதியுடன். கடிதங்களை அப்படியே போட்டுவிட்டு நான் இயலாமல் படுத்திருந்தேன். வங்கிக் குமாஸ்தா கிருஷ்ணபிள்ளையின் வேலைக்காரப் பையன் ஒரு தீக்குச்சி கேட்டு வந்தான். அவனிடம் சொல்லி ஒரு தம்ளர் தண்ணீர் கொண்டுவரச் செய்து குடித்தேன்.

"சாருக்கு உடம்புக்குச் சொகமில்லையா?"

பதினொரு வயதான அந்தப் பையனுக்குச் சோர்வுக்கான காரணத்தைத் தெரிந்துகொள்ள வேண்டும்.

நான் சொன்னேன்: "சுகக்கேடு எதுவுமில்லை."

"பெறகு? சார், சாப்பிடலியா?"

"இல்லெ."

"அய்யோ, ஏன் சாப்பிடலெ?"

அந்தச் சிறுமுகமும் கறுத்த கண்களும் உடுத்திருக்கும் கரி புரண்ட ஒரு துண்டும். அவன் அதிர்ச்சியுடன் நின்று கொண்டிருந்தான். நான் கண்களை மூடிக்கொண்டேன்.

அவன் மெதுவாகக் கூப்பிட்டான். "சாரே."

"உம்?"

நான் கண்களைத் திறந்தேன்.

"எங்கிட்டே ரெண்டணா இருக்கு."

"செரி?"

"நான் அடுத்தமாசம் வீட்டுக்குப் போவும்போது சார் தந்தால் போதும்."

என் மனம் வெதும்பியது. அல்லாஹு...

"கொண்டுவா."

முழுசாக இதைக் காதில் வாங்குவதற்கும் முன் அவன் ஓடினான்.

அப்போது தோழர் கங்காதரன் வந்தார். வெள்ளைக் கதர்வேட்டி, வெள்ளைக் கதர் ஜிப்பா, அதன்மீது நீள சால்வை போர்த்தியிருந்தார்... கறுத்து, நீண்ட முகமும் விஷய பாவமுள்ள பார்வையும்.

சாய்வு நாற்காலியில் நான் மிடுக்காகப் படுத்திருப்பதைக் கண்டதும் அந்தத் தலைவர் கேட்டார்: "நீ ஒரு பெரிய பூர்ஷுவா ஆயிட்டே போலிருக்கு?"

எனக்குத் தலைச்சுற்றல் இருந்துகொண்டிருந்தாலும் சிரிப்பு வந்தது. தலைவரின் உடைகளின் உரிமையாளர் யாராக இருக்குமென்ற யோசனை என்னுள் உதித்தது. எனக்குப் பரிச்சயமுள்ள ஒவ்வோர் அரசியல்வாதியின் உருவமும் என் கற்பனையில் ஓடியது. இழப்பதற்கு என்ன இருக்கிறது?

கங்காதரன் கேட்டான்: "நீ எதுக்கு சிரிக்கிறே?"

நான் சொன்னேன்: "ஒண்ணுமில்லெ மக்களே, நம்ம இந்த வேஷங்களை நினைச்சதும் சிரிப்பு வந்தது."

"உன் பரிகாசத்தை விட்டுட்டு விஷயத்தைக் கேளு. பெரிய பிரச்சினை நடந்துட்டிருக்கு. லாத்தி சார்ஜும் டீயர்கேசும் துப்பாக்கிச் சூடும் நடக்கும்போலிருக்கு. பத்து மூவாயிரம் தொழிலாளர்கள் வேலைநிறுத்தத்தில் ஈடுபட்டிருக்காங்க. ஒண்ணரை வாரமாக அவங்க பட்டினி கிடக்கிறாங்க. பெரிய கலவரம் ஏற்படலாம். மனுசன் பட்டினி கிடந்தா என்ன நடக்கும்?"

"இந்த விவரங்கள் எதையும் நான் பத்திரிகைகள்லே வாசிக்கலியே?"

"பத்திரிகைகள்லே போடக்கூடாதுன்னு எச்சரிக்கை விடப்பட்டிருக்கு."

"அது செரி. நான் இப்போ என்ன செய்யணும்?"

"அவங்க பொதுக் கூட்டம் ஏற்பாடு செய்திருக்காங்க. நான்தான் தலைமை. நான் அங்கே போய்ச்சேர படகுக் கூலி ஓரணா வேணும். அப்புறம், இன்னைக்கு நான் எதுவும் சாப்பிட வுமில்லெ. நீயும் கூட்டத்துக்கு வா."

"மக்களே, எல்லாமே செரிதான். ஆனா, எங்கிட்டெ காசெதுவும் இல்லெ. கொஞ்ச நாளாயிட்டுது, நானும் ஏதாவது சாப்பிட்டு. நேரம் வெளுத்த பெறகு இதுவரெ நானும் ஒண்ணுமே சாப்பிடவில்லை. போதாத குறைக்கு இன்னைக்கு என்னோட பிறந்தநாள் வேறெ."

"பிறந்தநாளா? நமக்கெல்லாம் ஏது பிறந்தநாள்?"

"பிரபஞ்சத்திலெ உள்ள எல்லாவற்றுக்குமே பிறந்தநாள்னு ஒண்ணு இருக்கு."

அப்படியாக, பேச்சு பல திசைகளிலும் சென்றது. கங்காதரன் தொழிலாளர்களைப் பற்றியும் அரசியல்வாதிகளைப் பற்றியும்

அரசாங்கத்தைப் பற்றியும் பேசினார். நான் வாழ்க்கையைப் பற்றியும் பத்திரிகை அதிபர்களைப் பற்றியும் இலக்கியவாதிகளைப் பற்றியும் பேசினேன். அதற்கிடையில் பையன் வந்தான். அவனிடமிருந்து நான் ஒரு அணாவை வாங்கினேன். பாக்கி ஒரு அணாவுக்கு சாயாவும் பீடியும் தோசையும் கொண்டு வரச் சொன்னேன். சாயா காலணா. தோசை அரை அணா, பீடி காலணா.

தோசையை பார்சல் செய்திருந்த அமெரிக்கப் பத்திரிகைக் காகிதத் துண்டில் ஒரு படமிருந்தது. அது என்னை ரொம்பவும் கவர்ந்தது. நானும் கங்காதரனும் தோசை தின்றோம். ஆளுக்கொரு தம்ளர் தண்ணீரும் குடித்துவிட்டுக் கூடவே ஆளுக்குக் கொஞ்சம் சாயா. பிறகு ஒரு பீடியைப் பற்றவைத்துப் புகைவிட்டபடியே கங்காதரனிடம் ஒரு அணாவைக் கொடுத்தேன். போகும்போது கங்காதரன் விளையாட்டாகக் கேட்டார்: "இன்னைக்கு உன் பிறந்தநாளில்லியா ? நீ இந்த உலகத்துக்கு ஏதாவது செய்தி சொல்ல விரும்புறியா ?"

நான் சொன்னேன்: "ஆமா, மக்களே. புரட்சி சம்பந்தமான ஒரு செய்தி."

"சொல்லு, கேட்போம்."

"புரட்சியின் அக்னி ஜுவாலைகள் படர்ந்து உலகெங்கும் கொளுந்து விட்டெரியட்டும். இன்றைய சமூக அமைப்புகள் அனைத்துமே எரிந்து சாம்பலாகி, பூரணமான மகிழ்ச்சியும் அழகும் சமத்துவமும் நிரம்பிய புது உலகம் அமையட்டும்."

"பேஷ். நான் இன்னைக்கு இதைத் தொழிலாளர் கூட்டத்திலெ சொல்லிர்றேன்" என்று சொல்லிவிட்டு கங்காதரன் வேகமாக இறங்கிச் சென்றார். நான் ஒவ்வோர் அரசியல்வாதியை பற்றியும் ஒவ்வோர் எழுத்தாளரைப் பற்றியும் எல்லாவகையான ஆண் பெண்களைப் பற்றியும் சிந்திக்கத் தொடங்கினேன். இவர்களெல்லாம் எப்படி வாழ்ந்துகொண்டிருக்கிறார்கள் ? தோசை பொதிந்துவந்த அந்தக் காகிதத் துண்டைப் படுத்திருந்தபடியே எடுத்தேன். அப்போது வாசலைக் கடந்து, முகத்தை இறுக்கிப் பிடித்து, வீட்டின் உரிமையாளர் வருவதைக் கண்டேன். இவரிடம் இன்று என்ன பதில் சொல்லலாம் என்று நினைத்தவாறே காகிதத்தைப் பார்த்தேன். வானத்தை முத்தமிட்டு நிற்கும் உயர்ந்த மணிக்கூண்டுகள் நிறைந்த பெருநகரம். அதன் நடுவே, தலை உயர்த்தி நிற்கும் ஒரு மனிதன். இரும்புச் சங்கிலிகளால் அவன் வரிந்து கட்டப்பட்டுப் பூமியோடு பிணைக்கப்பட்டிருந்தான். ஆனாலும், அவனது பார்வை சங்கிலியிலோ பூமியிலோ அல்ல. தொலைவில், பிரபஞ்சங்களுக்குமப்பால், முடிவற்ற நெடுந்தொலைவில், ஒளிக் கதிர்களை விதைக்கும் மாபெரும் ஒளியான அந்தக் குவிமையத்தில்.

அவனது கால்களின் அருகில் ஒரு திறந்த புத்தகம் இருந்தது. அதன் இரண்டு பக்கங்களிலுமாக அந்த மனிதனுடையது மட்டுமல்ல, எல்லா மனிதர்களுடையதுமான வரலாறு. அதாவது:

விலங்குகளால் மண்ணோடு சேர்த்துப் பிணைக்கப்பட்டிருந்தாலும் அவன் காண்பது, காலங்களைக் கடந்த, அதிமனோகரமான மற்றொரு நாளை.

நாளை ... அது எங்கே இருக்கிறது?

"என்னா, மிஸ்டர்?" வீட்டுக்காரரின் எகத்தாளமான கேள்வி. "இன்னைக்காவது தந்துருவீங்களா?"

நான் சொன்னேன்: "பணமெதுவும் கையிலெ வந்து சேரல்லெ. அடுத்த ஒண்ணு ரெண்டு நாள்லெ தந்திடறேன்."

ஆனால், இனி அவர் தவணையை ஏற்றுக்கொள்வது போல் தெரியவில்லை.

"இப்படியெல்லாம் எதுக்கு வாழணும்?" அவரது கேள்வி. நியாயமான விஷயம். இப்படியெல்லாம் எதுக்கு வாழணும்? நான் இந்தக் கட்டடத்தில் வந்து மூன்று வருடம் ஆகப்போகிறது. மூணு சமையலறைகளை நான்தான் சரியாக்கிக் கொடுத்தேன். அதற்கு இப்போது நல்ல வாடகை கிடைக்கிறது. இந்த நான்காவது ஸ்டோர் ரூமையும் மனிதன் வாழ்வதுபோல் நான் ஆக்கிக் கொடுத்தபிறகு அதிக வாடகைக்கு இதை எடுக்க வேறு ஆள் இருக்கிறதாம். அந்த வாடகையை நானே தந்துவிடுகிறேன் என்று ஒத்துக் கொண்டாலும், போதாது – காலிசெய்து கொடுத்து விட வேண்டுமாம்.

இல்லெ. முடியாது. காலி செய்ய விருப்பமில்லெ. என்ன வேணா செய்துக்கிடுங்க.

மணி நான்கு: எனக்கு இந்த ஊரே அலுத்துப்போய் விட்டது. என்னைக் கவர்வதற்கான எதுவுமே இந்த நகரில் இல்லை. தினமும் சஞ்சரிக்கும் ரோடுகள். நித்தமும் பார்க்கும் கடைகளும் முகங்களும். பார்த்தவைகளையே பார்க்க வேண்டும். கேட்டதையே கேட்க வேண்டும். பயங்கரமான மன அலுப்பு ... எதுவுமே எழுதவும் தோன்றவில்லை. இல்லையென்றாலும் எழுதுவதற்குதான் என்ன இருக்கிறது?

மணி ஆறு: மகிழ்ச்சியான மாலைப் பொழுது. கடல் விழுங்கிக்கொண்டிருக்கும், வட்ட வடிவமாக ஜொலிக்கும், இரத்த நிற, அஸ்தமன சூரியன். பொன்னிற மேகங்கள் நிறைந்த மேற்கு அடிவானம். கரை காணமுடியாத பெருங்கடல். அருகே, சிற்றலைகளைப் பரப்பும் நதிக்கரையின் ஓரத்தில்

கரைபுரண்டோடியது மகிழ்ச்சி. ஆடையலங்காரங்களுடன் சிகரெட் புகைத்தபடி சஞ்சரிக்கும் இளைஞர்கள். துடிக்கும் கண்களுடன் வண்ணச் சேலைகளைக் காற்றில் அலையவிட்டுப் புன்னகை தூவும் முகங்களுடன் உலாவும் இளம்பெண்கள். காதல் நாடகங்களின் பின்னணிக் காட்சிபோல், மனத்தைக் குளிர்விக்கும் பூங்காவனத்தில் வானொலிப் பாடல்களும், இடையே மலர்களைத் தழுவி வாசனைகளுடன் கடந்துசெல்லும் இளங்காற்றும் . . . ஆனால், நான் தளர்ந்து விழுந்துவிடுவேன் போலிருக்கிறது.

மணி ஏழு: ஒரு போலீஸ்காரர் நான் தங்கியிருந்த இடத்திற்கு வந்து இன்றும் என்னைக் கூட்டிக்கொண்டு போனார். கண்களைக் கூச வைக்கும் பெட்ரோமாக்ஸ் விளக்கின் எதிரில் என்னை உட்காரவைத்தார். கேள்விகளுக்குப் பதில் சொல்லும்போது என் முகத்தில் தென்படும் பாவமாற்றங்களை நுட்பமாகக் கவனித்தவாறே கைகளைப் பின்புறமாகக் கட்டிக்கொண்டு போலீஸ் டெபுடி கமிஷனர் அங்குமிங்குமாக உலாத்திக்கொண்டிருந்தார். அவரது பார்வை, எப்போதுமே என் முகத்தில்தான் படிந்திருந்தது. என்ன ஒரு பாவனை! எவ்வளவு கம்பீரம்! நான் ஏதோ ஒரு பெரிய குற்றம் செய்துவிட்டுத் தலைமறைவாகிவிட்டதுபோல். ஒரு மணிநேரக் கேள்விக்கணைகள். என்னுடைய நண்பர்கள் யார், யார்? எங்கிருந்தெல்லாம் எனக்குக் கடிதங்கள் வருகின்றன? அரசாங்கத்தைக் கவிழ்க்க நினைக்கும் ரகசிய இயக்கத்தின் உறுப்பினன்தானே நீ? புதிதாக இப்போது என்னென்ன எழுதிக்கொண்டிருக்கிறாய்? எல்லாவற்றிற்கும் உண்மையான பதிலைத்தான் சொல்ல வேண்டும். அப்புறம் . . .

“உங்களை இங்கிருந்து நாடு கடத்த என்னாலெ முடியுங்கிறது உங்களுக்குத் தெரியும்தானே?”

“தெரியும். நான் எந்த ஆதரவும் இல்லாதவன். ஒரு சாதாரண போலீஸ்காரர் நெனைச்சாகூட என்னெ அரெஸ்ட் செய்து லாக்கப்பிலே போட்டு . . .”

மணி ஏழரை: நான் அறைக்குத் திரும்பிவந்து இருட்டில் அமர்ந்திருந்தேன். நன்றாக வேர்த்தது. இன்று என் பிறந்தநாள். நான் தங்குமிடத்தில் வெளிச்சமில்லை. மண்ணெண்ணெய்க்கு என்ன வழி? பசியடங்க ஏதாவது சாப்பிடவும் வேண்டும். ஆண்டவா, யார் தருவார்கள்? யாரிடமும் கடன் கேட்கவும் மனமில்லை. மாத்யூவிடம் கேட்டுப் பார்ப்போமா? வேண்டாம். அடுத்த கட்டடத்தில் வசிக்கும் கண்ணாடி போட்ட அந்த மாணவனிடம் ஒருரூபாய் கேட்டுப் பார்ப்போம். அவன் ஒரு பெரிய வியாதிக்கு நிறைய பணத்தை ஊசிக்கும் மருந்துக்குமென்று செலவுசெய்துகொண்டிருந்தான். கடைசியில் எனது நாலணா

மருந்தில் அது குணமாகிவிட்டது. அதற்கான பிரதிபலனாக என்னை ஒருதடவை சினிமா பார்க்கக் கூட்டிக்கொண்டுபோனான். அவனிடம் போய் ஒருரூபாய் கேட்டால் தராமலிருப்பானா?

மணி எட்டேமுக்கால்: வழியில் மாத்யூ எங்கே என்று விசாரித்தேன். அவன் சினிமா பார்க்கப் போயிருக்கிறானாம். பேச்சுச்சத்தமும் உரத்த சிரிப்பும் கேட்டுக்கொண்டிருந்த அடுத்த கட்டடத்தின் மேல்மாடிக்குச் சென்றேன். புகைந்துகொண்டிருக்கும் சிகரெட்டின் வாசம். மேஜையின் மீது எரியும் சர ராந்தலின் ஒளிபட்டுப் பிரகாசிக்கும் பற்கள், ரிஸ்ட் வாட்சுகள், தங்கப் பொத்தான்கள்.

இயலாமையின் பிரதிபிம்பமாக நான் நாற்காலியில் அமர்ந்தேன். அவர்கள் பேச்சைத் தொடர்ந்தார்கள். அரசியல் விஷயங்கள், சினிமா, கல்லூரி மாணவிகளின் உடல் வர்ணனைகள், தினமும் இரண்டு முறை சேலை மாற்றும் மாணவிகளின் பெயர்கள்... இப்படிப் பல விஷயங்கள். எல்லாவற்றிலும் நானும் என் கருத்துகளைச் சொன்னேன். இடையே துண்டுக் காகிதத்தில் ஒரு குறிப்பெழுதினேன். 'ஒரு ரூபாய் வேண்டும். மிக அவசியமான ஒரு தேவை. இரண்டு மூன்று நாளில் திருப்பித் தந்து விடுகிறேன்.'

அப்போது கண்ணாடிக்காரன் சிரித்தான்:

"என்னா, ஏதாவது சிறுகதைக்கு பிளாட் எழுதுறீங்களா?"

நான் சொன்னேன்.

"இல்லை."

அதைத் தொடர்ந்து விஷயம் சிறுகதை இலக்கியத்திற்கு வந்தது.

அழகாகயிருந்த அரும்பு மீசைக்காரன் குறைபட்டுக் கொண்டான்;

"நம்ம மொழியிலெ நல்ல சிறுகதைகள் ஒண்ணுமே இல்லெ."

தாய்மொழியிலும் தாய்நாட்டிலும் நல்லதாக என்ன இருக்கப்போகிறது. நல்ல ஆண்களும் பெண்களும்கூடக் கடலுக்கப்பால்தான்.

நான் கேட்டேன்:

"யாருடைய சிறுகதைகளையெல்லாம் படிச்சிருக்கிறீங்க?"

"ரொம்ப ஒண்ணும் படிச்சதில்லெ. முதல் விஷயம், தாய்மொழியில் ஏதாவது படிக்கிறதுகூட அந்தஸ்து குறைஞ்ச ஒரு விஷயம்தான்."

நான் நமது சில சிறுகதை ஆசிரியர்களின் பெயர்களைச் சொன்னேன். இவர்களில் பெரும்பாலானவர்களின் பெயர்களைக்கூட இவர்கள் கேள்விப்பட்டிருக்கவில்லை.

நான் சொன்னேன்:

"ஆங்கிலத்துலெ மட்டுமல்ல, உலகிலுள்ள எல்லா மொழிச் சிறுகதைகளோடும் போட்டிபோடத் தகுந்த சிறுகதைகள் நம்ம மொழியில் இன்னைக்கு உண்டு. நீங்க ஏன் அதையெல்லாம் படிக்கிறதில்லெ?"

சிலவற்றை அவர்கள் படித்திருக்கிறார்களாம். அதில் பெருமளவும் வறுமையைப் பற்றிய கதைகள்தானாம். எதுக்கு அதையெல்லாம் எழுத வேண்டும்?

நான் எதுவும் பேசவில்லை.

"உங்களோட கதைகளையெல்லாம் படிச்சுப் பார்த்தா..." தங்கக் கண்ணாடிக்காரன் அறுதியாகச் சொன்னான்: "இந்த உலகத்துலெ என்னமோ ஒரு கோளாறு இருக்குறதெப்போலெ தோணும்."

உலகத்தில் என்ன கோளாறு? அப்பா அம்மாக்கள் கஷ்டப்பட்டு மாதந்தோறும் பணம் அனுப்பிவைக்கிறார்கள். அதைச்செலவு செய்து கல்வி பயிலுகிறார்கள். சிகரெட், சாயா, காபி, ஐஸ்கிரீம், சினிமா, குட்டிக்கூரா பவுடர், வாஸ்லின், ஸ்பிரே, விலையுயர்ந்த ஆடைகள், உயர்தர உணவு வகைகள், மது, போதை மருந்து, சிபிலிஸ், கொனேரியா – அப்படிப்போகிறது உலகம் கோளாறு இல்லாமல். எதிர்கால யோக்கியர்கள், நாட்டை ஆளவேண்டியவர்கள், சட்டத்தை அமல்படுத்த வேண்டியவர்கள், அறிவு ஜீவிகள், பண்பாட்டுக் காவலர்கள், மதத் தலைவர்கள், அரசியல் தலைவர்கள், சித்தாந்தவாதிகள்..! உலகத்தில் என்னதான் கோளாறு?

எனக்குப் பயங்கரமாக ஒரு சொற்பொழிவாற்ற வேண்டும் போல் தோன்றியது.

"இன்றைய உலகம்..." நான் தொடங்கினேன். அப்போது கீழேயிருந்து தளர்ந்துபோன ஒரு சிறு குரல்:

"மிதியடி வேணுமா, மிதியடி?"

"கொண்டுவா" சிரித்தவாறே உத்தரவிட்டான் கண்ணாடிக் காரன். அப்படியாக விஷயம் மாறியது. மேலே ஏறி வந்தவர்கள் காலையில் பார்த்த அதே பிஞ்சு முகங்கள்தான். அவர்கள் மூச்சுவாங்கிக்கொண்டிருந்தார்கள். கண்களை வெறித்தபடி,

உலகப் புகழ்பெற்ற மூக்கு

முகங்கள் வாடித்தளர்ந்து, உதடுகள் வறண்டுபோயிருந்தன. பெரிய பையன் சொன்னான்:

"சார்மார்களுக்கு வேணும்னா ரெண்டரை அணா."

காலையில் மூன்று அணாவாக இருந்த மிதியடி.

"ரெண்டரை அணாவா?" தங்கக் கண்ணாடிக்காரன் மிதியடியைச் சந்தேகத்துடன் திருப்பித் திருப்பிப் பார்த்தான்.

"இது, கருஈட்டி இல்லியேடா?"

"கருஈட்டிதான் சார்."

"உங்க வீடு எங்கெ குழந்தைகளே?" என் கேள்விக்குப் பெரியவன் பதில் சொன்னான்.

"இங்கிருந்து மூணு மைல் தூரத்துலே."

"ரெண்டணா." தங்கக் கண்ணாடிக்காரன் கேட்டான்.

"ரெண்டே காலணா குடுங்க சார்."

"வேண்டாம்."

"ஓ..."

அவர்கள் வருத்தத்துடன் படியிறங்கினார்கள். தங்கக் கண்ணாடிக்காரன் திரும்ப அழைத்தான்.

"கொண்டு வாடா."

அவர்கள் திரும்பவும் வந்தார்கள். நல்லதாகப் பார்த்து ஒரு ஜோடி மிதியடியைத் தேர்ந்தெடுத்துவிட்டு ஒரு பத்து ரூபாய் நோட்டை நீட்டினான். அந்தக் குழந்தைகளிடம் ஒரு நயா பைசாகூட இல்லை. அவர்கள் இதுவரை எதுவுமே விற்கவில்லை. நேரம் விடிந்தது முதல் அலைந்துதிரிகிறார்கள். மூன்றுமைல் தொலைவில், ஏதோ ஒரு குடிசையில், அடுப்பில் சூடாறிக்கிடக்கும் தண்ணீருடன் தமது குழந்தைகள் வருவதை எதிர்பார்த்துக் காத்திருக்கும் பெற்றோர்களின் காட்சி என் மனத்தில் ஓடியது.

தங்கக் கண்ணாடிக்காரன் எங்கிருந்தோ தேடியெடுத்து இரண்டணா கொடுத்தான்.

"காலணா, சார்?"

"இவ்வளவுதான் இருக்கு. இல்லேன்னா இன்னா மிதியடி."

குழந்தைகள் பரஸ்பரம் பார்த்தபின் துட்டை வாங்கிவிட்டுப் பேசாமல் இறங்கிப்போனார்கள். மின்சாரக் கம்பத்தின் கீழ்,

ரோட்டில் அவர்கள் போவதைப் பார்த்துவிட்டு வந்த தங்கக் கண்ணாடிக்காரன் சிரித்தான்.

"நான் ஒரு வேலை காட்டியிருக்கேன். அதுலெ ஒண்ணு செல்லாத ஓரணாத் துட்டு."

"ஹ . . . ஹ . . . ஹா . . ." அனைவரும் சிரித்தார்கள். நான் நினைத்துக்கொண்டேன். மாணவர்கள் அல்லவா? சொல்வதற்கு என்ன இருக்கிறது? வறுமையும் கஷ்டங்களும் என்னவென்று இன்னும் அறியவில்லை. நான் எழுதிவைத்திருந்த குறிப்பை மற்றவர்கள் பார்க்காமல் தங்கக் கண்ணாடிக்காரனிடம் கொடுத்தேன். அவன் அதை வாசிக்கும்போது என் கற்பனை, ஓட்டலில் பதிந்திருந்தது. ஆவிபறக்கும் சோற்றின் எதிரில் நான் அமர்ந்திருப்பது போன்றெல்லாம். ஆனால், குறிப்பை வாசித்துப் பார்த்துவிட்டுத் தங்கக் கண்ணாடிக்காரன் அனைவரும் கேட்கும்படியாகச் சொன்னான்:

"சாரி, சேஞ்ச் ஒண்ணுமில்லெ."

இதைக் கேட்டதுமே என் உடலிலிருந்து சூடான ஆவி பரந்தது. வேர்வையைத் துடைத்துவிட்டு நான் கீழே இறங்கி அறைக்கு நடந்தேன்.

மணி ஒன்பது: நான் பாயை விரித்துப் படுத்துக்கொண்டேன். ஆனால் இமைகள் மூட மறுத்தன. தலை பாரமாக இருந்தது. இருந்தாலும் படுத்தே கிடந்தேன். உலகில் வாழும் கதியற்றவர்களைப் பற்றி நான் நினைத்தேனா...எங்கெங்கெல்லாம் எத்தனையெத்தனை கோடி ஆண் பெண்கள் இந்த அழகான பூலோகத்தில் பட்டினி கிடக்கிறார்கள். அதில் நானும் ஒருவன். எனக்கு மட்டும் என்ன விசேஷ அம்சம்? நானும் ஓர் ஏழை. அவ்வளவுதான். இப்படி நினைத்துக்கொண்டே படுத்திருக்கும்போது வாயில் நீரூறியது. மாத்யூவின் சமையலறையில் கடுகு தாளிக்கும் சத்தம் . . . வெந்த சோற்றின் வாசமும்.

மணி ஒன்பதரை: நான் மெதுவாக வெளியில் வந்தேன். இதயம் வெடித்துவிடுவதுபோல் அடித்துக்கொண்டது. யாராவது பார்த்துவிட்டால் . . ? எனக்கு வேர்த்துக் கொட்டியது . . . முற்றத்தில் வந்து காத்து நின்றேன். அதிர்ஷ்டம். முதியவர் விளக்கையெடுத்துக் கொண்டு குடத்துடன் வெளியில் வந்து, சமையலறைக் கதவை மெதுவாக அடைத்துவிட்டுக் குழாயடிக்குச் சென்றார். குறைந்தது பத்து நிமிடமாவது பிடிக்கும் திரும்பிவர. சத்தமில்லாமல் படபடக்கும் இதயத்துடன் மெதுவாகக் கதவைத் திறந்து சமையலறைக்குள் நுழைந்தேன்.

மணி பத்து: நிறைந்த வயிறுமாகத் திருப்தியுடன் வேர்த்துக் குளித்து வெளியே வந்தேன். முதியவர் திரும்பியதும் நான் குழாயடிக்குச் சென்று தண்ணீர் குடித்துக் கை கால் முகம் அலம்பி விட்டுத் திரும்ப என் அறைக்குள் வந்து ஒரு பீடியைப் பற்றவைத்து இழுத்தேன். முழுத்திருப்தி. சுகமாக இருந்தது. இருந்தாலும் ஏதோ ஒரு மனப்பதற்றம். உடல் சோர்வும் இருந்தது. படுத்துக்கொண்டேன். தூக்கம் வருவதற்குமுன் சிறிது யோசனையிலாழ்ந்தேன். பெரியவருக்குத் தெரிந்திருக்குமோ? அப்படியென்றால் மாத்யூவும் அறிந்துவிடுவான். மற்ற மாணவர்களும் குமாஸ்தாக்களும் அறிந்துகொள்வார்கள். அவமானமாகப் போய்விடும். எதுவானாலும் சரி, வருவது வரட்டும். பிறந்தநாளும் அதுவுமாக சுகமாகத் தூங்கலாம். எல்லோருடையவும் எல்லாப் பிறந்த நாட்களும் ... மனிதன் ... பாவப்பட்ட உயிர். நான் அப்படியே தூக்கத்திலாழ்ந்துகொண்டிருந்தேன் ... அப்போது என் அறைக்குப் பக்கத்தில் யாரோ வருகிறார்கள்.

“ஹலோ மிஸ்டர்.” மாத்யூவின் குரல். எனக்கு வேர்க்கத் தொடங்கியது. தூக்கம் கடல் கடந்தது. சாப்பிட்டதனைத்தும் ஜீரணமாயின. எனக்குப் புரிந்துவிட்டது. மாத்யூ அறிந்துவிட்டான். பெரியவர் கண்டுபிடித்துவிட்டார் போலிருக்கிறது. நான் கதவைத் திறந்தேன். இருளின் இதயத்திலிருந்து வருவது போல் சக்தி வாய்ந்த வெளிச்சத்தின் நீள ஈட்டிபோல் ஒரு டார்ச் வெளிச்சம் அதனுள் நான். மாத்யூ என்ன கேட்கப் போகிறான்? பதற்றத்தால் என் இதயம் துண்டு துண்டுகளாக உடைந்துச் சிதறிவிடும்போலிருந்தது.

மாத்யூ சொன்னான்:

“ஐஸே சினிமாவுக்குப் போயிருந்தோம். விக்டர் ஹ்யூ கோவின் ‘பாவங்கள்’. நீங்க பார்க்க வேண்டிய ஒரு ஃபர்ஸ்ட் கிளாஸ் ஃபில்ம்.”

“ஓஹோ ...”

“நீங்க சாப்டீங்களா? எனக்குப் பசிக்கலெ. சோறு வேஸ்டாயிடும். வந்து சாப்டுங்களேன். வர்ற வழியிலெ நாங்க மாடர்ன் ஹோட்டல்லெ ஏறினோம்.”

“தாங்க்ஸ். நான் சாப்பிட்டாச்சு.”

“அப்படியா? சரி தூங்குங்க, குட் நைட்.”

“எஸ். குட்நை ...”

1945

ஐசுக்குட்டி

ஐசுக்குட்டிக்கு வலி ஆரம்பித்திருந்தது. டாக்டரை அழைத்து வராமல் பிரசவிக்க மாட்டேன் என்று அவள் அடம் பிடித்தாள். வலி உச்சத்திலிருப்பது போல் பாவனை செய்து கூப்பாடு போடத் தொடங்கினாள்.

"யா...ரசூலுல்லாவே,தாக்குட்டரெ விளிச்சிட்டு வாயோ."

"மோளே," பேறு பார்ப்பவள் ஐசுக்குட்டியின் வைக்கோல் கட்டுபோல் வீர்த்திருந்த வயிற்றைத் தடவிக்கொடுத்து ஆறுதல்படுத்தினாள். "கொஞ்சம் திரும்பிக் கெடந்து முக்கு மோளே. இப்போ வந்துரும்."

"முக்க மாட்டேன்." ஐசுக்குட்டி, துருத்திய கண்களுடன் சிரமப்பட்டு அறிவித்தாள்.

"நா மரிச்சிருதேன்."

உரத்த குரலில் சொன்னாள். கிழக்குப் புற வராந்தாவில் கூடியிருந்த பெண்களுக்கும், மேற்குப் புறம், முற்றத்திலும் அங்குமிங்குமாகவும் கூடி நின்ற ஆண்களுக்கும் கேட்கும்படியாக. டாக்டரை அழைத்துக்கொண்டு வராமலிருந்தால் நிச்சயமாக ஐசுக்குட்டி இறந்துவிடுவாளென்ற பயங்கரமான தகவலை அப்படியாகப் பொதுஜனக் கவனத்திற்குக் கொண்டு வந்தாள். அவள் இறந்துபோனாளென்றால் அதற்கான முக்கியக் காரணகர்த்தாக்கள், அவளது புருசங்காரனும் மாமியாக்காரியுமாகத்தான் இருக்க முடியும். எப்படியாவது அவர்கள் போய் டாக்டரை அழைத்துக்கொண்டு வந்து விடுவார்கள். குறைந்தது, அறுபது ரூபாயிலிருந்து நூறுரூபாய் வரை செலவாகும். டாக்டர் வராமலிருந்தாலும் ஐசுக்குட்டி பிரசவிப்பாள். ஆனால், டாக்டர் வருவது ஒரு அந்தஸ்தான பிரசவமல்லவா? அக்கம்பக்கத்திலுள்ள பணக்கார வீடுகளில் காரில்

டாக்டரை அழைத்துக்கொண்டு வருகிறார்களே? ஐசுக்குட்டியின் கணவனிடம் பணமில்லையென்றாலும் – அறுபதோ நூறோ எங்காவது போய் ஏற்பாடு செய்யட்டும். யாரிடமிருந்தாவது கடன் வாங்கட்டுமே? அல்லது எதையாவது விற்று அறுபது ரூபாய் உண்டாக்கட்டும். சமீபத்தில் ஐசுக்குட்டியின் கொழுந்தன் பெஞ்சாதி ஆசியாம்மா பிரசவிக்கும்போது டாக்டரை எப்படிக் கொண்டுவந்தார்களோ, அதுபோல் எதையாவது விற்றுப் பணத்துக்கு ஏற்பாடு செய்யட்டும். ஆசியாம்மாவுக்காக அவளது புருசங்காரன் என்னவெல்லாம் செய்கிறான்? இவ்வளவுக்கும் ஆசியாம்மா, கொஞ்சம் குடும்பத்தில் குறைந்த வளும்கூட. ஆசியாம்மாவின் வாப்பாவின், வாப்பாவின், உம்மாவைக் கெட்டியவன் புதிய இஸ்லாம். இப்படியான குடும்பத்தில் குறையெதுவும் ஐசுக்குட்டிக்கு இல்லை. நாலுப் பெண்கள் கூடுமிடத்தில் வைத்து நல்ல அந்தஸ்துடன் ஐசுக்குட்டியையும் சொல்லவேண்டாமா?

“ஓ... நா பெறும்பவும் தாக்குட்டரு வந்தாரு. ரூவா நூறாக்கும் எண்ணிக் குடுத்தோம். ஊட்டு வாசல்லெ வந்தாக்கும் நின்னுது மோட்டாரு காரு. அதுக்கும் பத்து ரூவா. என்னாலும், கேட்டியா பெண்ணே – இந்த தாக்குட்டரு, ஒரு கொழலு... அதெ வெச்சுப் பாக்கும்பொ, உம்மாணெ*, நுப்பது** ஜுசுவாணெ வயித்துலெக் கெடந்து எம்புள்ளெ சிரிக்கிதது தெரியுது.”

இப்படி ஆசியாம்மா எப்போதும் சொல்வதுண்டு. ஊரிலுள்ள பெண்களெல்லாம் அவளை இதற்காகப் புகழ்ந்து பேசுவார்கள். இதைக் கேட்கும்போது ஐசுக்குட்டிக்குக் கோபம் தலைக்கேறும். இதுபோல், தனக்கும் டாக்டரை அழைத்துக் கொண்டுவர வேண்டுமென்ற ஆசை முதல் பிரசவத்தின் போதே அவளிடம் இருந்தது. ஆனால் பிரசவநேரத்தில் அவள் அதை மறந்துபோய்விட்டாள். ஆனால், இந்தத் தடவை அப்படியெதுவும் ஆகிவிடக் கூடாது. இருந்தாலும், பேற்றிச்சி இதற்கு எதிராகச் செயல்பட்டாள். டாக்டரைக் கூப்பிடவேண்டிய தேவையிருக்காது என்று அவள் முதலிலேயே சொல்லிவிட்டாள். அறிகுறிகளைக் கண்டால் தெரியாதா? பலநூறு பெண்களுக்குப் பேறு பார்த்தவள் அல்லவா அவள்? இருந்தாலும் ஐசுக் குட்டிக்குக் கோபமும் வருத்தம் ஏற்பட்டன. ஆசியாம்மாவை விடக் குறைந்தவளா இந்த ஐசுக்குட்டி? முதலில் அதைச் சொல்லு.

“பதுரீன்களே.” அவள் பல்லைக் கடித்தபடி அலறினாள்; “தாக்குட்டரெக் கூட்டிட்டு வாயோ.”

---

* தாய்மீது ஆணை

** முப்பது அத்தியாயம்கொண்ட குர்ஆன் மீது ஆணை

ஐசுக்குட்டியின் மாமியாக்காரி அந்த இருட்டறைக்குள் ஏறிச்சென்று தாழ்மையாய்க் கேட்டுக்கொண்டாள்:

“மோளே, ஐசுக்குட்டி, நீ இப்பிடிச் சொல்லாதே மோளே, அவனுக்கெ கையிலெ பைசா இல்லெ. எம்பொன்னு மோளே, நீ கொஞ்சம் பெத்துரு.”

“எம் பொன்னு மாமீ.” ஐசுக்குட்டி அழுதாள்: “படெச்சவனெ

நெனெச்சி தாக்குட்டரெக் கூட்டிட்டு வந்துருங்கோ.”

“ரப்பே, இதுக்கு என்னெ வழி?” மாமியாக்காரி இறைவனிடம் முறையிட்டாள்.

“ஹு ஹு ஹு” என்று மூச்சு வாங்குவதுபோல் பாவித்த படியே ஐசுக்குட்டி சுவரில் சாய்ந்தமர்ந்தாள். பேற்றிச்சி, குத்து விளக்கின் திரியைத் தூண்டிவிட்டுக்கொண்டு சொன்னாள்:

“கொஞ்சம் படுத்துக்கெடந்து பெத்துரு மோளே.”

ஐசுக்குட்டி பயங்கரமான கோபத்துடன் பேற்றிச்சியை முறைத்துப் பார்த்தாள். பிறகு பரிதாபமாக அலறினாள். மாமியா திரும்பத் திரும்பக் கேட்டுக்கொண்டாள். ஐசுக்குட்டி தீர்மானமாகச் சொல்லிவிட்டாள்.

“மாமிக்கு இந்த வலியைப் பத்தி தெரியாது. ரப்பே, தாக்குட்டரெக் கொண்டுவாயோ.”

மாமியாக்காரி ஆச்சரியப்பட்டாள். அவள் ஒன்பது குழந்தைகளைப் பெற்றவள், டாக்டர் வராமலேயே. இருந்தாலும் இந்த ஐசுக்குட்டி . . . மாமியாக்காரி எதுவும் பேசாமல் இறங்கிவிட்டாள். இப்போதுள்ள பெண்களின் பிடிவாதத்தைப் பற்றி அவளுக்கு நல்லதுபோல் தெரியும். சொந்த அனுபவங்களும் நிறையவே உண்டு. ஒன்றுமில்லாத விஷயங்களுக்கும்கூட ஆண்களை வேதனைப்படுத்துவதும் அவர்களைக் கொல்லாமல் கொல்வதும் பெண்களுக்குப் பிடித்தமான ஒரு குணவியல்பல்லவா? என்னதான் இருந்தாலும் எனக்காக அதைச் செய்தான் என்று பெருமை சொல்லுவது மட்டுமே அதில் மிச்சமிருக்கும். பெண்கள் பெருமையடித்துக்கொள்வதில் மிகத் திறமையானவர்கள் அல்லவா? அவர்கள் தட்டும் தாளத்திற்கேற்ப ஆடும் வெறும் பொம்மைகள்தானே ஆண்கள்? இதெல்லாம் மாமியாக்காரிக்குத் தெரியுமென்றாலும் ஐசுக்குட்டியின் பிரசவ விஷயத்தில்தான் அவளது சிந்தனை இருந்தது. டாக்டரைக் கூட்டிக்கொண்டு வராத காரணத்தால் அவள் இறந்துபோய்விட்டால்? பிறகு, மற்றுள்ளவர்கள் உயிரோடிருப்பதில் என்ன அர்த்தம் இருக்கிறது?

வக்கற்றுப் போனதுபோலாகிவிடும். ஆனால், டாக்டரைக் கொண்டுவருவதற்குப் பணம் வேண்டாமா? அசன்குஞ்ஞியிடமோ காசு எதுவுமில்லை. நேரம் விடிவது முதல் இருட்டும்வரை குத்தியிருந்து அவன் பீடி சுற்றினால் கிடைக்கும் காசில் அந்தக் குடும்பம் உயிர் வாழ்வதே சிரமமாக இருந்தது. இருந்தாலும், அவள் போய்த் தன் மகனிடம் சொன்னாள். இதைக் கேட்டதும் அசன்குஞ்ஞி அப்படியே சோகத்துடன் அமர்ந்துவிட்டான். கல்யாணம் செய்திருக்கவே வேண்டாமோ என்றுகூட அசன் குஞ்ஞிக்குத் தோன்றியது. ஆனால் என்ன செய்ய முடியும்? யாரிடம் போய் அறுபது ரூபாய் கடன் வாங்குவது? நூறு ரூபாய்வரை செலவாகிவிடவும் செய்யலாம். முதலாளியிடம் போய்க் கேட்டால் தரமாட்டார். வீட்டையும் வீட்டடியையும் பணயம் எழுதிக் கொடுத்தால் ஒருவேளை தரலாம். அதற்கான தேவை என்ன இருக்கிறது? வேலை செய்து கடன் தீர்க்க முடியாது. வட்டியும் குட்டிபோட்டுக் கடைசியில் வீடும் வீட்டடியும் முதலாளிக்கே சொந்தமாகிவிடும். அசன்குஞ்ஞி சோகத்துடன் வந்து பிரசவ அறையின் ஜன்னலைத் திறந்து முகத்தைக் காட்டினான்.

“கண்ணுமணீ இங்கெ பாருங்கோ, நா இப்போ மரிச்சுப் போவேன்.” அசன்குஞ்ஞைப் பார்த்து ஐசுக்குட்டி அழுதாள். “தாக்குட்டரெக் கூட்டிட்டு வந்துருங்கோ.”

“ஐசுக்குட்டியே, நீ அதியமாக்கெடந்து ஒண்ணும் துள்ளாண்டாம் கேட்டியா? இடிச்சு ஒன் எலும்பெ ஒடெச்சிப் போடுவேன். நீ செத்தா எனக்கு ஒரு புல்லுமில்லெ பெண்ணே, நா வேற பெண்ணு கெட்டுவேன்” என்று சொல்லாமல் அசன்குஞ்ஞி அவளிடம் தாழ்மையாய்ச் சொன்னான்.

“ஐசுக்குட்டீ, எந்தங்கமே, நமக்கு அடுத்த தவணெ தாக்குட்டரெ விளிச்சிட்டு வரலாம்.”

அடுத்த முறையா? அது சரி!

“இல்லெ, இப்போ, இப்பமே விளிச்சிட்டு வரணும்.” அம்புலி மாமாவைப் பிடித்துத் தரச்சொல்லிப் பிடிவாதம் காட்டும் குழந்தையைப் போல் ஐசுக்குட்டி அடம்பிடித்தாள். இதற்குக் காரணம், அவளது வாப்பாவும் உம்மாவும் அவளை மிகவும் செல்லமாக வளர்த்திருந்தார்கள். இந்தத் திருமணம் நடந்ததற்குக் காரணமே அசன்குஞ்ஞியின் வாப்பாவுக்கும் ஐசுக்குட்டியின் வாப்பாவுக்குமிடையிலான நட்புதான். ஐசுக்குட்டியின் உம்மா ஆரம்பத்திலேயே இதை எதிர்த்தாள். மூச்சுவிட்டால் போதும். உடனே, திருமண உறவைத் துண்டித்துவிடும்படி ஐசுக்குட்டியின் உம்மா, அசன்குஞ்ஞியிடம் சொல்லிவிடுவாள். “ஓ… அப்பிடியா விசியம்? அப்பொ இன்னா கெடக்குது” என்று அசன்குஞ்ஞியும்

சொல்லிவிடமாட்டான். அசன்குஞ்ஞியை விடவும் ஐசுக்குட்டியின் குடும்பம் பண வசதி கொண்டது. அங்கிருந்து கிடைத்த நிறைய ஸ்ரீதனத் தொகையை அவன் இழந்துவிடவும் செய்திருந்தான். இருந்தாலும் அசன்குஞ்ஞி மீது ஐசுக்குட்டிக்கு நல்ல பாசமிருந்தது. கண்ணுமணியே என்றுதான் அவனை அழைப்பாள். அவள் இறந்துவிடுவாள் என்றால்? அசன்குஞ்ஞிக்கு வேர்த்தது.

"முத்தே, எந்தங்கமே ஐசுக்குட்டீ, நீ சங்கடப்படாண்டாம்" என்று ஆறுதல்படுத்திவிட்டு அசன்குஞ்ஞி சென்றான்.

ஐசுக்குட்டி, திரும்பத் திரும்ப டாக்டரை அழைத்துக் கொண்டு வரும்படிச் சொல்லிக் கூப்பாடு போட்டாள். பிரசவம் பார்க்க வந்திருந்த பெண்கள் பரஸ்பரம் முகத்தைப் பார்த்துக் கொண்டார்கள்.

"அந்தப் பெண்ணு மரிச்சுப் போனாலுங்கூட அதுவொ தாக்குட்டரெ கூட்டிட்டு வராதுங்கோ."

இதைக் கேட்டபடியே ஐசுக்குட்டியின் உம்மா, ஒரு கொடுங் காற்றுபோல் சினத்துடன் வந்து ஏறினாள்.

"மோளே, ஐசுக்குட்டீ..."

"எனக்கெ உம்மோ... நா மரிப்பேன். தாக்குட்டரெ விளிச்சிட்டு வாருங்கோ."

அந்த ஊர் முழுவதும் கேட்கும்படியான முழக்கத்துடன் ஐசுக்குட்டியின் தாய் சொன்னாள்:

"மோளே, கெட்டுன தாலியைக் கழத்தி வித்தாவது உம்மா தாக்குட்டரெக் கொண்டுவருவேன். எனக்கெப் புள்ளெ கொஞ்சம் பொறுத்துக்கொ. அந்த அளவுக்கொண்ணும் பணமோ, பத்ராசோ* இல்லாதவங்கொ ஒண்ணுமில்லெ, நாமொ."

அப்படியான இரண்டு மூன்று கூர்முனைகள் கொண்ட அறிவிப்புகளுடன் அவள் வெளியே வந்து நேராக அசன் குஞ்ஞியின்முன் போய் நின்று ஆடினாள்.

"எனக்கெப் புள்ளெயெ நீ எடவாடு** தீத்துப்போடு. ஒங்கிட்டே ஆரு சொன்னா, இப்பிடிப்போட்டு அவளெக் கட்டப்படுத்த?"

"மாமீ, ஆளுகளுக்குக் கேக்கும்... பையப் பேசுங்கோ. அந்தப் பேத்திச்சிதான் தாக்குட்டரு வேண்டாமுன்னு சொல்லுதா."

"எனக்கெப் புள்ளெக்கக் காரியத்தெ அவளா தீர்மானிக்கிதது? ஒன்னாலெ ஏலாதுன்னா அதெ மொதல்லெ சொல்லு. நீ அவளெ

---

* பதவிசு

** தலாக்

எடவாடு மட்டும் தீத்தாப் போரும். மொய்ச்சிட்டு வருவானுவொ ஆம்பிள்ளெயொ, அவளெக் கெட்டுதுக்கு. நாங்கொ புதுசா சுன்னத்து செய்தவங்கொ ஒண்ணும் இல்லெ."

இதை மற்றவர்கள்போல் ஆசியாம்மாவும் கேட்டுக் கொண்டுதான் இருந்தாள் – புதுசா சுன்னத்து செய்த விஷயம், அவளைக் குறிப்பிடுவதாக இருந்தபோதும் அவள் கண்டு கொண்டதாகக் காட்டிக்கொள்ளவே இல்லை. இதை நூறு மடங்காக்கி இரவில் கணவனிடம் சொல்லலாம் என்று அவள் கருதி வைத்துக்கொண்டாள். புதிய இஸ்லாம் என்பது அவளது வாழ்க்கையின் ஒரு தீராத களங்கம். அவளது மனத்திற்குள் பயங்கரமான கோபம் உருவாகியிருந்தது. இருந்தாலும் முகத்திலொரு புன்சிரிப்பு.

அந்தப் புன்சிரிப்புடன்தான் டாக்டரை அழைத்துக் கொண்டு வருவதற்கு அசன்குஞ்ஞி சென்ற தகவலையும் அவள் அறிந்துகொண்டாள். அது ஒரு முக்கியமான செய்தியாக இருந்தது. அனைவரும் அறிந்துகொண்டார்கள். பெண்கள் ஆச்சரியத்துடன் பரஸ்பரம் சொல்லிக்கொண்டார்கள்.

"அசன்குஞ்ஞி, தாக்குட்டரெ விளிக்கப் போயிருக்கான்."

செய்தி, பிரசவ அறைக்குள்ளும் கேட்டது. அங்கே போய்ச் சொன்னவளும் ஆசியாம்மாதான். மனத்துக்குள் மிகுந்த மகிழ்ச்சி ஏற்பட்டது. ஆனாலும் ஐசுக்குட்டி அதை வெளியே காட்டிக்கொள்ளவில்லை.

"ஒனக்கு தாக்குட்டரெக் கூட்டிக்கிட்டு வந்ததுபோலெ பெருமைக்கில்லெ இது" என்பதுபோல் ஐசுக்குட்டி ஆசியாம்மாவைப் பார்த்தாள். ஒரு பெண்ணின் அந்தரங்கம் மற்றொரு பெண்ணுக்குத் தெரியும் எனும் ரகசியத்தை அவர்கள் பரஸ்பரம் பரிமாறிக்கொள்வதில்லை. ஆசியாம்மா அங்கிருந்து போனதும் ஐசுக்குட்டி கண்ணீரினூடே புன்னகைத்தாள். ஆனால், ஒரு பெரிய பதற்றம் அவளைத் தொற்றிக்கொண்டது. டாக்டர் வந்து சேருவதற்குள் அவள் ஒருவேளை பிரசவித்துவிட்டால்? நேரம் வரும்போது என்னதான் தடுத்துப் பார்த்தாலும் பெறாமலிருக்க முடியுமோ? அவளுக்குப் பயமாக இருந்தது. வேர்த்தது. வயிற்றுக்குள் எதுவெல்லாமோ சேர்ந்து புரண்டு கொண்டிருப்பதுபோல் தோன்றியது.

ஏற்கெனவே நேர்ந்துவைத்திருந்த மகான்களிடம் மனத்தால் மேலும் விண்ணப்பித்துக்கொண்டாள். மண்ணுக்குள் மறைந்து போன புண்ணிய ஆத்மாக்களெல்லாம் அவளது பிரசவ விஷயத்தில் கவனமாக இருப்பதற்காக ஒவ்வொருவரது பெயரையும்

மனத்துக்குள் உருப்போட்டாள். "முஹ்யித்தீன் தங்ஙளே, பதுரீங்களே, மம்புறத்து அவுலியாக்களே," கடைசியில், "நாகூர் வீராசாயிபே –நா ஒங்கெ தர்காவுக்கு ஒரு தங்கப் புள்ளெயெக் குடுத்தனுப்புவேன்."

இவ்வளவும் நடந்த பிறகு ஐசுக்குட்டிக்கு ஒரு விஷயம் பிடி கிடைத்தது. வயிற்றிலிருக்கும் குழந்தை ஆண்தான். பெண் குழந்தையாக இருந்தால் அடக்கவொடுக்கமாக ஒரு மூலையில் கிடக்கும். இது அப்படியல்ல, குழந்தைகள் உறியில் பிடித்து ஆடுவதுபோல் ஐசுக்குட்டியின் இதயத்தைப் பற்றிப்பிடித்துத் தொங்கியபடி அவன் ஆடுகிறான்... கடித்துப்பிடித்துக்கொண்டு ஆடுகிறான் . . . கைகளைப் பின்புறம் கட்டியிருக்கிறான் . . . இப்போது அவன் உதரத்தில் தலை குத்தி சாகசம் செய்கிறான். பிறகு, எழுந்து ஐசுக்குட்டியின் இதயத்தை எடுத்துக் கால்பந்து விளையாடுகிறான். அவளுக்குப் பயங்கரமாக வலியெடுத்தது. அக்னி உருகி ஏறுவதுபோல் தலை புகையத் தொடங்கியது. மிளகை அரைத்துத் தேய்த்ததுபோல் எரிச்சலும் புகைச்சலும்... அவளுக்குக் கண் பார்வை தெரியவில்லை. மயக்கம் வருவது போலிருந்தது..! இருந்தாலும் அவள் எல்லாச் சக்திகளையும் திரட்டியெடுத்துப் பால்சுரக்க மறுக்கும் பசுவைப்போல் அப்படியே கிடந்தாள். நிமிடங்கள் மணித்துளிகளாக நகர்ந்து கொண்டிருந்தன... இதயம் விம்மிக்கொண்டிருந்தது... தலைக்குள் அக்னியின் சூடு . . . அவளுக்கு, தான் இறந்துவிடுவோமோ என்பது உறுதியாகத் தெரிந்தது . . . அப்போது ஒரு இரைச்சல். அது படிப்படியாக நெருங்கிவந்து வீட்டு வாசலின் முன் 'டும்' என்று நிற்கவும் 'தாக்குட்டரு' என்று பல குரல்கள் கேட்டன. அதோடு ஐசுக்குட்டியின் பிடி நழுவியது. குழந்தையின் தலை வெளியே வந்தது. டாக்டர், தனது பரிவாரங்களுடன் கிர்... கிர்... சத்தத்துடன் பிரசவ அறைக்குள் நுழைந்தார். ஐசுக்குட்டியின் உடலின்மீது குனிந்து இலேசாகத் தொட்டார். சொல்ல முடியாத ஆனந்தத்தில் ஐசுக்குட்டி பரிபூரணமாகப் பிரசவித்தாள்.

பூலோகத்திற்கு முதன்முதலாக வந்த அந்த ஆத்மாவை இவ்வளவு நேரம் தாமதப்படுத்தியதற்கான எதிர்ப்பின் குறியீடாக அவன் பயங்கரமாக அலறினான். துணியிலிருந்து துள்ளியெழுந்து வந்து தன்னை அவன் அடித்துவிடுவானோ என்றுகூட அவள் பயந்தாள். இருந்தாலும் டாக்டர் வந்தபிறகுதானே பிரசவித்தோம் என்ற திருப்தி அவளுக்கிருந்தது.

இப்படியாக, ஐசுக்குட்டி டாக்டரை வரவழைத்துப் பெருமையுடன் பிரசவித்த கதையைப் பேற்றிச்சி தன் கணவனிடம் சொல்ல, அவர் அதைச் சாயாக் கடையில் சாயா குடித்துக்

கொண்டிருந்தவர்களிடம் பிரஸ்தாபித்தார். அப்படியாக, இந்தக் கதை ஊர் முழுவதும் பரவியது. குறும்புக்காரச் சிறுவர்கள், ஊரெங்கும் திரிந்து ஐசுக்குட்டியின் சத்தத்தைப்போல் நீட்டி முழக்கி, "தாக்குட்டரெ விளிச்சுட்டு வாயோ..." என்று சொல்லித் திரிவதில் ஐசுக்குட்டிக்கு எந்த மனத்தாங்கலும் இல்லை. மனத்திலிருந்தாலும் வெளியே காட்டுவதில்லை. யாராவது இதைப் பற்றிப் பேசினால் பெருமையுடன் புன்னகைத்தபடிச் சொல்வாள்:

"ஓ... ஆனாலும் நா பெறும்போ தாக்குட்டரெ விளிச்சிட்டு வந்தாங்களே."

1945

அம்மா

ஏதோ தொலைதூரப் பட்டணத்தில் பல வகையான மனச்சஞ்சலங்களுடன் உயிர் வாழும் தன் மகனுக்கு மிகுந்த வேதனையுடன் ஒரு அம்மா எழுதுகிறாள்.

'மகனே, எங்களுக்கு உன்னைப் பார்க்க வேண்டும் போலிருக்கிறது.' மட்டுமல்ல, நிறைய நிறைய வார்த்தைகள். அது, இலக்கண விதிப்படியான சொற்றொடர்களாக இல்லை. ஆனால் உம்மாவின் மனவேதனை முழுவதும் அதில் பிரதிபலித்தது. நாங்கள் நேரில் சந்தித்து நீண்ட காலங்களாகிவிட்டன.

உம்மா தினமும் தன்னை எதிர்பார்த்திருக்கும் விஷயம் அந்த மகனுக்கும் தெரியும். ஆனால் என்ன செய்ய முடியும்? ஊருக்குப் போய்ச் சேருவதற்குக் கூடப் பணமில்லை. தினப்பாடே சிரமத்தில் இருந்தது. 'நாளைக்கு எப்படியாவது புறப்பட்டுவிட வேண்டும்; போய் உம்மாவைப் பார்க்க வேண்டும்' என்று தன்னை அவன் தேற்றிக் கொள்வான். இதனிடையே நாட்கள் வாரங்களாகவும், வாரங்கள் மாதங்களாகவும், மாதங்கள் வருடங்களாகவும் – காலம் அப்படியே நகர்ந்துகொண்டிருந்தது.

உம்மா, தினமும் அப்படியாக மகனை எதிர்பார்த்திருந்தாள்.

நான் இதுவரை சொன்னதும் இனி சொல்லப் போவதும் எனது உம்மாவைப் பற்றித்தான். பாரதத்தில் ஒவ்வொரு அம்மாக்களைப் பற்றியும் எல்லாப் பிள்ளைகளுக்கும் சொல்வதற்கு நிறைய இருக்கிறது. ஆகவே, இந்திய சுதந்திரப் போராட்டத்தைப் பற்றி நான் சொல்லப்போகிறேன். நினைத்துப்பார்க்கவும் இயலாத விஷயம். மட்டுமல்ல, எனக்கு உம்மாவுடன் பெரிய தொடர்புகள் எதுவுமில்லை. நான் எனது உம்மாவின் மகன் என்ற அளவிலான தொடர்புதான். என்னைப்

போன்ற பிள்ளைகளைப் பெற்ற தாய்மார்கள் பாரதம் முழுவதும் படர்ந்துகிடக்கிறார்கள். அவர்களது வாரிசுகள், தேசத்தின் விடுதலைக்காகப் போராடிய குற்றத்திற்காகச் சிறைச்சாலைகளில் அடைபட்டிருக்கும் நிலையில் பாவம், அந்தத் தாய்மார்களால் என்ன செய்ய முடியும்? பாரதத்தின் தீரமிக்க ஆண் பெண் பிரஜைகளை எங்கிருந்தோ வந்தேறிய வெள்ளை அரசாங்கத்தின் அடியாட்களான இந்தியர்களே அடித்து உதைத்து, எலும்புகளை உடைத்துச் சிறைக் கொட்டடிகளில் அடைத்துப்போட்டிருக்கும் இந்நிலையில் வெளியே லட்சக்கணக்கான வீடுகளுக்குள் இருக்கும் அவர்களது அம்மாக்களால் என்ன செய்துவிட முடியும்? நினைத்துப் பார்க்க முடியவில்லை. எதையுமே என்னால் யூகித்துவிட இயலவில்லையென்றாலும், என் அம்மா செய்த வேலை என்னவென்பதை நான் நன்றாகவே அறிவேன்.

இங்கே எழுதப்போகும் இந்தப் பழைய புராணத்திற்கு குறிப்பிட்ட எந்த நோக்கமும் கிடையாது. அம்மாவின் கடிதத்தை வாசித்தபோது பழைய சில நினைவுகள் எனக்குள் வந்தன. நான், வைக்கம் தலயோலப்பரம்பிலிருந்து நூற்றுச் சொச்சம் மைல் தூரத்திலுள்ள கோழிக்கோட்டுக்கு உப்புச் சத்தியாக்கிரகம் செய்யப்போன கதை இது.

உப்புச் சத்தியாக்கிரகம். நினைவுபடுத்திப்பார்க்க முடிகிறதா?

அதை இங்கே குறிப்பிடுவதற்கு முன்பு சில விஷயங்களைச் சொல்ல வேண்டியதும் இருக்கிறது. அது, நான் இதை எழுதும் வருடம், ஆயிரத்துத்தொள்ளாயிரத்து முப்பத்தெட்டு என்பதைப் பற்றியதோ இந்தியா இப்போதும் சுதந்திரமடையவில்லை என்ற உண்மையைப் பற்றியதோ அல்ல. மோகன்தாஸ் கரம்சந்த் காந்தி எனும் மனிதர்தான் நான் முதன்முதலாக அடியும் உதையும் வாங்குவதற்கான காரணம் என்ற இரகசியத்தைத்தான் எனக்கு இதில் குறிப்பிட வேண்டியிருக்கிறது. எதுவாக இருந்தாலும் அம்மா என்னைப் பிரசவிக்காமலிருந்தால் நான் சம்பந்தப்பட்ட எந்த ஒரு பிரச்சினையும் ஏற்பட்டிருக்க வாய்ப்பில்லை. அம்மாவுக்கும் என்னைப் பற்றிய எந்த மனவருத்தமும் ஏற்பட்டிருக்காது. அடிமைத்தனமும் வறுமையும் இதுபோல் பல நோய்களுமுள்ள துரதிர்ஷ்டம் பிடித்த இந்த நாட்டில் அம்மா ஏன் என்னைப் பெற்றுப்போட்டாள்? இந்தக்கேள்வியை இந்தியாவிலுள்ள எல்லாத் தாய்மார்களிடமும் அவர்களது பிள்ளைகளும் பெண்களுமான சந்ததியினர் ஒவ்வொருவரும் கேட்டிருப்பார்களா? சரி, இந்திய தேசம் எப்படி இவ்வளவு வறுமைக்குள்ளானது? நான் ஒரு இந்தியன் என்று என்னால் பெருமையாகச் சொல்லிக்கொள்ள முடியவில்லை. நான் வெறும் ஓர் அடிமை! அடிமைத் தேசமான

இந்தியாவை நான் வெறுக்கிறேன். ஆனால் இந்தியா எனது தாயல்லவா? என்னைப் பெற்ற தாய் என்னை எதிர்பார்த்துக் காத்திருப்பதுபோல் பாரதமும் என்னை எதிர்பார்க்கிறதல்லவா?

எதிர்பார்ப்பு.

நான் நினைத்துப் பார்க்கிறேன்.

அம்மா என்னைப் பிரசவித்தாள். தாய்ப்பாலெல்லாம் தந்து என்னை வளர்த்தாள். அப்படி என்னையும் ஒரு மனிதனாக்கினாள். ஆசையாய், தவமிருந்து பெற்ற அருமாந்தப் புத்திரன் நான் என்பது என் அம்மா தரப்பு வாதம், "நா ஆசையா நேந்து பெத்த புள்ளெ நீ." இப்படி ஒவ்வொரு வாரிசுகளையும் பார்த்து ஒவ்வொரு அம்மாமார்களும் சொல்வார்களா? என் மனத்தில் அலையடித்து வருவதையெல்லாம் இங்கே எழுதிவிட முடியவில்லை. எதிர்ப்பின் கைவிலங்குகள்போல் போலீஸ் லாக்கப்புகள், சிறைகள். தூக்குமரம் நினைவுவருகிறதா?

'மனத்தையும் உடலையும் பூட்டிவைக்கும் உன்னதச் சுற்றுப் புறச் சுவர்களாலான ஒரு காராக்கிரகம்தான் இந்தியா.' மகாத்மா காந்தி சொன்னதுதான். எப்போதென்பது ஞாபகமில்லை. மகாத்மா காந்தியால் நான் அடியும் உதையும் வாங்கியது மட்டும் எனக்கு நினைவிருக்கிறது. அடித்த ஆள் ஒரு பிராமணர். பெயர் வெங்கடேசய்யர். இவர் வைக்கம் ஆங்கில உயர்நிலைப் பள்ளியின் தலைமையாசிரியராக இருந்தார். கம்பால் ஏழு அடி ஓங்கி ஓங்கி அடித்தார். அது வைக்கம் சத்தியாக்கிரகக் காலம்; அனைத்துத் தாழ்ந்த ஜாதி இந்துக்களும் ஆலயப்பிரவேசம் செய்ய அனுமதிக்க வேண்டும். சத்தியாக்கிரகம் செய்பவர்களின் கண்களில் மேல்ஜாதி இந்துக்கள் சுண்ணாம்பைக் குத்தித் திணிக்கிறார்கள்; அடிக்கிறார்கள். இதற்கெல்லாம் ஒரு முடிவு கட்ட வேண்டும். மகாத்மா அங்கே வருகிறார். யாருக்காவது நினைவிருக்கிறதா?

வைக்கம் துறைமுகத்திலும் கால்வாய்க் கரையிலும் பெரும் ஜனத்திரள். எங்கு பார்த்தாலும் ஆரவாரம். மற்ற மாணவர்களுடன் நானும் முண்டியடித்துக் கூட்டத்துக்கு வந்து சேர்ந்தேன். காந்திஜி படகிலிருப்பதைத் தூரத்திலிருந்தே பார்த்துவிட்டேன். படகு, துறைமுகத்தையடுத்தது. ஆயிரமாயிரம் தொண்டைகளுக்குள்ளிருந்து சத்தம் முழங்கியது. இந்தியாவிலுள்ள அத்தனை அநீதிகளுக்கும் எதிராக முழங்கும் போராட்ட அறிவிப்புபோல், தீவிரமான ஒரு சவால்போல். அத்தனைத் தொண்டைகளிலும் இருந்தும், கடலின் பேரிரைச்சல்போல் "மகாத்மா காந்தீக் கீ...ஜே."

அந்த அரை நிர்வாண பக்கீர், இரண்டு பற்களில்லாத ஈறுகளைக் காட்டிச் சிரித்தபடியே கூப்பிய கரங்களுடன்

கரையில் வந்து இறங்கினார். பெரும் ஆரவாரம். திறந்த காரில் அவர் மெதுவாக ஏறியமர்ந்தார். நெருக்கியடித்திருக்கும் ஜனத்திரளினூடே கார், சத்தியாக்கிரக ஆஸ்ரமத்தை நோக்கி மெல்ல நகர்ந்தது. மாணவர்கள் பலர் காரின் பக்கவாட்டில் பிடித்துத் தொங்கினார்கள். அதில் நானும் இருந்தேன். அந்தக் களேபரத்தினிடையில் எனக்கு ஒரு ஆசை. உலகம் போற்றும் அந்த உத்தமரை ஒரு தடவை தொட்டுப் பார்த்துவிட வேண்டும். தொடமுடியாமலிருந்தால் நான் செத்துப்போய்விடுவேன்போல் தோன்றியது. லட்சோபலட்சம் மக்களின் நடுவே, யாராவது பார்த்துவிட்டால்? எனக்குப் பயமும் பதற்றமும் தொற்றிக் கொண்டன. அனைத்தையும் ஒருநொடி மறந்து நான் காந்திஜியின் வலது தோளை மெதுவாகத் தொட்டுவிட்டேன். அப்போது நிலை தடுமாறி விழப்போனதால் அவரது கையைப் பற்றிப் பிடித்தேன். தசையில் வலுவில்லை. குளுகுளுவென்று இருந்தது. காந்திஜி என்னைப் பார்த்துப் புன்னகைத்தார்.

அன்று சாயங்காலம் வீட்டுக்குச் சென்றதும் பெருமையுடன் சொன்னேன்:

"உம்மா, நா காந்தியெத் தொட்டேன்."

காந்தியென்றால் என்னவென்று தெரியாத என் தாய் பயந்து அரண்டுபோனாள். "அல்லா... எம் புள்ளெ..." என்றபடியே திறந்த வாயுடன் என்னைப் பார்த்தாள்.

நினைத்துப்பார்க்கிறேன்.

தலைமையாசிரியர் ஆலயப் பிரவேசப் போராட்டத்திற்கு எதிரானவர். அவருக்கு காந்திஜியுடனும் எதிர்ப்பிருந்தது. ஆகவே மாணவர்கள் யாரும் கதராடை அணியக் கூடாதென்று தடைவிதித்திருந்தார். சத்தியாக்கிரக ஆஸ்ரமத்திற்குப் போகக் கூடாதென்றும் சொல்லியிருந்தார்.

நான் அப்போதெல்லாம் கதர்தான் உடுத்திக்கொண்டிருந்தேன். ஆஸ்ரமத்திற்கும் போவதுண்டு. ஒருமுறை நான் வகுப்பறைக்குப் போகும்போது தலைமையாசிரியர் என்னைக் கூப்பிட்டுக் கோபத்துடன் பரிகாசம் செய்வதுபோல் கேட்டார்:

"அட... அவனுக்கெ வேஷத்தைப் பாரேன்."

நான் எதுவும் பேசவில்லை. அவர் திரும்பவும் கேட்டார்:

"உன் வாப்பா இந்த உடுப்பெ போட்டிருக்காராடா?"

நான் சொன்னேன்: "இல்லெ."

அப்போது ஒருநாள் நான் வகுப்பறைக்கு வரும்போது மணியடித்து இரண்டு மூன்று நிமிடமாகிவிட்டிருந்தது.

தலைமையாசிரியர் கையில் பிரம்புடன் வராந்தாவில் நின்றுகொண்டிருந்தார். என்னைக் கூப்பிட்டுக் கேட்டார். நான் ஆஸ்ரமத்திற்குப் போயிருந்ததாகச் சொன்னேன்.

"அங்கெ உனக்கு யாரிருக்கா?" என்று கேட்டுவிட்டு அவர் நிமிர்ந்து நின்று 'சடாபுடா' இரண்டு மூன்று அடி உள்ளங்கையில் வைத்தார். "இனி போவக்கூடாது, தெரியுமோ" என்று பிருஷ்டத்திலும் ஒன்று வைத்தார்.

"இனிமே போனா உன்னெ டிஸ்மிஸ் பண்ணிருவேன்" என்றார்.

ஆனால், நான் திரும்பவும் போனேன்.

நினைத்துப்பார்க்கிறேன்.

அப்போது என்னிடம் கதர்ச்சட்டையும் கதர்வேட்டியும் இருந்தது. ஒரு சட்டையும் ஒரு வேட்டியும் மட்டும். அக்கால கட்டத்தில் கதர், சுதந்திரத்தின் குறியீடாகவும் எதிர்ப்பின் குறியீடாகவும் இருந்தது. அன்னியப் பொருட்களை உபயோகிப் பதில்லை என்ற நிர்ப்பந்தம் எனக்கிருந்தது.

நான் ஒருவேளை மரித்துப்போனால் என்னைக் கதராடையுடன்தான் கபரடக்கம் செய்ய வேண்டுமென்று நான் சொல்வதுண்டு. உம்மா ஒருதடவை கேட்டாள்:

"காந்திக்கு எங்கேயிருந்துடா கெடச்சிது. இந்தக் கடிமுண்டு?"

கதர்த்துணி, உடலில்பட்டால் நமைச்சல் ஏற்படும் என்பது உம்மாவின் நம்பிக்கை.

நான் சொல்வேன்:

"இது, நம்ம இந்திய தேசத்திலேயே செய்தது."

அப்படி காந்திஜி, அலி சகோதரர்கள், மௌலானா அபுல்கலாம் ஆசாத், ஜவஹர்லால் நேரு, சுயாட்சி, பிரிட்டிஷ் மேலாதிக்கம் – இதுவெல்லாம்தான் பேச்சுக்கான ஊர் விஷயங்கள். ஊரிலுள்ள வயதான ஆட்களுக்குச் சீனாவைப் பற்றியோ இங்கிலாந்தைப் பற்றியோ ஏதாவது சந்தேகங்கள் கேட்பதற்கு அப்போது இரண்டு இளைஞர்கள்தான் இருந்தார்கள். ஒன்று, மிஸ்டர் கே.ஆர். நாராயணன். விடாமுயற்சி கொண்ட மிஸ்டர் நாராயணன் பெரும்பாலான அன்றைய பத்திரிகைகளின் முக்கியமான கட்டுரையாளராக இருந்தார். யாராவது வந்து எதைப் பற்றியாவது என்னிடம் சந்தேகங்கள் கேட்டால் தெரியாது என்று சொல்லமாட்டேன். ஆனால் ஒருதடவை எனக்குப் பதில் தெரியவில்லை.

உம்மா கேட்டாள்:

"டேய், இந்த காந்தி நம்ம பட்டினியைப் போக்குவாரா?"

இது உண்மையில் மிகப்பெரிய ஒரு பிரச்சினைதான். இந்தியாவை ஒட்டுமொத்தமாகப் பாதித்திருக்கும் விஷயம். இதைப் பற்றியெல்லாம் எனக்கொன்றும் தெரியாது. இருந்தாலும் நான் சொன்னேன்:

"இந்தியாவுக்குச் சுதந்திரம் கிடைத்தால் பட்டினி தீரும்."

இது நடந்தது, ஆயிரத்துத் தொள்ளாயிரத்து முப்பதில் என்று நினைக்கிறேன். காந்திஜி, பதினொரு அம்சங்களடங்கிய அவரது பிரசித்திபெற்ற கடிதத்தை அன்றைய வைஸ்ராய் இர்வின் பிரபுவுக்கு சபர்மதி ஆஸ்ரமத்திலிருந்து அனுப்பி வைத்தார். ரினால்டு என்ற ஓர் ஆங்கிலேய இளைஞன் என்று நினைக்கிறேன். இவன்தான் அந்தக் கடிதத்தைக் கொண்டு சென்றவன். ஆனால் திருப்தியான பதிலெதுவும் கிடைக்க வில்லை. கடிதத்தில் குறிப்பிட்டிருந்ததைப்போல் காந்திஜி சத்தியாக்கிரகம் செய்யத் தொடங்கினார். உப்புச் சட்டத்தை மீறுவதற்காக எழுபது ஆதரவாளர்களுடன் காந்திஜி தண்டி கடற்கரைக்குப் புறப்பட்டார். இந்தியாவின் அனேகம் கோடி ஏழைகள் கஞ்சிக்கும் கூட்டுக்கும் பயன்படுத்தும் உப்புக்குக்கூட அந்நிய நாட்டிலிருந்து வந்தேறி, ஆதிக்கத்தை நிறுவிக்கொண்ட பிரிட்டிஷ் அரசாங்கம் தீர்வை விதித்திருந்தது. இந்தியாவைக் குலுங்கச் செய்த அந்தத் தண்டி யாத்திரைக்குப் புறப்படுவதற்கு முன் காந்திஜி அறிவித்தார்:

"ஒன்று, கோரிக்கையில் குறிப்பிடப்பட்ட காரியங்களை நான் நிறைவேற்றிவிட்டு ஆஸ்ரமத்துக்குத் திரும்பிவருவேன். அல்லது அரபிக்கடலில் எனது பிணம் மிதப்பதைத்தான் பார்க்க முடியும்."

மகாத்மா காந்தி இறப்பதா? இமயம் முதல் குமரிவரை அது எதிரொலித்தது. பாரதம் முழுவதும் கொந்தளித்தது. பிரிட்டிஷ் அரசாங்கமும் இந்தியாவின் சமஸ்தான மன்னர்களும் அவர்களது அனைத்துச் சக்தியையும் பிரயோகித்து நிராயுத பாணிகளான ஹிந்து, முஸ்லிம், கிறிஸ்தியானி, பார்சி, சீக்கியர் என்று சத்தியாக்கிரகம் இருந்தவர்கள்மீது பாய்ந்தார்கள். இராணுவம், போலீஸ், சிறைச்சாலை, தூக்குமரம் – நிர்வாகமே இதுவாகத்தான் இருந்தது. காந்திஜியும் அவரது ஆதரவாளர்களும் தண்டி கடற்கரையில்வைத்துக் கைது செய்யப்பட்டார்கள்.

இந்தியாவின் மற்ற பகுதிகளைப் போலவே கேரளத்திலும் சூழ்நிலை அமைதியாக இல்லை. கோழிக்கோடு கடற்கரையில் உப்புச் சட்டமீறலில் ஈடுபட்டவர்கள்மீது இந்தியனான போலீஸ்

சூபரின்டென்டின் உத்தரவின்படிக் கடினமான முறையில் தாக்குதல் தொடுக்கப்பட்டது. பூட்ஷூக் காலால் மிதிப்பது, லத்தி சார்ஜ். இதுதான் போராட்டத்தை ஒடுக்கும் தாக்குதல் முறையாக இருந்தது. இதைச் செய்தவர்கள், இந்தியர்களான போலீசும் ராணுவமும்தான்.

கேளப்பன், முகம்மது அப்துரஹ்மான் போன்றவர்களைக் கைதுசெய்தார்கள். தொடர்ந்து, சட்டமீறலும் கைதும் போலீசாரின் அடக்குமுறைகளும் நடந்தன. அதில் கோழிக்கோடு கடற்கரையில் மாணவர்களின் மீது நடத்தியதுதான் அதிகபட்சக் கொடுமை, சிறுவயது மாணவர்கள். கேரளத்தின் வருங்கால நம்பிக்கை நட்சத்திரங்கள். இவர்களைக் கேரளாக்காரர்களான போலீசாரே அடித்துச் சாய்த்தார்கள். தலை உடைந்தும் குருதி கொட்டியபடியும், கோழிக்கோடு கடற்கரையில் அவர்கள் சிதறிக்கிடந்தார்கள். நூற்றுக்கணக்கான மாணவர்கள். 'மாத்ருபூமி' பத்திரிகையில் ஒரு தலைவர் எழுதிய பரிதாப அறிக்கை ஒன்றில்:

'தாய்நாட்டின் மீதான தங்களது கடமையை நிறைவேற்று வதற்காகக் கோழிக்கோடு கடற்கரையில் கூடிய பாவம், மாணாக்கர்களை – நிராயுதபாணிகளும் நிரபராதிகளுமான இளம் மாணாக்கர்களை – ஈவிரக்கமில்லாமல் இப்படிக் குரூரமாக, லத்தியால் தாக்கித் தலையை உடைக்கவும் கை கால்களை அடித்து நொறுக்கவும் மலையாளிப் பெண்கள் பெற்றதாகச் சொல்லப்படும் போலீசாரின் கைகள்கூட உயர்ந்திருக்கிறதே! இந்த நகரில் யோக்கியர்களென்றும் பணக்காரர்களென்றும் முக்கியப் பிரமுகர்களென்றும் தங்களைச் சொல்லிக்கொள்பவர்கள் இதையெல்லாம் பார்த்தபிறகும் கேட்டறிந்த பிறகும் கண்டுகொள்ளாமலிருப்பதைப் பார்க்கும்போது மேலதிகாரிகளின் உத்தரவுகளுக்குக் கண்மூடித்தனமாகக் கீழ்ப்படியும், சுய அறிவில்லாத இந்தப் போலீசாரை நாம் எப்படிக் குற்றம் சொல்ல முடியும்...?'

அப்படி கேட்பாரும் கேள்வியுமில்லாத ஒரு காலம் அது. இருந்தாலும் அதிகாரவர்க்கத்திற்குப் பொதுமக்கள் கீழ்ப்படிந்து விடவில்லை. அவர்கள் ஒருங்கிணைந்து போராடினார்கள்.

வாருங்கள், வாருங்கள் தோழர்களே,
தோள்நின்று போராடும் காலமிது.

அப்படியாக நானும் சேர்ந்தேன். யாரிடமும் கேட்காமல், படிப்பை உதறிவிட்டுக் கோழிக்கோட்டுக்குச் சென்றேன். அன்று, சாயங்காலம் உம்மா அடுப்படியில் உணவு தயாரித்துக் கொண்டிருந்தாள். உம்மாவுக்கு விஷயம் ஒன்றும் தெரியாது. நான் உம்மாவிடம் கடைசியாக ஒரு தம்ளர் தண்ணீரையும்

வாங்கிக் குடித்துவிட்டு உம்மாவை ஒருதடவை பார்த்துவிட்டு இறங்கி நடந்தேன்.

யாராவது பின்தொடர்ந்து வந்துவிடுவார்களோ என்ற பயம் இருந்தது. மறுநாள் எரணாகுளத்தில் படகிலிருந்து இறங்கி இடப்பள்ளிக்கு நடந்து ரெயில்வே ஸ்டேசனுக்கு வந்தேன். சாயங்காலம் கடந்திருந்தது. வண்டி வருவதற்கு மிகவும் தாமதமாகிக்கொண்டிருந்தது. அப்போது நான்கைந்து போலீஸ்காரர்கள் கையில் விளக்குடன் வந்தார்கள். நான் பயந்து நடுங்கிவிட்டேன். ஒவ்வொருவராக அழைத்து அவர்கள் விசாரித்தார்கள். நான் தூங்குவதுபோல் படுத்துக்கிடந்தேன். ஒருவன் லத்தியால் எனது விலாவில் தட்டியெழுப்பினான். விளக்கை என் முகத்தில் படும்படியாகவைத்துக் கேட்டான்:

"எங்கடா போறே நீ?"

என்ன சொல்வது? காங்கிரசில் சேருவதற்கு திருவிதாங்கூரிலிருந்து கோழிக்கோட்டுக்குப் போகிறேன் என்று சொல்வதற்கு எனக்குப் பயமாக இருந்தது.

நான் பொய் சொன்னேன்:

"சொரணூருக்குப் போறேன்."

"எதுக்கு?"

திரும்பவும் ஒரு பொய் சொன்னேன்:

"அங்கெ என் மாமாவுக்கு சாயாக்கடையிருக்கு."

அதிர்ஷ்டவசமாகத் தொடர்ந்து எதுவும் கேட்கவில்லை. ஒரு திருடனைத் தேடியலைந்துகொண்டிருக்கிறார்கள் அவர்கள். சொரணூருக்கு டிக்கெட் வாங்கி அங்கிருந்து பட்டாம்பிவரை நடந்தேன். மீண்டும் புகைவண்டியில் பயணம் செய்து கோழிக்கோட்டுக்கு வந்து சேர்ந்தேன். முகம்மது அப்துரஹ்மானின் 'அல் – அமீன்' பத்திரிகையின் அல் – அமீன் லாட்ஜில் தங்கியிருந்தேன். நான் முதலில் செய்த வேலை, என் ஊர்க்காரராகிய செய்யது முகம்மதுவுக்குப் பெல்லாரி சிறைக்கு இரகசியமாக ஒரு கடிதம் அனுப்பியதுதான். அனைத்தையுமே நான் இந்தியத் தாயின் பாதங்களில் அர்ப்பணிப்பதாக முடிவு செய்திருக்கிறேன். அடிமைச் சங்கிலியைத் தகர்த்தெறிய எனது சர்வ சக்தியையும் நான் அர்ப்பணம் செய்கிறேன். சீக்கிரமாகவே நான் கைது செய்யப்பட விரும்புகிறேன்.

இதற்கு அவர் எழுதிய பதிலில், இனி என் விடுதலைக்குச் சிலநாட்கள்தான் இருக்கின்றன. சீக்கிரமாக நான் வெளியே வந்துவிடுவேன். நாம் நேரில் சந்தித்த பிறகு, நீ, காங்கிரசில் சேர்ந்தால்

போதும். அவர் அல் – அமீன் பத்திரிகையின் ஆசிரியர்களில் ஒருவரும் அப்போதைய தலைவர்களில் ஒருவருமாவார். ஒற்றப்பாலத்தில் வைத்து இ.மொய்து மௌலவி போன்றவர்களுடன் சேர்ந்து ஆமு சூபரின் டென்டின் கடுமையான தாக்குதலுக்குள்ளானவர். அவர் வருவதுவரை காத்திருக்கும் பொறுமை எனக்கில்லை. பாரதத்திற்கு உடனே சுதந்திரம் கிடைக்கும். அதற்கான போராட்டத்தில் என்னுடைய பங்கும் இருக்க வேண்டும். எனது ஊரிலிருந்து என் ஜாதிக்காரர்கள் யாரும் அதிகமாக இதில் பங்கு வகிக்கவில்லை. இந்தக் குறைபாட்டை எனக்கு நேர் செய்ய வேண்டும். அப்போது என் வாப்பா வந்தார். செய்யது முகம்மதுவின் கடிதத்தை வாப்பாவிடம் காண்பித்துவிட்டுச் சொன்னேன். "நான் காங்கிரசிலும் சேர மாட்டேன். பாடசாலைக்கும் போக மாட்டேன். ஒரு வேலைக்கு முயற்சி செய்துகொண்டிருக்கிறேன். வேலை உடனே கிடைக்கும்." அப்படி ஒருவழியாக வாப்பாவைச் சமாளித்து அனுப்பினேன். பிறகு, நேராக காங்கிரஸ் அலுவலகத்திற்கே சென்றேன். அங்கும் எனக்கு ஏமாற்றம்தான். நான் ஒரு சி.ஐ.டி. என்பதாக அவர்கள் தவறாகப் புரிந்துகொண்டார்கள். அதற்குக் காரணமாக அமைந்த விஷயம் என்னுடைய டயரிக் குறிப்புகள். அதில் நான் இங்கிலீஸ், தமிழ், ஹிந்தி, அரபி, மலையாளம் இப்படியாகப் பல பாஷைகளில் எழுதியிருந்தேன். அதை மேஜையின் மீது வைத்துவிட்டுச் சிறுநீர் கழிப்பதற்காகச் சென்றிருந்தேன். திரும்பிவரும்போது செகரட்டரி அதை எடுத்து வாசித்துக்கொண்டிருப்பதைக் கண்டேன். அவருக்கு அதில் அதிகமாக எதுவும் புரிந்துகொள்ள முடியவில்லை. இருந்தாலும் சந்தேகிப்பதற்குப் போதுமான காரணமாக அது அமைந்திருந்தது. நான் செய்யது முகம்மதுவின் கடிதத்தைக் காண்பித்தேன். இருந்த பிறகும் சந்தேகம் தீரவில்லை. எனது முகபாவனைகளையும் நடவடிக்கைகளையும் முழுவதுமாக அவர்கள் கண்காணித்துக்கொண்டிருந்தார்கள். அந்த அலுவலகத்தில் பல அரசியல் தலைவர்களின் படங்கள் தொங்கவிடப்பட்டிருந்தன. ஃபெல்ட் ஹாட்டை ஒருபுறம் சரித்தபடி வைத்து, பெரிய காலருள்ள வெள்ளைச் சட்டையும் அணிந்து மேலுதட்டில் நீளமான மெல்லிய மீசையுடன் சோக கம்பீரமான முகபாவனையுடனும் இருந்த அந்தப் படத்தில் இருப்பது யார் என்று கேட்டேன். காரணம், வெள்ளைக்காரனின் வேஷத்திலிருக்கும் அந்தத் தலைவர் மீது எனக்கு வெறுப்புத் தோன்றியிருந்தது. செகரட்டரி சொன்னார்:

"பகத்சிங்."

இதைக் கேட்டதும் என்மனம் ஆடிப்போய்விட்டது. வீரப் பராக்கிரமியான பகத்சிங். அப்போது அவருக்குத்

உலகப் புகழ்பெற்ற மூக்கு

தூக்குத் தண்டனை விதிக்கப்படவில்லை. பகத்சிங், ராஜகுரு, சுகதேவ். பஞ்சாப் சதிவழக்கில் குற்றம் சாற்றப்பட்ட அந்த மூன்று புரட்சிக்காரர்களைப் பற்றியும் நான் பத்திரிகைகளில் வாசித்திருக்கிறேன். சட்டசபைக்குள் குண்டுவீசியதையும் வைஸ்ராய் சென்ற புகைவண்டியைத் தகர்க்க முயற்சிசெய்ததையும் நான் ஏற்கெனவே அறிந்திருந்தேன். அந்தப் புகைப்படத்தையே நான் கண் இமைக்காமல் பார்த்துக்கொண்டிருந்தபோது, செகரட்டரி சொன்னார்.

"பகத்சிங்கோட முகச்சாயல்தான் உங்களுக்கும். மீசையும் காலரும்கூட அப்படியேதான் இருக்கு. ஒரு ஃபெல்ட் ஹாட் மட்டும் போட்டாப் போதும்."

நான் எதுவும் சொல்லவில்லை. எனக்கு பகத்சிங்கின் சாயலிருப்பதைப் பற்றி நான் யோசித்துக்கொண்டிருந்தேன். செகரட்டரி மீண்டும் என்னிடம் கேட்டார்.

"உண்மையாகவே நீங்க முஸல்மான்தானா?"

நான் கேட்டேன்: "உங்களுக்கேன் இவ்வளவு சந்தேகம்?" பிறகு, அதுவரையிலான என் வாழ்க்கைக் கதையையும் சொன்னேன். கடைசியில் அவர் கேட்டார்.

"நாளைக்குக் கடப்புறத்துலெ உப்பு காய்ச்சும் போராட்டத்துலெ கலந்துக்கிடத் தயாரா?"

"தயார்." நான் ஒப்புக்கொண்டேன்.

அப்படியாக மறுநாள் அதிகாலையில் எழுந்தேன். பாத்திரம், கொடி போன்ற சாதனங்களுடன் நாங்கள் புறப்படத் தயாரானோம். அப்போது ஏணிப்படியில் சடபுடாவென்று சத்தம் கேட்டது. திகைப்புடன் பார்த்தோம். ஆறேழு போலீஸ்காரர்களுடன் இன்ஸ்பெக்டர் ஒருவர் உள்ளே புகுந்தார். எங்கள் பதினொருபேரையும் கைது செய்துகொண்டுபோனார்.

அது ஒரு ஞாயிற்றுக்கிழமை காலை. நாங்கள் யாரும் எதுவுமே சாப்பிட்டிருக்கவில்லை. தூக்க அசதியும் எனக்கு அதிகமாக இருந்தது. எங்களின் பின்னால் ஒரு மக்கள் கூட்டமே வந்தது. ஸ்டேசனுக்குப் பக்கத்தில் வந்ததும் எனது தைரியமெல்லாம் ஆவியாகப் பறந்துவிட்டது. முதன்முதலாக நான் போலீஸ் ஸ்டேஷனுக்குப் போகிறேன். வாளும் பயனெட்டும் கைவிலங்குகளும் சுவரில் கிடந்து பயங்கரமாக மின்னிக்கொண்டிருந்தன. அதன் அச்சமூட்டும் பளபளப்பும் ஸ்டேசனுக்குள் நின்றிருந்த போலீஸ்காரர்களின் குரூரமான முக

பாவமும் என்னை மிகவும் பயமுறுத்தின. நரகத்தின் ஏதோ ஒரு நினைவுதான் எனக்குள் உருவானது.

எங்களை வராந்தாவில் வரிசையாக நிறுத்தினார்கள். சிறுத்த, பூனைக்கண்கள் கொண்ட இன்ஸ்பெக்டர் உள்ளே போனார். எங்களின் எதிரில், ஆஜானுபாகுவான ஒரு போலீஸ்காரர் அங்குமிங்குமாக நடந்துகொண்டிருந்தார். சிவந்த, முறைக்கும் கண்கள் எங்கள் ஒவ்வொருவரையும் நோட்டமிட்டுக் கொண்டிருந்தன. அவரது எண்: 270. முதலில் நின்றிருந்த கேப்டனின் பிடரியைப் பிடித்து அவர் உள்ளே தள்ளிவிட்டார். உள்ளேயிருந்து அடியும் உதையும் அலறல் சத்தமும் கேட்டன. என் மனத்துக்குள் பதற்றம் அதிகரித்தது. நான் நான்காவது நபராக நின்றுகொண்டிருந்தேன். பத்து நிமிடம் கழிந்ததும் இரண்டாவது நபர் உள்ளே கொண்டு போகப்பட்டார்.

இதயமே தகர்ந்துபோகும்படியான அவரது அலறல் சத்தம் கேட்டதும் நான் நடுங்கிப்போய்,மன்னிப்புக்கேட்டுவிடலாமென்று முடிவு செய்தேன். ஒரு நிமிடம் மட்டும்தான். மறுபடியும் தோன்றியது, எதற்காக மன்னிப்புக் கேட்க வேண்டும்? நாம் எந்தத் தப்பும் செய்யவில்லையே? சுதந்திரம். இதற்காக எத்தனை யெத்தனை இளம் ஆண் பெண்கள் போராடிச் செத்திருக்கிறார்கள்? நான் பகத்சிங்கையும் தோழர்களையும் நினைவுகூர்ந்தேன். செத்துப்போய்விடலாம். அதுதான் நமது கடமை.

எதிரில் நடந்துகொண்டிருந்த 270, ஒவ்வொருவரிடமும் சொந்த ஊர் எதுவென்று கேட்டார். எல்லோரும் சொன்னார்கள்.

“கண்ணூர்”, “தலச்சேரி”, “பொன்னானி.”

என்னிடமும் கேட்டார்: “எந்த ஊரு?”

“வைக்கம்.”

“வைக்கம்?” அவர் ஆச்சரியத்துடன் என்னைப் பார்த்தார். திருவிதாங்கூர்க்காரன்.

“பேரு?”

நான் பெயரைச் சொன்னேன். நெஞ்சை நிமிர்த்திய படியே அவர் கேட்டார்:

“திருவிதாங்கூருக்கு சுயாட்சி கெடச்சாச்சா?”

“இல்லெ. காந்திஜி சொல்லியிருக்கார், சமஸ்தான ஆட்சிக்குள்ளெ இருப்பவங்க சத்தியாக்கிரகம் செய்யத் தேவையில்லைன்னு.”

"ம்ஹூம்?" அவர் பயங்கரமாக ஒருமுறை முனகிவைத்தார். பெரும் ரௌத்திரத்துடன் என் பக்கத்தில் வந்து இரண்டு கன்னங்களிலும் படார் படாரென்று இரண்டு அடி. பிறகு பிடரியைப் பிடித்துக் குனியவைத்துக் குத்த ஆரம்பித்தார். செம்புப் பாத்திரத்தின் மீது குத்துவதுபோல் சத்தம் கேட்டது. சுமார் பதினேழு அல்லது இருபத்தேழு அடிகள். முதலில் எண்ணத் தொடங்கினேன். பிறகு எண்ணவில்லை. எதற்கு எண்ண வேண்டும்?

கடைசியில், தளர்ந்துபோயிருந்த என்னை இரண்டு போலீஸ்காரர்களின் உதவியுடன் உள்ளே கொண்டுபோனார்கள். என் நிலைமையைக் கண்டதும் இன்ஸ்பெக்டர் கேட்டார்:

"உம்?"

ஒரு போலீஸ்காரர் சொன்னார்:

"நம்பியாரு ரெண்டு தட்டு குடுத்தாரு."

"உம்," பரவாயில்லை என்பதுபோல் இன்ஸ்பெக்டர் முனகிக்கொண்டார்.

வேறொரு போலீஸ்காரர் என் உடுப்புகளைக் கழற்றினார். உயரம், எடை போன்ற அடையாளங்களையெல்லாம் பார்த்துச் சொன்னார்.

கடைசியில் எங்கள் பதினொருபேரையும் லாக்கப்பில் அடைத்தார்கள்.

சிமென்டாலான சிறு அறை அது. இரும்புக்கேட்டின் மேல்பகுதியில் மிகவும் பிரகாசமான ஒரு பல்பு எரிந்துகொண்டிருந்தது. லாக்கப் அறையின் மூலையில் பயங்கரமான துர்நாற்றத்துடன் ஒரு குடம் நிறைய மூத்திரம் வைக்கப்பட்டிருந்தது. அன்று முழுவதும் எங்களுக்கு உணவு கிடைக்கவில்லை. இரவில் பயங்கரமான குளிர். படுப்பதற்குப் பாய் கிடையாது. மறுநாள் காலையில் எழுந்தபோது எல்லோருடைய முகமும் நீர்கெட்டி வீங்கிப்போயிருந்தது. எங்களால் நடக்கவே முடியவில்லை. கைவிலங்குடன் எங்களைக் கோழிக்கோடு சந்தைவழியாகத் துப்பாக்கியும் வாளுமேந்திய போலீஸ் பாதுகாப்புடன் நீதிமன்றத்திற்குக் கொண்டுபோனார்கள்.

பதினான்கு நாள் ரிமான்டின்பேரில் எங்களைக் கோழிக்கோடு சப்ஜெயிலுக்கு அனுப்பிவைத்தார்கள். அங்கே போன பிறகுதான் நண்பர்கள் சொன்னார்கள். 270, முதலில் என் முதுகில் கையை முஷ்டி சுருட்டிக் குத்திவிட்டுக் கடைசியில் முழங்கையை மடித்து

மூட்டால் குத்தினான் என்று. மற்றொரு கைதி என்னுடைய முதுகில் எண்ணெய் இட்டுத் தடவிவிட்டார். ஒன்பது இடங்களில் நாணயம்போல் வட்டமாகக் கறுத்துப் போயிருப்பதாகச் சொன்னார்கள்.

எனக்குக் கிடைத்தது மூன்று மாதக் கடுந்தண்டனை. அதற்காக என்னைக் கண்ணூர் சென்ட்ரல் ஜெயிலுக்கு மாற்றினார்கள். டி. பிரகாசம், பாட்லிவாலா, இ.மொய்து மௌலவி போன்றவர்கள் உட்பட சுமார் அறுநூறு அரசியல் கைதிகள் அங்கே இருந்தார்கள்.

சிறை உணவு மிகமோசமாக இருந்தது. கஞ்சியில் தேங்காய்ச் சக்கை போல் புழுக்கள் மிதந்துகிடக்கும். அதை எடுத்துப் போட்டுவிட்டுக் கஞ்சியைக் குடிப்போம். வெளியே உள்ள செய்திகளைப் புதிதாகத் தண்டனை பெற்று வருபவர்களிடமிருந்துதான் அறிந்துகொண்டோம். அப்போது ஒருநாள் பகத் சிங்கையும் தோழர்களையும் தூக்கில்போட்டதை அறிந்து மூன்றுநாட்கள் உண்ணாவிரதம் மேற்கொண்டோம். எனது முதல் உண்ணாவிரதம் இது. மூன்றாவது நாள் தண்ணீர் குடிக்கும்போது தொண்டையே உடைந்துவிட்டது போலிருந்தது.

இந்தியாவின் நாலாபாகங்களிலிருந்தும் கொண்டு வரப்பட்டிருந்த கைதிகள் அங்கே அடைக்கப்பட்டிருந்தார்கள். புரட்சியாளர்கள், தீவிரவாதிகள், சோஷியலிஸ்டுகள், கம்யூனிஸ்டுகள் – இப்படிப் பல்வேறு சித்தாந்தவாதிகள். எல்லோரது லட்சியங்களும் இந்திய விடுதலை ஒன்றுதான். சில மாதங்களுக்குப் பிறகு காந்தி இர்வின் ஒப்பந்தப்படி நாங்கள் அனைவரும் விடுதலை செய்யப்பட்டோம். வெளியே வந்தபிறகு எங்கே செல்வது என்று எனக்குத் தெரியவில்லை. என்னைப் போல் சிரமங்களுள்ள அரசியல் கைதிகள் நிறையபேர் இருந்தார்கள். பெரும்பாலானவர்களுக்கு ரெயில்வே பாஸ்கூடக் கிடைக்கவில்லை.

எனக்கு இரண்டு ஆசைகள் இருந்தன. இரண்டாவது ஆசை, ஒரு சால்வை. இரு தலைகளிலும் முந்திரிக் கரைகள் வைத்த கதர் சால்வையொன்றை மிஸ்டர் அச்சுதன் எனக்கு வாங்கித் தந்தார். முதலாவது ஆசை, அந்த 270ஐக் கொல்ல வேண்டும். ஆனால் என்னிடம் எந்த ஆயுதமுமில்லை. ஒரு ரிவால்வர் கிடைத்தால்? நான் ஆசைப்பட்டேன். அந்த 270, பாளையத்தில் சாலைப்போக்குவரத்துப் பணியில் ஈடுபட்டிருப்பதையும் நான் பார்த்தேன். ஆறடி உயரமான ஒரு ராட்சசன். நான் குத்தினால் அவனுக்குப் பற்றாது. கத்தியால் நெஞ்சைக் குத்திக் கிழிக்க வேண்டும். அல் – அமீன் லாட்ஜிலிருந்து நான் ஒரு கத்தியைத்

திருடினேன். கத்தியுடன் போகும்போது மிஸ்டர் அச்சுதனைக் கண்டேன். அவர் ஆச்சரியப்பட்டார்.

"போகலியா?"

நான் சொன்னேன்: "இல்லெ."

"வீட்டுக்குப் போய் வாப்பாவையும் உம்மாவையும் பார்க்க வேண்டாமா?"

"அதுக்கு முன்னாலெ எனக்கொரு வேலை செய்து முடிக்க வேண்டியதிருக்கு." நான் விஷயத்தை அவரிடம் சொன்னேன். அவர் என்னை மானாஞ்சிற என்ற இடத்திற்குக் கூட்டிக் கொண்டுபோய் மிகவும் பரிவாக, "நீங்க ஒரு சத்தியாக்கிரகி தானா?" என்று கேட்டுவிட்டு காந்திஜிக்குப் பல்போன கதையை விவரித்தார்.

"சரி, அப்படிக் கொல்லுவதாக இருந்தாலும் இன்னைக்கு உயிரோட வாழ்றதுக்கான அருகதெ உள்ள ஒரு போலீஸ்காரன்கூட கிடயாது. இன்னைக்குள்ள அதிகார வர்க்கத்தோடெ ஒழிக்க முடியாத ஒரு அம்சம் போலீஸ்காரன். அரசாங்கத்தினுடைய கருவிகள் மட்டும்தான் அந்த அப்பாவிங்கெ. அவுங்களெ வதைச்சு என்ன ஆகப் போவுது? விட்டுடுங்க, வீட்டுக்குப் போங்க."

மிஸ்டர் அச்சுதன் என்னை வண்டியில் ஏற்றி அனுப்பி வைத்தார். எரணாகுளத்துக்கு வந்து முஸ்லிம் ஹாஸ்டலில் ஒருமாதம் தங்கியிருந்தேன். வீட்டுக்குப் போக வெட்கமாக இருந்தது. விருப்பமின்மையும் வருத்தமும் மனச்சோர்வும் இருந்தன. கடைசியில் ஒருநாள் இரவு படகுமூலம் வைக்கத்துக்கு வந்து சேர்ந்தேன். அங்கிருந்து தலயோலப் பரம்பிற்கு நடந்தேன். நான்கைந்து மைல் தூரமிருக்கும். கூரிருட்டு. பாம்புகளெல்லாம் நிறைந்த பாதை அது. சுருவேலிக் குன்றின் பக்கத்தில் மாங்கிளை ஒன்றில் ஒரு மனிதர் தூக்குப்போட்டுச் செத்துக்கிடந்தார். இரவு மணி மூன்றைக் கடந்திருந்தது. நான் வீட்டின் முற்றத்தில் சென்றதும் "யாரது," என்று என் உம்மா கேட்டாள். நான் வராந்தாவில் ஏறினேன். உம்மா, விளக்கைப் பற்றவைத்தாள். எதுவுமே நடக்காததுபோல் கேட்டாள்.

"நீ ஏதாவது சாப்பிட்டியா மோனே?"

நான் பதில் சொல்லவில்லை. நான் அப்படியே உள்ளுக்குள் உடைந்துகொண்டிருந்தேன். உலகம் முழுவதும் உறங்கிக்கிடக்கிறது. என் தாய் மட்டும் விழித்திருக்கிறாள். தண்ணீரும் கெண்டியும் கொண்டுவந்து வைத்துவிட்டு உம்மா என்னிடம் கைகால்

அலம்பிக்கொள்ளும்படிச் சொன்னாள். பிறகு சோற்றுப் பாத்திரத்தை நீக்கிவைத்துத் தந்தாள்.

எதுவுமே கேட்கவில்லை.

எனக்கு ஆச்சரியமாக இருந்தது.

"நா இன்னைக்கு வருவேன்னு உம்மாவுக்கு எப்பிடித் தெரியும்?"

உம்மா சொன்னாள்: "ஓ... சோறும் கொழம்பும் வச்சிட்டுத் தெனமும் ராத்திரி நா, ஒன்னெக் காத்திருப்பேன்."

மிகச் சாதாரணமான ஒரு பதில். நான் வராமலிருக்கும் ஒவ்வொரு நாள் இரவும் உம்மா உறக்கம் விழித்து எனக்காகக் காத்திருந்திருக்கிறாள்.

வருடங்கள்மீண்டும் நகர்ந்தன. வாழ்க்கையில் பலதும் நிகழ்ந்தன.

அம்மா இப்போதும் மகனை எதிர்பார்த்திருக்கிறாள்.

'மகனே, எங்களுக்கு உன்னைப் பார்க்க வேண்டும் போலிருக்கிறது.'

1946

•

புனிதரோமம்

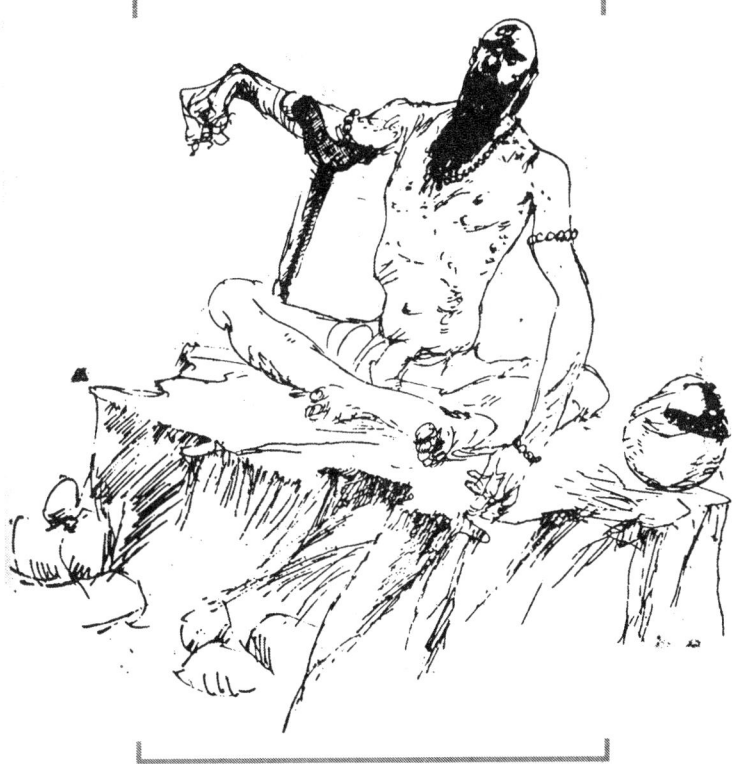

"பால்ஷரீஃப்... யா... பால்ஷரீஃப்!" என்று அந்த இறையில்லத்தின் முன் புரோகிதரைச் சுற்றிக் கூடிநின்ற இலட்சக்கணக்கான ஜனங்கள் மிகுந்த பக்திப் பரவசத்துடன் ஆரவாரக் குரலெழுப்புவதைக் கேட்டபோது இது வெறுமனே ரோமத்தைப் பற்றிய விஷயமென்று நான் நினைக்கவே இல்லை. பால்ஷரீஃப் என்பதன் பொருள் புனித ரோமம் என்பதுதான். புனித குர்ஆன், புனித பைபிள், புனித கீதை, புனித பூமி என்றெல்லாம் இருப்பதைப் போல், இது புனித ரோமம்...இதைக் காட்டி, புரோகிதர்கள் ஜனங்களிடம் பணம் வாங்கியதையெல்லாம் நான் பார்த்திருக்கிறேன். இதை ஏதோ ஓர் அதிசய நிகழ்வாக நான் இங்கே சொல்ல வரவில்லை. பொதுவாக எதைப் பற்றியும் தைரியமாகச் சிந்தித்துப் பார்க்கவே பயப்படுபவர்கள்தான் பெரும்பாலான ஜனங்களும். இந்தப் பேடித்தனத்தின் திரைக்குள்தான் நம்பிக்கைகள் பதுங்கியிருக்கின்றன. நான் சொல்ல வருவது, எதன்மீதும் நம்பிக்கை வைத்துவிடக் கூடாது என்றல்ல, கண்களும் காதுகளுமில்லாமல் வெறும் புழுக்களைப் போல் கிடைப்பதையெல்லாம் விழுங்கிவைப்பது அவ்வளவு ஆரோக்கியமானதல்ல என்பதைத்தான். ஆனால் நாம் இப்போது அப்படித்தான் வாழ்ந்துகொண்டிருக்கிறோம். சிந்தித்துப் பார்க்க வேண்டும். வெறுமொரு ரோமம். இதற்குத் திவ்ய சக்தி இருப்பதாக உங்களையும் என்னையும்போலுள்ள மனிதர்கள் நம்புகிறார்கள். நான் இந்த அதிசயக் காட்சியைக் காண நேர்ந்தது, எனது சஞ்சாரக் காலத்தின்போதுதான். அன்று நான் முஸ்லிம்களின் மஸ்ஜிதுகளிலும் இந்துக்களின் கோயில்களிலும் கிறிஸ்தவர்களின் தேவாலயங்களிலும் ஒன்றுபோலவே ஏறியிறங்கி நடந்து திரிந்தேன். இதற்கான காரணம், எல்லாப் பிரிவினர்களுடனும் சேர்ந்து பழகி அவர்களைப் பற்றிய விஷயங்களைத் தெரிந்துகொள்வதற்காக

மட்டுமே! மற்றபடி ஆராதனை செய்வதற்காக அல்ல. அப்படித் தெரிந்துகொண்ட விஷயம்தான் இந்தத் திருமுடியும்.

இதைப் பற்றி நான் அண்மையில் எழுதியனுப்பிய கட்டுரை தவறிப்போய்விட்டதாகச் சொல்லிவிட்டார்கள். அச்சக மேஜையிலிருந்து எலியோ வேறு எதுவோ எடுத்துக்கொண்டு போய் விட்டதாக யூகமாம். இனி தேட வேண்டிய இடமே இல்லையாம். எதுவாக இருந்தாலும் எனது திருமுடி இதில் வெளியாகும் என்று விளம்பரம் செய்துவிட்ட நிலையில் எப்படியாவது வெளியிட்டேயாக வேண்டும். திருமுடி என்றால் என்னவென்றும், அது யாருடைய திருமுடி என்றெல்லாம் அறிந்துகொள்வதற்கு வாசகர்கள் ஆர்வமாக இருப்பார்கள். வாசகர்களை ஏமாற்றிவிடக் கூடாது. வேறொன்று உடனே எழுதிக் கொடுக்க வேண்டும்.

ரொம்ப சரி! ஒரு கட்டுரை எழுதுவதென்பது பிரமாதமான விஷயமொன்றுமில்லையே. என் மனத்திற்குள் எனக்குச் சொந்தமான பல கதைகள் இருக்கின்றன. ஆனால் எழுதுகிற விஷயத்தில் நான் மிகப்பெரிய சோம்பேறி. எழுதாமலும் முடியாது. என்னை அந்த விஷயங்கள் மிகவும் தொந்தரவு செய்வதாகத் தோன்றும் நேரங்களில் அவற்றைக் காகிதத்தில் பதிவு செய்வேன். பிறகு அச்சாகிப் பார்ப்பதில் சின்னதாக ஒரு ஆர்வம் மட்டும் ஏற்படும். இப்படியான நிலையில் எழுதி முடித்த ஒரு விஷயத்தை அதாவது, அதே விஷயத்தைத் திரும்பவும் எழுதுவதென்பது மிகவும் சலிப்பைத் தரும் வேலை. முதல் விஷயம், எல்லாவற்றையும் திருப்பி நினைவுக்குக் கொண்டுவந்துவிட இயலாது. இரண்டாவது, மனத்திற்குள் முதலிலிருந்த உந்துதல் பிறகு ஏற்படாது. எதுவாக இருந்தாலும் சரி, மனிதனின் கண்ணுக்குப் படாத ஏதாவது பொந்துகளிலோ கிடங்குகளிலோ எலி, கொண்டு போய் வைத்திருக்கும். அந்தத் திருமுடி என்ற கட்டுரையில் நான் என்னவெல்லாம் எழுதியிருந்தேன் என்பதை இப்போது நினைவுபடுத்துவதற்கு முயற்சி செய்கிறேன்.

திருமுடி, சாதாரணமான ஒரு ரோமம்தான். இரண்டங் குலம் நீளம், நல்ல கறுப்பு நிறம், ஒரு ஸ்படிகக் குப்பியினுள் பாதுகாக்கப்பட்டு அந்த இறையில்லத்தில் வைக்கப்பட்டிருந்தது.

அந்தத் திருமுடியின் பெயரில் மக்கள் நேர்ச்சைகள் நேர்ந்தார்கள். தேவைகளை நிறைவேற்றிவைப்பதற்கும் வியாதிகளைத் தீர்த்துவைப்பதற்கும் அந்தத் திருமுடிக்குச் சக்தியிருப்பதாக அவர்கள் நம்புகிறார்கள். அதன் காரணமாக ஆண்டுதோறும் நல்ல வருமானமும் வருகிறது. ஆண்டுக்கொருமுறைதான் அந்தத் திருமுடியை வெளியே எடுப்பார்கள். அன்றுதான் இறையில்லத்தின் விசேஷ நாள்.

திருமுடியை ஒருமுறை காண்பதற்கும், வைத்திருக்கும் பாத்திரத்தை ஒருமுறை முத்தமிடவும் ஆயிரக்கணக்கான ஆண் பெண்கள், புரோகிதரைச் சுற்றிக் கூடிவிடுவார்கள். நெரிசலில் நிறைய பேர்களுக்குக் காயம் ஏற்படவும் செய்யும். சில நேரங்களில் மரணம்கூட சம்பவித்ததுண்டாம். திருமுடியைக் காணவும் முத்தமிடவும் இயலாமல் ஏராளமான மக்கள் ஏமாற்றத்துடன் திரும்பிச் செல்வார்கள்.

இவ்வளவும்தான் முதலில் நான் எழுதியிருந்தேன். பிறகு, தொடர்ந்து இறையில்லங்களில் நேர்ச்சைகள் நேர்வது பற்றியும் எழுதியிருந்தேன்.

நேர்ச்சைகள், வழிபாட்டுமுறைகள் இவை எப்படி ஏற்பட்டன? ஒருவேளை இதுவுமொரு கையூட்டு ஏற்பாடாக இருக்கலாம். தலைமுறைகளாக ஜனங்கள் இதை ஆதரித்துப் போற்றி வந்திருப்பார்கள். இந்துக்கள் கோயில்களுக்கும், கிறிஸ்தவர்கள் தேவாலயங்களுக்கும், முஸ்லிம்கள் தர்காக்களுக்கும் நேர்ச்சைகளை நேர்கிறார்கள். அங்கே இருப்பவர்களெல்லாம் யார்? கருங்கல்லில் உருவகிக்கப்பட்ட பிம்பங்கள்தான் கோயில்களில் இருக்கின்றன. தேவாலயங்களில் மரத்தால் செய்யப் பட்ட சாயம் பூசப்பட்ட கர்த்தரும் புனித மாதாவும் திருக்குமாரனும், கூடவே புனித ஆத்மாக்களது நிச்சலன உருவங்களும் இருக்கும். முஸ்லிம்களது பள்ளிவாசலில் இதுபோன்ற எதுவுமில்லையென்றாலும் அங்கும் ஏராளமான வழிபாட்டுச் சடங்குகள் நிகழ்கின்றன. அவுலியாக்கள் எனப்படும், புனித உடல்களை அடக்கம் செய்திருப்பதாக நம்பப்படும் தர்காக்களில்தான் நேர்ச்சைகளின் சீர்வரிசைகள். மண் மறைந்துபோன புனிதர்களின் சவக்கல்லறைகள் – இவை கருங்கல் சிற்பங்களுக்கும் மரச்சிற்பங்களுக்கும் நிகரானவை. தங்கக்கால், வெள்ளிக்கண், ஆடு, பசு, எருமை, தானியங்கள். இப்படியாகப் பலவகை நேர்ச்சைகளை ஏற்று வாங்கிக் கருங்கல் சிற்பங்களும் மரப் பொம்மைகளும் கல்லறைப் பிணங்களும் பக்தர்களின் தேவைகளையெல்லாம் முறைப்படித் தீர்த்தும் வைக்கின்றனவாம். இங்கெல்லாம் நிறைய அற்புதங்களும் நிகழ்த்திக் காட்டப்படுகின்றனவாம். இவை, கூப்பிட்ட குரலுக்குச் செவி சாய்க்கவும் செய்கின்றன. இதுபோலவே, ஏராளமான நேர்ச்சைகளை ஏற்று வாங்கி ஏராளமான அற்புதங்களைச் சிருஷ்டித்துக் காட்டி வாழ்ந்தருளும் சாதனம்தான் இந்தத் திருமுடியும்.

திருவிழா, பெருநாள், சந்தனக் கூடுபோல் ஒரு புனிதக் கொண்டாட்ட தினத்தில்தான் நான் திருமுடியைப் பார்த்தேன். ஒரு மத்தியான நேரம். மலையடிவாரத்தில் இருக்கும் பரந்து

உலகப் புகழ்பெற்ற மூக்கு

விரிந்த ஒரு நீர்த்தேக்கத்தின் கரையில்தான் அந்தப் புராதனமான மஸ்ஜித் இருக்கிறது.

நீண்ட காலத்திற்கு முன் பார்த்த ஞாபகத்திலிருந்துதான் நான் இதை எழுதியிருக்கிறேன்.

ஒருவேளை, இன்று அந்தத் திருமுடி அங்கே இல்லாமலும் இருக்கலாம். யாராவது எரித்துவிட்டிருக்கவும் கூடும். ஆனால், இப்படிச் செய்வதற்கு ஏதாவது இளைஞர்களுக்குத் தைரியம் வருமா? தெரியவில்லை. விஷயம், இறையில்லம் சம்பந்தப்பட்டதல்லவா?

இந்துக்களும் கிறிஸ்தவர்களும் முஸல்மான்களும் மத பக்தி நிரம்பிய சமூகத்தினர்கள்தான். கருங்கல் சிற்பங்களும் மரப்பொம்மைகளும் சவக்கல்லறைகளும் மதங்களின் இருப்புக்குத் தேவையான விஷயங்கள். இவற்றை அழிப்பதற்கு யாருக்குத் தைரியம் வரும்? மட்டுமல்ல, இந்துக்களை விடவும் கிறிஸ்தவர்களை விடவும், ஏன் மற்றெல்லா மதத்தினர்களையும் விட முஸல்மான் தனது மதத்தின் மீது பற்றுள்ளவனல்லவா? இந்த நிலையில் அவர்கள் நித்தமும் நினைவுகூரும் அந்த மாமனிதரின் திருமுடியென்று நம்பப்படும் ஒன்றை அழித்து விடும் தைரியம் யாருக்கு வரும்? ஒருவேளை அப்படி நடந்தால் இரத்தப் பிரளயம்தான் உருவாகும். இதன் சிருஷ்டி கர்த்தாக்களும் கூட புரோகிதர்களாகவே இருப்பார்கள்.

இஸ்லாத்தில் புரோகிதர்களுக்கு இடமில்லையென்று சொல்லப்படுவது அதன் கிரந்தங்களில் மட்டுந்தான். எப்படியாக இருந்தாலும் இருநூறு ஆண்டுகளுக்கும் மேலாகத் திருமுடி அந்த இறையில்லத்தில் இருக்கிறது. இன்றும் அது அங்கேதான் இருக்கும் என்று நம்புகிறேன்.

நான் அதைப் பார்க்க நேர்ந்தது இப்படித்தான்:

ஒரு சிறுபடகில் நான் அந்த நீர்த்தேக்கத்தைச் சுற்றி வந்துகொண்டிருந்தேன். கரையோரமாக அந்தப் படகு நகர்ந்து கொண்டிருந்தது. மஸ்ஜிதோ, அதைச் சுற்றிக் கூடி நின்ற ஜனத்திரளோ அந்த ஆரவாரமோ என்னை ஆகர்ஷிக்கவில்லை. மஸ்ஜிதின் வாசல்படியில் வெள்ளைத் தலைப்பாகையுடன் தாடியும் மீசையும் வைத்து நீண்ட வெள்ளை நிற அங்கியுடன் ஒரு மனிதர் நின்றிருந்தார். அம் மனிதரின் கையிலிருந்த மயில் தோகையின் கீழ், ஜனங்கள் முத்தமிடுவதற்காகப் புற்றீசல்போல் ஆரவாரத்துடன் அப்பிக் கூடிநிற்பதைக் கண்டதும் நான் படகோட்டியிடம் என்னவென்று விசாரித்தேன். அவன் அதை விவரித்தபோது என்னால் நம்பவே

முடியவில்லை. என்னை நம்பவைப்பதற்காக, அவன் கரைக்கு வந்து நெரிசலினூடே என்னை அழைத்துப்போய் மஸ்ஜிதின் வாசலுக்கு வந்து புரோகிதரிடம் விஷயத்தைச் சொன்னான்:"இவர் ஆறாயிரம் மைல் தூரத்திலிருந்து வந்திருக்கிறார். திருமுடியைப் பார்த்து அதை முத்தமிட வேண்டுமாம்."

நான் அதற்கான சடங்குகளை அனுஷ்டித்தேன். ஒரு ரூபாயோ என்னமோ நேர்ச்சையிட்டதாக நினைக்கிறேன். திருமுடியைப் பாதுகாத்துவைத்திருந்த குப்பியை என் கையில் தந்தார். உலகில் அது ஒன்று மட்டுமே இருக்கிறதாம்! படகோட்டி சொன்னதைப் போலவே அந்தப் புரோகிதரும் திருமுடியின் மகத்துவத்தைப் பற்றிச் சொன்னார். ஆனால், பல காரணங்களால் என்னால் அதை நம்ப முடியவில்லை. இருந்தாலும், அதன்மீது நம்பிக்கைகொண்டிருக்கும் பல்லாயிரக்கணக்கான ஆண் பெண் பக்தர்கள் பெருங்குரலில் ஆவேசமாக முழங்கிக்கொண்டிருந்தார்கள். என் காதில் விழுந்தது இதுதான்.

"பால்ஷரீஃப் ... யா ... பால்ஷரீஃப்."

1946

●

மூடர்களின் சொர்க்கம்

அவள் எதற்காக அப்படி ஊன்றிப் பார்க் கிறாள் இதயத்தைப் பெயர்த்து எடுத்துவிடப் போவதைப்போல்? அவன் அலட்சியத்துடன் புத்தகத்தின் பக்கங்களில் மீண்டும் கண்களை ஓட்டினான். கொஞ்ச நேரத்திற்குப் பிறகு மைதானத்தைச் சுற்றிக் கண்களை அலையவிட்டான். அடிவானத்தின் எல்லைவரை எதுவுமே இல்லை. ஆனாலும் கடைசிவரை பார்க்கமுடியவில்லை. சூரிய ஒளி, பளபளக்கும் நிழல்போல் பயங்கரமாக அலையடிக்கிறது. லேசான பதற்றத்துடன் அவன் மீண்டும் திரும்பிப் பார்த்தான்.

அவள் போகவில்லை.

அவனையே பார்த்தபடி நின்றுகொண் டிருந்தாள். இடைவழிப்பாதையின் கடையில்தான். ஆசையைத் தூண்டும் புஷ்டியான உடல்வாகு. ரோஜா நிறச் சேலையினுள் வெள்ளை பிரேசியர். வெள்ளையா, கறுப்பா ... அறுதியிட்டுச் சொல்ல முடியவில்லை. வட்ட முகமும் அகலம் குறைந்த நெற்றியும். நீண்டநேரம் அழுதுகொண்டிருந்ததைப் போன்ற கண்கள். வட்ட வடிவமான சிறு தங்க மூக்குத்தி ஒருபுற மூக்கில் ஒட்டியிருந்து பிரகாசித்தது. தலைமுடியை அடிக்கடி அவிழ்த்துக் கட்டியபடியே அவள் எதற்காகக் கட்கத்தின் கறுத்த ரோமக்குழிகளைக் காட்டுகிறாள்? யௌவனத்தின் திமிர்ப்பு அவளது ஒவ்வோர் அசைவிலும் துல்லியமாகத் தெரிகிறது. அந்தத் திமிர்த்த பெரிய மார்பகங்களும் கொழுத்த பிருஷ்டமும் ஏனோ மனத்தை அலட்டிக்கொண்டிருந்தன. நாடி நரம்புகளினூடே சூடு வியாபித்தது. விரும்பத்தகாத ஒரு சிந்தனை மனத்தில் உருவாகிக்கொண்டிருந்தது. அவள் ஓர் ஆர்வமாக உருமாறுகிறாள். அவளைக் கட்டியணைத்து நெஞ்சோடு இறுகச் சேர்த்து முத்தமிடவும் ... ஆமாம், அந்த ஆசை

உலகப் புகழ்பெற்ற மூக்கு

வலுவாகிக்கொண்டிருந்தது. அந்நிய ஆணொருவன், அந்நியப் பெண் ஒருத்தியின் எதிரில்... கூடாது. அவன் எழுந்து லட்சியம் ஏதுமின்றி நடந்து சென்றான். திரும்பிப் பார்த்தால் ஒருவேளை ஆசை கீழ்ப்படுத்திவிடுமோ?

மறுநாளும் அவன் அங்கே போனான். அவளைப் பார்ப்பதற்காக இல்லையென்றாலும் அங்கே போனான். அந்த வழியோரத்தில், மைதானத்தை அடுத்திருக்கும் பெஞ்சுகளில் ஒன்றில் அவன் அமர்ந்தான். அந்தப் பக்கம் பார்க்கவே கூடாது என்று நினைத்தபோதும்கூட ஒருநூறு தடவையாவது அங்கே பார்த்திருப்பான்.

அவளைக் காணவில்லை.

அவன் தங்கியிருந்த இடத்திற்கே திரும்பினான். இனி அங்கே போகக் கூடாது. அவன் வேலையில் கவனம் செலுத்த முயற்சி செய்தான். ஏனோ, மனம் கட்டுக்குள் இல்லை. அறிமுகமில்லாத நகரம். தெரியாத மொழி. ஆமாம் எல்லாமே தெரியாதவைதான். அதனால் என்ன? பெண்ணும் ஆணும் ஆகர்ஷிக்கப்படுகிறார்கள். அவன் நினைத்துப்பார்த்தான். இந்த உலகில் வாழத்தொடங்கி எவ்வளவோ காலங்களாகிவிட்டன. இரத்தமும் நீருமுள்ள ஒரு ஆண், அபிலாசைகளையெல்லாம் அடக்கியடக்கி வைத்திருக்கிறான். இப்படி இனி எவ்வளவு காலம் வாழ்வது? மனத்துக்குள் ஏனோ பெரிய குற்ற உணர்வு. இந்தத் தனிமை சரிதானா? இரவில் அவன் எழுந்து நடந்தான். நல்ல நிலாவெளிச்சம் இருந்தது. சத்தம், ஆரவாரம். மக்கள் நடக்கிறார்கள். வாகனங்களும் ஓடுகின்றன. அவன் அப்படியே மைதானத்தை அடுத்தான். மரத்தினடியிலிருந்த பெஞ்சில் அமர்ந்தான். சூடான உடலைத் தழுவிச் சென்றது, குளிர்ந்த காற்று. ஆகாயம் நிறைய பூக்கள்போல் நட்சத்திரங்கள். ஆனால் இடைவழி சூன்யம்.

அவள் எங்கே?

பிறகு, தினமும் அவளைக் காணத் தொடங்கினான். கண்களுக்குப் பரிச்சயமாகிவிட்டிருந்தது. அவள் எந்தத் தடையுமில்லாமல் புன்னகை தூவினாள். ஓர் ஆண்மகனான தன்னால் பதிலுக்கு ஏன் சிரிக்க முடியவில்லை? ஒழுக்கச் சிந்தனைக்குள் அமிழ்ந்து இறுகிச் செத்துக்கிடந்தது ஆண்மை. இல்லை. பதிலுக்குப் புன்னகைக்க வேண்டும். ஒருவேளை அது ஒழுக்க நடைமுறைக்கெதிராகப் புரிந்துகொள்ளப்பட்டுவிட்டாலோ? அவன் எழுந்து இருப்பிடத்தை நோக்கி நடந்தான்.

அவனைப் போன்ற திருமணமாகாத நண்பர்கள் பெண்களைப் பற்றிப் பேசிக்கொண்டிருந்தார்கள். பெண்களைப் பற்றிய ஆர்வம் மிகுந்த சிந்தனைகள் எங்கும் தளம் கெட்டி நின்றிருந்தன. அவனைக் கண்டதும் விஷயத்தை மாற்றினார்கள். அனைவருமே பாலியல் சார்ந்த பயங்கர மோகத்துடன்தான் இருந்தார்கள். வருடங்களாகவே அவர்கள் இப்படித்தான் வாழ்ந்துகொண்டிருக்கிறார்கள். யாருக்குமே திருமணம் செய்து ஒரு பெண்ணுடன் வாழ்வதற்கான பொருளாதாரத் திறனில்லை. நகர வாழ்க்கை. கிடைக்கும் சம்பளம் எதற்குமே பற்றாது. ஆனாலும்... பெண்கள் அந்த வழியாக நடக்கும்போது எல்லாரும் ஆவலுடன் பார்ப்பார்கள். ஆரம்பத்தில் எல்லாருமே அவனைப் போல் ஒழுக்கம் பாவித்தவர்கள்தான். படிப்படியாக அது தேய்ந்து மாய்ந்து இல்லாமல் போனது. பெண்களைப் பற்றிய பேச்சு வரும்போது அவன் மட்டும் சொல்வான்:

"சே... என்ன இது, நாமெல்லாம் பண்பாடு உள்ளவங்க இல்லியா?"

இதில் யாருக்கும் மாற்றுக் கருத்து இருக்கவில்லை. பண்பாடில்லாதவர்களாக இருக்க யார்தான் விரும்புவார்கள்? சொற்பொழிவுக் கூடங்களில், பத்திரிகைகளில்... பகல்பொழுதுகளில் அனைவருமே பண்பாட்டுக் காவலர்கள்தான். நண்பர்களை அவன் குற்றம் சொல்வான். அதற்கான காரணமும் இருந்தது. பெண்களைப் போலவே அவர்கள் ஏதாவதொன்றின் மீது அன்பு செலுத்தினார்கள். ஒருவன், ஒரு கிளியை. வேறொருவன், ஒரு நாயை. ஒருவன், பூனையை. மற்றொருவன், ஓர் அணிலைப் பிடித்து வளர்ப்பதற்கு முயற்சி செய்துகொண்டிருந்தான். இந்தப் பண்பாட்டை அறியாதவள். அவன் முகத்தில் பவுடர் போட்டுக்கொண்டான். தலைமுடியை அழகாகச் சீவிக் கொண்டான். ஒரு திருடனைப் போல் இறங்கி நடந்தான். ஒழுக்கசீலரே எங்கே செல்கிறீர்? அவன் அந்தப் பெஞ்சில் ஒரு காலைத் தூக்கிவைத்துக்கொண்டு சாலையின் எதிர்ப்புறமிருந்த அந்த இடைவழியின் அடிவானக் கடைசிவரை எட்டிப்பார்த்தான். விருட்சங்களினிடையே இருந்த குடிசையின் முற்றத்தில் அவள் நின்றிருந்தாள். கூந்தலில் காட்டுப் பூக்கள். மார்பகங்களின் செழுமையையும் அழகையும் வெளிப்படுத்தும் வெள்ளை பிரேசியர். மிக மெல்லிசான சிறு பாவாடை. அதனூடே... ஓ... எவ்வளவு பயங்கரமான வேகத்துடன் மார்பு துடிக்கிறது. அப்பாடி, அவனை அவளும் பார்த்துவிட்டாள்.

உலகப் புகழ்பெற்ற மூக்கு

வேறு யாராவது அவனைக் கவனிக்கிறார்களா?

வாயில் உமிழ்நீர் ஊறவில்லை. இரத்தத்தை உறிந்தெடுத்தது போலிருந்தது. அவன் பெஞ்சில் அமர்ந்திருந்தான். மைதானத்தின் தொலைவில் காக்கி நிக்கர் அணிந்த கறுத்த மனிதர்கள் கிரிக்கெட் விளையாடுகிறார்கள். பக்கத்துப் பெஞ்சுகளில் பெண்களும் ஆண்களும். அதிகமும் ஆண்கள்தான். அவனுக்கு மிகுந்த பொறாமையும் வருத்தமும் ஏற்பட்டன. வேறு யாரும் அவளைப் பார்த்துவிடக் கூடாது. என்ன செய்யலாம்? மனம் நோக ஒரு பிரார்த்தனை மட்டும் செய்யலாம். வேறு யாருமே அந்த அற்புதமான தருணீமணியைப் பார்த்துவிடாமலிருக்க வேண்டும். அக்கம்பக்கம் பார்த்துவிட்டு அவன் திரும்பவும் எழுந்தான்.

அவள் அங்கேயே நின்றிருந்தாள்.

எதனாலோ அவனது இதயம் நொறுங்கிவிடும் போலிருந்தது. என்ன காரணம்? தினந்தோறும் நூற்றுக்கணக்கான பெண் களைப் பார்ப்பதுதானே? இவளிடம் மட்டும் என்ன விசேஷ அம்சம்? பெண்ணெனப்படும் ஓர் உயிரை ஆணெனப்படும் மற்றொரு உயிர் ஏன் இப்படி காரணங்கள் ஏதுமில்லாமல் ஆர்வத்துடன் பார்க்கிறது?

இதனுள் எதுவோ ஒரு அம்சம் நிலைபெற்றிருக்கிறது. காதலெனும் மொட்டு விரிந்து காயாக மாறுவதுதான் காமமா? பெண்ணெனப்படுபவள் இந்த பூமி. ஆணின் பீஜமான வித்து. ஓ... சிந்தனைகள் எதுவுமே தெளிவுடன் இல்லை. அவன் தளர்ந்துபோனான். ஒரேயொரு எண்ணம் மட்டும். மனம் அதில் ஒன்றிப்போயிருந்தது.

சூரியன் அஸ்தமித்தது. எங்கும் விளக்குகள் எரிந்தன. இடைவழியில்தான் அவள் நின்றுகொண்டிருந்தாள்.

அவனது மனம் சூடானது. மற்றவர்கள் அனைவரும் போகத் தொடங்கினார்கள். அவன் தனிமையிலானான்.

அவள் நெருங்கி வந்தாள்.

எழுந்து அவளைக் கட்டிப் புணர்ந்து முத்தமிட்டால்? வந்ததுமே அவள் பரிதாபமாகக் கேட்டாள்:

"எனக்கு அஞ்சுப் பைசா தருவீங்களா?"

ஐந்து காசு...ஹோ, அவள் எந்த அளவுக்கு மலிந்துபோய் விட்டாள். தவறு! அவளை இவ்வளவுக்குத் தரம் தாழ்த்திவிடக்

கூடாது. அவன் பாக்கெட்டிலிருந்து பர்சை உருவினான். அதிலிருந்து ஒரு ரூபாய் எடுத்து அவளிடம் கொடுத்தான். பிறகு, மெதுவாகச் சொன்னான்.

"சில்லறையில்லெ."

"மாற்றிக்கொண்டு வரட்டுமா?"

"வேண்டாம்." அவள், அருகிலேயே நின்றிருந்தாள். தொட்டு அருகில். பவுடர் வாசம் எதுவுமில்லை. வியர்வையின் வாசம். பெண்ணின் அற்புதமான வாசம். அது அவனிடம் உணர்ச்சித் தீயை மூட்டியது. அவளது கையைப் பற்றி முத்தமிடுவோமா?

அவள் சொன்னாள்:

"பாக்கும்போதே தெரிஞ்சுது, இந்த ஊர் ஆளில்லைன்னு. எங்க ஊர்ப்பாஷை முழுசாத் தெரியாதா?"

"தெரியாது."

"என்ன வேலை செய்யுறீங்க."

அவன் வேலையைச் சொன்னான்.

அவளுக்கு அது புரிந்ததோ இல்லையோ, அவள் கேட்டாள்:

"மனைவி?"

அவன் இல்லையென்று சொன்னான்.

"எங்கெ தங்கியிருக்கீங்க?"

அவன் தெருப்பெயரையும் வீட்டு எண்ணையும் சொன்னான்.

அப்போது அவள் ஏனோ திருப்தியுடன் சொல்லிக் கொண்டாள்.

"இங்கெ பக்கத்துலெதான்."

அவன் கேட்டான்:

"பெயரென்ன?"

அவள் பெயரைச் சொன்னாள். பிறகு கொஞ்சநேரம் மெதுவாகப் பேசினாள். அவளுக்குத் தாயும் தகப்பனும் இருக்கிறார்கள். கணவனும் இருக்கிறான். ஆனால், அவன் வருவதே இல்லை. பக்கத்திலுள்ள நகரில் சிறு ஹோட்டல் நடத்திக் கொண்டிருக்கிறான். அங்கே அவனுக்குப் பிடித்தமான ஒரு வைப்பாட்டி இருக்கிறாள். "இது சரியா," என்று அவள் கேட்டாள்.

"உனக்குக் குழந்தைகள் இருக்குதா?"

"எங்களுக்குத் திருமணமான ஒரு வாரத்துக்குள்ளாவே நாங்க தகராறாகிப் பிரிஞ்சுட்டோம். இது நடந்தே மூணு வருஷமாகுது."

பிறகு, நிசப்தம். மூன்றாண்டுகள். அவனுக்குத் தோன்றியது: அவளிடம் பெஞ்சில் தன் பக்கத்தில் உட்காரச் சொல்லுவோமா?

நாட்கள் கடந்துசென்றன. ஓ... எத்தனை நாட்கள். அப்படியான, ஒருநாள் மத்தியான நேரத்திற்குப்பிறகு அவன் தங்கியிருந்த இடத்தின் முன்புறமாக அவள் நடந்துபோய்க்கொண்டிருந்தாள்.

வேண்டாம். அவன் ஒளிந்துகொண்டான். நண்பர்கள் ஆசையுடன் அவளைப் பார்த்திருக்கலாம். "எங்க உள்ள சரக்குடா இது?" அவர்கள் தங்களுக்குள் கேட்டுக்கொண்டார்கள். "அவ குறிப்பா இங்கெ கவனிச்சுப் பாத்தாளே?"

அவன் அதில் பங்குசேரவில்லை. ஒழுக்க பாவனையுடன் ஒதுங்கிக்கொண்டான்.

கிளிக்காரன் சொன்னான்:

"அவ, இங்கே குறிப்பா யாரையோ தேடுறதுபோல அல்லவா பாத்தாள்?"

அணிலை வளர்க்க முயல்பவன் கேட்டான்:

"யாராக இருக்கும்?"

அவன் இதிலொன்றிலுமே கவனத்தைச் செலுத்தாமல் சாயங்காலமாவதற்கு முன் வெளியில் இறங்கினான். லட்சியம் தவறாமல் கால்கள் வழிகாட்டின. பாக்கெட்டில் பதினைந்து ரூபாய் இருந்தது. அதில் ஒன்பது ரூபாய் மெஸ் பணம் கொடுக்க வேண்டியது. அவன் நடந்தான். குளிர்ந்த காற்று வீசியது. ஆகாயம் நிறைய கார்மேகங்கள். பூமி, அவனைப் போலவே காய்ந்து வறண்டு காலங்கள் பல கடந்துவிட்டிருந்தன. மழை பெய்யுமா? பெய்தால் என்ன? பெய்யாமல் போனால் என்ன? அவன் அந்தப் பெஞ்சினருகில் போய் எட்டிப் பார்த்தான். இல்லை..! எங்கே போயிருப்பாள்? வீட்டுக்குள் இருப்பாளோ?

அவனைக் கண்டதுமே அவளது முகம் மலர்ந்தது. அவன் பக்கத்தில் வந்துவிடுவானோ என்று பயந்து அவள் படபடவென்று கண்களையடைத்து எச்சரித்தாள். பகல் நேரமல்லவா? யாராவது பார்த்துவிடக்கூடாதே? அவன் அப்படியே அமர்ந்துகொண்டான்.

சாயங்காலத்திற்குப் பிறகு அவள் வந்தாள்.

"கொஞ்ச நாளா காணோம்?" அவள் ஆர்வத்துடன் கேட்டாள்.

அவன் சொன்னான்: "ஒண்ணுமில்லெ."

"நான் ஆஸ்பத்திரிக்கும் போவும்போது உங்க வீட்டைக் கண்டுபிடிச்சேன். அங்கே இருப்பவங்கள்லாம் யாரு?"

"என்னோட நண்பர்கள்தான்."

அவள் ஒரு தினுசாகச் சிரித்தாள்.

"என்ன?"

"நாம் போவோம்."

"எங்கெ?"

"என் வீட்டுக்கு."

அவனுக்குப் பயமாக இருந்தது. ஏதாவது பிரச்சினையாகி விட்டால் என்ன செய்வது? நண்பர்கள் அறிந்தால் அவமானமல்லவா? இருந்தாலும், கடிவாளத்துடன் முன்னால் செல்லும் குதிரைக்காரனைப் பின்தொடரும் குதிரையைப்போல் அவளது பின்னாலேயே நடந்தான்.

அடர்ந்த விருட்சங்களின் இடையில் இருந்தது அந்த ஓலைக் குடிசை. கருங்குவியல்போல் இருட்டில் அது தெளிவற்றுத் தெரிந்தது. வெளிச்சமில்லை. ஆரவாரங்களில்லை. கம்பீரமான நிசப்தம். அவன் தயங்கி நின்றான்.

"பயப்பட வேண்டாம், வாங்க." அவள் அவனது கையைப்பிடித்தாள்.

அவன் பதற்றத்துடன் கேட்டான்:

"அக்கம் பக்கத்துலே?"

அவள் தைரியமாகச் சொன்னாள்:

"இது என் சொந்த வீடு. இதுக்கு நான்தான் வரி கட்டுறேன். யாராவது என் அனுமதியில்லாம உள்ளே வந்தா கண்ணை நோண்டிடுவேன்."

அவளுக்கு மிகுந்த தைரியம்.

அவன் அவளுடன் சென்று வராந்தாவில் ஏறித் தீக்குச்சியை உரசியபோது திடுக்கிட்டுவிட்டான். அந்த மங்கிய வெளிச்சத்தில், வராந்தாவில் ஒரு பெண் கூனிக்குறுகியபடி அமர்ந்திருக்கிறாள்.

"அம்மா." அவள் சொன்னாள். "உள்ளே வாங்க."

உலகப் புகழ்பெற்ற மூக்கு

அவனது உணர்வுகள் சோர்வடையத் தொடங்கின. அம்மாவைப் பார்த்தபிறகு மனத்துக்கு என்னமோ சரியாகப் படவில்லை. "என்ன இது, சே... சே... திரும்பிப் போய்விடுவோமா?"

அவள் வாசலைத் திறந்தாள். சத்தம் இந்த உலகம் முழுவதும் கேட்டிருக்குமோ? அவன் உள்ளே சென்றான். அழுக்கடைந்த ஆடைகள் மற்றும் என்னென்னமோ கலந்த ஒரு வீச்சம்.

அவள் சொன்னாள்:

"ஒரு தீக்குச்சிகூட உரசுங்க."

அவன் உரசினான். ஒரு மண்ணெண்ணெய் விளக்கின் தீ நாக்கு எழுந்தது. உடனே மற்றொரு வாசல் திறந்தபோது அவனது விகாரம் செத்து மடிந்தது. நடைப்பிணங்கள்போல் வெளிறி, மஞ்சள் நிறம்படிந்த இரண்டு குழந்தைகள். அசையாமல் அந்த இடத்தில் அப்படியே மல்லாந்துகிடந்தன. உப்பிய வயிறு, மெலிந்த கை கால்கள், அருகே, வயதான மனிதர் ஒருவர்.

"அப்பா." அவள் மெதுவாகச் சொன்னாள். "கண் தெரியாது."

அவனும் மெதுவாகக் கேட்டான். "குழந்தைகள்?"

அவள் அது காதில் விழாததுபோல் ஆடைகளை அவிழ்த்துப் போட்டாள். பரிபூரண நிர்வாணம். ஆரோக்கியமான, நிர்வாணப் பெண்ணுடம்பை முதன்முதலாகப் பார்க்கிறான். அவள் விளக்கை அணைத்தாள். பெரும் இக்கட்டான மனச் சூழல், வாய் விட்டழுதுவிடலாம்போல் தோன்றியது. ஆசை, இதோ செத்துப்போய்க்கிடக்கிறது. என்ன வாழ்க்கை இது?

அவள், அவனது கையைப் பிடித்து முத்தமிட்டுவிட்டு தனது மார்பகங்களின் மீது பதித்தாள். கல்லினாலான பெண் சிற்பத்தின் மார்பகங்களைத் தொட்ட உணர்வுக்கு மேலாக எதுவும் அவனுக்குத் தோன்றவில்லை. அவளது வயிறு ஒட்டிப்போய்க் கிடந்தது. என்ன காரணம்?

அவன் கேட்டான்:

"சாப்பிடல்லியா?"

"இல்லெ." அவள் சொன்னாள். "காலையிலே கொஞ்சம் பயறு வேக வெச்சிச் சாப்பிட்டேன்."

அவன் பாக்கெட்டிலிருந்து ஒரு நோட்டை எடுத்தான். பத்துரூபாயோ, ஐந்துரூபாயோ?

"இந்தா, இதெ வெச்சுக்கோ." அவன் சொன்னான். "இது, வேற எதுக்காகவும்னு நெனைச்சுட வேண்டாம்."

அவள் அந்த நோட்டை வாங்கி வாசலைத் திறந்து அம்மாவிடம் கொடுத்துவிட்டு என்னவெல்லாமோ சொல்லிவிட்டு வந்தாள். மழை, மெதுவாக மெதுவாகப் பெய்யத் தொடங்கியது. இனி பெரிதாகப் பெய்யக்கூடும்.

அவன் சொன்னான்: "நான் போறேன்."

அவள், அவனை ஆடைகளுடன் சேர்த்துக் கட்டியணைத்தாள்.

"அப்பிடியெல்லாம் போகக்கூடாது."

"எனக்கு மனசு சரியில்லை."

அவள் கேட்டாள்: "எதனாலே?"

ஓலைக் கீற்றுகளைத் திறந்துகொண்டு குளிர்ந்த காற்று வீசியது. சிறுசிறு கற்களைப் பொறுக்கி வீசுவதுபோல் கனத்த மழைத்துளிகள் குடிசையின் மீது விழுந்தன. படிப்படியாகப் பெருமழையடிக்கத் தொடங்கியது. பூமி குளிர்ந்தது. அவனது அக மனம்... சாகப்போகிறது. மூச்சடைப்பதுபோல்... ஏன் இப்படியெல்லாம் நிகழ்கிறது? பசியால் துடித்திருப்பவனின் எதிரில் வைத்த உணவில் கரப்பான்பூச்சி செத்துக்கிடப்பதுபோல். அவனால் பொறுத்துக்கொள்ள முடியவில்லை. ஓடிவிட வேண்டும். மனதைத் திறந்து ஒரு தடவை அழ வேண்டும்.

அவன் சொன்னான்: "நான் போறேன்."

"ஏன், என்னெப் பிடிக்கலியா?" அவள் கேட்டாள்.

அவன் எதுவும் சொல்லாமல் மிச்சமிருந்த ரூபாய் நோட்டு களையெடுத்து அவளிடம் கொடுத்துவிட்டு வெளியில் இறங்கி னான். எதையோ வாரிச்சுருட்டி உடம்பில் போட்டுக்கொண்டு அவளும் வெளியே வந்தாள். மழையில் நனைந்தபடியே அவளும் ரோடுவரை நடந்தாள். மழையில் நனைந்தபடியே அவன் திரும்பிப் பார்க்காமல் நடந்தான். இலேசாக அழவும் செய்தான். விசித்திரமான வாழ்க்கை... அவள்... அம்மா... அப்பா... பிணம்போல் இரண்டு குழந்தைகள்... அந்த நாற்றம்... நடந்தவாறே நினைத்தான். ஏன் இப்படியெல்லாம் நிகழ்கிறது? இதற்காகத்தானா அவள் என் இதயத்தைப் பெயர்த்தெடுப்பதுபோல் அப்படி உற்று உற்றுப் பார்த்தாள்?

மங்களம். சுபம்.

1948

•

பூவன்பழம்

ஒன்று

பூவன்பழம் என்ற இந்தக் கதையை நான் சுய விருப்பத்துடன் எழுதவில்லை. அப்துல்காதர் சாகிபின் உபத்திரவம் தாங்க முடியாமல்தான் எழுதுகிறேன். அவர் நினைக்கிறார், இதில் பெரிய நீதி இருப்பதாக. பெரியவரின் பெஞ்சாதியான ஜமீலாபீவியைப் பற்றியதுதான் கதை.

ஜமீலாபீவி பி.ஏ. படித்தவள். அப்துல்காதர் சாகிபு பள்ளிப் படிப்பை இறுதிவரை முடித்திருக்கிறார். ஊர் வழமைப்படி பி.ஏ. காரியைப் பள்ளிப்படிப்பு முடித்தவன் கல்யாணம் செய்திருக்கலாமோ? ஆனால், யுத்தத்தில் தான் வெற்றிபெற்றுவிட்டதாக அப்துல் காதர் வம்பு பேசுகிறார். பண்டைய காலங்களில் பெண்களை ஆண்கள் சிறையெடுத்துச் சென்றதுண்டு. நீண்ட கயிற்றின் ஒரு நுனியில் சுருக்குப்போட்டு அதை வீசியும் பெண்களைக் களவாடியதுண்டு. பலவகையிலான பலாத்கார முறைகளையும் பெண்கள்மீது ஆண்கள் பிரயோகித்திருக்கிறார்கள். அப்துல்காதர் சாகிபு நாகரிக மனிதரென்பதால் அப்படியெல்லாம் எதுவும் செய்யவில்லை. பெரியவர், டவுண் சண்டியரும் பீடித் தொழிலாளர் யூனியனின் செயலாளரும் நல்ல ஒரு கால்பந்து வீரருமாவார். நாலாம் வகுப்புமுதல் பள்ளி இறுதிவரை ஜமீலாபீவியுடன் சேர்ந்து படித்ததாகவும் அப்போது முதலே ஜமீலா பீவியின் மீது மையல் கொண்டிருந்ததாகவும் அப்துல் காதர் சாகிபு உரிமை கொண்டாடுகிறார். ஜமீலாபீவி சொல்கிறாள்: ‘இது வெறும் பச்சைப் பொய்’ என்று.

எது எப்படியிருந்தாலும் ஜமீலாபீவி பி.ஏ. பாஸாகியிருக்கிறாள். வாப்பாவின் பீடிக் கம்பெனியிலிருந்து விருப்பம் போல் பணம் எடுத்துச் செலவுசெய்து ஒரு பெரிய 'லேடி'யாக கௌரவமாக அவள் நடந்து திரிந்த காலம் அது. ஊரிலுள்ள எல்லா இளந்தாரிப் பையன்களும் ஜமீலாபீவியின் மீது மையல் கொண்டவர்கள்தான். ஜமீலா பீவியைப் பற்றி ஒருவரி சுலோகங்கள், பெரிய பெரிய காதல் காவியங்கள் எனப் பலவற்றையும் கவிப் பையன்கள் இயற்றினார்கள். ஜமீலாபீவியின் இதயத்தைக் குறிவைத்து ஊரிலுள்ள முக்கியஸ்தர்களான இளந்தாரிகளின் ஒரு வியூகம் என்றே சொல்லலாம், வரிசையே நின்றிருந்தது. அப்துல்காதர் சாகிபு இதில் எதிலுமே கிடையாது. ஐயா, கவிதை எழுதவோ காதல் கடிதம் எழுதவோ முயற்சிசெய்ததும் கிடையாது. அதெல்லாம் எனக்குத் தெரியாது என்று சொல்கிறார். அவர், தன்னைப் பீவியைப் பற்றி ஒரு 'கெஸ்ஸூபாடல்'* எழுதியதாக ஜமீலாபீவி சொல்கிறாள்.

இது வெறும் ஆகாசப் புளுகென்பது அப்துல்காதர் சாகிபின் வாதம். அவர் செய்தது இதுதான்: ஒருநாள் ஜமீலாபீவியை இடைவழியில் சும்மா தடுத்துநிறுத்திக் கேட்டார்: "ஓம் பேரு, ஜெமீலாவீவிதானே?" ஜமீலாபீவிக்கு இது பிடிக்கவில்லை. ஜமீலாபீவியைத் தெரியாத ஏதாவது இளவட்டப் பையன்கள் அந்த ஊரிலுண்டோ? அம்மாளு தனி லேடி பாவனையுடன் மிகுந்த கௌரவத்துடன் கேட்டாள்.

"ஆமான்னு ஒத்துக்கிட்டாலோ?"

அப்துல்காதர் சாகிபு சிரித்தார். மிகவும் கவர்ச்சிகரமான சிரிப்பு. இதை ஜமீலாபீவி பார்த்திருக்கிறாள். பிடித்துமிருந்தது. ஆனால், அந்தப் பாவனை. ஜமீலாபீவியை இளக்காரமாக நினைக்கும் அந்தப் பாவனை, ஜமீலாபீவிக்குச் சுத்தமாகப் பிடிக்கவில்லை.

"என்னெ விஷயம்?"

"விசேஷமாக ஒண்ணுமில்லெ." அப்துல்காதர் சாகிபு சொன்னார்: "ஜெமீலாவியோட வாப்பாவோட பீடிக் கம்பெனி இருக்குதுல்லே, அதுலெ நூத்தியிருவது பீடி சுத்துற தொழிலாளிமார் உண்டு. நான் அவுங்க செக்ரட்டரி. பேரு, அப்துல் காதரு."

"ரொம்ப சந்தோசம்" ஜமீலாபீவி சொன்னாள். "டவுண் சண்டியர்னும் கேள்விப்பட்டிருக்கேன்."

---

* கதைப்பாடல்

“உண்மைதான். பீடித் தொழிலாளிங்க ஒரு வேலை நிறுத்தத்துக்கு ஆலோசனை செய்துட்டிருக்காங்க. நாங்க உங்க கம்பெனியெ மூடுவோம்.”

ஜமீலாபீவி சொன்னாள்:

“இதெ எங்கிட்டெ எதுக்குச் சொல்லணும்? வாப்பாட்டெ போய்ச் சொல்றது?”

“ஜெமீலாவீவிட்டெ சொல்றதுக்கு ஒரு காரணம் இருக்கு.”

“என்ன காரணம்?”

அப்துல்காதர் சாகிபு சொன்னார்:

“நான் ஜெமிலாவீவியைத் தீவிரமாக நேசிக்கிறேன்.”

ஜமீலாபீவியின் மனங்குளிர்ந்தது. இருந்தாலும் காட்டிக் கொள்ளக் கூடாது. ஜமீலாபீவி சிரித்தாள். மிகுந்த எள்ளலுடன் கூடிய ஒரு சிரிப்பு.

“சரி, ரொம்ப நல்லது.” ஜமீலாபீவி சொன்னாள்: “அப்புறம், சொல்லுங்க. ஊர்லெ என்னென்ன விசேஷங்கள்?”

இந்தக் கேள்விக்கு சாதாரணமாக வரிசையில் நின்றிருக்கும் இளவட்டமென்றால் வெளிறிப் போயிருப்பான். ஆனால், அப்துல்காதர் சாகிபு ஒரு சவால்போல் சொன்னார்:

“ஜெமீலா, நீ என்னெக் கலியாணம் செய்துக்காமெ இருந்தா...”

ஜமீலாபீவியும் இதைச் சவாலாகவே எதிர்கொண்டாள்.

“இருந்தா..? என்ன செய்துடுவீங்க?”

‘நான் நாண்டுக்கிட்டு செத்துடுவேன்’, என்றெல்லாம் அப்துல் காதர் சாகிபு சொல்லவில்லை அவர் சொன்னார்:

“அடிச்சு உன் எலும்பை ஒடைச்சுடுவேன்.”

ஜமீலாபீவி பதில் சொல்லவில்லை.

அப்துல்காதர் சாகிபு சொன்னார்:

“ஜெமீலா, நீ என் வாழ்க்கைலெ வெளயாடிடாதெ. நான் உன்னெ உயிருக்குயிராகக் காதலிக்கிறேன். உன் உடுப்புகளையும் நான் காதலிக்கிறேன். உன்னை நான் அங்குலம் அங்குலமாக

காதலிக்கிறேன். நீ நடந்துபோற பாதையெக்கூட நான் காதலிக்கிறேன்.”

என்ன சொல்வது? ஜமீலாபீவிக்கு இது பிடித்திருந்தது. இருந்தாலும் வெளியே காட்டிக்கொள்ளலாமோ? ஜமீலாபீவி கேட்டாள்: "இப்பிடி பாக்குறெ வயசுப் பெண்களெ எல்லாம் வழியிலெ தடுத்து நிறுத்திக் காதல் பிரசங்கம் செய்றதுண்டு, அப்பிடித்தானே?"

"அப்பிடியில்லெ ஜெமீலா, நான் உன்னெத் தவிர வேற எந்தப் பெண்ணோடும் பேசுனதுகூட கிடையாது. பாத்ததும் கிடையாது. இனிமேலும் அப்படி எதுவுமே நடக்காது. நீதான் என் கண்ணுக்குள்ளாவே இருக்குறியே?"

அம்மாளு கௌரவத்துடன் கேட்டாள்:

"சரி, அப்புறம்?"

ஆனா காவன்னா சொன்னார்:

"உனக்கு நான், எனக்கு நீ."

"சரி, ரொம்ப நல்லது" என்று சொல்லிவிட்டு ஜமீலாபீவி நடந்தாள். இப்படியாக யுத்தம் ஆரம்பித்தது. வாக்குவாதங்கள் ஏற்பட்டன. வீட்டார் எதிர்த்தார்கள். ஊரார் எதிர்த்தார்கள். வேலைநிறுத்தப் பிரச்சினை. கடைசியில் . . . எதற்கு நீட்டிக் கொண்டுபோக வேண்டும்? ஜமீலாபீவியை அப்துல்காதர் சாகிபு கல்யாணம் கட்டினார். அப்படியே மகிழ்ச்சியாக வாழ்ந்து கொண்டிருக்கும்போது வருகிறது, பூவன்பழப் பிரச்சினை.

இரண்டு

நேரம் சரியாக ஐந்தரை மணி.

மழைக்காலம். வெய்யிலும் அடித்தது, மழையும் பெய்தது. நினைத்திருக்காத நேரத்தில் இரண்டுமே சேர்ந்து வரும். பக்கத்திலுள்ள ஆற்றில் நீர் அப்படியே கும்மென்று பொங்கிவிடும். சும்மா அதைப் பார்க்கவும் குளிப்பதற்குமென அப்துல்காதர் சாகிபு சட்டையணியாமல், வெறும் துண்டை மட்டும் தோளிலிட்டு முற்றத்தில் இறங்கியபோது ஜமீலாபீவி மெதுவாக வாசல் பக்கத்தில் வந்து கூப்பிட்டாள்:

"இன்னேருங்க, இன்னா."

அப்துல்காதர் சாகிபுக்குப் புரிந்துவிட்டது. சட்டையை அணிந்துகொண்டு போகச் சொல்வதற்காக இருக்கலாம். ஏனென்றால், கல்யாணம் முடிந்து அவர்கள் சேர்ந்து வாழத் தொடங்கியதுமே ஜமீலாபீவியின் புதிய சில அவசரச் சட்டங்கள் வெளியாயின.

அப்துல்காதர் சாகிபு ஜென்டில்மேனாக உலாவ வேண்டும். நல்லதுபோல் உடையணிந்துதான் வெளியே இறங்க வேண்டும். நடை உடை பாவனைகள் கௌரவமாக இருத்தல் வேண்டும். வழியில்வைத்துப் பழைய நண்பர்களாகிய அலவலாதிகளுடன் பேசக்கூடாது. பீடி சுற்றுபவர்கள், கவிஞர்கள், சுமட்டுக்காரர்கள், அரசியல்வாதிகள், மோட்டார் ஓட்டுபவர்கள், ரிக்ஷா வண்டிக்காரர்கள் போன்றவர்களுடன் சரிசமமாக நடந்துகொள்ளக் கூடாது. அப்புறம், வீட்டில் ஒரு வேலைக்காரி வைத்துக்கொள்ள வேண்டும். அப்துல்காதர் சாகிபு சோறோ குழம்போ சமைக்கக் கூடாது. டீசென்டாக வாழ வேண்டும். சுருக்கமாகச் சொன்னால் அ.கா. சாகிபு திருந்த வேண்டும். ஜென்டில்மேனாக மாற வேண்டும். எந்தப் பெண்ணாக இருந்தாலும் ஓர் ஆணைக் கல்யாணம் செய்வதன் முக்கியமான நோக்கம், கணவனைத் திருத்துவதுதானே ? கணவனைச் சரியான வழிக்குக் கொண்டுவர வேண்டும். அவனது மனம் சார்ந்ததும் உடல் சார்ந்ததுமான சகல சங்கதிகளிலும் தலையிட்டுத் தாறுமாறாக்க வேண்டும். இதெல்லாம்தான் பெண்ணின் கடமையென்று ஜமீலாபீவி நம்பினாள். எல்லாப் பெண்களும் இப்படித்தான் நம்பியிருக்கிறார்கள். உன்னதமான இந்தப் பெண் ஃபிலாசஃபியைப் பற்றி அப்துல்காதர் சாகிபு எந்தக் கருத்தும் சொல்லவில்லை. சொல்வதற்கு என்ன இருக்கிறது ? கல்யாணம் முடிந்து அதிகக் காலமொன்றும் ஆகிவிடவுமில்லையே ? பெரியவர், புதுமெருகு குலையாமல் சொன்னார்:

“என்ன ஜெமீலா, குளிக்கப் போவும்போதும் சட்டெ போட்டுட்டா போவாங்க?”

“ஹும்.” ஜமீலாபீவி மனம் நொந்துபோய்ச் சொன்னாள்: “நான் சொல்றதெ ஒண்ணும் கேட்கவே மாட்டேங்கிறீங்க.”

“ஜெமீலா, நீ சொல்லி நான் எதையாவது கேட்காமெ இருந்திருக்கேனா?” என்று சொன்னபடியே வீட்டுக்குள் ஓடிச் சட்டையை அணிந்துவிட்டு வெளியே வந்தார். ஆனால், சட்டையில் ஒரு பித்தான்கூட இல்லை.

பாருங்களேன், ஆணாப் பிறந்தவனின் இலட்சணத்தை. ஜமீலாபீவி மூன்று பித்தான்களை எடுத்துக்கொண்டு வந்து போட்டுவிட்டாள்.

அப்துல்காதர் சாகிபு நடந்தார்.

ஜமீலாபீவி திரும்பவும் கூப்பிட்டாள்:

“இன்னேருங்க இன்னா.”

அப்துல்காதர் சாகிபு திரும்பி நின்றார். அவருக்குப் புரிந்துவிட்டது. யா ரப்புல் ஆலமீனே*. சமையல்காரியின் பிரச்சினைதான். என்ன செய்வது? அடுப்படி வேலைக்கு ஆளில்லாமல் வாழமுடியாதா? நம்முடைய வேலைகளை நாம்தானே செய்ய வேண்டும்? ஒருத்தி, பி.ஏ. பாஸாகிவிட்டாள் என்பதற்காக அவள் சோறு பொங்கக் கூடாதாமா? பி.ஏ. மட்டுமல்ல, எம்.ஏ., பிஎச்.டி. காரியாக இருந்தாலும் சரி, சோறு பொங்க வேண்டும், கூட்டுக்கறி வைக்கவேண்டும். அதை அவள் அறியமாட்டாள் எனில் அப்துல்காதர் சாகிபு அறியவைப்பார். ஏற்கெனவே அறிவிக்கத்தொடங்கியும்விட்டார். பிரியாணி வைப்பது முதல் சாயா போடும் வேலைவரை ஐயாவுக்குத் தெரியும்.

"என்ன ஜெமீலா, சமையல்காரியோட பிரச்சினைதானே?"

"இல்லெ". ஜமீலாபீவி வருத்தத்தோடு சொன்னாள்: "நான், பி.ஏ. பாஸானது சமையல் வேலை செய்றதுக்குத்தானே?"

"என் ஈரக்கொலையே" அப்துல்காதர் சாகிபு சொன்னார்: "எந் தங்கம் அடுக்களெக்கு இனி போகவே வேண்டாம். எல்லாத்தையுமே நான் சரிப்படுத்திடறேன்; போதுமா?"

"ஆமா, போதும். தெனமும் இதையே சொல்லுங்க."

"இன்னைக்கு மட்டும் என் ராஜாத்தி அடுக்களெக்குப் போ. நாளெமுதல் உன்னோட இந்த சேவகன் ..."

"சும்மா பொலம்பாதீங்க."

"இப்போ, எதுக்குக் கூப்பிட்டே ஜெமீலா?" தலை சீவி முகத்தில் பவுடர் போட்டுவிட்டுப் போகக் கூப்பிட்டிருப்பாளோ என்றும் பெரியவர் நினைத்துக்கொண்டார்.

ஆனால் ஜமீலாபீவி மிகுந்த வெட்கத்துடனும் பரிதாபத்துடனும் காதலுடனும் சொன்னாள்:

"பூவன்பழம் ..."

"என்னது பூவன்பழம்?" பெண்கள் எதையாவது நேராக, ஒழுங்காகச் சொல்கிறார்களா? அ.கா. சாகிபு கேட்டார்.

"என்னதான் சொல்றே?"

"பூவன்பழம், ரெண்டு வாங்கிட்டு வருவீங்களா?"

"இவ்வளவுதானா? பூவன்பழந்தானே? சாப்பிட ஆசையா இருக்கு, அப்படித்தானே? வாங்கிட்டு வாறேன், வாங்கிட்டு வாறேன்." ஆற்றங்கரைக்குப் பக்கத்திலுள்ள கடையில் கிடைக்கும்.

* இறைவா

அங்கே இல்லையென்றால் பரிசலில் அக்கரைக்குப் போய் ஒரு இரண்டு பர்லாங் நடந்தால் அங்குள்ள சிறு பஜாரில் வாங்கலாம். பெரியவர் சொன்னார்:

"பூவன்பழம்தானே ? ஒரு குலையே வாங்கிட்டு வந்திடுறேன்."

"ரெண்டெண்ணம் போதும்." ஜமீலாபீவி சொன்னாள்: "கண்ட கண்ட இடங்கள்லாம் அலைஞ்சு திரிய வேண்டாம். சீக்கிரமா வந்துடணும். சாயங்காலம்வரை ஆயிடக்கூடாது. தனியா இருக்க எனக்குப் பயமா இருக்கும். சொன்னதெல்லாம் ஞாபகம் இருக்கணும் என்ன ?"

"சரி" என்று சொல்லிவிட்டு அ.கா.சாகிபு நடந்தார். பெண்கள் சொல்வதைப் பாருங்களேன். அலைந்து திரியக் கூடாதாம். அப்துல்காதர் சாகிபுவுக்குச் சிரிப்பு வந்தது. கூடவே, காதல் உணர்வும் மேலிட்டது. ஜமீலா முதன்முதலாகக் கேட்ட ஒரு விஷயம். மற்ற பெண்களாக இருந்தால் யா ரப்புல் ஆலமீனே ! என்னென்ன சாதனங்களெல்லாம் கணவனிடம் வாங்கிக் கேட்பார்கள். தங்க ஆபரணம், பட்டுச்சேலை, வளையல், மோட்டார் கார், டகோட்டா விமானம்... அதெல்லாம் போகட்டும். சாதாரணமான விஷயங்கள்தானே ? பெரியவர் நினைத்துக்கொண்டார். சிலர் இருக்கிறார்கள், இவர்கள் கணவன்மார்களிடம் கேட்பது, சும்மா கிடைக்கும் சில விஷயங்களை. காட்டில், பிரசவித்துக் கிடக்கும் பெண் சிங்கத்தின் மீசையிலிருந்து இரண்டு முடி. அதைக் கொண்டுவந்து கொடுக்கத் தவறினால் வேதனைப்படுவார்கள். "இருந்தாலும் . . . நான் என்ன கேட்டுட்டேன் ? பூனைபோல இருக்குற சிங்கத்தோட முகத்திலேருந்து ரெண்டு ரோமம் . . . எல்லாமெ இவ்வளவுதான்" என்று சொல்லிக் குமுறிக் குமுறி அழுவார்கள். அவன் தான் என்ன செய்வான் ? வேறு சிலர் இருக்கிறார்கள். இவர்களுக்குத் தேவை எவரெஸ்ட் மலைச் சிகரத்திலிருந்து ஒரு சிறுதுண்டு பனிக்கட்டி. அதைக் கொண்டுவந்து கொடுக்காமலிருந்தால் நிறைந்த கண்களுடன் தழுதழுக்கும் குரலில் சொல்வார்கள். "ஆமா, ஒரு துண்டு பனிக்கட்டி கொண்டுவர முடியாத ஆளுதானே . . . என்னை அப்படியே கொன்னுடுங்களேன்." ஒரு ஆணாகப் பிறந்த மனிதன் என்னதான் செய்வான் ? ஆனால், ஜமீலாபீவி கேட்டது இதுபோன்ற ஏதாவது சாதனம் ஒண்ணுமில்லை. இரண்டே இரண்டு பூவன்பழங்கள். அப்துல்காதர் நினைத்துக்கொண்டார். குளித்து முடித்து ஒளுவும் செய்துவிட்டுப்போய் ஒரு குலை பூவன்பழம் வாங்க வேண்டும். பெரியவர் அப்படியாக ஆற்றங்கரைக்கு வந்தார்.

அந்த ஆறு, காவி நிறம்பூண்டு கடல்போல் ஓடியது. என்ன ஒரு வேகம். இரு கரைகளிலும் ஆற்றைப் பார்த்துச் சாய்ந்து

நிற்கும் மரங்களைக் காணவில்லை. என்னவெல்லாமோ பொருட்கள் ஆற்றில் அடித்துப்போய்க்கொண்டிருந்தன. ஆறு பயமுறுத்துவதுபோல் ஓடிக்கொண்டிருந்தது.

அப்துல்காதர் சாகிபு ஆற்றிலிறங்கிக் குளித்தார். அதாவது ஒரு தடவை முங்கியெழுந்தார். நீர், பனிக்கட்டியை விடவும் குளிர்ந்துபோயிருந்தது. அ.கா. சாகிபு ஒளூ* செய்ய மறந்து, வேகமாகக் கரையேறினார். தலையைத் துவட்டிவிட்டுப் பரிசல் துறையிலிருந்த கடைக்கு ஓடினார். அங்கே ... கண்ணன் பழம் இருக்கிறது. பாளயங்கோடன் பழம் இருக்கிறது. படத்தி இருக்கிறது. ஆனால் பூவன்பழம் மட்டும் இல்லை. என்ன செய்வது? அ.கா. சாகிபு பரிசலில் ஏறினார். பரிசல் நகர்ந்தது. நடுஆற்றில் வந்ததும் பெருங்காற்று வீசத்தொடங்கியது. உலகம் இருண்டு போகத் தொடங்கியது. பரிசலை ஒருவழியாக அக்கரையில் கொண்டுவந்து சேர்த்தான் பரிசல்காரன். அப்துல்காதர் சாகிபு இறங்கி ஓடினார். நடுவழியில் வைத்து மழை பெய்யத் தொடங்கியது. அவர் ஓடிப்போய் பஜாரில் ஒரு கடையில் ஒதுங்கிக்கொண்டார். நல்ல மழை. கடைகளில் விளக்குகளைப் பற்றவைத்தார்கள். மழை குறைவதை எதிர்பார்த்து அப்துல்காதர் சாகிபு அப்படியே நின்றிருந்தார். பரவலான காற்றும் வீசியது. நேரம் போனதே தெரியவில்லை. பழைய நண்பர்களான சில அலவலாதிகளுடன் பேசியபடி அமர்ந்திருந்தார். பிறகு பார்க்கும்போது மணி எட்டாகப்போகிறது. அப்துல்காதர் சாகிபுக்குப் பதற்ற மாகிவிட்டது. ஜமீலாபீவி இரவு தனியாக இருந்து பயந்து கொண்டிருப்பாள். அவர் இறங்கினார். நிறைய கடைகளில் விசாரித்துப் பார்த்தார். பூவன்பழம் மட்டும் இல்லை. என்ன செய்வது? பெரிய ஏமாற்றமாகப் போய்விட்டது. கடைசியில், அ.கா. சாகிபு ஒரு டஜன் ஆரஞ்சுப்பழம் வாங்கினார். பூவன் பழத்தை விடவும் நல்லதல்லவா இனிப்பான ஆரஞ்சுப் பழம்? விலையுயர்ந்த சாதனமும்கூட. நிறைய விட்டமினும் உண்டு. ஆரஞ்சுப் பழங்களைக் காகிதத்தில் பொதிந்து வாங்கிவிட்டு அ.கா. சாகிபு நடந்தார். மழையும் கூரிருட்டும். எந்த இடத்திலும் வெளிச்சமில்லை. பூவன்பழமும் மழையும் சேர்ந்து ஒரு மிகப்பெரிய சதியாலோசனை நடத்துகின்றன. அப்துல்காதர் சாகிபு பரிசல்துறைக்கு வந்தார். யாருமில்லை. இருட்டைப் பார்த்து மழையினூடே பரிசல்காரனைக் கூப்பிட்டுப் பார்த்தார். பத்திருபது தடவை “ஹோய் ...” என்று கூவிப் பார்த்தார். யார் காதிலும் விழவில்லை. தொண்டை கட்டிக்கொண்டதைத் தவிர விசேஷமான எந்தப் பலனும் கிடைக்கவில்லை. எதுவுமாகட்டும் என்று பெரியவர் நீந்த முடிவு செய்தார். சட்டையைக் கழற்றினார். மேல் துண்டில் ஆரஞ்சுப் பழத்தைக் கட்டி, தலையில் வைத்துத்

---

* வழிபாட்டு முறையிலான உடல் சுத்தி

துண்டின் இருமுனைகளையும் தாடையுடன் சேர்த்துப் பலமாகக் கட்டிக்கொண்டார். சட்டையையும் வேட்டியையும் ஆரஞ்சுப் பழப்பொதியின் மீது கட்டிவைத்தார். அம்மாளு இப்போது என்ன செய்துகொண்டிருப்பாள் என்று நினைத்துப் பார்த்தார். "பாரு, ஜெமிலா." அப்துல்காதர் சாகிபுவுக்குச் சிந்தனையோடியது. கல்யாணம் செய்துகொள்ளாமலிருந்தால் எந்த இடத்தில் வேண்டுமென்றாலும் போய்ப் படுத்துக்கொள்ள முடியுமல்லவா? பாருங்களேன், ஒரு ஆணாகப் பிறந்தவனின் சுதந்திரம் பறிபோகிற போக்கை. யா ரப்புல் ஆலமீனாய தம்புரானே, நான் ஆற்றில் குதித்து நீந்தப்போகிறேன், எனக்கு நீதான் துணை. மனத்திற்குள் நினைத்தபடியே அப்துல்காதர் சாகிபு ஆற்றோரம் கிழக்குப் பக்கமாக ஒரு பர்லாங் தூரம்வரை நடந்தார். ஆறு, கிழக்கிலிருந்து மேற்காகப் பாய்ந்துகொண்டிருந்தது. நேராக நீந்தினால் ஆற்றின் போக்கில் ஒரு பர்லாங்குக்கும் அதிகமான தூரம்வரை கீழ்ப்பக்கமாகக் கொண்டு போய்விடும்.

அப்துல்காதர் சாகிபு தைரியமாக இறங்கினார். இருந்தாலும், ஆற்றில் மூழ்கி இறந்துபோனால்? ஜமீலாபீவிக்காக அல்லவா? தண்ணீர், இடுப்புவரை வந்தது. கால்கள் பதியாமலாயின. அ.கா. சாகிபு அப்படியே நீந்தத் தொடங்கினார். தலைமட்டும் வெளியே இருந்தது. நீந்தியும் துழாவியும் முன்னகர்ந்து சென்றார். இருட்டில், ஆற்றின் போக்கில் முன்புறமேது, பின்புறமேது? எதுவும் தெரியவில்லை. ஏதோ ஒரு யூகத்தை வைத்துப் போய்க்கொண்டிருந்தார். நடு ஆற்றில் எப்போது போய்ச் சேர்ந்தோமென்றோ எப்போது கரைசேருவோமென்றோ ஒன்றுமே தெரியவில்லை. கைகளும் கால்களும் ஓய்ந்துபோகத் தொடங்கின. கடைசியில், ஏதோ ஒன்றில் அ.கா.சாகிபுக்குப் பிடி கிடைத்தது. நீரின் போக்கு அவரை வேகமாக, கீழ்ப்பக்கமாக இழுத்துச் சென்றுகொண்டிருந்தது. பிடியை விடவில்லை. இரண்டு மூன்று வாய் தண்ணீரும் குடித்துவிட்டார். அப்துல்காதர் சாகிபுக்குப் புரிந்துவிட்டது. பிடி கிடைத்திருப்பது ஒரு மூங்கில் கூட்டத்தில். ஏராளமான முட்களின், கிளைகளின் கூரான எதிர்ப்பைக் கண்டுகொள்ளாமல் ஐயா கரைசேர்ந்து குளிரில் நடுங்கிப்போய் அமர்ந்திருந்தார். நினைத்துப் பார்த்ததும் பயந்து நடுங்கினார். சும்மா இப்படி இருந்தால்? காட்டில், முட்களினூடே அப்துல் காதர் சாகிபு நடந்தார். பிறந்த மேனியுடன்தான். வேட்டியும் சட்டையும் வெள்ளத்தில் எங்கோ அடித்துக்கொண்டு போய்விட்டன. தாடையுடன் சேர்த்துக் கட்டப்பட்டிருந்த துண்டும் ஆரஞ்சும் அப்படியே இருந்தன. குறைவான இலைகளுள்ள சுமாரான ஒரு கிளையை ஒடித்தெடுத்து ஊன்றுகோலாக்கிக் கொண்டு அப்துல்காதர் சாகிபு நடந்தார். ஒரு மின்னல் அடித்தபோது தான் அவருக்கு உலகம் தெரிந்தது. வாழைத் தோட்டம். ஒரு வீடும்

இருந்தது. அப்போதுதான் விஷயம் தெரிந்தது. போக வேண்டிய இடத்தைத் தாண்டி அரைமைல்தூரம் வந்துவிட்டோம் என்று.

அந்த வீட்டின் வாசலைத் தாண்டித் தப்பித்தடுமாறி ஒரு தென்னைமரப் பாலத்தைக் கடந்து அப்படியே நடந்தார். அப்போது ஒரு நாய் குரைத்தது. அதைத் தொடர்ந்து மற்றொன்றும். அப்படியாக ஊரிலுள்ள எல்லா நாய்களும். ஒழுக்கம் சார்ந்த காரணங்கள் இருக்கலாம் அவை குரைப்பதற்கு. அ.கா. சாகிபு யோசித்தார். என்ன செய்யலாம்? இடைவழிகளும் பாலங்களும் பெருவழிகளும் தாண்டி ஒருவழியாக வசிப்பிடத்தை வந்தடைந்தார். அம்மாடி தப்பித்துக்கொண்டோம். அங்கே வெளிச்சம் இருந்தது. பிரியமுள்ள ஜமீலா தூங்கவில்லை. அப்துல்காதர் சாகிபு நினைத்துக்கொண்டார். கொண்டவனை நேசிக்கும் மனையாள். ஜெமீலா, கதவெத்திற என்று பெரியவர் கூப்பிட வில்லை. துண்டை உடுத்தியபிறகு கூப்பிடலாமே என்று வராந்தாவில் ஏறினார். பிறகு ஜன்னல் வழியாக உள்ளே பார்த்தார். குளிரில் நடுங்கிக்கொண்டிருந்தபோதும்கூட அப்துல்காதர் சாகிபு சிரித்துவிட்டார். அழகான ஒரு காட்சி.

மேஜையின்மீது ஒரு விளக்கு எரிந்துகொண்டிருந்தது. பக்கத்தில் இரண்டு பெரிய சாப்பாட்டு பிளேட்டுகள், இரண்டும் வேறு பிளேட்டுகளால் மூடப்பட்டிருந்தன. பக்கத்தில் இன்னும் சில சின்னச்சின்ன பிளேட்டுகள். எல்லாமே மூடிவைக்கப் பட்டிருந்தன. சோறும் கூட்டுக்கறிகளும் அதிலிருந்தன. கணவனை எதிர்பார்த்து மனைவியும். கையில் பயங்கரமான ஒரு வெட்டரிவாளுடன் ஜமீலாபீவி செயரில் அமர்ந்தபடியே மேஜைமீது தலைசாய்த்துத் தளர்ந்து தூங்குகிறாள்.

இதுமட்டுமல்ல, வேறு விசேஷங்களுமுண்டு. முன்புறவாசல், உள்ளேயிருந்து தாழ்ப்பாள் போடப்பட்டிருந்தது. ஒருவேளை திருடர்கள் யாராவது வெளியிலிருந்து கதவைத்தள்ளி, தாழ்ப்பாளை உடைத்து உள்ளே புகுந்துவிட்டால் என்ன செய்வது? எனவே ஒரு மேஜையைத் தள்ளி நீக்கி வாசல் கதவோடு சேர்த்துப் போடப்பட்டிருந்தது. மேஜைக்குக் கனம் பற்றாதது போல் அதன்மீது ஒரு சிறுதலையணையும் வைக்கப்பட்டிருந்தது. இது போதாதா?

பெண்களுடைய அறிவைப் பாருங்களேன் என்று நினைத்த படியே அப்துல்காதர் சாகிபு ஜமீலாபீவியை எழுப்ப நினைக்கும்போது மற்றொரு வேடிக்கை. சமையலறை வாசலினூடே நல்ல வெளிச்சம் முற்றத்தில் வந்து விழுகிறது. அது என்ன? பெரியவர் அந்தப் பக்கமாகச் சென்றார். வேடிக்கைதான்! அம்மாளு பதற்றத்தினிடையே சமையலறைக் கதவை அடைக்க

மறந்துவிட்டாள். உலகிலுள்ள எல்லாத் திருடர்களும் ஊர்வலமாக வந்து எந்தத் தடங்கலுமில்லாமல் உள்ளே புகுந்துவிடலாம் என்றெல்லாம் நினைத்தபடியே, அப்துல்காதர் சாகிபு உள்ளே நுழைந்தார். சத்தம் கேட்காமல் மெதுவாக, மிக மெதுவாகக் கதவையடைத்துத் தாழ்ப்பாள் இட்டார். கையிலிருந்த கம்பைச் சமையலறையில் வைத்துவிட்டு மெதுவாக உடைமாற்றும் அறைக்குள் சென்றார். உடம்பில் பல இடங்களிலும் காயம் பட்டிருக்கிறது; இரத்தமும் கசிந்துகொண்டிருக்கிறது. ஜெமீலா, உனக்காக நான் எவ்வளவு இரத்தம் சிந்தியிருக்கிறேன், பார். அ.கா. சாகிபு, அம்மாளு முகத்தில் பூசும் வாசனைப் பவுடரை உடலெங்கும் பூசிக்கொண்டார். பிறகு உடையணிந்து, தலை வாரினார். ஆரஞ்சுப் பழத்தை அந்த அறையிலேயே வைத்தார். அதற்குப் பிறகு ஜமீலாபீவியை எழுப்ப நினைக்கும்போது தொழுகைக்கான ஞாபகம் வந்தது. மஃரிபும்* இஷாவும்** தொழவில்லை. அதை முடித்துவிடுவோம். பெரியவர் தண்ணீர் எடுத்து ஒளு செய்துவிட்டு வந்து தொழுதார். ஜமீலாபீவிக்காகத் தனது உயிரைக் காப்பாற்றியதற்காக ரப்புல் ஆலமீனாய தம்புரானிடம் பிரார்த்தனை செய்து நன்றி தெரிவித்தார். அது முடிந்ததும், ஆரஞ்சுப் பழங்களை இரண்டு பாத்திரங்களில் வைத்துக்கொண்டு வந்து மேஜையின் மீது வைத்துவிட்டு மனைவியை எழுப்பினார்.

“ராஜாத்தீ.”

ஜமீலாபீவி நடுங்கிப்போய் வெட்டரிவாளுடன் கண்களைத் திறந்தாள்.

“பாவம், என்னெ வெட்டிராதே.” அப்துல்காதர் சாகிபு சொன்னார். “நான் கள்ளன் ஒண்ணுமில்லெ. அறிவில்லாத, பாவப்பட்ட அப்துல்காதரேதான்.”

“கண்ட இடங்கள்லாம் அலைஞ்சுத் திரிஞ்சுட்டு வந்துருக்கீங்க இல்லியா,” என்றபடியே வாசலைப் பார்த்ததும் அம்மாளு திகைத்துவிட்டாள்.

“உள்ளெ எப்படி வந்தீங்க?”

அப்துல்காதர் சாகிபு சொன்னார்:

“இந்தப் பையனைக் கண்டால் எல்லாக் கதவுகளும் தானாகவே திறந்து கொடுக்கும். மூடப்பட்ட எல்லா இதயங்களும் தானாகவே ...”

---

* அஸ்தமன நேரத் தொழுகை

** இரவு எட்டு மணித் தொழுகை

"மடத்தனமாப் பேசாதீங்க, உள்ளே எப்படி வந்தீங்க?"

பெரியவர் சொன்னார்:

"அடுக்களெ வழியா,"

அம்மாளு கேட்டாள்:

"கம்பை ஏதாவது உள்ளெ விட்டு தாப்பாளை எடுத்தீங்க, இல்லீயா? ஏதாவது கள்ளன்மாரு இதைப் பாத்தா? இனி அவனும் இப்படி உள்ளெ வருவான். இனி இந்த வீட்டுலெ மனநிம்மதியா எப்படி வாழ முடியும்?"

அப்துல்காதர் சாகிபு சொன்னார்:

"பிளடி ஃபூல், நீ கதவெ அடைக்கவே இல்லை."

ஜமீலாபீவி சொன்னாள்:

"ஓரளவுக்காவது நாகரீகமா பேசுங்க, என்ன? நான் கதவை அடைக்கல்லியாமே."

"யா ரப்புல் ஆலமீன்." அப்துல்காதர் சாகிபு நினைத்துக் கொண்டார். பெண்கள் செய்த தவற்றை அவர்கள் ஒப்புக்கொள்ள வைப்பது நடக்கக்கூடிய விஷயமா?

பெரியவர் கேட்டார்:

"நீ தொழுதியா?"

"தொழுதேன்" என்றபடி எழுந்திருக்கும்போது அம்மாளுவின் கண்களில் ஆரஞ்சு தென்பட்டது. முகம் இறுகியது. கோபம் வந்தது. கொண்டுவந்து வைத்திருப்பதைப்பார்.

மிகுந்த வெறுப்புடன் எரித்துவிடுவதுபோல் ஜமீலாபீவி ஆரஞ்சுப் பழத்தைக் கோபமாகப் பார்த்தாள்.

ஆனால், அபிப்ராயம் எதுவும் சொல்லவில்லை.

அப்துல்காதர் சாகிபு சொன்னார்:

"பூவன்பழம் ஒரு இடத்திலெயுமே இல்லெ."

ஜமீலாபீவி பதிலெதுவும் சொல்லவில்லை. சொல்வதற்கு என்ன இருக்கிறது? கொண்டுவந்து வைத்திருப்பதைப் பாருங்களேன்..! கையலம்புவதற்கு அம்மாளு தண்ணீர் கொண்டுவந்து வைத்தாள். இரண்டு பேரும் கைகழுவிவிட்டுச் சாப்பிட்டார்கள்.

“கூட்டுக்கறி ரொம்ப நல்லாயிருக்கு.” அப்துல்காதர் சாகிபு சொன்னார். உண்மையில் கூட்டுக்கறிகளெல்லாம் வாயில் வைக்கவே முடியாதபடி மோசமாக இருந்தன. உப்பில்லை. சிலதில் உறைப்பு அதிகம். இருந்தாலும் இல்லக் கிழத்தியல்லவா? குறைசொல்வது நியாயமா?

அம்மாளு மகிழ்ச்சியான ஒரு செய்தியைச் சொன்னாள்.

“நான் தூங்கப் போறேன்.”

பெரியவர் சொன்னார்:

“ஆரஞ்சைத் தின்னுட்டுத் தூங்கலாம். பூவன்பழம் கிடைக்கல்லெ. நான் காட்டாற்றை நீந்திக் கடந்துகொண்டுவந்த ஆரஞ்சு.”

அம்மாளு சொன்னாள்:

“சும்மா புளுவவேண்டாம். எனக்கு ஆரஞ்சுப்பழம் பிடிக்காது. கொண்டுவந்த நீங்களே அதெத் தின்னுங்க.”

அம்மாளு மூக்கின் நுனியை உயர்த்தியவாறே நடந்துபோய்ப் படுக்கையில் விழுந்தாள்.

அப்துல்காதர் சாகிபு ஆரஞ்சுத்தோலை உரித்தார். சுளைகளை ஒரு பாத்திரத்தில் நிறைத்துவைத்தார். பிறகு கூப்பிட்டார்:

“ஜெமீலா ...”

“விருப்பமில்லெ.”

விருப்பமில்லியா? அப்துல்காதர் சாகிபு நினைத்துக் கொண்டார். கல்யாணமான புதுசுலே புதுப்பெண்ணின் விலாவைக் குறிபார்த்து ஒரு ஆறு குத்து வைத்திருக்க வேண்டும்.

“ஜெமீலா, சீக்கிரம் வா, எழும்பி.”

“எனக்குத் தூக்கம் வருது.”

“அப்படியா?” பெரியவர் எழுந்துசென்று மிகுந்த வாத்சல்யத்துடன் சொன்னார்.

“ஜெமீலா, நான் ரொம்பவெல்லாம் கஷ்டப்பட்டுக்கொண்டு வந்ததாக்கும். இங்கெ பாரு, ஆத்துலெ நீந்தி, தண்ணி குடிச்சி, நான் ஒருவேளை இறந்துபோயிருந்தேன்னா?”

ஜெமீலா படுத்தவாறே தலையணைக்குள் முகம்புதைத்தாள்.

"நான் கேட்டது பூவன்பழமாக்கும்."

"ஊருலே பூவன்பழமே இல்லெ, ஜெமீலா. நாளைக்கு நான் எங்கேயிருந்தாவது வாழைக்கன்னு கொண்டு வாறேன்."

"ஆமா, அது குருத்து விட்டு, காயாமாறி பழுத்த பெறகு திங்கலாம்."

"ஆகட்டும்! இப்ப இந்த ஆரஞ்சைத் தின்னு, இதுலெ நல்ல விட்டமின் இருக்கு."

"எனக்கு வேண்டாம்."

"இல்லெ, நீ திங்கணும்."

ஜமீலாபீவி எழுந்தாள். மிகுந்த அதிகாரத்துடன் தனி லேடி பாவனையுடன் கேட்டாள்.

"திங்கல்லேன்னா, அடிச்சுத் திங்க வெப்பீங்களோ?"

ரைட்டு! அப்துல்காதர் சாகிபு நினைத்துக்கொண்டார். இது ஒரு நல்ல கருத்து. அவர் எதுவும் சொல்லாமல் சமையலறைக்குள் சென்றார். கம்பிலிருந்து இரண்டு சிறு சுள்ளிக்குச்சுகளை ஒடித்தெடுத்துக்கொண்டு வந்தார்.

ஜமீலாபீவி, சுள்ளிக் கம்பைப் பார்த்தபிறகும் 'அட ... சீ' என்பதுபோல் அப்படியே இருந்தாள்.

ஆனா காவன்னா சொன்னார்:

"எழுந்துரு ..."

"விருப்பமில்லெ."

"விருப்பமில்லியா?" அவர் போய் வெட்டரிவாளைக் கொண்டுவந்தார்.

"இம்புடுதானா?" என்பதுபோல் ஜமீலாபீவி இருப்பை மேலும் உறுதி செய்தாள்.

"வா, இங்கே ..." அ.கா.சாகிபு.

அம்மாளு சொன்னாள்: "விருப்பமில்லெ."

"அப்படியா?" பெரியவர் ஜமீலாபீவியின் தொடையில் இரண்டு சுட்ட அடி வைத்தார். பிறகு வெட்டுக் கத்தியைக் காட்டினார்.

"அடுத்தது, வெட்டுவேன்."

அம்மாளு கலங்கிய கண்களுடன் எழுந்தாள்.

அந்தக் கண்ணீர் ... அதைக் கண்டதும், என்ன சொல்வது? அப்துல்காதர் சாகிபின் இதயமே தகர்ந்துபோனது. ஆண் அல்லவா? பெண்ணின் கண்ணீரைக் கண்டால் பொறுக்க முடியுமா? இருந்தாலும் அப்துல்காதர் சாகிபு சிறிதுநேரத்திற்குத் தனது இதயத்தைக் கல்லுருண்டையாக மாற்றிக்கொண்டார். பிறகு சொன்னார்.

"ஜெமீலா . . . கண்ணீரைச் சும்மா பாழாக்க வேண்டாம். வேணும்னா ஒரு ஜாடியிலெ அழுது வெச்சுக்கோ. நான் பெறகு அதுலெ குளிக்கிறேன். என்னா?"

ஜமீலாபீவி குரல் தழுதழுக்கக் கேட்டாள்.

"என்னெ கொல்லப் போறீங்களா?"

"ஆமா." பெரியவர் சொன்னார்: "உன்னெ கண்டந்துண்டமா வெட்டி, பொடியா கொத்தி பிரியாணி வெக்கப் போறேன்."

பெரியவர், அம்மாளுவின் கையைப் பிடித்து அடுத்த அறைக்குக் கூட்டிச்சென்று ஆரஞ்சுப் பழத்தின் முன்னால் நிறுத்தினார்.

"எடுத்துத் தின்னு." அப்துல்காதர் சாகிபு உத்தரவிட்டார்.

ஜமீலாபீவி அதைக் காதில் விழுந்ததாகவே காட்டிக் கொள்ளவில்லை. ஆமா, பெரிய இவுரு என்பது போல் நின்றாள்.

கணவன் சொல்வதைக் கேட்கமாட்டாய் இல்லையா? அ.கா. சாகிபு சுள்சுள்ளென்று ஆறு அடி அம்மாளுவின் குண்டிவாக்கில் வைத்தார்.

அம்மாளு ஒரு சுளையை எடுத்துத் தின்றாள்.

"பத்தாது, இன்னும்." பெரியவர் மெதுவாகக் கர்ஜித்தார். கூடவே, வெட்டரிவாளையும் காட்டினார்:

"பாத்தியா? தின்னுரு, தொலெச்சுப் போடுவேன், ஆமா."

அம்மாளு படபடவென்று தின்றாள்.

பெரியவர் சொன்னார்:

"வித்தெ தூர எறிஞ்சுட்டு மெதுவாகத் தின்னாப் போதும்."

அப்படியாக, ஜமீலாபீவி கண்ணீர் விட்டபடியே வித்துகளை உதிர்த்துவிட்டு மெதுவாகத் தின்னத் தொடங்கினாள்.

அப்துல்காதர் சாகிபு நெருக்கடியான உடனடித் தேவைகளைப் பற்றிக் கேட்டார்:

“நான் உனக்கு யாரு?”

அம்மாளு சொன்னாள்:

“தெரியும்.”

“வெட்டரிவாளைப் பாத்தியா, சொல்லு, நான் உனக்கு யாரு?”

“புருசன்.”

பெரியவர் கேட்டார்:

“வெட்டரிவாளைப் பாத்தேல்லியா, இனி நீ என்னெ திருத்த நெனப்பியா? சொல்லு, சீக்கிரம் மாட்டேன்னு சொல்லு. வெட்டரிவாளு இருக்கு.”

“மாட்டேன்.”

பெரியவர் கேட்டார்:

“நீ திங்கிறதோட பேரு என்ன?”

“ஆரஞ்சஸ்.”

பெரியவர், அம்மாளுவின் குண்டியில் மற்றொரு அடி வைத்தார். “வெட்டரிவாளெப் பாத்துட்டுச் சொல்லு. நீ திங்கிறது பூவன்பழம்.”

“பூவன்பழம்.”

“வீட்டு வேலைக்கு வேலெக்காரி வேண்டான்னு சொல்லு. வெட்டரிவாளெப் பாத்துக்கோ.”

“வேண்டாம்.”

“நீ என்ன சீமாட்டியா? வெட்டரிவாளெப் பாத்துச் சொல்லு… நீ என் பெண்டாட்டி, அப்பிடித்தானே?”

“ஆமா..!”

“மோட்டார் வண்டி டிரைவர்மாரு, ரிக்ஷா வண்டி ஓட்டுறவன்மாரு, கவிஞும்மாரு, சொமட்டுக்காரன்மாரு,

அரசியல்வாதி, பீடிச்சுத்துறவன் இவுங்ககூட நான் சரி சமமா நடக்கலாமா? வெட்டரிவாள் இருக்கு. நடக்கலாம். நடக்கலாம்னு சொல்லு."

"நடக்கலாம், நடக்கலாம்."

"நீ என்ன திங்கிறே?"

"பூவன்பழம்."

வெட்டரிவாளையும் கம்பையும் கீழே எறிந்துவிட்டு 'எந்தங்கமே' என்று சொல்லியபடியே அப்துல்காதர் சாகிபு ஜமீலாபீவியைக் கட்டிப்பிடித்து முத்தமிட்டார். அம்மாளுவின் தொடையிலும் பிருஷ்டத்திலும் அடிபட்ட தழும்புகள். அதில் கைபட்டபோது அ.கா. சாகிபின் இதயம் சுக்கு நூறாக உடைந்துபோனது.

"எஞ் சக்கரெக் கட்டிக்கு ரொம்ப வலிச்சிதா?" பெரியவர் கேட்டார்.

அம்மாளு நீண்ட பெருமூச்சுடன் சொன்னாள்:

"இல்லெ."

மூன்று

இருந்தாலும் அ.கா. சாகிபின் மனத்துக்கு மிகுந்த வருத்தமாக இருந்தது. இருக்காதா பின்னே?

அப்படியாக அன்றிரவு கழிந்தது. பகல்பொழுது நாட்கள், வருடங்களாகி உருண்டோடின. ஆற்றில் பலதடவை நீர்ப் பிரளயம் ஏற்பட்டது. ஜமீலாபீவி ஒன்பதுமுறை பிரசவித்தாள். உலகில் பல மாற்றங்கள் உருவாயின. சாம்ராஜ்யங்கள் தகர்ந்தன. கிரீடங்களும் செங்கோல்களும் சிம்மாசனங்களும் பறந்தன. புதிய புதிய கருத்தியல்கள் முக்கியத்துவம் அடைந்தன. மானுட சமூகம் மிகவும் முன்னேற்றமடைந்தது. அப்துல்காதர் சாகிபுக்கும் ஜமீலாபீவிக்கும் நிறைய வயதாகிவிட்டது. பல்லெல்லாம் விழுந்துவிட்டன. இரண்டுபேரும் நரைத்துக் கூனும் விழுந்துவிட்டார்கள். படுகிழவனும் கிழவியும் பிள்ளைகளுக்குப் பிள்ளைகளும். இப்படியாக வாழ்ந்துகொண்டிருந்தாலும் பழைய சம்பவங்களில் சிலவாவது நினைவுக்கு வராமலிருக்குமா? அப்துல்காதர் சாகிபு சிரித்தபடியே ஜமீலாபீவியிடம் கேட்பார்.

"ராஜாத்தீ... பண்டு நீ பூவன்பழம் வேணும்னு கேட்டப்போ, ராத்திரி ஆத்துலே நீந்தி நான் என்ன கொண்டுவந்தேன்?"

ஜமீலாபீவியும் சிரித்தபடி சொல்வாள்:

"பூவன்பழந்தான்."

பெரியவர் கேட்பார்:

"அது, பாக்க எப்படியிருந்தது?"

அம்மாளூ சொல்வாள்:

"ஆரஞ்சுபோலெ."

"ஹ... ஹ... ஹ... என்று சிரித்தபடியே பெரியவர் கேட்பார்," என்ன கொண்டுவந்தேன்?"

அம்மாளூ சொல்வாள்:

"பூவன்பழம்! பூவன்பழம்!"

1948

நீலவெளிச்சம்

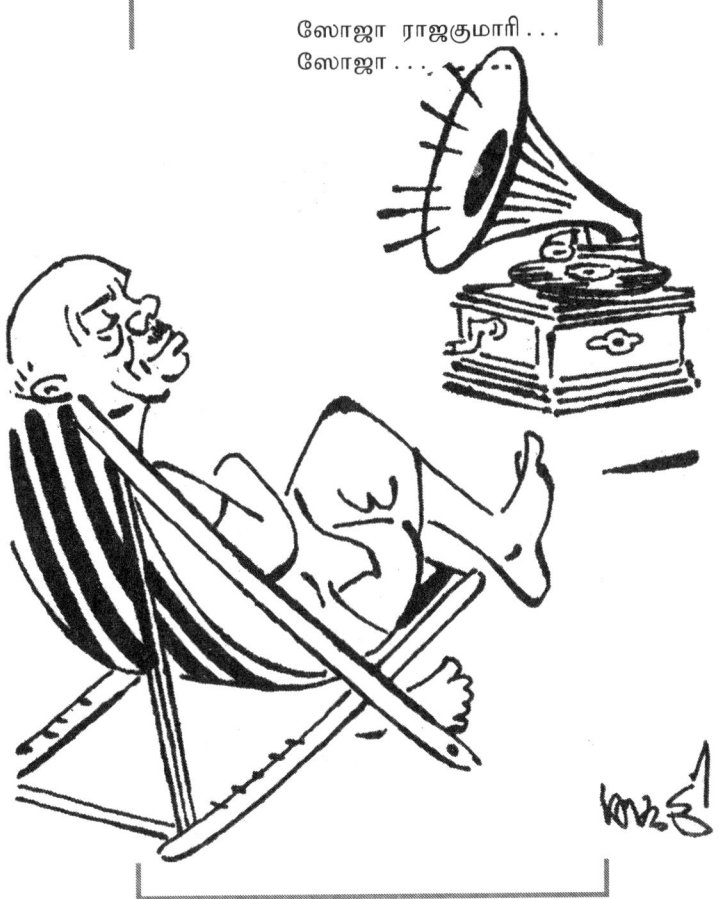

நீலவெளிச்சமென்ற இந்தக் கதையும் என் வாழ்க்கையில் நிகழ்ந்த ஆச்சரியமான சம்பவங்களில் ஒன்றுதான். சம்பவம் என்பதைவிட அற்புதங்களின் ஒரு குமிழ் என்று குறிப்பிடுவதுதான் சரியாக இருக்கும். அறிவியலின் ஊசி முனையால் இதனை நான் பலதடவை உடைத்துப் பார்க்க முயற்சி செய்திருக்கிறேன். ஆனால், என்னால் இயலவில்லை. ஒருவேளை உங்களால் இயலவும் கூடும். ஆய்வுசெய்து விளக்கம் சொல்லவும் இயலும். இதைத் தான் அற்புத நிகழ்வென்று முதலில் குறிப்பிட்டது... ஆமாம், இதை நான் வேறு எப்படிச் சொல்வது?

சம்பவம் இதுதான்:

கிழமையும் மாதமும் வருடமுமெல்லாம் வேண்டாமல்லவா? நான் வாடகை வீடு தேடி அலைந்துகொண்டிருந்தேன். புதிய விஷய மொன்றுமல்ல, இது. அப்போது நான் வீடு தேடி நடந்து திரியும் காலம்தான். எனக்கு விருப்பமான வீடோ அறையோ எப்போதுமே கிடைத்ததில்லை. தங்கியிருக்கும் இடத்தைப் பற்றியென்றால்... ஒரு நூறு குற்றங்குறைகளாவது சொல்ல முடியும். ஆனால் யாரிடம் சொல்வது? பிடிக்கலேன்னா இடத்தைக் காலி பண்ணு. சரி, எங்கே போவது? இப்படியாகச் சமாளித்துக்கொண்டிருக்கிறேன். மொத்தம் நான் சமாளித்த அறைகளும் வீடுகளும் எத்தனையிருக்கும் என்றா கேட்கிறீர்கள்? இதில் மற்றவர்களின் குற்றம் எதுவுமில்லை. எனக்குப் பிடிக்கவில்லை, நான் மாறுகிறேன். அவ்வளவுதான். பிடித்தமுள்ள மற்றொருவர் என் இடத்திற்கு வருவார். வாடகை வீடுகளென்றால் இப்படியெல்லாம்தானே? ஆனால், வீடுகளுக்குப் பஞ்சம் மிகுந்த காலம். பத்து ரூபாவுக்குக் கிடைத்துக்கொண்டிருந்தது, இப்போதெல்லாம்

உலகப் புகழ்பெற்ற மூக்கு

அறுபது கொடுத்தாலும் கிடைப்பதில்லை. இப்படியாக நான் அல்லாடிக்கொண்டிருக்கும்போது – ஒரு வீடு இருக்கிறது.

பார்கவி நிலையம் சிறுபங்களாதான். நகர்ப்புற ஆரவாரங் களிலிருந்து தொலைவில் விலகி, கிட்டத்தட்ட நகராட்சி எல்லையில். 'வாடகைக்குக் கிடைக்கும்' என்ற மிகப் பழைய போர்டும் இருந்தது.

எனக்கு வீடு மிகவும் பிடித்திருந்தது. பழைய வீடு. பார்ப்பதற்கு என்னவோபோல இருந்தாலும் பரவாயில்லை. வசிப்பதற்குத் தகுதியானதுதானே? மாடியில் இரண்டு அறைகளும் ஒரு போர்ட்டிகோவும். கீழ்ப் பகுதியில் நான்கு அறைகள். குளியலறையும் சமையலறையும் இருந்தன. தண்ணீர்க் குழாயும் இருந்தது. வெளிச்சத்திற்கான மின்சார வசதி மட்டுமில்லை. சமையலறையின் எதிரில் தோட்டத்தில் ஒரு கிணறு. பக்கத்தில் ஒரு மூலையில் கக்கூஸ். முற்றத்திலிருந்த அந்தக் கிணறு பழைமையானது. கல் கட்டிய சுற்றுச்சுவருடன் இருந்தது. முற்றத்தில் நிறைய மரங்களும் இருந்தன. தோட்டத்தைச் சுற்றி மதில் கட்டப்பட்டிருந்தது. பப்ளிக் ரோட்டின் ஓரத்தில்தான் வீடு.

எனக்கு ஆச்சரியமும் மகிழ்ச்சியும். இந்த வீட்டை ஏன் இதுவரை யாரும் வாடகைக்கு எடுக்கவில்லை. இவ்வளவு அழகான ஒரு பெண்ணை ... ஹா! இவளை யாரும் பார்த்துவிடக் கூடாது. ஒரு பர்தா போட்டு மூடிவிட வேண்டியதுதான். இப்படியான ஒரு மனோபாவத்தைத்தான் அந்தப் பழைய பங்களா என்னுள் உருவாக்கியது. நான் பதற்றத்துடன் ஓடினேன். குதித்தேன். பணம் கடன் வாங்கினேன். இரண்டு மாத வாடகையை முன்பணமாகக் கொடுத்துச் சாவியை வாங்கினேன். அவ்வளவு ஏன்? உடனடியாக என் வசிப்பிடத்தைப் பங்களாவின் மாடிக்கு மாற்றிவிட்டேன். சாதனங்களை ஏற்றி வந்த வண்டிக்காரன் பயந்துபோய் உள்ளே வராமல் கேட்டுக்கு வெளியிலேயே இறக்கிவைத்தான். அன்றைய தினமே நான் ஒரு அரிக்கேன் விளக்கும் மண்ணெண்ணெய்யும் வாங்கிக்கொண்டேன்.

மாடியையும் கீழ்ப்பகுதியையும் மற்றுமுள்ள அறைகளையும் நானே கூட்டித் தண்ணீர் தெளித்துச் சுத்தம் செய்தேன். நிறைய குப்பை கிடந்தது. பயங்கரமாகத் தூசும் படிந்திருந்தது. அடுத்ததாக, எல்லா இடங்களையும் கழுவி, திரும்பவும் சுத்தம் செய்தேன். திறக்காத ஒரு அறையும் இருந்தது. அதை அப்போது நான் திறக்கவில்லை. பிறகு, குளித்து முடித்தேன். மனத்திற்கு அமைதி கிடைத்தது. அந்தக் கிணற்றின் கரையில் நான் அமர்ந்துகொண்டேன். எவ்வளவு மகிழ்ச்சியாக இருந்தது தெரியுமா? சும்மா அப்படியே உட்கார்ந்து கனவு காணலாம்போல்.

தோட்டம் முழுக்க ஓடியாடலாம். முற்றத்தில் ஒரு தோட்டம் போட வேண்டும். அதிகமும் பன்னீர்ப் புஷ்பங்களாக, ரோஜாப் பூக்களாக இருக்க வேண்டும். முல்லையும் அதில் இடம்பெற வேண்டும். நான் நினைத்துக்கொண்டேன், ஒரு சமையல்காரன். வேண்டாம், அது ஒரு சிரமம். காலையில் குளித்துமுடித்துவிட்டு சாயா குடிக்கப்போகும்போது ஒரு தெர்மஸ் ஃப்ளாஸ்க் நிறைய சாயா வாங்கிக்கொண்டு வந்தாலே போதும். மத்தியானச் சாப்பாட்டுக்கு ஓட்டலில் ஏற்பாடு செய்துவிடலாம். இரவு இங்கேயே அனுப்பிவைக்கவும் சொல்லிவிட வேண்டும். அப்புறம் தபால்காரரைப் பார்த்து விலாசம் மாறிய விவரத்தைச் சொல்ல வேண்டும். இந்த இடத்தை யாரிடமும் சொல்லவேண்டா மென்றும் தபால்காரரிடம் சொல்ல வேண்டும். ஏகாந்தம் நிரம்பிய அழகான இரவுப் பொழுதுகள். அழகான பகல்பொழுதுகள். நிறைய எழுதலாம். இப்படியெல்லாம் நினைத்தபடியே நான் கிணற்றைப் பார்த்தேன். தண்ணீர் இருக்கிறதா இல்லையா என்பதைத் தெரிந்துகொள்ள முடியவில்லை. செடிகளாக நிறைந்துகிடந்தன. என்னவெல்லாமோ வளர்ந்துகிடந்தன. ஒரு கல்லையெடுத்துப் போட்டுப் பார்த்தேன்.

ப்ளுமென்றொரு சத்தம் கேட்டது. தண்ணீர் இருக்கிறது.

இவ்வளவும் பகல் பதினொரு மணிக்கு நடந்த விஷயங்கள்.

முதல் நாளிரவு ஒரு இமைகூட நான் தூங்கவில்லை. இரவே ஓட்டல் கணக்கைத் தீர்த்தேன். வீட்டின் உரிமையாளரைப் பார்த்து விஷயத்தைச் சொன்னேன். கேன்வாசுக்குள் அத்தனைப் பொருட்களையும் சுருட்டிக் கட்டினேன். கிராமஃபோன், ரிக்கார்டுகள் போன்ற எல்லாவற்றையும் சேர்த்துக்கட்டிப் பத்திரப்படுத்தினேன். தஸ்தாவேஜுகள், சாய்வு நாற்காலி, செல்ஃப் போன்ற தேவைப்படும் ஆஸ்திகளையெல்லாம் முறைப்படிச் சரிப்படுத்தி வைத்தேன். நேரம் பளபளா வெளுக்கும்போது ஓரிரு வண்டிகளில் சாதனங்களுடன் இங்கே வந்து சேர்ந்தேன்.

புதிய வீட்டின் வாசல்களையெல்லாம் அடைத்து முன்புறம் பூட்டிவிட்டு ரோட்டுக்கு வந்தேன். கேட்டையும் அடைத்தேன். அப்படி, சாவியைப் பெருமையாகப் பாக்கெட்டில் இட்டு நடந்தேன்.

மனத்திற்குள் யோசித்துப்பார்த்தேன். இன்று யாருடைய பாடலைப் போட்டுப் புதிய வீட்டின் கிரகப்பிரவேசத் திறப்பு விழா நடத்தலாம்? என்னிடம் நூற்றுக்குமதிகமான ரிக்கார்டுகள் இருக்கின்றன. இங்கிலீஷ், அராபிக், ஹிந்தி, உருது, தமிழ், பெங்காலி. மலையாளத்தில் எதுவுமில்லை. பாடத்தெரிந்தவர்கள் இங்கே பலர் இருக்கிறார்கள். அவர்கள் பாடிய ரிக்கார்டுகளும் இருக்கின்றன.

ஆனால், அவற்றின் டைரக்ஷன் சரியில்லை. மலையாளத்தில் இப்போது நல்ல மியூசிக் டைரக்டர்களும் பாடகர்களும் உருவாகி வருகிறார்கள். கொஞ்சம் மலையாள ரிக்கார்டுகள் வாங்க வேண்டும். சரி, இன்று முதன்முதலாக யாருடைய பாடலைப் போடலாம்? பங்கஜ்மல்லிக், திலீப்குமார் ராய், சைகால், பிங்க்குரோஸ்பி, பால்ராப்சன், அப்துல்கரீம்கான், கனான்தேவி, குமாரி மஞ்சுதாஸ் குப்தா, குர்ஷித், ஜூதிகாரே, எம்.எஸ். சுப்புலட்சுமி ... இப்படியாகப் பத்திருபது பேரை நினைவுபடுத்திப் பார்த்தேன். கடைசியில் ஒரு முடிவுக்கு வந்தேன். 'அயல்தேசவாசி இதோ வந்திருக்கிறான்' என்றொரு பாடல் இருந்தது. 'தூர்தேஷ்கா ரெஹ்னேவாலா ஆயா?' என்று தொடங்கும் பாடல். இதைப் பாடியது யார்? ஆணா, பெண்ணா..? ஏனோ, ஞாபகம் வரவில்லை. வந்த பிறகு பார்க்கலாம் – அப்படியாக நடந்தேன்.

முதலில் தபால் சிப்பந்தியைப் பார்த்து விவரத்தைச் சொன்னேன். புதிதாகத் தங்கியிருக்கும் இடத்தைப் பற்றிச் சொன்னதும் அவர் பயந்ததுபோல் சொல்கிறார்:

"அய்யோ, சார் . . . அந்த வீட்டில் ஒரு துர்மரணம் நடந்திருக்கிறது. அங்கே யாருமே தங்கியிருக்க முடியாதே? அதுதான் அந்த வீடு இதுவரை காலியாகக் கிடக்கக் காரணம்."

துர்மரணம் நடந்த வீடா ..? நான் கொஞ்சம் பதறி விட்டேன் என்றே வைத்துக்கொள்ளுங்கள். நான் கேட்டேன்:

"துர்மரணம் என்றால்?"

"அந்த வீட்டின் முற்றத்தில் ஒரு கிணறு இருக்கிறதல்லவா..? அதில் குதித்து யாரோ செத்துப்போய்விட்டார்கள். அதற்குப் பிறகு அந்த வீட்டில் நிம்மதியில்லை. பலரும் வந்து தங்கியிருந்து பார்த்திருக்கிறார்கள். இரவாகிவிட்டால் கதவுகள் படார் படாரென்று தானாகவே அடிக்கும். தண்ணீர்க் குழாய், தானாகவே திறக்கும்."

கதவுகள் படார் படாரென்று அடைபடும் . . . தண்ணீர்க் குழாய்கள் தானாகத் திறக்கும்... அதிசயம்தான்! அந்த இரண்டு குழாய்க்கும் பூட்டும் தாழ்ப்பாளும் இருந்தன. வழிப்போக்கர்கள் மதிலேறிக் குதித்துக் குளிக்கிறார்கள் என்பதற்காகக் குழாயைப் பூட்டி வைத்திருப்பதாகத்தான் வீட்டுக்காரர் சொல்லியிருந்தார். சரி, ஆனால் குளியலறைக்குள்ளிருக்கும் குழாயைப் பூட்ட வேண்டிய தேவையென்ன . . . அதை அப்போது கேட்கத் தோன்றவில்லை.

தபால் சிப்பந்தி தொடர்ந்து சொன்னார்:

“குரல்வளையை நெரித்துப்பிடித்துக்கொள்ளும்..! சாரிடம் இதைப்பற்றியெல்லாம் யாரும் எதுவும் சொல்லவில்லையா?”

மனத்திற்குள் நான் நினைத்துக்கொண்டேன். ‘சரியாப் போச்சு . . . ரெண்டு மாச வாடகையையும் முன்பணமாகக் கொடுத்த பிறகு இனி என்ன செய்ய முடியும்?’ நான் சொன்னேன்:

“சரி, பரவாயில்லை. இதெல்லாம் மந்திரவாதம் மூலம் சமாளித்துவிடக்கூடிய விஷயங்கள்தான். எது எப்படியிருந்தாலும், எனக்கு வருகிற கடிதங்களையும் மற்றவைகளையும் இந்த விலாசத்துக்குக் கொண்டு தர நீங்க ஏற்பாடு செய்துடுங்க.”

இதை என்னமோ வீரமாகச் சொல்லிவிட்டேனே தவிர நான் வீரனுமில்லை கோழையுமில்லை. பொதுவாக எல்லோரும் பயப்படும் விஷயங்களில் எனக்கும் பயமிருந்தது. ஆகவே, கோழையென்றுதான் சொல்ல வேண்டும். இதுபோன்ற சந்தர்ப்பங்களில் நீங்கள் என்ன செய்வீர்கள்?

எனது நடை மந்தகதியிலானது. என்ன செய்யலாம்? ஓர் அனுபவம் கிடைக்கும் என்பதற்காக, சாதாரணமாக நான், அனுபவங்களை உற்பத்தி செய்பவனில்லை. ஆனால், அது தானாகவே வருகிறதென்றால்..? சரி, என்னதான் வரப்போகிறது?

நான் ஒரு ஓட்டலில் ஏறிச் சாயா குடித்தேன். சாப்பிடத் தோன்றவில்லை. அடிவயிற்றில் ஏதோ எரிவது போல். பசியும் குறைவாகத்தான் இருந்தது. சாப்பாட்டை வழக்கமாக அனுப்பிவைக்கும் விஷயத்தைப் பற்றி ஓட்டல்காரரிடம் பேசினேன். எந்த இடத்துக்கு என்பதை அறிந்தபோது அவரும் சொன்னார்:

“பகலில் வேண்டுமானால் அனுப்பிவைக்கிறேன் . . . இரவு . . . பையன்மார் யாரும் அங்கே வரமாட்டார்கள். அந்த வீட்டில் ஒரு பெண் கிணற்றில் குதித்துச் செத்துப்போய்விட்டாள். அவள் அங்கே எங்கயாவதுதான் நிற்பாள் . . . சாருக்குப் பேய் பூதங்களின்மீது நம்பிக்கைக் கிடையாதோ?”

எனது பாதிப் பயம் போய்விட்டது. தற்கொலை செய்தது பெண் அல்லவா? நான் சொன்னேன்:

“அது ஒண்ணும் பெரிய விஷயமல்ல. போதாக்குறைக்குக் கைவசம் மந்திரமுமுண்டு.”

என்ன மந்திரமென்று எனக்கே தெரியாது. ஆனால், பெண்தானே? நான்தான் சொன்னேனே, அரை நிம்மதி! சிறு அளவிலாவது கனிவு இல்லாமலிருக்க முடியாது. நான் அங்கிருந்து பக்கத்திலுள்ள ஒரு வங்கிக்குச் சென்றேன். அங்கே, எனது

இரண்டு மூன்று நண்பர்கள் குமாஸ்தாவாக வேலைபார்த்து வந்தார்கள். அவர்களிடம் விஷயத்தைச் சொன்னதும் என்னைக் கோபித்துக்கொண்டார்கள்:

"இது பெரிய முட்டாள்தனமான வேலை. அந்த வீட்டில் பேய் உபத்திரவம் உண்டு. அது ஆண்களைத்தான் அதிகமாகத் தொந்தரவு செய்யும்."

அது சரி! அவளுக்கு ஆண்களின் பேரில் வெறுப்பிருக்கிறது அல்லவா?

மற்றொருவர் சொன்னார்:

"பார்கவி நிலையத்தை வாடகைக்கு எடுப்பதற்குமுன் எங்களிடம் கேட்டிருக்கக்கூடாதா?"

"இது இப்படியெல்லாம் ஆகுமென்று யாருக்குத் தெரியும்? ஒரு விஷயம் கேட்கட்டுமா? அந்தப் பெண் ஏன் கிணற்றில் குதித்துச் செத்தாள்?"

"காதல்தான்." வேறொருவர் சொன்னார்: "அவளுடைய பெயர் பார்கவி. இருபத்தொரு வயது. பி.ஏ. படித்திருந்தாள். அவள் ஒருவனைக் காதலித்தாள். தீவிரமான லவ்வு. பிறகு, அவன் மற்றொரு பெண்ணைத் திருமணம்செய்துகொண்டான். பார்கவி கிணற்றில் குதித்துத் தற்கொலைசெய்துகொண்டாள்."

என் பயம் முக்காலே அரைக்கால் வீதமும் விலகியது. ஆண்மீதான வெறுப்புக்குக் காரணம் இவ்வளவுதானே?

நான் சொன்னேன்: "பார்கவி என்னைத் தொந்தரவு செய்யமாட்டாள்."

"ஏன்?"

நான் சொன்னேன்:

"மந்திரம்! மந்திரம்!"

"பார்த்துவிடலாமே. இரவு நேரத்தில் அய்யோ ஆத்தான்னு நீங்கள் அலர்றதை."

நான் பதில் சொல்லவில்லை.

திரும்பவும் பங்களாவுக்கே வந்தேன். கதவுகளையும் ஜன்னல்களையும் திறந்து போட்டுவிட்டுக் கீழே வந்து கிணற்றினருகில் சென்றேன்.

"பார்கவிக்குட்டீ," நான் மெதுவாகக் கூப்பிட்டேன். "நமக்குள் எந்த முன்பரிச்சயமுமில்லை. நான் இங்கே குடியிருக்க வந்திருக்கிறேன். நான் ரொம்ப நல்ல மனிதன் என்பதுதான் என்னுடைய பொதுவான அபிப்ராயம். நித்திய பிரம்மச்சாரியும் கூட. பார்கவிக்குட்டியைப் பற்றி நான் நிறைய அபவாதங்களைக் கேள்விப்பட்டிருக்கிறேன். நீ இங்கே யாரையுமே தங்கியிருக்க அனுமதிக்கமாட்டாயாம். இரவானால் தண்ணீர்க்குழாய்களைத் திறந்துவிடுவதுண்டாம். கதவுகளைப் படாரென்று அடைப்பாயாம். ஆட்களின் குரல்வளைகளையும் நெரிப்பதுண்டாம்... இப்படியெல்லாம் நிறைய கேள்விப்பட்டேன். நான் இப்போது என்ன செய்ய வேண்டும்? இரண்டு மாத வாடகையை முன்பணமாக வேறு கொடுத்துவிட்டேன். என்னிடம் காசு குறைவாகவே இருக்கிறது. எனக்கு பார்கவிக்குட்டியின் இந்த வீடு ரொம்பப் பிடித்திருக்கிறது. உன் பெயர்தானே வீட்டுக்கும்? பார்கவி நிலையம்.

"எனக்கு இங்கிருந்து வேலை செய்ய வேண்டும். அதாவது கதைகள் ஏதாவது எழுத வேண்டும். ஒரு விஷயம் கேட்கட்டுமா? பார்கவிக்குட்டிக்குக் கதைகள் பிடிக்குமா? பிடிக்குமென்றால் நான் எழுதுவதையெல்லாம் உனக்கு வாசித்துக் காட்டுகிறேன், என்ன?... எனக்கு உன்னுடனான எந்தப் பிணக்கமுமில்லை. அதற்கான காரணங்களும் எதுவுமில்லையல்லவா?... முதலில் நான் ஒரு கல்லையெடுத்துக் கிணற்றிலிட்டுவிட்டேன். இது தெரியாமல் நடந்த விஷயம். இனிமேல் இப்படியெல்லாம் எதையும் செய்யமாட்டேன். மன்னித்துவிடு! பார்கவிக்குட்டிக்குத் தெரியுமா? என்னிடம் அருமையான ஒரு கிராமஃபோன் இருக்கிறது. இனிமையான பத்திருநூறு பாடல்களும் இருக்கின்றன. உனக்குச் சங்கீதம் பிடிக்குமா?"

இவ்வளவும் சொல்லிவிட்டு நான் பேசாமல் இருந்தேன். நான் யாரோடு பேசிக்கொண்டிருக்கிறேன்? எதையுமே விழுங்கிவிடத் தயாராக வாய்பிளந்து நிற்கும் கிணற்றிடமா? மரங்கள், வீடு, காற்று, பூமி, ஆகாயம், பிரபஞ்சம்... இவற்றில் எதனிடம்? என் அக மனத்திலிருக்கும் பயத்துடனா? நான் நினைத்துக்கொண்டேன். ஒரு கருதுகோளிடம் பேசிக்கொண்டிருக்கிறேன். பார்கவி! அவளை நான் பார்த்ததே இல்லை, அந்த இருபத்தொரு வயதான யுவதியை. அவள் ஓர் ஆண்மகனைத் தீவிரமாகக் காதலித்திருக்கிறாள். அவனது மனைவியாகவும் வாழ்க்கைத் துணையாகவும்... இப்படியான ஒரு வாழ்க்கையை அவள் கனவு கண்டாள். ஆனால், அந்தக் கனவு... ஆம்... அது வெறுங் கனவாகவே முடிந்துபோனது. வெறுப்பு அவளைக் கவ்விக்கொண்டது. அவமானமும்...

“பார்கவிக்குட்டீ” நான் சொன்னேன்: “நீ அப்படிச் செய்திருக்க வேண்டாமாக இருந்தது. உன்னை நான் குறைசொல்வதாக நினைத்துக்கொள்ள வேண்டாம். நீ விரும்பிய அந்த ஆண் மகன் உன்னை முழுமையாகக் காதலிக்கவில்லை. அவன் வேறொரு பெண்ணைத்தான் அதிகமாக விரும்பியிருக்கிறான்.

“ஆகவே வாழ்க்கை உனக்குக் கசப்பு மிகுந்ததாகத் தோன்றியிருக்கிறது. அது சரியாகவுமிருக்கலாம். ஆனால், வாழ்க்கை அவ்வளவுக்குக் கசப்பு நிறைந்ததாகவுமில்லை. விடு! உன்னைப் பொறுத்தவரை இனி... வரலாறு மீண்டுமொரு முறை திரும்பாது.

“பார்கவிக்குட்டீ, நான் உன்னைக் குற்றம் சொல்வதாக நினைத்துக்கொள்ளாதே! உண்மையாகவே நீ காதலின் காரணமாகத்தான் இறந்தாயா? காதலென்பது முடிவுகளற்ற வாழ்க்கையின் பொன்விடியல்... வெறும் முட்டாள் கழுதையான உனக்கு ஒரு மண்ணாங்கட்டியும் தெரியாது. உனது இந்த ஆண்மீதான வெறுப்பிலிருந்து இது மட்டுந்தான் நிரூபணமாகிறது. உனக்கு, ஆக மொத்தம் ஒரேயொரு ஆண் மட்டுமே பரிச்சயமாகி யிருந்தான் என்று வைத்துக்கொள்வோம், ஒரு வாதத்திற்காக! அவன் உனக்குத் துரோகம் செய்துவிட்டதாகவும் வைத்துக் கொள்வோம். அதற்காக, அந்த இடைவெளி வழியாகத்தான் நான் மற்ற ஆண்களையும் பார்ப்பேன் என்பது சரிதானா? தற்கொலை செய்துகொள்ளாமல் இன்னும் கொஞ்சநாள் நீ வாழ்ந்திருந்தால் உனது இந்த அபிப்ராயம் தவறென்பதை நீயாகவே உணர்ந்துகொண்டிருப்பாய். உன்மீது அன்பு செலுத்தவும் ‘தேவீ’ என்றழைத்து உன்னை ஆராதனை செய்யவும் வேறு யாராவது வந்திருப்பார்கள். இனி, இப்போது நான் சொன்னதைப்போல், உன்னைப் பொறுத்தவரை இனி . . . வரலாறு திரும்பவும் நிகழ்த்தப்படுவதில்லை. உனது வரலாற்றை முழுவதுமாக நான் அறிந்துகொள்வதற்கு என்ன வழியிருக்கிறது, பார்கவிக்குட்டீ?

“எது எப்படியாயினும் சரி. நீ என்னைத் தொந்தரவு செய்யக்கூடாது. இது எச்சரிக்கை ஒன்றுமில்லை. விண்ணப்பம்! நீ இன்றிரவு என் குரல்வளையை நெரித்துக்கொன்றுவிடுவாயென்றால் உன்னிடம் வந்து ஏனென்று கேட்பதற்கு யாருமே இல்லை. நான் கேட்க முடியும் என்றெல்லாம் நான் சொல்ல வரவில்லை. யாருமே கிடையாதென்றுதான் சொல்கிறேன். ஏன் அப்படியென்றால்... எனக்கு யாருமே இல்லை.

“பார்கவிக்குட்டிக்கு விஷயம் புரிந்துவிட்டதல்லவா? நான் இங்கேயே தங்குகிறேன். அதாவது தங்கியிருக்க நினைத்திருக்கிறேன்.

நியாயமாகப் பார்க்கப்போனால் இந்தக் கிணறும் வீடுமெல்லாம் இப்போது என்னுடையவை. இருந்தாலும், நீ கீழே இருக்கும் நான்கு அறைகளையும் கிணற்றையும் பயன்படுத்திக்கொள். சமையலறையையும் குளியலறையையும் நாம் சமமாக உபயோகிப்போம். என்ன சொல்கிறாய்?"

இரவு வந்தது. நான் தெர்மோ ப்ளாஸ்க் நிறைய சாயாவும் வாங்கி வந்தேன். எனது கையிலிருந்து எலெக்ட்ரிக் டார்ச்சை எரியவைத்து அரிக்கேன் விளக்கைப் பற்றவைத்தேன். மஞ்சள்

வெளிச்சத்தில் மூழ்கியது அறை.

டார்ச் லைட்டுடன் திரும்பவும் நான் கீழே வந்தேன். கூரிருட்டில் அப்படியே அசையாமல் கொஞ்சநேரம் நின்றேன். எனது நோக்கம், தண்ணீர்க் குழாயைப் பூட்டுவதுதான். நான் ஜன்னல்களையெல்லாம் திறந்து விரித்துவைத்தேன். பிறகு, கிணற்றின் பக்கத்தில் இருந்த சமையலறையின் அருகில் சென்றேன். அப்போது தண்ணீர்க் குழாயைப் பூட்ட வேண்டாமென்று தோன்றியது.

நான் வாசல் கதவுகளை மூடித் தாழ்ப்பாளிட்டுவிட்டு ஏணிப்படியேறி மேலே வந்து கொஞ்சம் சாயா குடித்தேன். ஒரு பீடியும் பற்றவைத்து இழுத்தவாறே சாய்வுநாற்காலியில் அமர்ந்திருந்தேன். அப்படியே எழுதவும் தொடங்கினேன். அப்போது எனக்குத் தோன்றியது, என் செயரின் பின்பக்கம்... பார்கவி நிற்கிறாள்.

நான் சொன்னேன்:

"நான் எழுதிக்கொண்டிருப்பதை யாராவது பார்ப்பது எனக்குப் பிடிக்காது."

திரும்பிப் பார்த்தேன்... யாருமில்லை.

ஏனோ தொடர்ந்து எனக்கு எழுதத் தோன்றவில்லை. ஒரு செயரை எடுத்து என் எதிரில் போட்டேன். "பார்வதிக்குட்டி இதில் உட்காரு." சூன்யமான செயர். நான் எழுந்து இரண்டு அறைகளிலுமாக உலாத்தத் தொடங்கினேன். காற்றில்லை. வெளியே மரங்களில் ஒரு இலைகூட அசையவில்லை. நான் ஜன்னல் வழியாகக் கீழே பார்த்தேன்... ஒரு வெளிச்சம்!

நீலமா, சிவப்பா, மஞ்சளா... என்ன நிறமென்று தெரியவில்லை. ஒரு நிமிடம்தான் தெரிந்தது.

சும்மா வெறுங் கற்பனை. நான் எனக்குள்ளேயே சொல்லிக் கொண்டேன். அந்த வெளிச்சத்தை உண்மையிலேயே நான்

பார்த்தேன் என்று என்னால் உறுதியாகச் சொல்ல முடியாது. இருந்தாலும், இல்லாத ஒன்று கண்ணுக்குத் தெரிந்ததாக எப்படித் தோன்றமுடியும்? மின்னுட்டாம் பூச்சியாக இருக்கலாமோ?

நான் நீண்ட நேரமாக அப்படியே நடந்துகொண்டிருந்தேன். ரொம்ப நேரம் ஜன்னலின் எதிரிலேயே நின்றிருந்தேன். விசேஷம் எதுவுமே இல்லை. ஏதாவது வாசிக்கலாம் என்று நினைத்தேன். மனம் ஒரு இடத்தில் நிற்கவில்லை. சூன்யமான செயர்.

சீக்கிரம் தூங்கிவிடலாமென்று நினைத்துப் படுக்கையை விரித்துவிட்டு விளக்கை அணைத்தேன். அப்போது ஒரு ரிக்கார்டு வைத்துப் பாட்டுக் கேட்கலாம்போல் தோன்றியது.

திரும்பவும் விளக்கைப் பற்றவைத்து கிராமஃபோனைத் திறந்துவைத்தேன். ஒரு புதிய ஊசியை சவுண்ட் பாக்சில் பொருத்தினேன். பிறகு கிராமஃபோனுக்குச் சாவி கொடுத்தேன்.

யாருடைய பாடலை வைக்கலாம்?... உலகம் நிசப்தமாக இருந்தது. ஆனாலும் ஒரு முழக்கமிருந்துகொண்டே இருந்தது. "ஹூ" என்று. எனது இரண்டு செவிகளுக்குள்ளும். பயம், என்னைப் பிடிகொண்டுவிட்டதா?... என் முதுகிலொரு குடைச்சல். பயங்கரமான அந்த அமைதியை இலட்சோப லட்சம் துண்டுகளாகத் தகர்த்தெறிய விரும்பினேன். அதற்கு யாருடைய பாடலைத் தேர்வு செய்யலாம்? ஒரு முடிவுடன் நீக்ரோ அமெரிக்கப் பாடகனான பால் ராப்சனின் ஒரு ரிக்கார்டை எடுத்துவைத்தேன். கிராமஃபோன் பாடத்தொடங்கியது. இனிமையும் கம்பீரமும் இணைந்த ஆண் குரல்.

'Joshua fit the battle of Jericho'

அந்தப் பாடல் முடிந்தது. பிறகு பங்கஜ் மல்லிக்.

'தூ டர்னா ஸராபீ!' நீ சிறிதும்கூடப் பயப்பட வேண்டாம்!

இதற்குப் பிறகு, இனிமையும் மென்மையும் அழகும் நிறைந்த பெண் குரல்.

'காற்றினிலே வரும் கீதம்.'

அப்படியாக எம்.எஸ். சுப்புலட்சுமியும் பாடி முடித்தார்.

இந்த மூன்று பாடல்களும் முடிந்தபிறகு எனக்கென்னவோ ஒரு அமைதி கிடைத்தது. அப்படியே கொஞ்ச நேரம் அமர்ந்திருந்தேன். கடைசியில், சாட்சாத் சைகாலை அழைத்தேன். அவர், மெதுவாகச் சோர்ந்துபோன ஸ்வரத்தில் சோகத்துடன் இனிமையாகப் பாடினார்.

'ஸோஜா ராஜகுமாரீ?'

'ராஜகுமாரீ தூங்கு. அழகிய கனவுகளுடன் நீ கண் மூடு.'

அதுவும் முடிந்தது.

அவ்வளவுதான்! இனி நாளைக்கு என்று சொல்லி கிராம ஃபோனை மூடி, ஒரு பீடியைப் பற்றவைத்து, விளக்கை அணைத்து

விட்டுப் படுத்தேன். பக்கத்தில் டார்ச் லைட் இருந்தது, வாட்சும் இருந்தது, பிச்சுவாக்கத்தியும் இருந்தது. கூடவே, சூன்யமான செயர் இருந்தது.

போர்ட்டிகோவின் வாசலை மூடிவிட்டுத்தான் படுத்தேன். நேரம், பத்து மணியிருக்கும். நான் காதுகளைக் கூர்மையாக்கிப் படுத்திருந்தேன்.

வாட்சின் மிக மெல்லிய டிக் டிக் சத்தத்தைத் தவிர வேறெதுவுமில்லை. நிமிடங்களும் மணித்துளிகளும் அப்படியே நகர்ந்துகொண்டிருந்தன. என் மனத்திற்குள் பயமில்லை. இருந்த தெல்லாம் ஒரு... ஒரு... எச்சரிக்கை உணர்வு. இது எனக்குப் புதிய அனுபவமில்லை. ரொம்ப காலமாக, நிறைய நாடுகளில் ஏராளமான இடங்களில்... ஒரு இருபது வருட ஏகாந்த வாழ்க்கையில்... எனக்கே பொருள் விளங்காத சில அனுபவங்கள் ஏற்பட்டதுண்டு. ஆகவே எனது சிந்தனை கடந்த காலத்தை நோக்கியும்... நிகழ்காலத்தை நோக்கியும்... அப்படியே போய்வந்துகொண்டிருந்தது. இடையில் வாசலைத் தட்டும் சத்தம் வருமோ... குழாயில் தண்ணீர் விழும் சத்தம் கேட்குமோ... குரல்வளையை நெருக்கிப் பிடிக்குமோ... இப்படியாக மூன்றுமணிவரை கவனித்துக்கொண்டிருந்தேன்.

எதுவும் கேட்கவில்லை. எந்த அனுபவமும் ஏற்படவில்லை. முழு அமைதி! நான் தூங்கினேன். எந்தக் கனவும் வரவில்லை. மறுநாள் ஒன்பது மணிக்கு எழுந்தேன்.

எதுவுமே நடந்திருக்கவில்லை.

"குட்மார்னிங் பார்கவிக்குட்டீ, ரொம்ப நன்றி..! ஒரு விஷயம் எனக்குப் புரிந்துவிட்டது தெரியுமா? ஆட்கள் சும்மா உன்னைப் பற்றி அபவாதம் பேசுகிறார்கள். அவர்கள் அப்படிப் பேசிக்கொண்டே இருக்கட்டும். இல்லையா?"

இப்படியாக இரவுகளும் பகல்களும் நகர்ந்துகொண்டே யிருந்தன. பார்கவிக்குட்டியைப் பற்றி நினைத்துப் பார்ப்பேன். அம்மா, அப்பா, சகோதர சகோதரிகள். . . வெளியே தெரியாத கதைகளும் நிறைய இருக்குமல்லவா . . . பெரும்பாலான இரவுகளிலும் நான் எழுதிச் சோர்ந்துவிடும்போது ரிக்கார்டு

வைப்பேன். பாட்டைக் கேட்பதற்கு முன் அதைப் பாடுவது யார், பாடலின் பொருள் என்னவென்பதையெல்லாம் முதலிலேயே அனௌன்ஸ் செய்துவிடுவேன். நான் சொல்வேன்: இதோ இந்தப் பாடலைப் பாடுபவர் பங்கஜ் மால்லிக் எனும் இசை மகான். பெங்காலி பாடகர். இது ஒரு சோக கீதம். நினைவுகளைத் தூண்டிவிடக் கூடியது. கடந்த காலங்கள் எல்லாருக்கும் இருக்குமல்லவா? கவனமாகக் கேட்க வேண்டும்.

"குஸர்கயா வஹ் ஸமானா கைஸா ... கைஸா."

அல்லது, நான் சொல்வேன்:

"இதோ, இது பிங் குரோஸ்பியுடைய பாடல். *In the moon light.* அப்படியென்றால் நிலவொளியில் ... ஓ ..., நீ, பி.ஏ., படித்தவளல்லவா ... மன்னித்துவிடு."

இப்படியும் நான் தனக்குத்தானே சொல்லிக்கொள்வேன். இப்படியாக இரண்டரை மாதம் கழிந்தது. நான் அங்கே ஒரு தோட்டம் போட்டேன். பூக்கள் மலர்ந்தால் அத்தனையும் பார்கவிக்குட்டிக்குத்தான் என்றும் சொல்லிக்கொண்டேன். இதனிடையில் ஒரு சிறுநாவலும் எழுதிவிட்டேன். என்னுடைய நெருங்கிய நண்பர்கள் சிலரும் இங்கே வந்திருந்தார்கள். இங்கே பலர் இரவில் தங்கியும் இருக்கிறார்கள். தூங்குவதற்குமுன் அவர்களுக்குத் தெரியாமல் நான் கீழே இறங்கிவந்து இருட்டைப் பார்த்து மெதுவாகச் சொல்வேன்:

"கேட்டியா பார்கவிக்குட்டீ, எனது நண்பர்கள் சிலர் இன்றிரவு இங்கே தூங்குகிறார்கள். அவர்கள் யாரையும் நீ குரல்வளையைப் பிடித்து நெரித்துக் கொல்லக்கூடாது. அப்படி ஏதாவது நடந்தால் போலீஸ்காரர்கள் என்னைப் பிடித்துக்கொண்டுபோய்விடுவார்கள். கவனமாக இரு... குட்நைட்."

சாதாரணமாக வெளியே இறங்கப்போகும் வேளையில் நான் சொல்வேன்:

"பார்கவிக்குட்டீ, வீட்டைக் கவனித்துக்கொள். ஏதாவது திருடர்கள் வந்து உள்ளே ஏறினால் கழுத்தை நெரித்துக் கொன்றுவிடு. பிணத்தை இங்கேயே போட்டுவிடாதே. ஒரு மூன்று மைல் தூரத்துக்கு இழுத்துக்கொண்டுபோய் எறிந்துவிடு. அல்லது நமக்குத்தான் கஷ்டமாகிப்போகும்."

இரவு, இரண்டாவது ஆட்டம் சினிமா பார்த்துவிட்டுத் திரும்பிவரும்போது சொல்வேன்:

"நாந்தான், பார்கவிக்குட்டீ."

இதெல்லாம் புதுமோடியில் நான் சொன்னவைதான். காலம் கொஞ்சம் கடந்தபிறகு நான் பார்கவியை மறந்துவிட்டேன். அதாவது பெரிய அளவிலான பேச்சுகள் எதுவுமில்லை. எப்போதாவது ஞாபகம் வரும், அவ்வளவுதான்.

ஞாபகங்கள் எப்படிப்பட்டவையென்று சொல்கிறேன். இந்தப் பூமியில் அநேகக் கோடி ... அதாவது மானுட சமூகத்தின் உற்பத்திக்குப் பிறகு ... எண்ணற்ற ஆண் பெண்கள் மரணமடைந்திருக்கிறார்களல்லவா? அவர்கள் அனைவருமே இந்தப் பூமியில் கரைந்தும் புகைந்தும் துகள்களாகவும் கலந்திருக்கிறார்கள். இது அனைவருக்கும் தெரியும்தான். இந்தவகையிலான ஒரு ஞாபகமாக மட்டுமே மிச்சமிருக்கிறாள் பார்கவி.

அப்படியிருக்கும்போதுதான் ஒரு சம்பவம் நிகழ்ந்தது. அதைத்தான் இனி சொல்லப்போகிறேன்.

ஒரு நாளிரவு, சுமார் பத்துமணியிருக்கலாம். ஒன்பது மணி முதல் நான் கதை எழுதிக்கொண்டிருந்தேன். மிகுந்த உணர்வுபூர்வமான கதை. வேகமாக எழுதிக்கொண்டிருந்தேன். விளக்கு மெதுவாக மங்கிக்கொண்டிருப்பதாக எனக்குத் தோன்றியது.

விளக்கையெடுத்து மெல்ல ஒருமுறை குலுக்கிப் பார்த்தேன். மண்ணெண்ணெய் இல்லை. ஆனாலும் ஒருபக்கம் கூட எழுதிவிடுவோமே என்று நினைத்துக்கொண்டேன். தெளிவாக எடுத்த முடிவொன்றுமில்லை இது. எனது கவனம் முழுவதும் எழுதிக்கொண்டிருந்த கதையில்தான் இருந்தது. இதற்கிடையில் வெளிச்சம் குறைந்துவிட்டது. இந்த நேரத்தில் என்ன செய்ய வேண்டும்? ஏற்கெனவே செய்ததுபோல் விளக்கில் எண்ணெய் இருக்கிறதா என்று பார்க்கலாம். பார்த்தேன். மீண்டும் திரியைத் தூண்டினேன். பிறகு எழுத்தைத் தொடர்ந்தேன். சிறிது நேரத்திற்குள் திரும்பவும் விளக்கு மங்கியது. திரியைத் தூண்டிவிட்டேன். இப்படியே கொஞ்ச நேரம் கழிந்தது. அரை அங்குல அகலமும் நான்கு அங்குல நீளத்திலுமாக ஒரு சிவந்த கனலாக விளக்குத் திரி மட்டும் மிச்சமானது.

நான் எலெக்ட்ரிக் டார்ச்சை எரியவைத்து அரிக்கேன் விளக்கின் திரியை முழுவதுமாகத் தாழ்த்தினேன். விளக்கு அணைந்துவிட்டதைத் தனியாகச் சொல்ல வேண்டாமல்லவா?

எனக்கு நானே சொல்லிக்கொண்டேன்.

"வெளிச்சம் வேண்டுமே, என்ன செய்வது?"

மண்ணெண்ணெய் தேவை. நான் யோசனை செய்தேன். வங்கிக்குச் சென்றால் குமாஸ்தாக்களின் ஸ்டவ்விலிருந்து கொஞ்சம் மண்ணெண்ணெய் கடன் வாங்கலாம். நான் டார்ச் லைட்டும் மண்ணெண்ணெய்க் குப்பியுமாக வாசலைப் பூட்டிவிட்டு வெளியே வந்தேன். கேட்டை அடைத்துவிட்டு ஏகாந்தப் பெருவழியினூடே நடந்தேன். மங்கிய நிலவு வெளிச்சம் இருந்தது. நல்ல மழைக் கூறும் இருந்தது. நான் வேகமாக நடந்தேன்.

ரோடுவழியாக நடந்து வங்கியின் முன்சென்று மேலே பார்த்து ஒரு குமாஸ்தாவின் பெயரைச் சொல்லிக் கூப்பிட்டேன். இரண்டு மூன்று தடவை கூப்பிட்டபிறகு ஒருவர் இறங்கி வந்தார். சைடு கேட்டைத் திறந்து பின்புறவழியாக வங்கியின் பின்வாசலுக்குச் சென்று ஏணிப்படிவழியாக மேலே போனோம். அப்போதுதான் தெரிந்தது, அவர்கள் மூன்றுபேரும் சீட்டு விளையாடிக்கொண்டிருக்கிறார்கள் என்பது.

நான் மண்ணெண்ணெய் விஷயத்தைப் பற்றிச் சொன்னதும் அதில் ஒருவன் சிரித்தபடியே கேட்டான்:

“இவ்வளவுதானா? உங்களின் அந்தப் பிடித்தமான பார்கவியிடம் சொன்னால் போதாதா, மண்ணெண்ணெய் கொண்டுவர. சரி, பார்கவியின் வாழ்க்கைச் சரித்திரம் எழுதி முடித்தாகிவிட்டதா?”

நான் பதிலெதுவும் சொல்லவில்லை. எழுத வேண்டும். மனத்திற்குள் நினைத்துக்கொண்டேன். அவர்களில் ஒருவர் ஸ்டவ்விலிருந்து குப்பியில் மண்ணெண்ணெய்யை ஊற்றிக்கொண்டிருக்கும்போது திடீரென்று மழை வந்துவிட்டது.

நான் சொன்னேன்:

“ஒரு குடையும் வேண்டும்.”

அவர் சொன்னார்:

“குடையை விடுங்கள். குடையின் ஒரு பிடிகூட இல்லை. நாம் கொஞ்ச நேரம் சீட்டு விளையாடுவோம். மழை விட்ட பிறகு போகலாம்.”

அப்படியாக நாங்கள் சீட்டு விளையாடினோம். நானும் என் நண்பனும் மூன்று தடவை ‘ஸலாம்’ வைத்தோம். இதில் அதிகமும் என்னுடைய கவனப்பிசகால் ஏற்பட்டதுதான். என் மனது எழுதிக்கொண்டிருந்த கதையிலிருந்ததால் விளையாட்டில் தேவையான கவனமெடுத்துக்கொள்ள முடியவில்லை. ஒரு

மணி நேரத்திற்குப் பிறகுதான் மழை ஓய்ந்தது. விளையாட்டை முடித்துவிட்டு மண்ணெண்ணெய்க் குப்பியையும் டார்ச்சையும் எடுத்துக்கொண்டேன். அவர்களும் படுப்பதற்குத் தயாரானார்கள். நான் கீழே இறங்கி ரோட்டுக்கு வந்ததும் அவர்கள் விளக்கை அணைத்தார்கள்.

ரோட்டில் எவ்வித அசைவுகளுமே இல்லை. வெளிச்சமும் இல்லை. நான் நடந்துகொண்டிருந்தேன். எந்த இடத்திலுமே வெளிச்சமில்லை. நான் திருப்பம் கடந்து வீட்டைப் பார்த்து நடந்தேன். அந்த மங்கலான நிலவொளியில் உலகமெல்லாம் தெளிவற்ற மாயையில் மூழ்கிக்கிடந்தது. என்னென்ன சிந்தனைகளெல்லாம் என் மனத்தினூடே வேகமாகப் போய்க் கொண்டிருந்தனவென்பதை என்னால் புரிந்துகொள்ள முடியவில்லை. ஒருவேளை எவ்விதமான சிந்தனைகளுமே இருந்தும் இருக்காது. சூன்யமும் அமைதியும் நிரம்பிய இருண்ட

வழியினூடே எலெக்ட்ரிக் விளக்கை எரியவிட்டபடி நடந்து சென்றேன். வழியில் எந்த ஓர் உயிரினத்தையும் காண முடியவில்லை.

தங்கியிருந்த இடத்துக்குச் சென்று கேட்டைத் திறந்தேன். உள்ளே நுழைந்தேன். வாசல் கதவைத் தாழிட்டேன். மேலே அசாதாரணமாக ஏதாவது நடந்திருக்கிறதா என்று சிந்திக்க வேண்டிய தேவையொன்றும் இல்லையல்லவா? ஆனால், எதுவோ ஒன்று... தெளிவான எந்தக் காரணங்களுமின்றி என் மனத்தில் சோகம் கவிந்துகொண்டிருந்தது. வெறுமனே ஒருதடவை அழுதுவிடலாம் போல் தோன்றியது. என்னால் உடனடியாகச் சிரித்துவிட முடியும். ஆனால், ஒரு துளிகூட அழ முடிவதில்லை. கண்ணீர் வராது. இப்படியான சந்தர்ப்பங்களில் என்னுள் ஓர் அமானுஷ்ய பாவம் உதயமாவதுண்டு. இப்போதும் அதுதான் நடந்தது. கம்பாஷன்!

அதே உள்ளுணர்வுடன் நான் மேலே ஏறிச் சென்றேன், எப்போதும் போவதுபோல். ஆனால் ஓர் அபூர்வ நிகழ்வைக் கண்கள் கவனித்துவிட்டன. அகமனது அதை உணர்ந்து கொள்ளவும் செய்தது. விஷயம் இதுதான்:

நான் அறையைப் பூட்டிவிட்டுப் போகும்போது எண்ணெய் தீர்ந்துபோனதால் விளக்கு அணைந்துபோயிருந்தது. அறைக்குள் இருட்டும் படர்ந்திருந்தது. பிறகு ஒரு மழையும் பெய்தது. இவ்வளவும் நடந்து இரண்டு மூன்று மணிநேரமும் கடந்துபோய் விட்டது. ஆனால், இப்போது அறைக்குள்ளிருந்து அதிசயம்போல் ஒரு வெளிச்சம் வருகிறது. வாசல் கதவின் விரிசலினூடே அது

தெரிகிறது... இந்த வெளிச்சம்தான் என் கண்களுக்குத் தெரிந்ததும் அக மனது உணர்ந்ததுமெல்லாம். ஆனால், இந்த ரகசியம் எனது... எனது பிரக்ஞைக்குள் உறைக்கவில்லை.

வழக்கம்போல் நான் சாவியை எடுத்து, தாழ்ப்பாளில் லைட் வெளிச்சத்தைக் காட்டினேன். தாழ்ப்பாள் வெள்ளிபோல் மின்னியது... இப்படிச் சொல்வதைவிட தாழ்ப்பாள் சிரித்தது என்று சொல்வதுதான் சரியாக இருக்கும்.

நான் அறையைத் திறந்து உள்ளே நுழைந்தேன். அப்போது தான் ஒரு திகைப்புடன் அனைத்தையும் உணர்ந்துகொண்டேன். அதாவது, அதிர்ச்சியுடன் எனது ஒவ்வொரு அணுவுக்குள்ளும் விஷயம் தெளிவுபட்டது. நான் பயந்து நடுங்கிப்போய்விடவில்லை. அன்பும் கருணையும் சேர்ந்து ஒன்று கலந்த உணர்வுதான் மனத்தில் மேலோங்கியது. அதிர்ச்சியுடன் நின்றுபோனேன் என்பது மட்டும்தான்! எனக்குள் என்னவோ ஒரு வெம்பல் போலவும் வேர்வை படர்ந்ததுபோலவும் அழுவதற்கான உணர்வு ஏற்பட்டது போலவும் தோன்றியது.

நீல வெளிச்சம்!

வெள்ளைச் சுவர்களும் அறையும் அந்த நீல வெளிச்சத்தில் மூழ்கியிருந்தன. வெளிச்சம் விளக்கிலிருந்து இரண்டங்குல நீளத்தில் ஒரு நீலநிறத் திரி நாளம்... நான் அதிர்ச்சியுடன் ஸ்தம்பித்துப்போய் அப்படியே நின்றிருந்தேன்.

மண்ணெண்ணெய் இல்லாமல் அணைந்துபோயிருந்த விளக்கு, எப்படி, யாரால் பற்றவைக்கப்பட்டது... பார்கவி நிலையத்தில்? இந்த நீல வெளிச்சம் எங்கிருந்து வந்தது?

1952

*

உலகப் புகழ்பெற்ற மூக்கு

திடுக்கிடச் செய்யும் அற்புதச் செய்தி அது. ஒரு மூக்கு, புத்திஜீவிகளிடையிலும் சித்தாந்தவாதிகளிடையிலும் பெரும் விவாத விஷயமாக மாறியிருக்கிறது. உலகப் புகழ்பெற்ற ஒரு மூக்கு.

அந்த மூக்கின் யதார்த்த வரலாறுதான் இங்கே பதிவு செய்யப்படுகிறது.

வரலாற்றின் தொடக்க காலம், அவரது இருபத்து நான்காம் வயது முடிவில்தான். அதுவரையிலும் அவரை யாருமே அறிந்திருக்கவில்லை. இந்த இருபத்து நான்காவது வயதுக்கென்று ஏதாவது விசேஷத் தன்மைகள் இருக்கின்றனவோ என்னமோ. ஒரு விஷயம் மட்டும் உண்மை. உலக வரலாற்றின் ஏடுகளைப் புரட்டிப்பார்த்தால், பெரும் பாலான மகோன்னதர்களின் இருபத்து நான்காவது வயதுகளும் சில விசேஷத் தன்மைகளுடன்தான் இருந்திருக்கின்றன. வரலாற்று மாணவர்களுக்கு இதைக் குறிப்பிட்டுச் சொல்ல வேண்டிய தேவை கிடையாதல்லவா?

நம்முடைய இந்த வரலாற்று நாயகன், ஒரு சமையல்காரர். குக்! சொல்லிக்கொள்ளும்படியான எந்தப் புத்தி சாதுரியமும் இல்லை. எழுத்துவாசனை கிடையாது. சமையலறைதானே அவரது உலகம்? அதற்கு வெளியேயுள்ள விஷயங்களில் அவருக்கு எந்தக் கவனமுமில்லை. எதற்காகக் கவனம் செலுத்த வேண்டும்?

திருப்தியாகத் தின்ன வேண்டும்; சுகமாகப் பொடி போட வேண்டும்; நன்றாகத் தூங்க வேண்டும்; மறுநாள் எழும்பிச் சமையல் பணியைத் தொடங்க வேண்டும். இவ்வளவும்தான் அன்னாரது தினப்படி வேலைகள்.

மாதங்களின் பெயர்களை அன்னார் அறியமாட்டார். சம்பளத் தேதி வரும்போது

தாயார் வந்து சம்பளம் வாங்கிக்கொள்வார். பொடி வாங்க வேண்டுமென்றால் அந்தத் தாயே வாங்கிக்கொடுத்தும்விடுவார். இப்படி, சுகமாகவும் திருப்தியுடனும் வாழ்ந்துகொண்டிருக்கவே, அவருக்கு இருபத்து நான்காவது திரு வயது நிறைவடைகிறது. அதைத் தொடர்ந்துதான் அற்புதமும் நிகழ்கிறது.

வேறு விசேஷமாக எதுவுமில்லை. மூக்கு சற்றே நீண்டிருக்கிறது. வாயையும் தாண்டி அது தாடைவரை இறங்கியிருக்கிறது.

அப்படியாக அந்த மூக்கு பிரதிதினம் வளரத் தொடங்கியது. மறைத்துவிட முடிகிற காரியமா இது? ஒரே மாதத்திற்குள் அது நாபித் தடம்வரை நீண்டுவிட்டது. சரி, அதனால் ஏதாவது அசௌகரியம் உண்டோ என்றால் அதுவும் கிடையாது. மூச்சுவிட முடிகிறது. பொடிபோட முடிகிறது. எல்லா வாசனைகளையும் இனம் காண முடிகிறது! குறிப்பிடும்படியான எந்தப் பிரச்சினையும் இல்லை.

ஆனால், இவ்விதமான மூக்குகள் ஏதோ, ஒன்றிரண்டாவது உலக வரலாற்றின் ஏடுகளில் புதைந்துகிடக்கலாம் – ஆனால், அதுபோன்ற பெரியண்ணன் மூக்கா இது? இந்த மூக்கின் காரணமாக பாவப்பட்ட இந்தச் சமையல்காரரை வேலையிலிருந்து நீக்கிவிட்டார்களே.

என்ன காரணம்?

விலக்கப்பட்ட தொழிலாளியைத் திருப்பியெடுக்க வேண்டும் என்றெல்லாம் சொல்லித் தர்ணா செய்ய எந்தவொரு சங்கமும் முன்வரவில்லை. அரசியல் கட்சிகள் அனைத்துமே இந்தக் கொடும் அநீதிக்கெதிராக முகம் திருப்பிக்கொண்டன.

அவரை வேலையிலிருந்து நீக்குவதற்கான காரணமென்ன? மனிதாபிமானிகளென்று சொல்லிக்கொள்ளும் யாருமே இந்தக் கேள்வியை முன்வைக்கவில்லை. எங்கே போய்விட்டார்கள் இந்தப் புத்திஜீவிகளும் சித்தாந்திகளும், அப்போது.

பாவம் தொழிலாளி, பாவம் சமையல்காரர்.

வேலை பறிபோவதற்கான காரணமென்னவென்பதை யாரும் அவரிடம் எடுத்துச்சொல்ல வேண்டிய தேவையும் ஏற்படவில்லை. வேலைக்கு வைத்திருந்த வீட்டுக்காரர்களுக்கு நிம்மதியில்லாமல் ஆகிவிட்டது என்பதுதான் ஒரே காரணம். மூக்கனைப் பார்க்கவும் மூக்கைப் பார்க்கவுமென்று அல்லும் பகலும் ஜனத்திரள். புகைப்படம் எடுப்பவர்கள், நேர்முகம் காண்பவர்கள், வானொலி, திரைப்படம், தொலைக்காட்சி, நானா ஜாதி பத்திரிகைக்காரர்கள், ஆர்ப்பரித்துவரும் மக்கள் கடல்.

அந்த வீட்டிலிருந்த பல பொருட்களும் திருட்டுப்போய் விட்டன. பதினெட்டு வயதான ஓர் அழகான பெண்ணையும் களவாடிச் செல்வதற்கான முயற்சிகள் நடந்தன.

இப்படியான நிலைமையில் வேலைபறிபோன அந்தச் சமையல்காரர் பட்டினி கிடந்தாலும்கூட ஒரு விஷயத்தை மட்டும் நன்றாகப் புரிந்துகொண்டார். தானும் தன்னுடைய மூக்கும் பெரும் பிரபல்யமடைந்துவிட்டிருக்கிறோம்.

தூரப் பிரதேசங்களிலிருந்தும் ஆட்கள் அவரைக் காண்பதற்காக வருகிறார்கள். நீண்டு வளர்ந்த மூக்கைக் கண்டு ஆச்சரியத்தால் ஸ்தம்பித்துப்போய் நின்றுவிடுகிறார்கள். சிலர் தொட்டுப்பார்த்தும்கொள்கிறார்கள். ஆனால் யாரும் . . . யாருமே, "நீங்க ஏதாவது சாப்பிட்டீங்களா? ஏன் இவ்வளவு சோர்ந்துபோயிருக்கிறீங்க," என்று கேட்கவில்லை. ஒரு சிட்டிகை மூக்குப்பொடி வாங்கவும்கூட அந்த வீட்டில் தம்பிடிக் காசு இல்லை. பட்டினி போடப்பட்டிருக்கும் காட்சி மிருகமா அவர்? மடையனாக இருந்தாலும் மனிதரல்லவா? அவர் தனது வயோதிக மாதாவை அழைத்து இரகசியமாகச் சொன்னார்.

"இந்த சனியனுகளெப் புடிச்சி வெளியெ தள்ளிக் கதவைச் சாத்தும்மா."

அம்மா நைசாக அவர்களை வெளியே போகச் சொல்லி விட்டுக் கதவை மூடினாள்.

அன்றுமுதல் அவர்களுக்கு நல்ல காலம் பிறந்தது. அம்மாவுக்கே சிலர் லஞ்சம் கொடுத்து மகனின் மூக்கைப் பார்க்கத் தொடங்கினார்கள். மூட மகா ஜனங்கள்தானே? தலைவிரித்தாடும் இந்த லஞ்ச லாவண்யத்திற்கெதிராக நீதிபரிபாலகர்களான சில புத்திஜீவிகளும் சித்தாந்தவாதிகளும் போர்க் குரலெழுப்பினார்கள். ஆனால், இது சம்பந்தமாக அரசாங்கம் எந்தவிதமான நடவடிக்கைகளையும் மேற்கொள்ளவில்லை. தெரிந்ததாகக்கூட அது காட்டிக்கொள்ளவில்லை. அரசின் இந்தப் பாராமுகப் போக்கிற்கெதிராக மனுதாரர்கள் பலர் அரசுக்கெதிரான கவிழ்ப்புக் கட்சிகளில் சேர்ந்தார்கள்.

மூக்கனின் வருமானம் தினந்தோறும் அதிகரித்துக் கொண்டேயிருந்தது. எதற்கு அதிகமாகச் சொல்ல வேண்டும்? எழுத்து வாசனையற்ற அந்தச் சமையல் வேலைக்காரர் ஆறே வருடத்தில் இலட்சாதிபதியானார்.

அவர், மூன்று திரைப்படங்களில் வேறு நடித்தும்விட்டார். 'தி ஹ்யூமன் சப்மெரின்' எனும் டெக்னிக் கலர் திரைப்படம் பல

கோடிக்கணக்கான இரசிகர்களைக் கவர்ந்தது. நீர்மூழ்கி மனிதன். ஆறு மாபெரும் கவிஞர்கள் மூக்கனின் தீர்க்கதரிசனங்களைப் போற்றும் பெருங்காவியங்களை எழுதி வெளியிட்டார்கள். ஒன்பது பேரிலக்கியவாதிகள் மூக்கின் சுயசரிதையை எழுதிப் பணமும் புகழும் சேர்த்தார்கள்.

மூக்கனின் பங்களா ஒரு விருந்தினர் மாளிகையும்கூட. யாருக்கும் அங்கே எப்போதும் ஆகாரம் கிடைக்கும். ஒரு சிட்டிகை மூக்குப்பொடியும் கிடைக்கும்.

அப்போது அவருக்கு இரண்டு அந்தரங்கக் காரியதரிசிகள் இருந்தார்கள். இரண்டு அழகான பெண்கள். மெத்தப் படித்தவர்கள்.

இந்த இரண்டு பேருமே மூக்கனைத் தீவிரமாகக் காதலித்து வந்தார்கள். இரண்டு பேருமே மூக்கனை ஆராதிப்பவர்கள்தான். எந்த மடையனையும் எந்தத் தீவட்டிக் கொள்ளைக்காரனையும் எந்த முடிச்சவிழ்ப்பவனையும் காதல்செய்ய எப்போதுமே அழகிய பெண்களும் இருப்பார்களல்லவா ?

உலக வரலாற்றின் ஏடுகளைத் திருப்பித் திருப்பிப் பார்த்தால் இரண்டு அழகான பெண்கள் ஓர் ஆண்மகனை ஏககாலத்தில் காதல் செய்யும்போது சில்லறைப் பிரச்சினைகள் ஏற்பட்டிருப்பதைக் காண முடியும்தானே ? மூக்கனின் வாழ்க்கையிலும் அது நடந்தது.

இந்த இரண்டு பெண்களையும்போலவே மக்கள் அனைவருமே மூக்கனைக் காதலிக்கிறார்கள். தொப்புள்குழிவரை தொங்கிக்கிடக்கும் பிரபஞ்சப் பிரசித்திபெற்ற அழகிய மூக்கு மகத்துவத்தின் குறியீடல்லவா ? நிச்சயமாக !

உலகில் நிகழும் எல்லா முக்கியச் சம்பவங்களைப் பற்றியும் மூக்கன் கருத்துத் தெரிவிப்பார். பத்திரிகைக்காரர்கள் அதைப் பிரசுரம் செய்வார்கள்.

“ஒரு மணி நேரத்தில் ஆயிரம் மைல் வேகத்தில் பறக்கும் விமானம் தயாரிக்கப்பட்டுள்ளது. மூக்கன் இதைப் பற்றிக் காணும்படித் தனது கருத்தைத் தெரிவித்துக்கொண்டார் . . . !”

“இறந்துபோன மனிதனை டாக்டர் புந்த்ரோஸ் ஃபுராஸிபுரோஸ் உயிர்ப்பித்தார். இதுகுறித்துத் தனது கருத்தை மூக்கன் தெரிவித்தபோது . . .”

சிலர், உலகிலேயே மிகவும் உயரமான மலைச்சிகரத்தில் ஏறிய செய்தியைக் கேள்விப்பட்டதும் மக்கள் கேட்டார்கள்:

“இதைப் பற்றி மூக்கனின் கருத்தென்ன ?”

மூக்கன் எதுவுமே சொல்லாமலிருந்தால் . . . ஃபூ! அந்தச் சம்பவத்தில் எந்த விசேஷமுமில்லை. இப்படியாக கிரக சஞ்சாரம்,

பிரபஞ்ச உற்பத்தி, ஓவியம், வாட்சு வியாபாரம், மெஸ்மரிசம், போட்டோகிராபி, ஆன்மா, வெளியீட்டுத்துறை, நாவல் இலக்கியம், மரணத்திற்குப் பிந்திய வாழ்க்கை, பத்திரிகைச் செயல்பாடு, மிருக வேட்டை போன்ற எல்லாவற்றையும் பற்றியும் மூக்கன் கருத்துத் தெரிவிக்க வேண்டும்; அவர் தெரிவிக்கவும் செய்வார்.

இந்தக் காலகட்டத்தில்தான் மூக்கனைக் கைப்பற்றுவதற்கான மிகப்பெரிய சதியாலோசனைகள் நடைபெற்றன. கைப்பற்றுவதென்பது புத்தம்புதிய ஏற்பாடு எதுவுமில்லையே? கைப்பற்றுவதைப் பற்றிய கதைகள்தானே உலக வரலாற்றின் மிகப்பெரும் பகுதியும்.

அது என்ன, கைப்பற்றுவது என்பது?

நீங்கள் தரிசு நிலத்தில் சில மரக் கன்றுகளை நடுகிறீர்கள். தண்ணீர் விடுகிறீர்கள், உரமிடுகிறீர்கள், வேலியமைக்கிறீர்கள். எதிர்பார்த்திருந்த வருடங்கள் கழிந்ததும் கன்றுகள் குலை விடுகின்றன. குலைகுலையாகத் தேங்காய்கள் அப்படியே கனஜோராகத் தொங்கிக்கிடக்கின்றன. அப்போது உங்களிடமிருந்து அந்தத் தென்னந்தோப்பைக் கைப்பற்றிவிட யாருக்காவது தோன்றாமலிருக்காது... மூக்கனைக் கைப் பற்றிவிட வேண்டும்.

முதன்முதலில் மூக்கனைக் கைப்பற்றும் பெரும் புரட்சிக்கான ஆயத்தத்திலிறங்கியது அரசாங்கம். அது அரசாங்கத்தின் ஒரு அடாஸ் வேலைதான். 'நாசிப் பிரமுகர்' என்ற ஒரு விருதுடன் மூக்கனுக்கு அரசாங்கம் ஒரு மெடலும் அணிவித்தது. ஜனாதிபதிதான் அந்த உறுதிவாய்ந்த தங்க மெடலை மூக்கனின் கழுத்தில் அணிவித்தார். பிறகு கைக்குலுக்குவதற்குப் பதிலாக மூக்கனின் மூக்குத் தும்பைப் பிடித்துக் குலுக்கினார். இந்தக் காட்சி செய்திப்படமாக எல்லாத் திரைப்படக் கொட்டகைகளிலும் தொலைக்காட்சிகளிலும் காண்பிக்கப்பட்டது.

அப்போதுதான் அரசியல் கட்சிகள் உஷாராகிப் புதிய அணுகுமுறைகளுடன் முன்வந்தன. மகத்தான மக்கள் போராட்டத்திற்குத் தோழர் மூக்கன் தலைமை வகிக்க வேண்டும். தோழர் மூக்கனா? யாருடைய தோழர், எதற்கான தோழர்? பகவானே, பாவம் மூக்கன்..! மூக்கன் கட்சியில் சேர வேண்டும்.

எந்தக் கட்சியில்?

கட்சிகள் பல உள்ளன. அனைத்திலுமே புரட்சிதான் நோக்கம். மக்கள் புரட்சி. எல்லா மக்கள் புரட்சிப் பாசறைக் கட்சிகளிலும் ஒரே நேரத்தில் எப்படி மூக்கன் சேரமுடியும்?

மூக்கன் சொன்னார்:

"நா எதுக்குக் கச்சீலெல்லாம் சேரணும், என்னாலெ ஏலாது."

இப்படியாக இருக்கும்போது இரு அழகிய செயலர்களில் ஒரு அழகிய செயலர் சொன்னாள்:

"எங்கிட்டெ பிரியமிருந்தா தோழர் மூக்கன், நீங்க எங்க கட்சியிலெதான் சேரணும்."

மூக்கன் மூச்சுவிடவில்லை.

"நா ஏதாவது கச்சீலெ சேரணுமா?" மூக்கன் மற்றொரு செயலரிடம் கருத்துக் கேட்டார். அவளுக்கு விஷயம் புரிந்து விட்டது.

"ஆமா, எதுக்காம்?"

அதற்குள் அந்த புரட்சிப் பாசறைக்காரர்கள் கோஷமிடத் தொடங்கிவிட்டார்கள்.

'நமது கட்சி, மூக்கனின் கட்சி! மூக்கனின் கட்சி, புரட்சிப் பாசறை!'

இதைக் கேட்டதும் இன்னொரு மக்கள் புரட்சிப்பாசறைக் காரர்களுக்குக் கோபம் அதிகரித்தது. அவர்கள் மூக்கனின் அழகிய தனிச் செயலர்களில் ஒருத்தியைப் பிடித்து மூக்கனுக் கெதிராக ஒரு திடுக்கிடவைக்கும் அறிவிப்பை வெளியிட வைத்தார்கள்.

"மக்களுக்கு வஞ்சகம் செய்த மூக்கன். மூக்கன் ஒரு பிற்போக்குவாதி. இத்தனை ஆண்டுகளாக அவன் மக்களை ஏமாற்றிக்கொண்டிருந்தான். இந்தப் பாதகச் செயலில் என்னையும் பங்குபெறவைத்தான். இதற்காக நான் வருந்துகிறேன். மக்களிடம் இப்போது நான் ஒரு உண்மையைச் சொல்லப்போகிறேன். மூக்கனின் மூக்கு வெறும் ரப்பர் மூக்கு."

ஹோ ... இந்த அறிவிப்பை உலகிலுள்ள அனைத்துப் பத்திரிகைகளும் பெரிய தலைக்கெட்டுடன் வெளியிட்டன. மூக்கனின் மூக்கு ரப்பர் மூக்கு. பெரிய பிற்போக்காளன் இந்த மூக்கன். திருடன். வஞ்சகன். இது ஒரிஜினல் மூக்கல்ல!

இதையறிந்த கோடானு கோடி மக்களால் அமைதியாக இருக்க முடியுமா? கோபப்படாமல் முடியுமா? மூக்கு ஒரிஜினல் இல்லையா? இல்லை. உலகின் நாலா பாகங்களிலிருந்தும் தந்திகள், தொலைபேசி அழைப்புகள், கடிதங்கள். ஜனாதிபதிக்கு இருப்புக்கொள்ளாமலானது.

"மக்கள் விரோத சக்தியான ரப்பர் மூக்கன் ஒழிக. இங்குலாப் சிந்தாபாத்." இந்த அறிவிப்பை மூக்கனின் எதிர்க்கட்சிக்காரர்கள்

வைக்கம் முகம்மது பஷீர்

வெளியிட்டதும் மற்ற புரட்சிப் பாசறைக்காரர்கள் மிச்சமிருந்த அழகிய தனிச்செயலரை வைத்து மாற்றுச் சக்திவாய்ந்த புரட்சிகர அறிக்கையொன்றை வெளியிட்டார்கள்.

"நாட்டு மக்களே, உலகோரே, அவள் சொன்னது முற்றிலும் பொய். அவளைத் தோழர் மூக்கன் காதலிக்க மறுத்துவிட்டார். இந்த ஆற்றாமைதான் அவளுக்கு! தோழர் மூக்கனின் பொருளையும் புகழையும் அவள் கைப்பற்றிவிட முயற்சி செய்தாள். அவளுடைய சகோதரன் ஒருவன் மாற்றுக் கட்சியில் உறுப்பினராக உள்ளான். அந்த மாற்றுக் கட்சித் திருடர்களின் தோலை உரித்துக்காட்டுவதற்கு நான் இந்தச் சந்தர்ப்பத்தைப் பயன்படுத்திக்கொள்கிறேன். தோழர் மூக்கனின் நம்பிக்கைக்குரிய அந்தரங்கக் காரியதரிசி நான்தான். நான் நேரடியாகவே அறிவேன். தோழரின் மூக்கு ரப்பர் அல்ல. எனது இதயம் போல் சுத்த அசலானது. மாயமெதுவுமில்லை. மந்திரமும் இல்லை. பிற்சேர்க்கை இல்லை. சுத்தமானது ... என்னுடைய இதயத்தைப்போல். எந்தப் பிரதிபலனையும் கருதாமல், இக்கட்டான இந்தச் சூழலில் தோழர் மூக்கனின் பின்னால் அணிதிரண்டு நிற்கும் மக்கள் புரட்சிப் பாசறைக் கட்சி சிந்தாபாத். தோழர் மூக்கன் சிந்தாபாத்! தோழர் மூக்கனின் கட்சி மக்கள் நலம் பேணும் புரட்சிப் பாசறை! இங்குலாப் சிந்தாபாத்!"

என்ன செய்வது? அனைத்து மக்களும் கருத்தியல் தடுமாற்றத்துடன் இருந்தார்கள். அதற்குள் மூக்கனின் எதிர்ப் பாசறைக்காரர்கள் அரசாங்கத்தையும் ஜனாதிபதியையும் பிரதம மந்திரியையும் கெட்ட வார்த்தையால் திட்டத் தொடங்கினார்கள்.

'செயல்பட முடியாத அறிவு கெட்ட அரசாங்கம்.' ரப்பர் மூக்கன், மக்கள் விரோதிக்கு நாசிப் பிரமுகர் விருது. பளபளக்கும் தங்கமெடல். இந்த மக்கள் விரோத நடவடிக்கையில் ஜனாதி பதிக்கும் பிரதமருக்கும் பங்கிருக்கிறது. இந்தப் பயங்கர சதித் திட்டத்தில் ஒரு பிரிவினை வாதமும் இருக்கிறது. ஜனாதிபதியும் பிரதமரும் உடனே ராஜினாமா செய்ய வேண்டும். மந்திரி சபையைக் கலைத்துவிட வேண்டும். ரப்பர் மூக்கனைக் கொல்ல வேண்டும்.

இதையறிந்ததும் ஜனாதிபதிக்குக் கோபம் வந்தது. பிரதமருக்கும் கோபம் வந்தது. ஒருநாள், பட்டாளமும் டாங்குகளும் பாவம், மூக்கனின் பங்களாவை முற்றுகையிட்டு மூக்கனைக் கைதுசெய்துகொண்டு போனது.

பிறகு, கொஞ்ச நாட்கள் மூக்கனைப் பற்றிய எந்தச் செய்தியும் வரவில்லை. ஜனங்கள் மூக்கனை மறந்தே போனார்கள். எல்லாமே அமைதி, ஆனால் பிறகு வந்ததோ சாட்சாத் ஹைட்ரஜனும் அணுவும் நியூக்ளியரும். அது என்னவென்றா? ஜனங்கள்

உலகப் புகழ்பெற்ற மூக்கு

மறந்துபோன இந்நிலையில் ஜனாதிபதியின் சிறியதொரு அறிக்கை வெளியானது.

மார்ச் 9ஆம் தேதி, நாசிப் பிரமுகரைப் பற்றிய வெளிப்படையான ஒரு விசாரணை மேற்கொள்ளப்படும். மூக்கனின் மூக்கு ஒரிஜினல்தானா..? 48 நாடுகளைச் சேர்ந்த நிபுணத்துவம் பெற்ற மருத்துவக் குழுவொன்று மூக்கனைப் பரிசோதனை செய்யும். உலக நாடுகளைச் சேர்ந்த அனைத்துப் பத்திரிகைப் பிரதிநிதிகளும் இதில் கலந்துகொள்கிறார்கள். கூடவே வானொலி, திரைப்படம், தொலைக்காட்சி போன்ற ஊடக மேதாவிகளும். இந்த விசாரணையை அனைத்துலக நாடுகளும் செய்திப்படம் மூலம் பார்க்க இயலும். மக்கள், அமைதிப் போக்கை மேலும் கடைப்பிடிக்க வேண்டும்.

மடைய சிரோன்மணிகளல்லவா மக்கள். தனி மண்டூசுகள். புரட்சியாளர்கள். அவர்கள் அமைதியை மேலுமொன்றும் கடைப்பிடிக்கவில்லை. அவர்கள் தலைமாநகரில் குவிந்தார்கள். ஓட்டல்களைக் கைப்பற்றினார்கள். பத்திரிகை அலுவலகங்களைத் தகர்த்தெறிந்தார்கள். திரைப்படக் கொட்டகைகளுக்குத் தீவைத்தார்கள். மதுச் சாலைகளைக் கைப்பற்றினார்கள். வாகனங்களை உடைத்தார்கள். காவல் நிலையங்களுக்கும் தீ வைத்தார்கள். அரசுக் கட்டடங்களைச் சூறையாடினார்கள். நிறைய வகுப்புக் கலவரங்கள் உருவாயின. நிறைய பேர்கள் இந்த மூக்கன் ஆர்ப்பாட்டத்தின்போது உயிர்த்தியாகம் செய்தார்கள். மங்களம். சாந்தி.

மார்ச் 9, மணி பதினொன்று. ஜனாதிபதி மாளிகையின் முன்புறம் மனித மகா சமுத்திரமே ஆர்ப்பரித்துக் கொண்டிருந்தது. அப்போது ஒலிபெருக்கிகள் உலகுக்கே அறிவிப்பது போல் ஓசையை முழக்கின. 'மக்கள் அமைதி காக்க வேண்டும். வாய்களை மூடிக்கொள்ளுங்கள்.' பரிசோதனை ஆரம்பித்தது.

ஜனாதிபதியும் பிரதமரும் பிற அமைச்சர்களும் பங்கு வகித்த மகாசபையில் மருத்துவர்கள் திருவாளர் மூக்கனைச் சுற்றிக் கூடினார்கள்... பதற்றத்துடன் மக்கள் கூட்டம் மூச்சையடக்கிப்பிடித்தபடி நின்றிருந்தது.

ஒரு மாமருத்துவர், மூக்கன்ஜியின் மூக்கின் தும்பை அடைத்தார். அப்போது மூக்கன்ஜி வாயைத் திறந்தார். மற்றொரு மாமருத்துவர் குண்டூசியால் தும்பு மூக்கில் குத்தினார். அப்போது ஆச்சரியமென்றுதான் சொல்ல வேண்டும், திருவாளர் மூக்கனின் மூக்குநுனியிலிருந்து ஒரு சொட்டு சிவந்த பரிசுத்த இரத்தம் துளிர்த்தது.

“மூக்கு, ரப்பர் அல்ல! ஒட்ட வைத்ததல்ல. சுத்தமான ஒரிஜினல்.” மாபெரும் மருத்துவர் குழு ஏக மனத்துடன் தீர்ப்பளித்தது.

மூக்கன்சாகிபின் அழகிய தனிச்செயலர் மூக்கன்ஜியின் திருமூக்கின் நுனியில் ஆழமான ஒரு முத்தம் பதித்தாள்.

“தோழர் மூக்கன், சிந்தாபாத். நாசிப் பிரமுகர் சிந்தாபாத். தோழர் மூக்கனின் மக்கள் முன்னேற்றக் கட்சி சிந்தாபாத். ஜனாப் மூக்கனின் மூக்கு ஒரிஜினல்! ஒரிஜினல்!”

அண்ட சராசரங்களும் தகர்ந்துவிடுவதுபோன்ற சத்தம். “ஒரிஜினல்! சுத்தமான ஒரிஜினல்!”

இந்த ஆரவாரம் தொடங்கிய உடனே ஜனாதிபதியெனும் மகா குடிமகன் மேலுமொரு புத்தம் புதிய அடவு வேலை காண்பித்தார். தோழர் மூக்கனுக்கு ‘மூக்கஸ்ரீ’ எனும் மாபெரும் விருதுடன் அவரை நாடாளுமன்றத்திற்கு நியமனம் செய்தார்.

“மூக்கஸ்ரீ மூக்கன், எம்.பி.”

இரண்டு மூன்று பல்கலைக்கழகங்கள் மூக்கஸ்ரீ மூக்கன் சாகிபுக்கு ‘எம்.லிட்’டும் ‘டி.லிட்’டும் அளித்துக் கௌரவித்தன.

மூக்கஸ்ரீ மூக்கன் – மாஸ்டர் ஆஃப் லிட்ரேச்சர்.

மூக்கஸ்ரீ மூக்கன் – டாக்டர் ஆஃப் லிட்ரேச்சர். இருந்தாலும் மடைய சிரோன்மணிகளல்லவா, மக்கள். தனி மண்டூகங்கள். மண்டூகங்களை ஆளும் அரசு.

மூக்கஸ்ரீ மூக்கனை அடைய முடியாத அழகிய பழைய அந்தரங்கக் காரியதரிசியின் கட்சிக்காரர்கள் இப்போது ஒரு ஐக்கிய முன்னணியாகச் சேர்ந்து பேசியும் எழுதியும் சொற்பொழிவாற்றியும் திரிகிறார்கள். ஜனாதிபதி ராஜினாமா செய்ய வேண்டும். பிரதமர் ராஜினாமா செய்ய வேண்டும். மந்திரி சபையைக் கலைத்துவிட வேண்டும். இது மக்கள் விரோதம் . . .! மூக்கனின் மூக்கு ரப்பர் மூக்கு. ஒரிஜினல் இல்லவே இல்லை.

பாருங்களேன், புரட்சியின் போக்கை.

புத்திஜீவிகள், சித்தாந்திகள்–என்ன செய்வார்கள்? கருத்தியல் தடுமாற்றமில்லாமலிருக்க முடியுமோ... விஷயம், புனிதப் புகழ்ப்பெற்ற ஒரு மூக்கல்லவா?

1954

தங்கம்

அருமைக் குழந்தைகளே,

ஒரு கதை சொல்லப்போகிறேன், கேளுங்கள்.

கவிஞர்கள் சூழ நின்று மனமுவந்து வாழ்த்தும் தகுதிபெற்ற, சுவை நிரம்பிய, அழகியல் ததும்பி நிற்கும் அதி உன்னதமான ஒரு கலவையாகவே எனது இந்தத் தங்கமும் இருப்பாள் என்று நீங்கள் நினைத்திருந்தால் அது மிகப்பெரிய தவறு. செளந்தர்ய உபாசகர்களாகிய நமது கவிஞர்களில் யாரும் அவளைப் பார்த்திருக்கவும் மாட்டார்கள்.

எனது தங்கத்தின் நிறம் சுத்தமான கறுப்பு. தண்ணீருக்குள் அமிழ்த்தியெடுத்த, எரிந்த தீக்குச்சிபோல். கறுப்பாகத் தெரியாத அவளது ஒரேயொரு உடல்பகுதி, கண்கருவிழியைச் சுற்றிய வெள்ளை மட்டுந்தான். பற்களும் நகங்களும் கூடக் கறுப்பு.

தங்கம் சிரிக்கும்போது அவளது முகத்தைச் சுற்றி ஒரு ஒளி பரவும். ஆனால் அந்த ஒளிகூட இருளின் பனித் திரை போர்த்தியதுதான். கறுத்த சிம்னிக் கண்ணாடிக் குள்ளிருந்து பரவும் வெளிச்சத்தின் மங்கிய ஸ்படிக ஒளி.

எப்போதும் என்னிடம் அவள் கொஞ்சிக் குழைந்து காதல் சல்லாபம் செய்வாள் . . . தங்கத்தின் அந்தக் குரல்: அது, வசந்தகாலப் புலர்வேளையில் கேட்கும் கருங்குயிலின் ஸ்வரச் சேர்க்கையுடனிருக்காது. என் தங்கத்தின் குரல், உண்மையாகவே அது கோகில நாதம் அல்ல. இருளின் ஏகாந்தத்தினுள், குடோனுக்குள்ளிருந்து உலர்ந்த வறுவறுப்பான கொட்டைகளை

முறுமுறுவென்று கடித்துடைக்கும் கறுத்த பெருச்சாளியின் கரமுரா சத்தத்துடன்தான் ஓரளவுக்கு என் தங்கத்தின் குரலினிமையை ஒப்பிட முடியும்.

தங்கத்திற்கு வயது பதினெட்டுதான் ஆகிறது. அங்க லாவண்யங்கள் ததும்பி நிறைந்து இளமையின் தீட்சண்யத்துடன் அப்படியே ஜொலித்துக்கொண்டிருப்பவள் என் தங்கம்.

தங்கம் என் உயிரினும் மேலான தலைவி. வெறும் உயிருக்கு மட்டுமல்ல. அனைத்திற்குமே அவள்தான் தலைவி. தங்கத்தின் காதல் கொடிவேர் படர்ந்து வளரும் அந்த ஒரேயொரு தேன் மாங்கிளை நான்தான்.

அடக்க ஒடுக்கமான தங்கத்தின் அன்புக்குப் பாத்திரமான என்மீது சிறிதளவிலான பொறாமையும் மிகச்சிறு மரியாதையும் உங்களுக்குள் ஏற்பட்டிருப்பதை நான் அறிவேன்.

நல்லவனும் பெரும் தியாகியுமான ஓர் இளங்காளை நான். எனது ஓரக்கண் பார்வையில் எந்த ஒரு அழகு தேவதையும் கீழ்ப்படிவாள். காதல் யாசகம் கேட்டு என் கால்களில் வீழ்ந்து கண்ணீர் சிந்துவாள். சாயங்காலப் பொழுதுகளில் தெருவீதிகளினூடே நான் சாந்த கம்பீரத்துடன் உலாத்தும் அந்த அரிய சுபவேளைகளை எதிர்பார்த்து இந்நகரிலுள்ள கண்ணின் மணிகள் போன்ற பெண்மணிகளெல்லாம் என்னை ஒருகண் பார்த்துவிடுவதற்கான ஆவலுடன் தங்களது உப்பரிகைகளின் சிறு சாளரங்களினூடே எதிர்பார்த்து நிற்பார்கள். அந்நேரங்களில் நான் சர்வபுலன்களையும் அடக்கி ஆளுகை செய்யும் தியாக சீல ரிஷிபுருஷனாகக் கண்களைப் பாதியடைத்து நீண்டு நிமிர்ந்து அப்படியே நடந்துசென்றுவிடுவேன் . . . என்றெல்லாம் பெருமையாக உங்களிடம் சொல்ல எனக்கு ரொம்பவும் ஆசைதான். ஆனால், என்ன செய்யமுடியும். பொய் பேசக்கூடாதென்பதல்லவா இறை நியதி.

உண்மையை உண்மையாகவே சொல்வதென்றால் எனக்குக் கால்கள் இரண்டும் இருக்கின்றன. ஆனால், அதிலொன்று இவ்வளவுபோல் நீளம் கூடுதல். காய்ந்துலர்ந்த கொடிவேலியின் தண்டுபோல்! மூங்கில் குச்சியின் உதவியுடன் வழிப்பாதையில் துள்ளிக் குதித்து சூம்பிய காலைத் தரையில் இழுத்தபடியே நான் நடப்பேன். கயிற்றை இழுத்துக்கொண்டு போயிருப்பது

போன்ற ஒரு நீண்ட அடையாளத்தை நீங்கள் மண்பாதையில் பார்த்தால் அதன் மற்றொரு முனையில் என்னைப் பார்க்கலாம். கோணிப்பையில் பொதிந்த பலாப்பழத்தை முதுகில் தொங்க விட்டிருப்பதைப் போன்ற ஒரு கூனும் எனக்கிருக்கிறது. எனது சிரசுப் பகுதி ஒரு தர்ப்பூசணி போலிருக்கும். மோட்டார் டயரின் துண்டுபோல் அலங்காரமாக இரண்டு உதடுகளுமிருக்கின்றன. இதன் ஓரத்தில் எப்போதுமே புகைந்துகொண்டிருக்கும் ஒரு பீடித்துண்டும் இருக்கும்.

எனது இரண்டு கண்களும் இரண்டுவித அபிப்ராயங்களைக் கொண்டவை – சுருக்கமாகச் சொன்னால் இவற்றுக்குள் ஒற்றுமையென்பது துளிகூடக் கிடையாது. ஒரு கண்ணின் நோக்கம், நேராகக் கிழக்கே தெரியும் மின்கம்பம் என்றால் மற்றொரு கண், நாக்கைத் தொங்கவிட்டு வாலையும் சுருட்டிக்கொண்டு வடக்கிலிருந்து தெறித்து ஓடிவரும் தெரு நாயைப் பார்க்கும்.

தங்கம், சில நேரங்களில் சொல்வதுண்டு. ஒரு கண்ணால் என்னைப் பார்த்துக்கொண்டிருக்கும்போது இன்னொரு கண்ணால் அடுப்படிக்குள் நுழைந்து சட்டிக்குள் தலையை விடும் திருட்டுப் பூனையையும் பார்க்கலாமே என்று.

எனது குரலுக்குப் பெரிய அளவிலான ஆட்சேபம் எதுவுமிருப்பதாக எனக்குத் தெரியவில்லை. ஆனால், வெளியே ஏதாவது கழுதை கத்தும் சத்தம் கேட்டால் தங்கம் ஓலைக் கீற்றை விலக்கி எதிர்பார்ப்புடன் வெளியே எட்டிப் பார்ப்பாள். ஒருதடவை நான் இதைப் பற்றிக் கேட்டபோது தங்கம் சொல்கிறாள்: “நான் நீங்களோன்னு நெனச்சிட்டேன்.”

சரி, இப்போது என்னைப் பற்றிய அழுத்தமான ஒரு சித்திரம் உங்கள் மனத்தில் பதிந்துபோயிருக்கும். இனி, வழியில் வைத்து எங்காவது என்னைப் பார்த்தால் பார்த்தது போலவே காட்டிக்கொள்ளாமல் நீங்கள் கடந்துபோய் விடமாட்டீர்கள் என்றும் எனக்குத் தெரியும். எனக்கென்று விசேஷமான எந்த வேலையும் கிடையாது. சிறு அளவிலான யாசகம் செய்கிறேன். அவ்வளவுதான்!

தங்கத்துக்குப் பக்கத்து வீட்டில் முற்றம் கூட்டும் வேலை. ஒருநாள் அதிகாலையில் எழுந்த வீட்டு முதலாளியின் மகன், தங்கத்தைப் பார்த்துப் பயந்துவிட்டான். ஆகவே, வேலையிலிருந்து பிரித்துவிடப்பட்டாள். இப்போது அவளுக்கு ஒரு வாழைத் தோட்டத்தைக் கவனிக்கும் வேலை. மாடுகள் ஏதாவது உள்ளே வராமல் பார்த்துக்கொள்ள வேண்டும். சிலநேரங்களில், இலையையும் நாரையும் வெட்டிக் கடைகளுக்குக் கொண்டு போய்க் கொடுப்பாள்.

தங்கமும் நானும் முதன்முதலாகச் சந்தித்துக்கொண்டது, அடித்துப்பெய்துகொண்டிருந்த மழையில், கர்க்கடக* மாதத்தில், அமாவாசை இரவொன்றில்தான் . . . வழக்கம்போல் நான் அன்றும் வேலைக்குப் போயிருந்தேன். கிடைத்த ஓரிரு செம்புத் துட்டுகளை வேட்டித் தலைப்பில் முடிந்துவைத்திருந்தேன். நேரம் இருட்டியிருந்தது. ஒரு ஓட்டலிலிருந்து கிடைத்த கொஞ்சம் சோற்றையும் சாப்பிட்டுவிட்டு ஒரு பெரிய வீட்டின் வெளித் திண்டில் ஒரு மூலையில் போய்ச் சுருண்டு படுத்துக்கொண்டேன். நல்ல மழை. இலேசான காற்றும் இருந்தது. அவ்வப்போது அந்த மாளிகையிலிருந்து சங்கீதம் கேட்டுக்கொண்டிருந்தது. இடையிடையே சிரிப்புச் சத்தமும் வந்தது. வாழ்க்கையின் மகிழ்ச்சிகரமான இந்தப் பகுதி என்னுள் சிந்தனையைத் தூண்டியது. உலகின் பெரும்பான்மையும் என்னைப் போல் துயரங்களை அனுபவித்துக்கொண்டிருக்கும்போது மிச்சமிருக்கும் கொஞ்சம்பேர்கள் மட்டும் ஆனந்த சாகரத்தில் மூழ்கிக்கிடக்கிறார்கள். இதற்கான காரணமென்ன? யார் இதற்குப் பொறுப்பு? நான் யோசனையில் மூழ்கிவிட்டேன். அப்படியே தூங்கியும்விட்டேன். திடீரென்று ஒரு முழக்கமும் கண்களைத் துளைத்தேறிய இரண்டு வெளிச்ச ஈட்டிகளும். நான் திகைத்துப்போய்ப் பார்த்தேன். ஒரு மோட்டார் கார்!

காரிலிருந்து இரண்டுபேர் இறங்கினார்கள். பெரிய எஜமானும் அவரது மகன் குட்டி எஜமானும். பெரும் செல் வந்தர்கள். இந்த மாளிகை இவர்களுடையதுதான்.

“யாருடா அவன்?” குட்டி எஜமான் என்னைப் பார்த்துக் கர்ஜித்தான். நான் பதில் சொல்லவில்லை.

“படுத்துட்டுப்போட்டு மவனே, ஏதாவது பாவப்பட்டதுகளா இருக்கும்.” பெரிய எஜமான் பரிவாகச் சொன்னார்.

“பாவப்பட்டதுகளா? அப்பாவுக்கு எல்லாருமே பாவப் பட்டதுகதான். இவன் ஏதாவது திருடனா இருப்பான்” என்றபடியே குட்டி எஜமான் கையிலிருந்த விளக்கின் வெளிச்சத்தை ஈட்டிபோல என் முகத்தில் பாய்ச்சினான். என்னை மேலிருந்து கீழாக ஒரு தடவை பார்த்துவிட்டு அலறினான்.

“போடா, வெளியிலெ. உம், போ.”

“அய்யோ, பொன்னு மொதலாளி.” நான் மிகுந்த தாழ்மையுடன் சொன்னேன்: “அடியேன், பிச்செக்காரன்தான், திருடன் ஒண்ணும் இல்லெ. இந்த மழெயிலெ நான் எங்க போவேன்? நடக்கக்கூட ஏலாது.”

---

* ஆடி

குட்டி எஜமான்: "சீ . . . கழுதெ. வெளியிலெ எறங்கு. பிச்செக்காரனாம் . . . எதாவது வேலெ செய்து கவுரவமா வாழ நெனக்காம கையேந்திப் பிழைக்கிறதுகெ. உம், வெளியிலெ போ."

நான் நகர்ந்து, சிறிது விலகி உட்கார்ந்தேன். பேய்மழை பொழிந்துகொண்டிருக்கும் பயங்கரமான கூரிருட்டைப் பார்த்து அப்படியே பயந்துபோய் உட்கார்ந்திருந்தேன். குட்டி எஜமான் முன்னால் வந்தான். கையிலிருந்து தங்கப்பூணிட்ட கைத்தடியால் ஓங்கி மூன்றுமுறை அடித்தான். நான் வாய் விட்டலறினேன்.

"சே... விட்டுடுப்பா அவனெ, அடிக்காதே." பெரிய எஜமான் இடையில் புகுந்து தடுத்தார்.

"அப்பாவுக்கென்ன தெரியும்? விலகுங்க" என்று சொல்லி விட்டு என்னை பூட்சுக் காலால் உதைத்து வெளியே தள்ளினான் மகன்.

நான் காலை இழுத்தபடி நனைந்துகொண்டே நடந்தேன். நேரம் அதிகமாகிவிட்டது. மழை இன்னும் பலமாகப் பெய்து கொண்டிருந்தது. ஒதுங்கலாம் என்று பல இடங்களிலும் ஏறினேன். வெறிநாய்களைப்போல் எல்லோரும் என்னைக் குதறி விரட்டினார்கள்.

கடைசியில் நகரைவிட்டு வெளியில் வந்தேன். ஓர் இடை வழியினூடே தப்பித் தடுமாறி அப்படியே நடக்கும்போது ஒரு வெளிச்சம் தெரிந்தது. ஓலைக்கீற்றின் இடைவெளியினூடே தெளிவாகத் தெரிந்தது அந்த வெளிச்சம். எதுவுமாகட்டும் என்று ஓலைக்கீற்றைத் தட்டிக் கூப்பிட்டேன்.

"யாரது . . ?" அந்தச் சத்தம் முழங்கிக் கேட்டது.

"நான்தான்." நான் சொன்னேன்: "ஒரு பாவப்பட்ட ஜென்மம் மழையிலெ கெடக்குது."

ஓலைக்கீற்றினாலான கதவை யாரோ திறந்தார்கள். நான் முன்பக்கமாக நகர்ந்தேன். ஒரு குடத்தில் கால்தட்டிக் கீழே விழுந்தேன்.

கண்ணைத் திறந்தபோது ஒரு கட்டு தேங்காய்ச் சவுரியின் பக்கத்தில் கிழிந்த பாயில் படுத்திருக்கிறேன். பக்கத்தில் கீற்றில் சாய்ந்தபடி ஒரு வாலைக்குமரி. அந்த முகத்தை நான் பார்க்கும்போது முதலில் தெரிந்தது, ஈரம் படிந்த விழிகளை அகலத்திறந்து ஆர்வத்துடன் என்னைப் பார்க்கும் அவள்.

என் தங்கம்.

நான் மெல்ல எழுந்தேன். தங்கத்திடம் என் கதைகளை யெல்லாம் சொன்னேன். தங்கம் அழுதாள். நானும் அழுதேன். நானும் தங்கமும் சேர்ந்து கொஞ்சநேரம் அழுதோம்.

"அழாதெயுங்க." நீண்ட பெருமூச்சுடன் சொன்னாள் தங்கம். "நான் தனியாத்தான் இருக்கேன். அம்மா, போன மாசம் செத்துப் போயிட்டா. நீங்க வேணும்னா இங்கெயே தங்கிக்கலாம்."

அப்படியாக நானும் தங்கமும் சேர்ந்திருந்தோம். ஒரு மாதத்திற்குப் பிறகு, என்மீது மையல்கொண்ட தங்கம் என் இல்லக்கிழத்தியாக வாழச் சம்மதம் தெரிவித்தாள்.

நாங்கள் அப்படியாக இப்போது வாழ்ந்துகொண்டிருக்கிறோம். ஆனந்த சாகரத்தின் ஆரம்பகாலப் பொற்கதிர்கள் வீசும் குளிர்காலைப் பொழுதுகளில் நட்பின் பூஞ்சிறகுகளை விரித்துப் பறந்து திரியும் இரு பைங்கிளிகள் நாங்கள். தங்கம். ஆமாம் என்னுடைய தங்கம். பத்தரை மாத்துத் தங்கம்தான். வானவில்லை நாணச்செய்யும் பொன்னாடை உடுத்திய வசந்தத்தின் புலர்காலைப் பொழுது அவள்.

1954

•

ஒரு பகவத் கீதையும் சில முலைகளும்

தேவாசீர்வாதத்துடனே தொடங்குவோம். சங்கம் புழை கிருஷ்ணபிள்ளை, ஜோஸஃப் முண்டசேரி, வைக்கம் முகம்மது பஷீர் – இந்த மூன்று பேர்களில் அதிக யோக்கியன் யார்? பிரச்சினை தீவிரமானதுதான். மூளையைக் கசக்கி யோசிக்கவேண்டிய விஷயம்... இந்தச் சந்தேகத்தைக் கிளப்பியது யார் என்றா கேட்கிறீர்கள்? பிரம்மஸ்ரீ ஏ.கே.டி.கே. எம்.வாசுதேவன் நம்பூதிரிபாடு அவர்கள்தான். மங்களோதயம் புத்தகக் கம்பெனியின் மேனேஜிங் டைரக்டர். நன்றாகக் கொழுத்து, பளபளப்பாக வெளுத்துருண்டு, பூவன்பழம் போலிருக்கும் யோக்கியர். ஐந்தாம் தம்புரான் என்று பயபக்தியுடன் மரியாதையாக அழைக்கப்படுபவர். கொச்சி மகாராஜாவின் சகோதரியைப் பாணிக்கிரகணம் செய்திருக்கிறார். மணஉறவு மட்டுமல்ல, ராஜகொட்டாரத்திலிருந்து தம்பு ராட்டியைக் கிளப்பிக்கொண்டுவந்து சொந்த ஊரான தேசமங்கலம் இல்லத்தில் குடியிருத்தவும் செய்திருந்தார். இப்படியெல்லாம் இதற்குமுன் நடந்தது கிடையாது. நம்பூதிரிக்கு ராஜகொட்டாரத்திலேயே பெண்ணைக் குடியிருத்தும் திருமண உறவுதான் மரபு. தம்புராட்டி கொட்டாரத்தில்தான் இருப்பார். நம்பூதிரி வசதி கிடைக்கும்போது அங்கே போனால் போதும். புண்ணிய பீஜம் எல்லாம் சரிதான்! அதற்காக, துள்ளினால் துவைத் தெடுத்து விடுவார்கள். இப்படியான சித்திரவதைகளும் கொலையும் நடக்கும் காலத்தில்தான் தம்புராட்டியைத் தேசமங்கலம் இல்லத்துக்குக் கூட்டிக்கொண்டு வந்திருந்தார். ஆள், பெரிய தன்திடம் கொண்டவர் என்பதைச் சொல்ல வேண்டியதில்லை அல்லவா?

அவரது ராஜகுலப் பெருமையுடன் திருசிவபேரூர் மங்களோதயம் கம்பெனியின் மேல்மாடியில்

பச்சை விரிப்பிடப்பட்ட பெரிய மேஜையினெதிரில் அமர்ந்திருக்கிறார். இரண்டு கண் கண்ணாடிகள் – ஒன்று மேஜையின் மீது. மற்றொன்று, கண்களில். அழகுக்காகவும் வாசிப்பதற்காகவும். மேஜையைச் சுற்றிக் காலிச்செயர்கள். செயர்களுக்குப் பின்புறம் தாழ்மையுடன் நிற்கும் ஆட்கள். பெரும்பாலும் கவிஞர்களும் இலக்கியவாதிகளும்தான். "அடியேன்... அடியேன் . . . ஐயனே . . ." இதுபோன்ற சொல்லாடல்கள்தான் அங்கே அதிகமும் கேட்கும்.

யாருமே அவரெதிரில் அமருவதில்லை.

இந்த விவரங்கள் எதையும் அறியாமல் நான் முதன்முதலாக அவரது எதிரில் சென்றேன். கதர் ஜிப்பா, கதர் வேட்டி, கையிலொரு குடை, வேட்டியை மடித்துக் கட்டியிருந்தேன். நான் உள்ளே போகும்போது சில நபர்கள் செயருக்குப் பின்புறம் பணிவன்புடன் நின்றுகொண்டிருந்தார்கள். நான் உள்ளே நுழைந்து ஒரு வணக்கமும் போட்டுவிட்டு செயரில் அவரெதிரில் உட்கார்ந்தேன். குடையை மேஜையின் மீது வைத்தேன். பிறகு ஜிப்பா பையிலிருந்து தீப்பெட்டியையும் பீடியையும் எடுத்தேன். பீடியைப் பற்றவைத்து இழுத்தேன். எரிந்த தீக்குச்சியைப் போட இடமில்லை. உடனே அவர் எங்கிருந்தோ ஒரு ஆஸ்ட்ரேயை எடுத்து என்முன் வைத்தார். நான் தீக்குச்சியை அதில் போட்டேன்.

நாங்கள் ஒரு பிசினெஸ் விஷயமாகப் பேசப்போகிறோம். எனது ஒரு புத்தகம் வேறொரு பதிப்பகத்திற்காக மங்களோதயம் அச்சகத்தில் அச்சாகிறது. அதன் ப்ரூஃபைப் பார்க்கத்தான் நான் எரணாகுளத்திலிருந்து வந்திருக்கிறேன். அப்போதுதான் இவர் என்னைக் கூப்பிட்டார். எனது எல்லாப் புத்தகங்களையும் மங்களோதயம் கம்பெனியே வெளியிடுமாம்; அது சம்பந்தமாகப் பேச வேண்டுமாம்.

நான் சொன்னேன்:

"நமக்குள் ஒத்துப்போகாது."

அதாவது, இலக்கியக்காரர்களுக்குப் பிரதிபலன் எதுவும் வழக்கமாகக் கொடுப்பதில்லை. ஐந்து ரூபாய், பத்து ரூபாய், நூறு ரூபாயென்று காப்பிரைட்டை வாங்கிக்கொள்வார்கள். இதுதான் பதிப்பாளர்களின் வழக்கமாக இருந்தது. இலக்கிய வாதியாக இருக்க வேண்டுமென்றால் முதலில் கையில் ஒரு துணி வைத்திருக்க வேண்டும், கக்கத்தில் இடுக்கிப் பணிவு காட்டுவதற்கு. சௌகரியப்படுமென்றால் முதுகெலும்பை மூன்றாக ஒடிப்பது நல்லது. என்றால்தானே தேவையான அளவுக்கு பவ்யமாகக் குனிந்து நிற்க முடியும்?

அவர் கேட்டார்.

"அது ஏன், நமக்குள் ஒத்துப்போகாதுன்னு சொன்னீங்க?"

நான் சொன்னேன்:

"ஐயன் மன்னித்துக்கொள்ள வேண்டும். எனக்கு ஏராளமான வாழ்க்கையனுபவங்கள் உண்டு. நான் ரொம்பகாலமாக நிறைய நாடுகளில் அலைந்து திரிந்த ஒரு மனிதன். எனக்குப் பல தொழில்கள் தெரியும். கூடவே எழுதவும் தெரியும். எழுதியதை அச்சடித்துப் புத்தகமாக்கி விற்கவும் தெரியும்."

பிறகு புத்தகங்கள் அச்சடிப்பதைப் பற்றிப் பேசினேன். விற்பதைப் பற்றியும் பேசினேன். ஓட்டல்களின் சாப்பாடு விலை ஒன்றே காலணா. பெரிய ஓட்டல்களில் இரண்டணா. ஒன்றே காலணா சாப்பாடே தாராளமாகப் போதும். ஆகவே, ஒரு புத்தகத்தின் விலையும் ஒன்றே காலணா. ஒரு புத்தகம் விற்றால் ஒரு சாப்பாடு உறுதி. அப்படியாக, புத்தகங்களைக் கடைகடையாக, வீடுவீடாகக் கொண்டு அலைந்து திரிந்து விற்கலாம். அது ஐந்து நிமிடமோ ஆறு நிமிடமோ வாசிப்பதற்குத்தான் இருக்கும். புத்தகத்தை விற்றுக் காசு வாங்கிய பிறகும் நான் அந்த இடத்திலேயே நிற்பேன். வாசித்து முடித்ததும் நான் கேட்பேன், "இதை நானே எடுத்துக்கொள்ளட்டுமா?" பெரும்பாலானவர்களும் சம்மதம் தெரிவித்துவிடுவார்கள். அப்படியாக, ஒரு பிரதியையே எட்டுப் பத்துத் தடவை விற்றுவிடலாம். சில தரித்திரவாசிகளும் இருக்கிறார்கள். அவர்கள் சொல்வார்கள். "ம்ஹூம். அது முடியாது. என் மனைவி வாசிக்க வேண்டும்." ஆமா, பெரிய மனைவி. இப்போது இதை வாசிக்காமல் அவளால் இருந்துவிட முடியாதோ?

நான் சொன்னேன்:

"என்னுடைய புத்தக வியாபாரம் இப்படித்தான்."

"பரவாயில்லையே." அவருக்கு சுவாரஸ்யம் தட்டியது. உடனே பெல்லை அழுத்தினார். பியூன் வந்தார்.

"சாயாவா காஃபியா? உங்க ஜாதிக்காரர்களுக்குப் பொதுவாக எது பிடிக்கும்?"

"ஜாதிக்காரர்களுக்கா?"

"சே... சே... இலக்கியவாதிகளைச் சொன்னேன். இப்படிப்பட்ட இலக்கியவாதியை நான் முதலில் இப்போதுதான் பார்க்கிறேன்."

"பொதுவாக மனிதர்கள் குடிக்கும் எல்லாவற்றையும் நானும் குடிப்பேன்."

"அப்படியென்றால் காபியே இருக்கட்டும். நல்ல காபி கிடைக்கும். மசால்தோசையும். என்ன?"

"ஆகட்டும். எனக்கு ஒரு கிளாஸ் தண்ணீரும் வேண்டும்."

பியூன் போனதும் அவர் சொன்னார்.

"ஒரு புத்தகத்தை இப்படிப் பலதடவை விற்க வேண்டாம். கடையும் வீடுமாக ஏறியிறங்கவும் வேண்டாம். அதையெல்லாம் நாங்களே செய்துகொள்கிறோம். ஒரு இடத்தில் உட்கார்ந்து எழுதினால் மட்டுமே போதும். திருச்சூருக்கே வந்து தங்கி விடுங்கள். வீடெல்லாம் நானே ஏற்பாடு செய்கிறேன். முண்டசேரி மாஸ்டரும் இங்கேதான் இருக்கிறார். அவருடன் பழக்கமிருக்கிறதல்லவா?"

"ஒன்றிரண்டு தடவை பார்த்ததுண்டு."

"அதுபோதாது. ஆள் ரொம்ப நல்ல மனிதர். நன்றாகப் பழக வேண்டும். இங்கேயே தங்க வேண்டும். கேசவதேவையும் தகழி சிவசங்கரபிள்ளையையும் தெரியுமல்லவா? அவர்களும் ஆளுக்கொரு புத்தகம் தந்திருக்கிறார்கள். சங்ஙாதிகளும்*, அண்ணத்தெ நாடகமும்."

அந்தக் கதை எனக்கு நன்றாகவே தெரியும். தேவுக்கும் தகழிக்கும் எவ்வளவு கிடைத்தது என்பதும் எனக்குத் தெரியும். அதை மனதில் வைத்துதான் நான் சிறுகோபத்துடனும் அகம் பாவத்துடனும் பேசிக்கொண்டிருந்தேன்.

நான் சொன்னேன்:

"இலக்கியக்காரர்களும் பிழைக்க வேண்டும். புத்தக வியாபாரிகளைப் போல் காரும் பங்களாவும் தேவையில்லை தான் . . . என்றாலும் நான் தாராளமாகக் காசு செலவுசெய்து வாழ்ந்த ஒரு ஆள். மட்டுமல்ல, போதுமான அளவிலான எல்லா வேண்டாத்தனங்களும் என்னிடம் உண்டு. இலக்கியப் பணிசெய்து வாழ்ந்துவிடலாமென்ற தியாகச் சிந்தனையொன்றும் எனக்கில்லை. வேறு தொழில்செய்வேன்."

"என்ன தொழில்?"

"மீன் பிடிப்பேன்."

"சீ . . . நாறாதா?

---

* நண்பர்கள்

“கொஞ்சம் நாறத்தான் செய்யும். ஒரு காசுக்கு சோப்பு வாங்கிக் கழுவிவிட்டால் போதும். அரையணா முதலீடு செய்தால் அருமையான ஒரு தூண்டில் கிடைக்கும். எட்டணாவுக்கு மீன்பிடித்து விற்கலாம். அதை வைத்தும் என்னால் வாழ முடியும்.”

“இலக்கியவாதியாக இருந்துவிட்டு மீன்பிடிக்கப்போவது சரியான விஷயம்தானா?”

“அப்படியென்றால் வேறு வேலை செய்வேன். சமையல் வேலை. நான் நல்ல ஒரு சமையல்காரன். பெங்காலி, பஞ்சாபி, மராத்தி, குஜராத்தி, காஷ்மீரி, பெர்ஷியன் – இதுபோன்ற ஓரளவு சமையல் வேலைகளெல்லாம் எனக்குத் தெரியும். ஏதாவது ஓட்டலில் வேலை பார்ப்பேன்.”

“ஓட்டலில் குக் வேலை பார்த்திருக்கிறீர்களா?”

“எச்சில் பாத்திரம் கழுவும் வேலை செய்திருக்கிறேன்.”

“அப்படியா! பிரியாணி சமைக்கத் தெரியுமா? வெஜிட்டபிள் பிரியாணி?”

மூன்றுவிதமான வெஜிட்டபிள் பிரியாணி சமைக்கும் முறைகளைச் சொல்லிக் கொடுத்தேன்.

“ரொம்ப நன்றாக இருக்கும்போலிருக்கிறதே. நமக்கு ஒரு தடவை பிரியாணி சமைக்க வேண்டும். ஒரு சமையல் புத்தகம் எழுதக்கூடாதா? சமையல் கலை?”

(இதே கேள்வியைத்தான் பிற்காலத்தில் ஸ்ரீமான் டி.சி. கிழக்கேமுறியும் கேட்டார்.)

நான் சொன்னேன்:

“எழுதலாம்.”

அதற்குள் மசால்தோசையும் காஃபியும் தண்ணீரும் வந்து சேர்ந்தன. அதைச் சாப்பிட்டுவிட்டு நாங்கள் ஒரு முடிவுக்கு வந்தோம். புத்தகங்களையெல்லாம் மங்களோதயம் வெளியிடும். விலையில் முப்பத்துமூன்று சதவீதம் ராயல்டி கிடைக்கும். யாரும் அறிய வேண்டாம். இதற்குமுன் இப்படி யாருக்குமே புத்தக விலையின் அடிப்படையில் சதவீதம் பார்த்துக் கொடுத்ததில்லை. அக்ரிமென்ட் போட்டுக்கொள்ளலாம். சம்மதமா? அட்வான்சும் கிடைக்கும். சம்மதித்தேன். (பிறகு இதை நான் நாற்பது சதவீதமாக்கினேன்.) வசிப்பிடத்தைத் திருச்சூருக்கே மாற்றினேன். பணம் தருவது, புத்தகங்கள் விற்ற பிறகல்ல. வெளியிடும் அன்றைய தினமே மங்களோதயம் மானேஜர் நாராயணய்யர் பி.ஏ. என்னிடம்

செக் தந்துவிடுவார். முண்டசேரியும் நானும் ரொம்ப நெருக்கமாக இருந்தோம். நாங்கள் பகல் நான்கு மணிமுதல் இரவு இரண்டு மணிவரை ஊர் சுற்றுவோம். அப்போது ஓட்டல்களெல்லாம் அடைத்திருப்பார்கள். ஏதாவது சாப்பிட வேண்டாமா?

"நீ வாடா." முண்டசேரி கூப்பிடுவார். "வீட்டில் ஏதாவது இருக்குமா என்று பார்க்கலாம்."

வீட்டில் எல்லாரும் தூங்கிக்கொண்டிருப்பார்கள். நாங்கள் முண்டசேரியின் வீட்டினுள் புகுந்து சமையலறையில் ஏதாவது தேடித் திரிவோம். "ஓ..! மேஜையில் எதுவோ இருக்கிறது." அதைச் சாப்பிட்டுவிட்டுப் பிரிந்துபோவோம்.

அப்படியிருக்கும்போது சங்கம்புழை கிருஷ்ணபிள்ளைக்கு உடல்நிலை சரியில்லையென்று அறிந்தோம். ஏ.கே.டி.கே.எம்., முண்டசேரியையும் என்னையும் காரில் அழைத்துக்கொண்டு போனார். இடப்பள்ளிக்குச் சென்று சங்கம்புழையைப் பார்த்தோம். ஏ.கே.டி.கே.எம்மின் வற்புறுத்தலுக்கிணங்கி சங்கம்புழை வசிப்பிடத்தைத் திருச்சூருக்கு மாற்ற ஒப்புக்கொண்டார். சங்கம்புழைக்கு இலேசான இருமலிருந்தது. ஒரு உல்லன் சால்வையைக் கழுத்தில் சுற்றியிருந்தார். வழியில் நாங்கள் குற்றிப்புழை கிருஷ்ணப்பிள்ளையைப் போய்ப் பார்த்தோம். அவர் திருமணம் செய்துகொள்ளாமல் ஒரு சன்னியாசிபோல் ஆலுவாவில், பெரியாற்றின் பக்கத்தில் தங்கியிருந்தார், சமையல்காரனுடன். எங்களைக் கண்டவுடனே அவருக்கு இந்தப் பிரபஞ்சத்தையே நடுங்கவைக்கும் ஒரு பிரச்சினையை முன்வைக்க வேண்டியதாயிற்று.

"விறகே இல்லை. மனிதன் எப்படி உயிர் வாழ முடியும்?"

இருந்தாலும் குடிப்பதற்கென்று வைத்திருந்ததில் பால் ஊற்றிச் சூடாகத் தந்தார். குற்றிப்புழையையும் காரிலேற்றிக் கொண்டு நாங்கள் பரவூருக்கு வந்தோம். ரொம்பவும் சிரமப்பட்டு, ஏ.பாலகிருஷ்ணபிள்ளையின் வீட்டையடைந்தோம். மழுங்க வெட்டிய தலைமுடியும் நீண்டுவளர்ந்த வெளுத்த தாடியும் மீசையுமாகப் பளபளக்கும் கண்ணாடியுடனும் சட்டையும் வேட்டியுமுடுத்து செடிகளினிடையே நின்றிருந்தார் பாலகிருஷ்ணபிள்ளை.

முண்டசேரியும் குற்றிப்புழையும் ஏ.கே.டி.கே.எம்.மும் நிறைய பேசினார்கள். நான் அதையெல்லாம் கேட்டுக்கொண்டே இருந்தேன். இடையிடையே கண்ணாடி பளபளக்க பாலகிருஷ்ண பிள்ளை என் பக்கம் திரும்புவார்.

"பஷீருக்கு என்ன வேண்டும்?"

"எதுவுமே வேண்டாம் சார்."

"நிறைய எழுதுங்க, ஏன் இவ்வளவு சோம்பல்?"

முண்டசேரி சொன்னார்; குரலை இறுக்கி, சலித்துக் கொள்வதுபோல்:

"அவரைப் பற்றி எதுவுமே சொல்வதற்கில்லை."

கடைசியில் நாங்கள் பிரிந்தோம். அனைவரும் ஏ.பால கிருஷ்ணபிள்ளையை வணங்கினோம். அவரும் அனைவரையும் வணங்கினார்.

குற்றிப்புழை, ஆலுவாவில் இறங்கினார். நாங்கள் திருச்சூருக்கு வந்தோம். வாய்ப்பு கிடைக்கும்போதெல்லாம் இலக்கியவாதிகளுக்கு ஏதாவது நல்லது செய்கிற ஒரு ஆள், முண்டசேரி. இவர் சொல்லி ஏ.கே.டி.கே.எம். யாருமறியாமல் ஏ. பாலகிருஷ்ண பிள்ளைக்கு ஏதோ உதவி செய்தார். அப்போது கறவை மாடுகளும் மனைவியும் பிள்ளைகளுமாக சங்கம்புழை திருச்சூருக்கே வந்திருந்தார். மங்களோதயம் அப்போது கேரளத்தில் மிகவும் கௌரவமான வெளியீட்டாளர்கள். ஜி.சங்கரக்குறுப்பு, பொன்குன்னம் வர்க்கி, எஸ்.கே. பொற்றேக்காட், பி.சி. குட்டி கிருஷ்ணன், குட்டிகிருஷ்ணமாரார், தகழி சிவசங்கரபிள்ளை, வெட்டூர் ராமன் நாயர், வைலோப்பிள்ளி, ஸ்ரீதர மேனோன், பி. கேசவதேவ், இ.எம். கோவூர், என்.வி. கிருஷ்ணவாரியர், போஞ்ஞிக்கரை ராஃபி, குட்டிப்புழை கிருஷ்ணபிள்ளை, வக்கம் அப்துல்காதர் போன்ற ஓரளவிலான எல்லோரும் மங்களோதயத்திற்கு வருவார்கள்.

முண்டசேரி, சங்கம்புழை, நான் – மூன்றுபேரும் ஓரளவு நெருக்கமான சகபாடிகளானோம் என்றே சொல்லலாம். இரவு, ஒன்றோ இரண்டோ மணிவரை எல்லோரும் என் அறையில் இருப்பார்கள். சிலவேளைகளில் மங்களோதயம் புக் ஸ்டால் மேனேஜர் கிருஷ்ணன்நாயரும் இருப்பார். அவ்வப்போது தகழி, பொன்குன்னம் வர்க்கி போன்றவர்களும் வருவார்கள். பேசுவது, தின்பது, குடிப்பது, தாம்பூலம் தரித்தல், சங்கீதம் – இவ்வளவு நிகழ்ச்சிகளும் நடக்கும். என்னிடம் ஒரு கிராம போனும் நிறைய நல்ல ரிக்கார்டுகளுமிருந்தன.

இந்த கிராமபோனை ஏ.கே.டி.கே.எம்.தான் எனக்குத் தந்திருந்தார். நான் ஒரு கிராமபோன் வாங்கவிருப்பதை அறிந்ததும், "தேவையில்லாமல் பணம் செலவு செய்ய வேண்டாம். இதை எடுத்துக்கொள்ளுங்கள்" என்று தந்தார்.

ஏ.கே.டி.கே.எம்முக்குப் பொதுவாகவே இலக்கியவாதிகளை ரொம்பப் பிடிக்கும். குறிப்பாக முண்டசேரியையும் சங்கம்புழையையும் என்னையும். ஒரு தடவை அவர் திருச்சூரில் எனக்கு ஒரு வீடும் தோட்டமும் வாங்கித் தரவிருந்தார். வீட்டையும் தோட்டத்தையும் பார்க்க என்னையும் அழைத்துக்கொண்டு போயிருந்தார். என் பெயரில் வாங்கித் தருவதாகவும், கிடைக்கும் ராயல்டி தொகையிலிருந்து கொஞ்சம் கொஞ்சமாகத் திருப்பிக் கொடுத்தால் போதுமென்றும் சொன்னார். அப்போது சனி திசை உச்சத்திலிருந்த காலமாக இருக்கலாம் – நான் வேண்டாமென்று சொல்லிவிட்டேன்.

முண்டசேரியும் சங்கம்புழையும் நானும் ஐந்தாம் தம்புரானின் எதிரில் சர்வசாதாரணமாக அமர்வதுண்டு. (பிறகு, படிப்படியாக ஓரளவிலான எல்லாரும் அப்படி இருக்கத் தொடங்கினார்கள். திருமேனிக்கு அதில் திருமனத் தாங்கல் எதுவுமில்லை.) எங்களை ராஜகொட்டாரத்திற்கு அழைத்துக்கொண்டுபோய்க் கொட்டாரத்திற்குள் வைத்தே சோறும் தருவார். கேட்டில் காவலாளிகளெல்லாம் நிற்பார்கள். கொட்டாரத்தினுள் வைத்துப் பொதுவாக கிறிஸ்தவர்களுக்கும் முஸ்லிம்களுக்கும் சோறு தரமாட்டார்கள். நாயர்களுக்குக் கொடுப்பார்களா மாட்டார்களா என்பது தெரியாது. ஒருநாள் நாங்கள் சாப்பிட்டுக்கொண்டிருக்கிறோம். முண்டசேரியும் சங்கம்புழையும் நானும். இரண்டு பட்டர்*கள் பரிமாறிக்கொண்டிருக்கிறார்கள். ஏ.கே.டி.கே.எம். பக்கத்தில் செயரில் அமர்ந்திருக்கிறார்கள் சில பெண்களும் இருந்தார்கள். வேறு சில நம்பூதிரிகளும் அங்கே இருந்தார்கள். சாப்பிட்டுக் கொண்டிருந்தபோது – சாம்பாரிலிருந்தோ என்னமோ, ஒரு முருங்கைக்காய்த் துண்டு என் வாய்க்குள் சிக்கிக்கொண்டது. அதை என்ன செய்வது? அரைத்து விழுங்கிவிடவோ துப்பிவிடவோ தைரியமில்லை. நான் அதை மேலுதட்டினுள் அப்படியே நீளமாக ஃபிட்பண்ணிவைத்துவிட்டுச் சாப்பிட்டு முடித்தேன். கடைசியில், ஏ.கே.டி.கே.எம்மிடம் விவரத்தைச் சொல்லிக் கேட்டேன்: "இதை என்ன செய்யலாம்? பொதுவான சாப்பாட்டு விதிமுறை என்னவாக்கும்?"

"சரியான மடையன்."

எல்லாரும் சிரித்தார்கள். ஐந்தாம் தம்புரான் சொன்னார்:

"பஷீரே, அதையெடுத்து இலையின் ஓரத்தில் வைத்துவிட்டால் போதாதா? எதுக்கு இந்த மாதிரி ஆபத்தான வேலைகளைச் செய்கிறீர்கள்?"

---

* தமிழ்ப் பிராமணர்

நான் சொன்னேன்:

"நான் என்ன கல்வியறிவு உள்ளவனா?"

அப்போதெல்லாம் மங்களோதயத்தில் அச்சாகும் எந்தப்

புத்தகமாக இருந்தாலும் சரி, எனக்கு ஒரு பிரதி தந்துவிடுவார்கள். அதுதான் விதி. முண்டசேரிக்கும் சங்கம்புழைக்கும்கூடக் கொடுப்பார்களாக இருக்கலாம். அப்படியிருக்கும்போது அனந்த நாராயண சாஸ்திரியின் வியாக்யானத்துடன் ஸ்ரீமத் பகவத்

கீதையை மங்களோதயம் வெளியிட்டது. பைண்ட் செய்யப்பட்ட பெரிய புத்தகம். ஏழரை ரூபாய் விலை.

பெரிய புத்தகமான பகவத்கீதை வெளியாகி ஒரு வார காலமான பிறகும் நியாயமாக எனக்கு வந்துசேர வேண்டிய அந்த ஒரு தர்ம காப்பியைத் தரவில்லை.

என்ன காரணம்?

நான் புக்ஸ்டால் மேனேஜர் கிருஷ்ணன்நாயரிடம் கேட்டேன். கொஞ்சம் உருண்டு தடித்த சுவாரஸ்யமான ஆள் இந்த கிருஷ்ணன் நாயர். அவர் ஒரு புளித்த சிரிப்பை உதிர்த்துவிட்டு என்னிடம் கேட்கிறார்:

"மேத்தன்மாருக்கு* பகவத்கீதை எதுக்கு?"

நான் அவரது கையை எட்டிப் பிடித்து நெரித்தேன். அவர் உடனே சொன்னார்:

"நாராயணய்யரிடம் போய்க் கேளுங்கள். என்னைக் கொன்றுவிடாதீர்கள்."

நான் போய் நாராயணய்யரிடம் கேட்டேன். நாராயணய்யர் பொருளறியாப் பெரும் மூடன் என்பதுபோல் என்னைப் பார்த்து ஒரு சிரி சிரித்துவிட்டுச் சொன்னார்:

"போய் தம்புரானிடம் கேளுங்கள்."

அது சரி!

"தம்புரான் சொல்லியா மற்ற புத்தகங்களெல்லாம் தந்தீர்கள்?"

"முஸல்மானுக்கு எதுக்கு பகவத்கீதை?"

நல்லாயிருக்கே இந்துக்களோட நியாயம்? நாராயணய்யர் பூஞ்சையான ஒரு ஆள். அதனால் கையைப் பிடிக்கவில்லை. நெரிக்கவில்லை.

---

* முஸ்லிம்

நான் கேட்டேன்:

"முஸல்மான் என்று தெரியும்தானே, அப்புறம் எப்படி நாராயணீயம் தந்தீர்கள்?"

நாராயணய்யர் பதில் சொல்லவில்லை.

நான் கேட்டேன்:

"முஸல்மானுக்கு தேவீ மகாத்மியம் எதுக்காகத் தந்தீர்கள்? எனக்கு ஸ்ரீமத் பகவத்கீதை தரவில்லையென்றால்..."

"வைக்கம் முகம்மது பஷீர் பயமுறுத்தியிருப்பதாகத் தம்புரானிடம் சொல்கிறேன்."

சொன்னாரோ என்னமோ? எனக்கு பகவத்கீதை கிடைக்க வில்லை . . . சங்கம்புழைக்கும் முண்டசேரிக்கும் பகவத்கீதை சம்பந்தமாக இதுபோல் ஏதாவது பிடிவாதமிருந்ததா என்பதும் தெரியவில்லை. இதுசம்பந்தமாக நாங்கள் எதுவும் பேசிக் கொள்ளவில்லை. இருந்தாலும்... எனக்குப் பிடிவாதம் வலுத்தது. பகவத்கீதை கிடைக்க வேண்டும். வாங்கியே தீர வேண்டும். ஆனால், எப்படி வாங்குவது?

ஒருநாள் நான் மாடிக்கு ஏறிப்போகும்போது அங்கே மகாப்பிராமணராகிய அனந்தநாராயண சாஸ்திரி அமர்ந் திருக்கிறார். ஏ.கே.டி.கே.எம்மின் எதிரில் கறுத்து மெலிந்த, மண்டை உச்சியில் கொஞ்சம் மயிர்களுள்ள, கூர்மையான கண்கள் கொண்ட ஒரு அட்டகாசமான மனிதர் அவர் மிக வேகமாகப் பேசினார். என்னைக் கூர்ந்து பார்த்துவிட்டு, "வாங்கோ பசீர், வாங்கோ உட்காருங்கோ" என்று சொன்னார். நான் அவரது அருகில் அமர்ந்தேன்.

"பகவத்கீதையைப் பாத்தேளோ?"

"தூரத்தில்வைத்துப் பார்த்தேன்."

"அதென்ன?" கொஞ்சம் நீட்டிக் கேட்டார்.

நான் சொன்னேன்:

"முஸல்மான் ஜாதியல்லவா? பகவத்கீதையைத் தொட முடியுமா? தீட்டுப்பட்டுவிடாதா?"

நான், ஏ.கே.டி.கே.எம்மைக் கூர்மையாகப் பார்த்தேன் அவர் நான் சொன்னதைக் கேட்டதாகவே பாவிக்கவில்லை. வேண்டாம், தேவையில்லை.

“வியாக்யானம் ரொம்ப நன்றாக இருப்பதாக பாண்டித்யமுள்ளவர்கள் சொல்கிறார்கள். நான் வாசித்துப் பார்க்கவில்லை.”

“கிண்டல் பண்ணாதேயுங்கோ பஷீர். வாசித்துப் பாருங்கோ. பஷீர் இப்போ என்ன கட்டுக்கதை எழுதுறீங்கோ ?”

“நான் எழுதுவது கட்டுக்கதையல்ல. உண்மை வரலாறு. அதைக் கதைபோல் எழுதுகிறேன்.”

“உண்மையான வரலாறு இல்லையா ...? ஹஹ்ஹ ஹ்ஹா ... நிறைய எழுதுங்கோ.”

“உங்களைப் போன்றவர்களின் அனுக்கிரகத்துடன்.”

“பஷீருக்கு எல்லாருடைய அனுக்கிரகமும் உண்டு.”

நான், ஏ.கே.டி.கே.எம்மின் முகத்தைப் பார்த்தேன். பகவத் கீதை சம்பந்தமாக அதில் எந்த பாவமாற்றமுமில்லை. வேண்டாம். தேவையில்லை.

அப்போதெல்லாம் எனக்கு ஒரு பழக்கமிருந்தது. எழுதப் போகும் கதையின் முக்கியக் கதாபாத்திரமாக என்னைப் பாவனை செய்து நடப்பேன். பேச்சு, நடவடிக்கை என அப்படியே திரிவேன். சிலநேரங்கள் எழுதவும் செய்வேன். ஏ.கே.டி.கே.எம்மின் எதிரில் நான் ஒரு புது கைக்குட்டையுடன் சென்றேன். முண்டசேரியும் சங்கம்புழையும் அங்கிருந்தார்கள். பிறகு, நான் கைக்குட்டையின் ஓரத்தைப் பிடித்து முடிச்சுப்போட்டு இழுத்துத் தலையைச் சுற்றித் தூர எறிந்தேன். இதை இரண்டு மூன்றுதடவை நான் செய்ததைப் பார்த்ததும் ஐந்தாம் தம்புரான் கேட்டார்.

“இது என்ன ?”

நான் சொன்னேன்:

“ஒரு கெட்டபழக்கம் ! சிறு வயதிலேயே பழகிப்போய் விட்டது. யானையைக் கண்டால் அதன் வாலைப் பிடித்துச் சுழற்றித் தலையைச் சுற்றித் தூரத்தில் எறிவேன்.”

“அப்படியா ?”

“ஆமாம் ! என்ன செய்வது ? எங்களிடம் இப்போது யானை இல்லை. அதற்காகப் பழக்கம் மாறிவிடுமோ ?”

சங்கம்புழை சொன்னார்:

“இவருக்கு ஒரு யானையைக் கொடுத்துவிட வேண்டும். பார்க்கலாமே என்ன செய்கிறார் என்று.”

"எங்களிடம் நிறைய ஆண் யானைகளும் பெண் யானைகளும் இருக்கின்றன." ஏ.கே.டி.கே.எம் சொன்னார்: "தேசமங்கலத்தில்."

"அது ரொம்ப தூரத்திலிருக்கிறது, சரிப்படாது."

ஒரு சிறு இடி முழக்கம்போல் முண்டசேரி சொன்னார்:

"பக்கத்தில் இருந்திருந்தால் நிச்சயமாக ஒரு கை பார்த் திருப்பார்தான். ஏன் வடக்கும்நாதன் கோயிலில் இருப்பதெல்லாம் யானைகள்தானே ?"

"பகவான் எழுந்தருளுவதற்காகக் கொண்டு வரப்பட்டதை யெல்லாம் வாலைப் பிடித்துத் தூக்கித் தலையைச் சுற்றி எறிவது தவறு. அது தெய்வக் குற்றம்."

அப்படியிருக்கும்போதுதான் ஸ்தனங்களின் வருகை நிகழ்கிறது. நான் கொஞ்சம் அதிகமாகவே ஸ்தனங்களைப் பார்த்திருக்கிறேன். பேட்டுகொங்கை, நெல்லிக்காய் கொங்கை, ஊசிக் கொங்கை, பாக்குக் கொங்கை, புன்னைக்காய் கொங்கை. வழுதலங்காய் கொங்கை. பம்பரக் கொங்கை, பப்பாளிக் கொங்கை, பலாப்பழக் கொங்கையென. ஆனால், எல்லாவற்றையுமே முகமூடி, சாரி, முலமூடியுடன்தான் பார்த்திருக்கிறேன். அம்மா மார்பற்றி ஞாபகமில்லை. மார்பகங்களைக் காணும்போது நான் ஆச்சரியத்துடன் யோசித்துப் பார்ப்பதுண்டு. உயிரின் ஆதாரம்..! ஆன்மாவுக்கு? ஆன்மாவின் பசியையும் தாகத்தையும் தீர்ப்பதற்கானவையல்லவா புனிதமான வேத கிரந்தங்கள்? பகவத்கீதை, குர்ஆன், பைபிள் போன்றவை. மதங்கள் நிறைய உண்டு. வேதக்கிரந்தங்களும் அதுபோலவே! வேதக்கிரந்தங்கள் ஆன்மாவுக்குச் சாந்தியளிக்கின்றன. வேதக் கிரந்தங்களையும் மதங்களையும் நம்பாதவர்களும் இருக்கிறார்கள். இவர்களும்கூட ஒரு காலகட்டம்வரை உடலின் பசியையும் தாகத்தையும் தீர்க்கப் பால்குடித்து வளர்ந்தவர்கள்தான். இதற்குமுன் மண்மறைந்துபோனவர்களும் இப்போது உயிரோடு வாழ்பவர்களும்கூடப் பால் குடித்தவர்கள்தான். இனி வரவிருப்பவர்களும் பால் குடிப்பார்கள். கொங்கைகளை எங்கே கண்டாலும் நான் ஆச்சரியமாகப் பார்ப்பேன். பசு, எருமை, குதிரை, கழுதை, ஆடு, சிங்கம், யானை, பன்றி, நாய், பூனை, எலி போன்றவை நிர்வாணக் கொங்கையர்கள். மனிதப் பிறவிகள் மட்டும்தான் கொங்கைமூடி அலங்காரிகள். நிர்வாணமான எதையும் கண்டதாக எனக்கு ஞாபகமே இல்லை. அப்படியிருக்கும்போதுதான் இந்த நிர்வாணக் கொங்கைகளின் அலங்கார அணிவகுப்பு.

பார்க்கப்போகிற பூரத்திருவிழா பற்றிய எந்த ஒரு சிந்தனையு மில்லாமல் நான், எம்.பி.போளுடன் பேசியபடியே முண்ட

சேரியின் வீட்டுக்குப் பக்கத்தில் வந்துகொண்டிருந்தேன். ஓர் அவசர வேலைக்காகத் திருச்சூருக்கு வந்த எம்.பி.போளுடன் முண்டசேரியின் வீட்டுக்கும் போய்விட்டு வருகிறோம். எம். பி. போளுடன் அவரது மனைவியும் இருந்தார். மனைவி சற்று பின்னால் வந்துகொண்டிருந்தார். நானும் எம்.பி. போளும் ஏதேதோ பேசியபடியே நடந்துகொண்டிருந்தோம். எங்களுக்குள் மிகுந்த அந்நியோன்னியம் இருந்தது. எம்.பி.போளைப் பற்றி நிறைய சொல்வதற்கிருக்கிறது. அடக்கமும் ஒடுக்கமும் உள்ள ஒரு மனிதர். மிகுந்த பாண்டித்யம் உள்ளவர். மனித நேயமிக்கவர். நல்ல சிந்தனையாளர். நாங்கள் எரணாகுளத்திலிருக்கும்போது விடிய விடியப் பேசிக்கொண்டே உட்கார்ந்திருப்போம். புத்தன் காவு மாத்தன்தரகன்தான் எங்களை அறிமுகம்செய்துவைத்தார். எனது கதைகளை அவர் வாசித்ததில்லை. வெளியிடப்பட்ட எல்லாவற்றையும் தரும்படிக் கேட்டார். நான் கொடுத்தேன். வாசித்துப்பார்த்துவிட்டுப் பிறகு சொன்னார்.

“கதைகளெல்லாம் ரொம்ப நன்றாக இருக்கின்றன. சிலவற்றில் உணர்வுகளுக்குத் தீப் பிடித்தது போலிருக்கிறது. இனி, கதைகளை வெளியிடுவதற்குமுன் என்னிடம் ஒரு தடவை காட்ட வேண்டும்.” நானும் காட்டுவதுண்டு. அவர் அதில் அடித்தலோ திருத்தலோ செய்யமாட்டார். ஆனால் எம்.பி. போளின் கருத்தை நான் மிகவும் மதிக்கிறேன்.

‘பெண்’ என்றொரு சிறு நாவலை நான் எழுதினேன். உணர்வுகளின் ஒரு சுழல்காற்று அது. அவர் அதை வாசிப்பதை நான் பார்த்துக்கொண்டே அமர்ந்திருந்தேன். சாந்தம் நிறைந்த வெளுத்த முகம். முதலில் அது சிவந்தது. கொஞ்ச நேரத்திற்குப் பிறகு வெளிறி நீலம் பாவித்தது போலானது. பிறகு கறுத்தது. கொஞ்ச நேரத்திற்குப் பிறகு திரும்பவும் வெளிறி வெளுத்தது. பிறகு பழைய சாந்தமான வெளுத்த முகமாக மாறியது ... வாசித்து முடித்தார். ஒரு இரண்டு நிமிட நேரத்திற்கு அவர் எதுவுமே பேசவில்லை. கடைசியில் சொன்னார்: “வெளியிடலாமென்றோ வெளியிட வேண்டாமென்றோ நான் சொல்லப் போவதில்லை. சுவையும் உணர்வுகளும் இதில் அளவு கடந்துபோயிருக்கின்றன. பஷீரின் விருப்பம்போல் முடிவுசெய்து கொள்ளலாம்.” நான் அந்தப் ‘பெண்’ என்ற நாவலைப் பத்துப் பன்னிரண்டு துண்டுகளாகக் கிழித்து வேம்பநாட்டுக் காயலில் எறிந்தேன். நான் அப்போது சங்கனாசேரியிலிருந்து படகில் எரணா குளத்திற்குப் போய்க்கொண்டிருந்தேன்.

எம்.பி.போள் கேட்டார்:

“மங்களோதயம் சரியாகப் பட்டுவாடா பண்ணுகிறார்களா?”

“ஆமா! சாருக்கு, ஏ.கே.டி.கே.எம்.வாசுதேவ நம்பூதிரிபாடு அறிமுகம்தானே?”

“அறிமுகம்தான். திருச்சூர் வாழ்க்கை எப்படியிருக்கிறது?”

“பரவாயில்லை.”

“நானும் இங்கே இருந்திருக்கிறேன். பஷீருக்கு எரணா குளம்தான் சரிப்பட்டு வரும். இங்கேயிருந்து எதுவுமே எழுதவுமில்லையல்லவா?”

“நான் எரணாகுளத்துக்கே வந்துவிடுகிறேன்.”

“வந்து ஏதாவது எழுதப் பாருங்கள்.”

அவரும் மனைவியும் வண்டியேறினார்கள். மனைவி சொன்னார்:

“எரணாகுளத்துக்கு வாங்க பஷீர்.”

“வருகிறேன்.”

நான் வணங்கிவிடை கொடுத்தேன். அவர்கள் புறப்பட்டார்கள். அப்படியே நடந்து வரும்போது மங்களோதயத்திலிருந்து ஒரு ஆள் ஓடிவந்து சொன்னார்:

“எங்கெல்லாமோ உங்களைத் தேடிப் பார்த்துவிட்டு வருகிறேன். தம்புரான் கூப்பிடுகிறார். உடனே வர வேண்டுமாம்.”

நான் உடனே ஒரு ரிக்ஷாவில் புறப்பட்டேன். ஐந்தாம் தம்புரானின் எதிரில் ஒரு கறுத்த நம்பூதிரி பணிவோடு நின்றுகொண்டிருக்கிறார் ஏ.கே.டி.கே.எம். மிகுந்த கௌரவத்துடன் சொன்னார்:

“நமக்கு தேசமங்கலம்வரை ஒன்று போக வேண்டிய திருக்கிறது. கார் இருக்கிறது. எங்களது ஒரு ஆண் யானை மூன்று நான்குநாட்களாகக் கோபத்துடன் சங்கிலியை அறுத்துப் போட்டுவிட்டு நிறைய பொருட்களைச் சேதப்படுத்திக்கொண்டிருக்கிறது. ஊரிலுள்ளவர்களுக்குத் தூக்கமில்லாமலாகிவிட்டது. அது பெரிய சீமத்தனம் பிடித்த யானை. மூன்று நான்கு பேரைக் கொன்றுமிருக்கிறது. அதைச் சுட்டுக்கொல்வதற்காக இன்ஸ்பெக்டரின் தலைமையில் ரிசர்வ் போலீஸ்காரர்கள் ஒரு வேனில் புறப்பட்டுவிட்டார்கள். அவர்கள் அதைச் சுட்டுக்கொல்வதற்குள் நாம் அங்கே போய்ச் சேர்ந்துவிட வேண்டும். இந்தக் கறும்பன் நம்பூதிரிதான் யானைப்பாகன். இரண்டு மூன்று ராத்தல் அபின் வாங்க வந்திருக்கிறான்.

போதுமான அளவு கிடைக்கவில்லை. கஞ்சாவும் அபினும் கடைகளில் கிடைக்கும் காலம்தான். இரண்டு மூன்று குலை வாழைப்பழத்தைக் குழைத்துச் சிறுசிறு உருண்டைகளாக்கி அதனுள் கொஞ்சம் அபினையும் உருட்டிவைத்தால் அது தின்றுவிட்டுப் போதையில் மயங்கி நின்றுவிடும். ஆனால் தேவையான அபின் கிடைக்கவில்லை. அப்புறம் பலகைத் துண்டுகளில் ஆணிகளை அறைந்து வைப்பதுமுண்டு. கூர்மையான பாகம் மேலே வரும்படியாக. அதில் மிதித்துவிட்டாலும் யானை அப்படியே நின்றுவிடும். ஆனால் அது பாவம். பஷீர் வந்து அதன் வாலைப் பிடித்துச் சுழற்றித் தலையைச் சுற்றி அப்படியே தூர எறிந்துவிடாமலிருந்தால் போதும். போகலாம்."

இந்தச் சொற்பொழிவைக் கேட்டதுமே வேர்த்துவிட்டேன் என்று சொல்வது சரியாக இருக்காது. பயந்து வெலவெலத்துப் போய்விட்டேன். பிறகு எல்லாத் தைரியத்தையும் சேர்த்துத் திரட்டி மெதுவாகச் சொன்னேன்.

"கொஞ்சநாளாகவே வலதுகையின் புஜத்தில் ஒரு உலைச்சல்."

"இடது கை வசப்படாதாமா?"

"ம்ஹூம்."

"பரவாயில்லை, இந்தக் கறும்பன் நம்பூதிரி ஒரு வர்மாணி தான். தடவி, சரிப்படுத்திவிடுவான். போவோம்."

நாங்கள் மூன்றுபேருமாகக் காரில் ஏறினோம். சங்கம் புழையையும் முண்டசேரியையும் தேடிப்பார்த்தோம். கிடைக்க வில்லை. நாங்கள் புறப்பட்டோம்.

தேசமங்கலம் இல்லத்தைக் கிட்டத்தட்ட அடைந்திருப்போம். அப்போது அங்கே ஓர் இடத்தில் ரிசர்வ் போலீஸ் வேன் கிடக்கிறது, ஒரு மாதிரியாக சப்பிப்போய்! அது நிறைய துப்பாக்கியேந்திய போலீஸ்காரர்களும் ரிவால்வர் ஏந்திய ஒரு இன்ஸ்பெக்டரும் வந்திருந்தார்கள். அவர்களைக் கண்டவுடனே யானை ரோட்டிலிறங்கி வந்திருக்கிறது. மதயானை வருவதைக் கண்டதும் வேனை நிறுத்திய போலீஸ்காரர்கள் துப்பாக்கியை உயர்த்திக் குறிவைத்தார்கள். யானை பாய்ந்துவந்து வேனைக் குத்தத் தொடங்கியது. போலீஸ்காரர்களின் கைகள் நடுங்கின. இன்ஸ்பெக்டரின் தலைமையில் பின்வாசல்வழியாகப் போலீஸ் படை வெருண்டோடியது. நேற்றே போனவர்கள். இதுவரை அவர்களைப் பற்றிய எந்த விவரங்களுமில்லை. இரண்டுமைல் தூரத்தில் இன்ஸ்பெக்டரின் தொப்பி கிடந்தது. யானை, பானெட்டில் குத்தியது. எங்கிருந்தோ கொஞ்சம் சூடு தண்ணீர்

வந்து அதன் முகத்தில் விழுந்திருக்கிறது. அது உடனே போய் ஒரு தென்னந்தோப்பையும் வீட்டையும் தகர்த்தது. பிறகு அப்படியே வந்து ஒரு மேட்டில் நிற்கிறது.

இவ்வளவு விவரங்களும் ஒரு யானைப்பாகனிடமிருந்து எங்களுக்குக் கிடைத்தன. நாங்கள் தைரியமாகக் காரிலிருந்து இறங்கி வெளியே நிற்கிறோம். அப்போதுதான் நான் பார்த்தேன்... ஈஸ்வரா! அப்படியே திரவமாக உருமாறிப் பூமிக்குள் போய்விட முடிந்தால்! விஷயம் என்னவென்றால் கஜராஜன் எங்களின் எதிரில் ஒரு மேட்டில் நிற்கிறான். சுத்தமான சிவப்புக் காதுகளை அசைக்காமல் லேசாகச் சாய்த்துத் தந்தங்களை உயர்த்தியபடி எங்களையே பார்த்துக்கொண்டு நிற்கிறது.

'மகா கஜேந்திரா! திருமனதில் தவறாக எடுத்துக்கொள்ளக் கூடாது. தயைகூர்ந்து அடியேனை ரெட்சிக்க வேண்டும். இவன் வெறுமொரு அப்பாவி. கஜராஜாக்களான உங்களைப் பற்றி அடியேன் ஏதேனும் அபவாதம் சொல்லியிருந்தால் பிழை பொறுத்தருள வேண்டும். தாங்களே சாட்சாத் அந்த ஐராவதம்.' மனத்துக்குள் ஒரு நிசப்த பிரார்த்தனையும் உருவிட்டுக் கொண்டேன்.

"என்ன, ஒரு கை பார்த்துவிடலாம்தானே? கறும்பன் நம்பூதிரீ, பஷீரின் கையைக் கொஞ்சம் தடவி உளுக்கெடுத்துவிடு."

நான் சொன்னேன்:

"மன்னிக்கணும். நான் அந்த இன்ஸ்பெக்டருடைய தொப்பியை எடுத்துக்கொண்டு போய் கொடுக்கிறேனே? பாவம், தொப்பியைத் தேடி அந்த மனிதனை அலைந்து திரியவிடுவது நியாயமில்லை. நான் ஓடட்டுமா? எப்போவாவது எங்கேயாவது வைத்துச் சந்திப்போம்."

"சரி, காரில் ஏறுங்கள். இல்லத்துக்கே போவோம்." காரில் ஏறியதும் கஜேந்திரனை மீண்டுமொரு தடவை பார்த்துக்கொண்டேன். அவன் செம்மண்ணில் குளித்துச் சிவப்பாக நிற்கிறான். எந்த நிமிடமும் ஓடிக் கீழே வரலாம்... இருந்தாலும் அதன் நிறத்தைக் கண்டபோது பகவத்கீதை கிடைப்பதற்கான ஒரு ஸ்டைலான ஐடியா மனத்தில் உதித்தது. கம்யூனிஸ்ட் கட்சி! குட்! முதலில் உயிரோடு திருச்சூர் போய்ச் சேருவோம்.

நாங்கள் இல்லத்தின் கேட்டில் சென்று காரிலிறந்து இறங்கி நடந்தோம். சிறிது தூரம் நடந்ததும் எதிர்பாராமல் அடிவிழுந்தது போல் ஒரு காட்சி!

ஒரு பத்திருபது நாயர் குமரிகள். பதினேழு, பதினெட்டு, பத்தொன்பது, இருபது வயதுகளில். எல்லாருமே வெள்ளை நிற அழகிகள். வெள்ளை வேட்டியும் உடுத்திருந்தார்கள். தார் பாய்ச்சியும் இருந்தார்கள். இடுப்புக்குமேல் துணிஎதுவுமில்லை. எல்லாருடைய தலையிலும் விறகுக்கட்டு இருந்தது. அதை இரண்டு கைகளாலும் பிடித்தபடியே நெஞ்சுகளை உந்தியபடியே வருகிறார்கள் . . .! கொங்கைகள், கொங்கைகள் . . . திறந்த கொங்கைகள். எவ்வளவு கொங்கைகள்? எதற்காக எண்ண வேண்டும்? எல்லாமே உயிரின் ஆதாரம்.

நான் தலைகுனிந்து வணங்கவில்லை. போய் காபி குடித்தோம். இல்லம் முழுவதையும் சுற்றிப் பார்த்தோம். இந்த விறகு, யானை வரும்வழியில் இல்லத்தின் முன் நான்கு வரிசைகளாகப் போட்டுத் தீ வைப்பதற்கு. ஏ.கே.டி.கே.எம்மின் அண்ணன் நம்பூதிரிபாடின் கையிலிருந்து அந்த ஆண் யானை வழக்கமாகப் பழம் வாங்கித் தின்பதுண்டு. அந்த ஞாபகத்தில் அது இல்லத்திற்கு வரலாம். அதற்காகத்தான் அக்னி மதில்கள்.

நம்பூதிரி இல்லங்களுக்குள் பிரவேசிக்கும்போது நாயர் பெண்கள் ஜாக்கெட்டோ ரவுக்கையோ உள்பாடியோ அணியக் கூடாது. நம்பூதிரியின் முன்பும் தெய்வத்தின் முன்பும் அரசனின் முன்பும் தேவ அடியாள்கள் கொங்கைகளை மறைக்கக் கூடாது. நம்பூதிரியும் தெய்வமும் அரசனும் சேர்ந்து பத்து எண்ணூறு வருடங்கள் கேரளத்தை ஆண்டார்கள். நம்பூதிரியும் தெய்வமும் அரசனும் ஒருபுறமிருந்தாலும், பழைய அந்தச் சுந்தர காலத்தின் இனிமையான நினைவுகள்தான் இந்த அழகிய ஸ்தனங்கள்.

எல்லாப் பெண்களுக்கும் ஈஸ்வர அனுக்கிரகம் அருளப்படட்டும். ஆண்களுக்கும்தான். எல்லாவற்றையும் நாங்கள் ஆலோசித்தோம். இருக்கும் அபினை வைத்து கஜேந்திரனை மயக்குவதைத் தவிர வேறு வழியில்லை என்ற உபதேசத்துடன் ஒருவழியாக நாங்கள் உயிரோடு திருச்சூருக்கு வந்து சேர்ந்தோம். மறுநாள் முதல் நான் பகவத்கீதை போராட்டத்தில் இறங்கினேன்.

“அடேய், நீ, நம்முடைய தோழர் அனந்த நாராயண சாஸ்திரியைப் பார்த்தாயா? பார்த்தால் உடனே கம்யூனிஸ்ட் பார்ட்டி ஆபீசுக்குப் போகச் சொல்” என்று கிருஷ்ணன்நாயரிடம் சொன்னேன். கிருஷ்ணன்நாயர் என்னைப் பதற்றத்துடன் பார்த்தார். நான் சொன்னேன்.

“ஸ்ரீமத் பகவத்கீதையில் அந்தக் கட்சியின் புரொபகண்டா சுருக்கப்பட்டிருக்கிறது. அதைச் சொல்வதற்காகத்தான் கூப்பிடுகிறார்கள். தோழருக்கு வாழ்த்துகள்!”

கிருஷ்ணன்நாயர் அழுதுவிடுவார்போலிருந்தது. நான் சொன்னேன்:

"மங்களோதயம் வெளியிட்டது ஒரு செம்பகவத்கீதைதான். அனைவரும் அதை வாசித்து கம்யூனிஸ்டாக மாறுவீராக!"

இதை விடவும் தீவிரமான முறையில்தான் பிரச்சாரம் நடந்தது. செம்பகவத்கீதையைப் பற்றி நாராயணய்யர் அறிந்தார். ஐந்தாம் தம்புரானின் டிரைவர் அறிந்தார். அவர் பட்டரோ நம்பூதிரியோ தெரியாது. ஏ.கே.டி.கே.எம்மும் அறிந்துகொண்டார். அதிர்ஷ்டவசமாக அனந்தநாராயண சாஸ்திரி மட்டும் அறிந்துகொள்ளவில்லை.

இப்படியான பிரச்சாரம் ஊதிப் புடைத்து உடைந்துவிடும் தறுவாயில் ஒரு சுபவேளை வருகிறது. ஜோஸப் முண்டசேரியும் சங்கம்புழை கிருஷ்ணபிள்ளையும் இந்த நானும் மங்களோ தயத்தின் மாடியில் ஐந்தாம் தம்புரானின் திருமுன்பு அமர்ந்திருக்கிறோம். காபி குடித்தோம். முண்டசேரி வெற்றிலை போட்டார். சங்கம்புழை சிகரெட் பிடித்தார். நான் ஒரு பீடி. அப்போது ஏ.கே.டி.கே.எம். அழைப்புமணியை அழுத்தி பியூனைக் கூப்பிட்டுச் சொன்னார்:

"கீழே போய் பகவத்கீதை காப்பி எடுத்துக்கொண்டுவா – ஒரு காப்பி."

ஓகோ! ஒரே ஒரு காப்பி. எனக்காகத்தான் இருக்கும். ஹிந்துக்கள் தோற்றுப்போய்விட்டார்கள். தீவிரமான பிரச்சாரத்துக்கு எப்போதுமே ஒரு வலுவிருக்கத்தான் செய்கிறது.

அலங்காரம் செய்த பொய்யாக இருந்தாலும் பரவாயில்லை. நோக்கம் பலித்துவிடும்.

பியூன் ஒரு பகவத்கீதையுடன் வந்தான். நான் மெதுவாக மனத்துக்குள் சொல்லிக்கொண்டேன். "கிருஷ்ணா, மன்னித்து விடு. பகவத்கீதை சிவப்பு என்று சும்மாதான் சொன்னேன். என்ன?"

'வித் தி பெஸ்ட் காம்ப்ளிமென்ட்ஸ் ஆஃப் ஏ.கே.டி.கே.எம். வாசுதேவன் நம்பூதிரிபாடு' என்றெழுதிக் கையொப்பமிட்டு ஏ.கே. டி.கே.எம்., பகவத்கீதையை எங்களின் எதிரில் மேஜையின் மீது வைத்தார். யாருமே எடுக்கவில்லை. இது யாருக்கு?

ஐந்தாம் தம்புரான் சொன்னார்:

"ஒரு பகவத்கீதை இருக்கிறது. நீங்கள் மூன்றுபேர். முண்டசேரி, சங்கம்புழை, பஷீர்... உங்களில் அதிக யோக்கியர் யாரோ, அவர் இதை எடுத்துக்கொள்ளலாம். எனது அன்பளிப்பு."

மூன்றுபேரிலும் யார் அதிக யோக்கியன்? பிரச்சினை தீவிரமானதுதான்.

அந்த பகவத்கீதையை எடுத்தது யார்? அன்பான வரலாற்று மாணவர்களே, யோக்கியர் யாரென்பதில் எனக்கு ஏதாவது சந்தேகமிருக்கவா போகிறது? முண்டசேரிக்கும் சங்கம்புழைக்கும் சிந்திப்பதற்கான வாய்ப்பைக்கூட நான் தரவில்லை. பாய்ந்து அதை எடுத்துக்கொண்டேன்.

"தாங்க்ஸ்."

இன்று ... இன்று நான் வேதனையோடு நினைத்துப் பார்க்கிறேன். இதில் பலரும் இறந்துபோய்விட்டார்கள். காலத்தின் மிகப்பெரிய இடைவெளி என்முன் விழுந்திருக்கிறது. அப்போது நான் காண்பித்தது அவிவேகம்தான். நான் அந்த பகவத்கீதையை எடுக்காமலிருந்தால் ... முண்டசேரியும் எடுக்க மாட்டார். சங்கம்புழையும் எடுக்க மாட்டார்.

அந்த பகவத்கீதை அதிலேயே இருந்திருக்கும் ... இன்று –

சங்கம்புழை இல்லை.

ஏ.கே.டி.கே.எம். இல்லை.

அனந்தநாராயண சாஸ்திரிகள் இல்லை.

கிருஷ்ணன்நாயர் இல்லை.

எம்.பி.போள் இல்லை. (எம்.பி.பால்)

ஏ.பாலகிருஷ்ணபிள்ளை இல்லை.

முண்டசேரி இல்லை.

நாராயணய்யர் இல்லை.

இறந்தவர்களின் ஆன்மாக்களுக்கு நித்ய சாந்தி கிடைக்கட்டும்.

இந்தக் கூட்டத்தில் சாகாமல் இருப்பவன் நான் மட்டுமே! எனது இறப்பு எப்போதென்பது தெரியவில்லை. எந்த நிமிடத்திலும் ஆகலாம். கருணாமயமான இறைவா! அமைதியான மரணத்தையளித்து என்னை அனுக்கிரகம் செய்வாயாக! ஆன்மாவுக்கு நித்திய சாந்தியுடன்.

1967

எட்டுக்காலி மம்மூஞ்ஞு

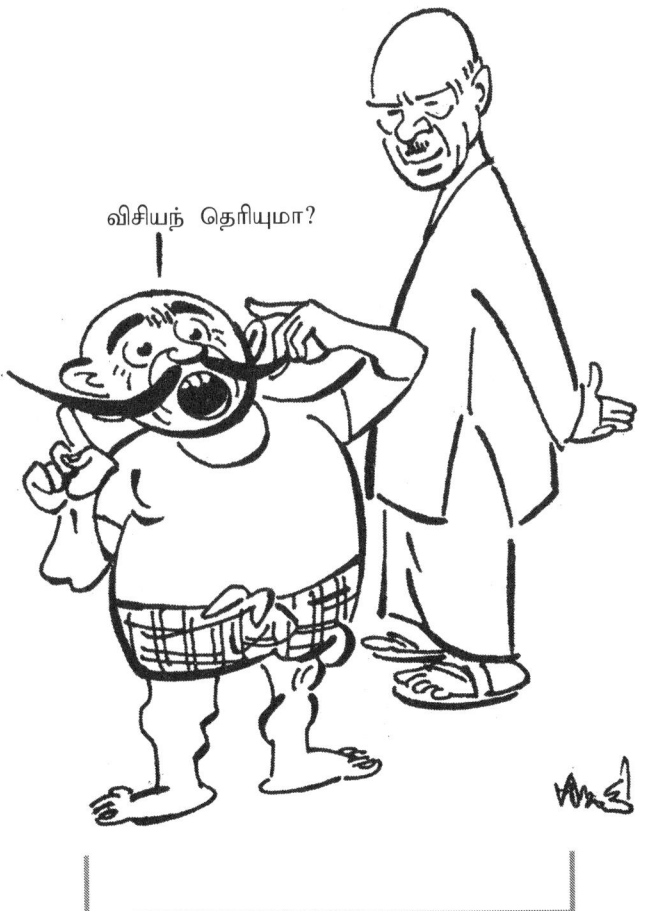

விசியந் தெரியுமா?

எங்கேயாவது ஒரு பெண் கர்ப்பமாகியிருப்ப தாகக் கண்டால் "அது நான்தான்" என்று எட்டுக்காலி மம்மூஞ்ஞு சொல்லத் தொடங்கியிருக்க வில்லை. அப்போது அன்று இதற்கெல்லாம் மேற்படியானுக்குத் தைரியமிருக்கவில்லை. புகழ்பெற்ற கள்ளன்மார்களாகிய யானைவாரி ராமன் நாயர், பொன்குருசு தோமா ஆகியோர்களின் அனுதாபியாக மட்டுமேயிருந்தான் எட்டுக்காலி மம்மூஞ்ஞு. இருந்தாலும் அவர்களினிடையே பெரிய இடமெதுவும் அவனுக்கில்லை. பாக்கெட்டடிக்காரனான மடையன் முத்தபா, மூணு சீட்டுக் காரனான ஒத்தக் கண்ணன் போக்கர்

ஒற்றைக்கண்ணன் போக்கர்

உலகப் புகழ்பெற்ற மூக்கு

போன்றவர்களும் எட்டுக்காலி மம்மூஞ்ஞுவைப் பெரிய காரியமாக ஒன்றும் எடுத்துக்கொள்வதில்லை.

பொன்குருசு தோமா

கொஞ்சகாலத்திற்கு முன்பு பெரிய அளவிலான ஒரு எட்டுக்காலியாக இருந்ததாகவே மம்மூஞ்ஞுவைப் பார்த்தால் தோன்றும். ரொம்பவும் சிறியதான ஒரு தலையும் அறவே உயரமில்லாத உருவமும். ஆக மொத்தத்தில் மம்மூஞ்ஞுவுக்குப் பெருமை தரக்கூடியதாக இருந்தது மீசை மட்டும்தான். அதை இருபுறமும் ஒவ்வொரு முழம் நீளத்தில் அவன் அப்படியே வளர்த்துவிட்டிருந்தான். வழியில் போகும்போது பெண்களின் உடம்பை அவன் மீசையால் தட்டுவதாகவும் ஒரு புகார் இருக்கிறது. எட்டுக்காலி மம்மூஞ்ஞுவைப் பற்றிய மற்றொரு பேச்சு, அவன் ஆணில்லை என்பது. பெண்ணுமில்லை. அரவாணி. இந்த இரகசியம் உள்ளூர்ப் பெண்கள் அனைவருக்கும் தெரியும். இதெப்படி அவர்களுக்குத் தெரியுமென்பது பற்றி யாருக்கும் தெரியாது.

எட்டுக்காலி மம்மூஞ்ஞுவை ஆட்கள் கோட்டு மம்மூஞ்ஞு என்றும் சொல்வதுண்டு. ஐந்தாறுபேர்களாகச் சேர்ந்து சீட்டு விளையாடத் தொடங்கும்போது மம்மூஞ்ஞு குதித்தெழுந்து 'கோட்டு இருக்கா?' என்று கேட்பது வழக்கம். அதிலிருந்து தான் அவனுக்குக் கோட்டு மம்மூஞ்ஞு என்ற பெயர்வந்தது. மம்மூஞ்ஞுவை வைத்து ஏதாவது காரியமாக வேண்டுமென்று

நினைப்பவர்கள் கோட்டு சாகிபு என்று சொல்வார்கள். இருந்தாலும் பட்டயத்தில் பதிந்துபோன பெயர், எட்டுக்காலி மம்மூஞ்ஞு என்பதுதான். அவனுக்கு எல்லாரிடமுமே நட்புதான். யார் என்ன சொன்னாலும் எந்தத் தயக்கமுமில்லாமல் செய்து கொடுப்பான். மடையன் முத்தபாவின் சாயாக்கடையைக் கூட்டிச் சுத்தம் செய்வது, பாத்திரங்களைக் கழுவிவைப்பது, விறகு வெட்டுவது, இரண்டு உள்ளூர் போலீஸ்காரர்களின் பெல்ட்டுக்கு பாலீஷ் போடுவது, அவர்களது தொப்பியிலிருக்கும் நம்பரைப் பொடிமணல் தேய்த்துத் தங்க நிறத்திலாக்குவது, போலீஸ்

ஆனைவாரி ராமன்நாயர்

ஸ்டேஷனில் லாக்கப் அறையைக் கூட்டிச் சுத்தம் செய்வது போன்ற எதையும், யார் சொன்னாலும் செய்துகொடுப்பான். இருந்தாலும் யாருக்கும் அவன்மீது பிரியம் கிடையாது; மட்டுமல்ல அவனைப் பற்றிக் குறிப்பிடும்போது, "சரி, எட்டுக்காலி மம்மூஞ்ஞுதானா?" என்று இளக்காரமாகவும் சொல்லிவிடுவார்கள். ஆனால், எட்டுக்காலி மம்மூஞ்ஞுவுக்கு எல்லாரையும் பிடிக்கும்.

விஷயங்கள் இப்படியாக இருக்கும்போது உள்ளூரில் ஒரு முக்கியமான சம்பவம் நடந்தது.

ஒருநாள் யானைவாரி ராமன்நாயர், மடையன் முத்தபாவின் சாயாக் கடைக்குப் புறப்பட்டான். அப்போது பின்புறமிருந்து, "டேய், யானைவாரி" என்றொரு குரல் கேட்டது. ஸ்ரீமான் யானைவாரி ராமன்நாயர் திரும்பிப் பார்த்தபோது நமது எட்டுக்காலி மம்மூஞ்ஞுதான். யானைவாரி ராமன் நாயருக்குக் கோபம் வந்ததைச் சொல்ல வேண்டாமல்லவா? யானைவாரி ராமன்நாயரைப்போய் 'டேய், யானைவாரி' என்று கூப்பிடுவதற்கான லைசென்ஸ் அதிகமாக யாருக்கும் கிடையாது. அது, நமது பிரதமரோ ராஷ்டிரபதியோவாக இருந்தாலும்கூட யானைவாரி ராமன் நாயருக்குப் பிடிக்காது. காரணம், இவர்களில் யாருமே யானைவாரி ராமன்நாயருக்குச் சமமானவர்களில்லை.

இவனை, "டேய் யானைவாரி" என்று சொல்லும் உரிமை கீழ்க்காணும் நபர்களுக்கு மட்டும்தான் இருந்தது.

ஸ்ரீமான் பொன்குருசு தோமா, ஜனாப் மடையன் முத்தபா, ஜனாப் ஒத்தக்கண்ணன் பாக்கர், மரியாதைக்குரிய இரண்டு போலீஸ் தரகர்கள், அப்புறம் இந்தப் பணிவான வரலாற்றாசிரியன். எங்களுடன் வேறு சிலருமுண்டு. அவர்கள் அனைவருமே இப்போது அண்டர்கிரௌண்டில்.

விஷயங்களின் போக்கு இப்படி ஒருபுறமிருக்க, எட்டுக்காலி மம்மூஞ்ஞுவின் கழுத்தைப் பிடித்து நெரித்துக்கொன்று, தூக்கித் தூரயெறிந்துவிடலாமா என்றெல்லாம் யானைவாரி ராமன்நாயருக்குத் தோன்றியது. ஆனால் அப்படியொரு பயங்கரம் நடப்பதற்குள் எட்டுக்காலி மம்மூஞ்ஞு பக்கத்தில் போய்க் கேட்டான். "விசியந் தெரியுமா?"

யானைவாரி ராமன்நாயர் ஏதாவது செய்துவிடுவதற்கு முன் எட்டுக்காலி மம்மூஞ்ஞு அந்தப் பயங்கர இரகசியத்தைச் சொல்லிவிட்டான். யானைவாரி ராமன்நாயரால் அதை நம்பவே முடியவில்லை. அவன் ஆச்சரியமாகக் கேட்டான்:

"உள்ளதுதானா?"

எட்டுக்காலி மம்மூஞ்ஞு இருபுற மீசையையும் விரித்து விட்டபடியே மிகுந்த கௌரவத்துடன் சொன்னான்.

"உள்ளதுதான்."

அப்படியாக அவர்கள் இரண்டு பேரும் சேர்ந்து மடையன் முத்தபாவின் கடைக்கு நடந்தார்கள். வழியில் நமது பொன்குருசு தோமாவைப் பார்த்தார்கள். உடனே, எட்டுக்காலி மம்மூஞ்ஞு கேட்டான்:

“டேய் பொங்குருசு, உனக்கு விசியந் தெரியுமா?”

பொன்குருசுவுக்கு எட்டுக்காலி மம்மூஞ்ஞுவின் செவிட்டில் டபார்னு ஒன்று வைக்கலாம்போல் தோன்றியது. காரணம் பொன்குருசு தோமாவையும் “டேய் பொன்குருசு” என்று கூப்பிடுவது பிரதமர், ராஷ்டிரபதி போன்ற ஏதாவது பிரமுகர்களாக இருந்தாலும்கூட அறவே பிடிக்காது. அவர்கள் யாருமே பொன்குருசுவுக்குச் சமமானவர்களில்லையே? யானைவாரி ராமன்நாயரை யாரெல்லாம் “டேய் யானைவாரி” என்றழைக்க உரிமைப்பட்டவர்களோ அவர்கள் அனைவருமே பொன்குருசு தோமாவையும் “டேய் பொன்குருசு” என்றழைக்க உரிமைப்பட்டவர்களாவர். இந்த அட்டவணைக்குள் வருபவனல்லவே நம்முடைய எட்டுக்காலி. மம்மூஞ்ஞுவைச் செவிட்டில் ஒன்று வைப்பதற்குள் யானைவாரி ராமன்நாயர் அந்த இரகசியத்தைப் பொன்குருசு தோமாவிடமும் சொல்லிவிட்டான். பொன்குருசு தோமாவும் ஆச்சரியமாகக் கேட்டான். “டேய், எட்டுக்காலி, உள்ளதுதானாடா?”

அப்போது எட்டுக்காலி மம்மூஞ்ஞு மீசையை முறுக்கி விட்டபடியே சொன்னான்:

“இதையும், இதுக்குமேலெயும் செய்யித ஹராம்* பெறந்தவனாக்கும் நம்மொ.”

அப்படியாக அவர்கள் மடையன் முத்தபாவின் சாயாக் கடைக்கு வந்துசேர்ந்தார்கள். அங்கே மடையன் முத்தபா, ஒத்தக்கண்ணன் பாக்கர், இரண்டு உள்ளூர் போலீஸ் தரகர்கள் போன்ற மானஸ்தர்களும் இருந்தார்கள். அவர்களிடமும் எட்டுக்காலி மம்மூஞ்ஞு விஷயத்தைச் சொன்னான்: எல்லாருக்குமே ஆச்சரியமாகப் போய்விட்டது. எல்லாரும் கேட்டார்கள்: “உள்ளதுதானா டேய்?”

எட்டுக்காலி மம்மூஞ்ஞு இதற்குப் பதில் சொல்லவில்லை. தனது மீசையை மிகுந்த கௌரவத்துடன் முறுக்கிவிட்டபடியே லேசாகப் புன்முறுவல் செய்தான். உடனே, மடையன் முத்தபா சொன்னான்:

“எங்கணக்குலெ எட்டுக்காலி மம்மூஞ்ஞுக்கு ஒரு சாயா.” கூட, ஒத்தக்கண்ணன் பாக்கர் செலவுலெ ரெண்டு துண்டு புட்டு, யானைவாரி ராமன்நாயர் செலவுலெ கடலெக்கறி, பொன்குருசு தோமா ரெண்டு பழம், ரெண்டு போலீஸ்காரன் மார் செலவுலெ ஒரு வடையும் ஒரு மோதகமும். இப்படி, பலகாரமெல்லாம்

---

* தகப்பன்பெயர் தெரியாதவன்

சாப்பிட்டுச் சாயாவும் குடித்துப் பீடியும் இழுத்து உள்ளூரின் பிரதானிகளிலொருவனாக மாறினான், எட்டுக்காலி மம்மூஞ்ஞு.

இமைப்பொழுதில் என்றே சொல்லலாம், எட்டுக்காலி மம்மூஞ்ஞு செய்த வீர சாகசச் செயலை ஊரிலுள்ள அனைவரும் அறிந்துகொண்டார்கள். கம்பீரமான ஓர் ஆண் என்ற நிலையில் எட்டுக்காலி மம்மூஞ்ஞு பிரபலமானான். இரண்டு பெண்கள் கூடுமிடத்தில்கூட அவர்கள் குசுகுசுவென்று பேசுவது, எட்டுக்காலி மம்மூஞ்ஞுவைப் பற்றியதாகவே இருக்கும்.

"இருந்தாலும் எட்டுக்காலி மம்மூஞ்ஞு சாமார்த்தியமான ஒரு ஆம்புளெதான்." இதுதான் பெண்களின் தீர்க்கமான முடிவு.

இனி சொல்லப்போவது எட்டுக்காலி மம்மூஞ்ஞுவைச் சாமர்த்தியக்காரனாக்கிய அந்த வீர சாகசச் செயலைப் பற்றிய விஷயம்தான். இது ஒரு இரகசியம் என்பது இதற்குள் எல்லாருக்கும் புரிந்திருக்குமே? ஆகவே இந்த வரலாற்றின் வேகத்தைக் கொஞ்சம் மட்டுப்படுத்தவிருக்கின்றேன். நாம் இந்த வரலாற்றுத் தளத்திலிருந்து இரண்டரை மைல்தூரம் பின்னோக்கிப் போகவேண்டியதிருக்கிறது. ஒரு குன்றின் சரிவுக்கு. மேடு, பள்ளங்களையெல்லாம் தாண்டி நாம் அங்கே போய்ச்சேரும்போது வைக்கோல் வேய்ந்த ஒரு சிறுவீட்டைக் காணலாம். அங்குதான் ஊரின் பிரபல கருமியான முண்டக்கண்ணன் அந்துரு வாழ்ந்துவருகிறான். சந்தையில் அவனுக்கு ஒரு கடையிருந்தது. வெல்லமும் கருப்பட்டியும்தான் வியாபாரம். முண்டக் கண்ணன் அந்துரு, ஊரின் முக்கியமான பணக்காரர்களில் ஒருவன். ஆனால் ஒரு காசு ஈயமாட்டான். வட்டிக்குப் பணம் கொடுக்கமாட்டான். எந்தப் பொருளும் அடகு பிடிக்கமாட்டான். இந்தப் பணத்தையெல்லாம் அவன் எங்கே பத்திரப்படுத்தியிருக்கிறான் என்ற விஷயம் யாருக்கும் தெரியாது. யானைவாரி ராமன்நாயரும் பொன்குருசு தோமாவும் சேர்ந்து இரண்டு தடவை இரவு நேரத்தில் அங்கே நுழைந்து தேடியுமிருக்கிறார்கள். அந்த வீட்டில் பெட்டிகள் எதுவுமே இல்லை. பணத்தையெல்லாம் குழிதோண்டிப் புதைத்திருப்பதாகவே ஊரிலுள்ளவர்கள் பரிபூரணமாக நம்பியிருந்தார்கள். ஆனால் எங்கே என்பது தான் யாருக்கும் தெரியாது. பண விஷயமிருக்கட்டும், பணம் இப்போது நமக்கு ஒரு பிரச்சினையே இல்லையே? முண்டக் கண்ணன் அந்துருவின் உம்மா இறந்த பிறகு வீட்டில், சமையல் செய்யவும் வீட்டைக் கூட்டிச் சுத்தம் செய்யவும் ஆளில்லை. இந்தத் துர்பாக்கியகரமான சூழ்நிலையிலிருந்து தன்னைப் பாதுகாப்பதற்காக அவன் ஓர் இளம் வேலைக்காரிப் பெண்ணைக் கூட்டிக்கொண்டு வந்திருந்தான். அவளது பெயர், கதீஜும்மா. அவளுக்கு எல்லாச் செலவுகளும்

போக மாதச் சம்பளம் இரண்டணா*. இப்படியாக ஓரிரு மாதங்கள் கழிந்ததும் முண்டக்கண்ணன் அந்துருவின் மனத்தில் எரிச்சல் ஏற்பட்டது. என்ன காரணமென்றா? வேறென்ன, இந்தச் சம்பள விஷயம் தான்! அவன் சின்னதாக ஒரு கணக்குப் போட்டுப் பார்த்தான். வருடத்துக்கு ஒன்றரை ரூபாய் வீதம் பத்து வருடத்துக்கு பதினைந்து ரூபாய். நூறு வருடத்துக்கு நூற்றைம்பது ரூபாய். அவன் நடுங்கிப் போனான். உடனேயே அவன் ஒரு முஸல்யாரைக் கூட்டிக்கொண்டு வந்து அவளை நிக்காஹ் செய்து மனைவியாக்கிக்கொண்டான். மனைவியாகிவிட்டால் சம்பளம் கொடுக்க வேண்டாமல்லவா? தோன்றும்போதெல்லாம் உச்சிமுடியைப் பிடித்திழுத்து இரண்டு போடவும் செய்யலாம். யாராவது கேட்டு வந்தால், "போடா கழுவேறிக்குப் பொறந்த பயலே, நா எம் பெண்டாட்டியை அடிக்கவும்புடாதா?" என்று கேட்க முடியும். ஆனால் சம்பவங்கள் இதனுடன் மட்டும் முடிந்துவிடவில்லை. கதீஜும்மா பிரசவிக்கத் தொடங்கிவிட்டாள். இரண்டு மூன்று பிரசவத்திற்குப் பிறகு பேறுகாலத்தின்போது அவளால் சோறு வைக்க முடியாமலாகி விட்டது. இதை முண்டக்கண்ணன் அந்துரு புரிந்துகொள்ளவும் செய்தான். இந்த இக்கட்டான சூழ்நிலையிலிருந்து தப்பித்துக்கொள்ள வேறு ஒரு வழி கிடைத்தது. கதீஜும்மாவின் உறவிலுள்ள தாச்சி என்ற பத்தொன்பது வயதான, திருமணமாகாத ஒருத்தியை வேலைக்காரியாக வைத்துக்கொண்டான், முண்டக்கண்ணன் அந்துரு. அவளுக்கு மாதம் ஒன்றரையணா சம்பளம். தாச்சி, வேலைக்காரியாக வந்து இரண்டு மாதம் கழிந்தபோது அவளும் கர்ப்பமானாள். அது ஒன்பது மாதமான கர்ப்பம்போல் தெரிந்தது. அது எப்படியென்றுதான் யாருக்குமே தெரியவில்லை. தாச்சியின் கர்ப்பத்துக்கான காரணம்? "அது நான்தான்" என்று எட்டுக்காலி மம்மூஞ்ஞு சொல்கிறான். புரிந்ததா?

எட்டுக்காலி மம்மூஞ்ஞு ஊர் முழுவதும் இப்படிச் சொல்லித் திரிந்தாலும் தாச்சி மட்டும் கடைசிவரை இதை ஒப்புக்கொள்ளவே இல்லை. அவள் இதற்கு யாருமே காரணம் கிடையாது என்கிறாள். இதுபோன்ற சந்தர்ப்பங்களில் பெண்களிடமிருந்து உண்மையை வரவழைக்கும் உத்திகளைப் பல நிபுணர்கள் கண்டுபிடித்துச் சொல்லியிருக்கிறார்கள். மட்டுமல்ல, 'பெண்களிடமிருந்து உண்மையை வரவழைக்கும் எளிய வழிவகைகள்' என்றொரு புத்தகமே இருக்கிறது. அதில் மொத்தம் 33,33,333 வழிகள் சொல்லப்பட்டிருக்கின்றன. அதில் முண்டக்கண்ணன் அந்துரு தேர்வுசெய்தது வெறும் மூன்றே வழிகள்தான்.

---

* பன்னிரண்டு பைசா. அப்போதெல்லாம் இது போதுமானதாகவே இருந்தது. தொழிலாளர் ஐக்கியமும் சிந்தாபாத்துமெல்லாம் இல்லாத காலம் அது. – வை.மு.ப.

1. மிளகைப் பொடித்துக் கண்களில் தேய்ப்பது.

2. பெண்ணின் உடல்முழுவதும் கத்தியால் இலேசாகக் கீறி அதில் மிளகும் உப்பும் சேர்த்தரைத்துப் புரட்டுவது.

3. தீக்கனலை அவளது உள்ளங்கையில் வைப்பது.

இந்த மூன்றுவழிமுறைகளிலும் முண்டக்கண்ணன் அந்துருவுக்கு மிகவும் பிடித்தது மூன்றாவது முறைதான். ஏனென்றால் இதில் எந்தப் பொருளுக்குமே நஷ்டம் வராது. அப்படியாக தாச்சியின் உள்ளங்கையில் முண்டக்கண்ணன் அந்துரு தீக்கனலை வைத்தான். பெண்ணல்லவா – இருந்த பிறகும் அவள் உண்மையைச் சொல்லவில்லை. அவள் சத்தியமிட்டுச் சொன்னாள்: “யாருமே இல்லை.”

விஷயம் இந்த அளவுக்கு வந்தபிறகு முண்டக்கண்ணன் அந்துருவுக்கு என்ன செய்வதென்று தெரியவில்லை. ஏதாவது நோயாக இருக்குமோ என்று முண்டக்கண்ணன் அந்துருவின் மனைவி கேட்டாள். அப்படியாக கர்ப்பமா, நோயா என்று முண்டக்கண்ணன் அந்துருவின் சிந்தனைகள் கொஞ்ச நாட்கள் அலைந்து திரிந்தன. பிறகு அவன் அதை ஒரு விஷயமாகவே எடுத்துக்கொள்ளவில்லை. ஏனென்றால் அவனுக்கு வெல்ல வியாபாரம்தான் முக்கியம். நிறைய லாபம் கிடைக்கிற வியாபாரமும்கூட. வெல்ல வியாபாரம் செய்து அதிக லாபம் சம்பாதித்துப் பணக்காரனாக ஆசைப்படுபவர்களுக்காக அந்த வியாபார இரகசியத்தைப் பணிவான இந்த வரலாற்றாசிரியன் சொல்லப்போகிறேன்.

அதாவது உடைந்ததும் பொடிந்ததுமான நயம் வெல்லத்தைக் குறைந்த விலையில் வாங்க வேண்டும். அதை ஒரு பெரிய பாத்திரத்திலிட்டு அடுப்பில்வைத்துப் பாகாக உருக்க வேண்டும். பிறகு அந்தப் பாத்திரத்தில் நிறைய தவிட்டையும் புண்ணாக்கையும் சேர்த்துப்போட்டு நன்றாகக் கலக்க வேண்டும். கூழ்ப் பருவமானதும் சிறு சிரட்டைகளில் ஊற்றிவைத்துவிட வேண்டும். அது இறுகிய பிறகு, கூடையில் கொஞ்சம் வைக்கோலெல்லாம் போட்டு அடுக்கிவைத்து, ஹா... சிறுசர்க்கரை என்ற கோஷத்துடன் விற்க வேண்டும். யாராக இருந்தாலும் சரி, சீக்கிரமே பணக்காரனாகிவிடலாம். இதில் ஏதாவது சிரமமிருந்தால் சொல்லுங்கள், வேறு வழி சொல்லித் தருகிறேன்.

சரி, நான் சொல்ல வந்தது தாச்சியின் கர்ப்ப விவகாரம் பற்றியதல்லவா? பதினொரு மாதமான பிறகும் அவள் பிரசவிக்க

வில்லை. அப்படியிருக்கும்போது ஒரு வைத்தியன், அவன் முண்டக்கண்ணன் அந்துருவுக்குப் பதினொன்றரை அணாவோ என்னமோ பாக்கிவைத்துக் கொஞ்சகாலமாகிவிட்டிருந்தது. "தொலைஞ்சு போவட்டு" என்று சொல்லி அந்துரு அந்த வைத்தியனை அழைத்துக்கொண்டுவந்து தாச்சியைக் காட்டினான். இது கர்ப்பமில்லையென்று வைத்தியன் சொல்லிவிட்டு ஏதோ மருந்தும் கொடுத்தான்.

இனி நாம் இந்த இடத்திலிருந்து திரும்பி எட்டுக்காலி மம்மூஞ்ஞு இருக்குமிடத்துக்கே வருவோம். இனியுள்ள கதைகளையெல்லாம் எட்டுக்காலி மம்மூஞ்ஞுவிடமிருந்தே நாம் புரிந்துகொள்ளப்போகிறோம்.

ஒருநாள் யானைவாரி ராமன்நாயர் மடையன் முத்தப் பாவின் சாயாக் கடைக்குப் போகும்போது எட்டுக்காலி மம்மூஞ்ஞு சோகத்துடன் யானைவாரியைக் கூப்பிட்டுக் கேட்டான்:

"டேய் யானைவாரி, விசியந்தெரியுமா? அவன் நம்ம புள்ளெயைக் கொன்னுட்டான்."

யானைவாரி ராமன்நாயர் ஸ்தம்பித்துப்போய் நின்றான். அவனால் என்ன சொல்ல முடியும்? அவர்கள் அப்படியே நடந்தார்கள். வழியில் பொன்குருசு தோமாவைக் கண்டார்கள். தழுதழுத்தக் குரலில் கேட்டான் எட்டுக்காலி மம்மூஞ்ஞு.

"டேய் பொங்குருசு, விசியந் தெரியுமா... அவன் நம்ம செல்ல மவனைக் கொன்னுட்டான்."

பொன்குருசு தோமாவுக்கு எதுவுமே சொல்லத் தோன்ற வில்லை. அவர்கள் மௌனமாக மடையன் முத்தபாவின் சாயாக் கடைக்கு வந்துசேர்ந்தார்கள். குரல் நடுங்க, கண்ணீர் வடித்தபடியே எட்டுக்காலி மம்மூஞ்ஞு, மடையன் முத்தபாவிடம் சொன்னான்:

"டேய் முத்தபா, விசியந் தெரியுமா. . . நம்ம செல்ல மவனெ அவன் கொன்னுட்டான்."

மடையன் முத்தபாவாலும் எதுவும் பேசமுடியவில்லை. இந்தக் கோரச் செய்தியை ஒத்தக்கண்ணன் பாக்கரும் அறிந்தான். அந்த இரண்டு போலீஸ் தரகர்களும் அறிந்துகொண்டார்கள். எல்லாருமாகச் சேர்ந்து யோசனை செய்து ஒரு முடிவுக்கு வந்தார்கள். கடைசியில் எட்டுக்காலி மம்மூஞ்ஞு சொன்னான்:

"எம் புள்ளெயைக் கொன்ன அந்த ஹராம் பெறந்தவனுக்கெ கொடலை நா உருவி மாலெ போடுவேன்."

அப்போது போலீஸ்காரர்களில் ஒருவன் சொன்னான்:

"சமாதானப்படு."

ஏனென்று கேட்டால் முண்டக்கண்ணன் அந்துருவின் வாப்பாவின், இரண்டாவது மனைவியின், தங்கைப் புருஷனின், தம்பியின் மூத்தமகன் ஒரு ஹெட் கான்ஸ்டபிள். ஆகவே முண்டக்கண்ணன் அந்துருவின் குடலை மாலைபோடும் விஷயத்தில்போலீஸ்தரகர்கள்எதிராகஇருந்தார்கள்.பாருங்களேன், அதிகாரவர்க்கமும் முதலாளித்துவமும் கைகோர்த்திருப்பதை. முண்டக்கண்ணன் அந்துருவை, எட்டுக்காலி மம்மூஞ்ஞும் நண்பர்களும் என்ன செய்துவிட முடியும்? இப்படியாக சோகமும் நிச்சயமற்றதுமாக நாட்கள் பல கடந்தபிறகு ஒருநாள், ஒரு கோரச் செய்தியுடன் எட்டுக்காலி மம்மூஞ்ஞு, மடையன் முத்தபாவின் சாயாக் கடைக்கு வந்தான். அங்கே அப்போது யானைவாரி ராமன்நாயரும் பொன்குருசு தோமாவும் மடையன் முத்தபாவும் ஒத்தைக்கண்ணன் பாக்கரும் இரண்டு போலீஸ் தரகர்களும் இந்தப் பணிவான வரலாற்றாசிரியனும் இருந்தோம். எங்கள் எல்லாரிடமுமாகப் பொதுவாகக் கேட்டான், எட்டுக்காலி மம்மூஞ்ஞு.

"விசியந் தெரியுமா?"

பிறகு, கொஞ்சநேரத்திற்கு எட்டுக்காலி மம்மூஞ்ஞுவால் எதுவும் பேச முடியவில்லை. அவன் சோகமும் கோபமும் வருத்தமும் மிகுந்த ஒரு மூர்த்தியாக ரூபமெடுத்திருந்தான். கடைசியில் அவன் கண்ணீர் சிந்தியபடியே தழுதழுத்தக் குரலில் சொன்னான்.

"அந்த முண்டக்கண்ணன் ஹராம் பெறந்தவன், எஞ் செல்லப் புள்ளெயையும் கொன்னுட்டு எம் பெண்டாட்டி தாச்சியையும் கெட்டீட்டான்."

வரலாற்று மாணாக்கர்களே, நாம் அதற்காக என்ன செய்ய முடியும்?

1967

சிரிக்கும் மரப்பாச்சி

சிரிக்கும் மரப்பாச்சி. இதை எந்தக் கலைஞன் உருவாக்கினான் என்று தெரியவில்லை. விலையுயர்ந்த பளபளக்கும் இரத்தினக் கற்கள் அதனுள் இருந்தன. இரண்டரை லட்சத்திற்குமதிகமான விலையுள்ள அந்த மரப்பாச்சி அமைதியாகச் சிரித்தது.

உலகம் சிருஷ்டிக்கப்பட்டபோதே அந்த இரத்தினக் கற்களும் சிருஷ்டிக்கப்பட்டிருக்க வேண்டும்; அல்லது உலகம் தோன்றிய இலட்சக்கணக் கான வருடங்களுக்குப் பிறகு உருவானதாகவும் இருக்கலாம். லட்சோபலட்சம் வருடங்கள் அவை பூமிக்குள் புதைந்துகிடந்தன. கால மாற்றங்களுக்குப் பிறகு மனிதன் அதைத் தோண்டியெடுத்துப் பட்டை தீட்டி மெருகுபடுத்தினான். பல நிறங்களில் பிரகாசிக்கும் இரத்தினக்கற்களாக. பிறகு, யாரோ அவற்றையெல்லாம் பஞ்சில் சுருட்டி இந்தச் சிரிக்கும் மரப்பாச்சிக்குள் வைத்திருக்கிறார்கள். அது கப்பலில் கடல்கடந்து வந்திறங்கி இருக்கலாம். அதைத்தான் யாரோ கடலோரத்தில் புதைத்து வைத்திருக்கிறார்கள். எதற்காக? யாருக்குமே தெரியாது. எந்த யூகமுமில்லை. பிறகு, புதைத்த இடத்தை மறந்துபோயிருக்கலாம். அது, கடலோரத்தில் அலைகள் வந்து போகுமிடத்தில் ஈர மணலில், தலைநிமிர்ந்து உடல் புதைந்து நின்று சிரித்தது.

அந்தச் சிரிக்கும் மரப்பாச்சியை மையமாகக் கொண்டு ஒரு சிறு காதல் கதையும் இருந்தது. பலர் அந்த மரப்பாச்சியைத் தங்களையறியாமல் மிதித்து மணலில் தாழ்த்தியிருக்க வேண்டும். அலைகள் வந்துபோய், மணல் சற்று விலகும்போது மரப்பாச்சியின் தலை தெரியும். யார் கண்ணிலும் படாமல் அது அப்படியே சிரித்தபடி நிற்கிறது. பூமியின் புதையலாக. அது யார் கண்ணில் படுமோ? யாருக்கு அந்த யோகம் வாய்க்கப்போகிறதோ?

அலைகள்போல் காலங்கள் அப்படியே கடந்து போகின்றன.

நேரடியாகப் பார்த்தோமென்றால் கடற்கரை ரம்மியமானதுதான். தடையேதுமற்ற சுத்தமான காற்று. ஆனால் கடற்கரையை மனிதன் மாசுபடுத்திவிட்டான்; தூய்மை செய்ய யாருமில்லை. மல ஜல உபாதைகளைத் தன்னிஷ்டம்போல் வெளிப்படையாகவே மனிதன் கடற்கரையில் தீர்த்துக்கொள்கிறான். மற்றொருபுறம், சாயங்காலக் காற்று வாங்க ஆண்களும் பெண்களும் அணிந்தொதுங்கி, கறுத்திருண்ட பாறைக்கூட்டங்களின் மீது வந்தமர்ந்துகொள்கிறார்கள். பக்கத்தில் துறைமுகம். அதில் வந்து சேரும் பாய்மரக் கப்பல்கள். கடலில் தொலைவில் நீராவிக் கப்பல்கள் நிற்கும். அதிலிருந்து பெரிய பெரிய படகுகளில் சரக்குகள் வந்திறங்கும். கடலோரத்திலிருக்கும் இந்தச் சிறிய நகரம் புராதனப் பெருமையுடையது; அசிங்கமானதும்கூட; இருக்கட்டுமே? சாலமன் சக்கரவர்த்தியின் காலம் முதலே புகழ்பெற்ற நகரமல்லவா? சுலைமான் நபியின் காலம்.

வருடங்கள் பல்லாயிரம் கடந்துபோய்விட்டன. இருந்தும் அந்தச் சிறுநகரம் பெரிய மாற்றமெதுவும் அடைந்துவிடவில்லை. புராதனமான அந்தத் துர்நாற்றமும் நிலைபெற்றிருக்கிறது. கடலோரப் பகுதிகளின் அழகு, தூய்மை போன்ற விஷயங்களில் மனிதன் ஏன் கவனம் செலுத்துவதில்லை? ஏன் இந்த அழகுணர்ச்சி அவனிடம் உருவாகவில்லை? மை தீட்டவும், பவுடர் போடவும், ஸ்பிரே அடிக்கவும், அத்தர் பூசவும், ஹை ஹீல்ட் செருப்பு அணியவுமெல்லாம் கற்றுக்கொண்டார்கள். ஆண்கள் மயிர் வளர்க்கவும் கிருதா வைக்கவும் பழகிவிட்டார்கள். பலரும் இப்போது டிரான்சிஸ்டர் ரேடியோவுடன்தான் திரிகிறார்கள். மக்கள் நாகரிகமடைந்துவிட்டார்கள். எங்கே பார்த்தாலும் அரசியல் கட்சிகளின் சாயம் தோய்த்த கொடிகளின் அணிவகுப்புதான். ஊர்வலங்களும் கோஷங்களும் ஏராளம். கூடவே ரேடியோவும் ஒலிபெருக்கிகளும் டெலிவிஷனும். அந்த நகரத்திற்கு பஸ் வசதிகளும் உண்டு. வியாபாரிகள், முக்குவர்கள், பள்ளிவாசல்கள், இரண்டு மூன்று இந்துக் கோயில்கள், ஒரு சர்ச். மூன்றின் வழிபாட்டுமுறைகளும் இப்போது ஒலிபெருக்கி மூலமாகத்தான் நடக்கின்றன. அங்கே ஒரு ஹைஸ்கூலும் இருந்தது. ஓரிரு மதறஸாக்களும் ஓரிரு பஜனை மடங்களும் ஒரு அங்கன்வாடியும் இருந்தன. அப்புறம், ஒரு சினிமா கொட்டகை, ஒன்றிரண்டு கள்ளுக்கடைகள், இரண்டு மூன்று சாயாக் கடைகள், ஐந்தாறு நாற்றம்பிடித்த ஓட்டல்கள். போலீஸ் ஸ்டேஷன் கிடையாது. ஒரு கஸ்டம்ஸ் ஆஃபீஸ் இருந்தது. ஒரு மீன் சந்தை. காய்கறிக்கடைகளும் கறிக்கடைகளும் சோடாவும் மற்ற சாதனங்களும் விற்கும் நிறைய பெட்டிக் கடைகளும் இருந்தன.

சாராயம் தாராளமாகக் கிடைக்கும். சாராயம் காய்ச்சுவதும் கள்ளக் கடத்தலும்தான் பிரதானத் தொழில். தெருக்கள், நாற்றம் பிடித்ததும் நெரிசல் மிகுந்ததுமாக இருந்தன. பாய்மரக்கப்பலில் வரும் வெளிநாட்டவர்களில் அதிகமும் அரபிகள்தான். அவர்களது பாய்மரக் கப்பல்களைப் பழுதுபார்க்குமிடங்களும் இருந்தன. அப்படியான இடத்திலிருந்த ஒரு அலுவலகத்தில் ஒரு டைப் ரைட்டிங் மெஷினிருந்தது. அதில் முதலாளியே தன் தேவைக்கான கடிதங்களை ஒரு விரலால் டைப்செய்வார். முன்பு அங்கே ஒரு டைப்பிஸ்ட் இருந்தாள். வியாபாரம் நொடித்த பிறகு டைப்பிஸ்ட் வருவதில்லை.

அப்படியிருக்கும்போது, டைப் ரைட்டிங்கும் ஷார்ட் ஹான்டும் உயர்ந்த மதிப்பெண்களோடு வெற்றிபெற்ற ஒரு முஸ்லிம் பெண் அங்கு வேலை கேட்டு வந்தாள். ரம்லத்து பீவி. இருபத்தொரு வயது. பார்வைக்கு ரொம்பவெல்லாம் அழகாக இருக்கமாட்டாள். இலேசான கறுப்புநிறம். நல்ல ஆரோக்கியவதி. பார்ப்பவர்களுக்கு, ‘பாவம், நல்ல பெம்புள்ளே புள்ளெ’ என்று சொல்லத் தோன்றும். நல்ல அடக்கவொடுக்கமானவள். மதரீதியான கல்வியுடன் ஸ்கூல் பைனலும் முடித்திருந்தாள். பிறகு, ஷார்ட் ஹான்டும் டைப் ரைட்டிங்கும் முடித்தாள். அதிலும் முதல் தரமாக வெற்றிபெற்றாள். அந்தச் சிறுநகரத்தில் இவ்வளவு திறமைவாய்ந்த ஒரேயொரு முஸ்லிம் பெண் ரம்லத்து பீவி மட்டும்தான். நிறைய இடங்களுக்கு அவள் விண்ணப்பங்கள் அனுப்பியிருந்தாள். எந்தப் பலனுமில்லை. உதவி செய்ய யாருமே இல்லை. யாராவது உதவ வேண்டுமே.

உதவி கிடைத்தது. வாரத்தில் மூன்று நாட்கள் வந்து வேலை ஏதாவது இருந்தால் டைப் செய்து கொடுத்தால் போதும். மாதம் இருபது ரூபாய் கிடைக்கும். அறுநூறோ ஆயிரமோ சம்பளம் வேண்டுமென்று கேட்க முடியுமா? ஒப்புக்கொண்டாள். வேறு வழியில்லை. அவளுக்கு உம்மா மட்டுமே இருந்தாள். சிறிய ஒரு ஓட்டுவீடும் இருபது சென்டு நிலமும் சொந்தமாக இருந்தன. தென்னைகளிலிருந்து மாதம் ஒன்றுக்கு உத்தேசமாக நூறு தேங்காய்கள் கிடைக்கும். அதை வைத்து வாழ்க்கையை நகர்த்துவது மிகவும் கடினமாகயிருந்தது. ஊர், வழக்கம்போல் வறுமையின் பிடியில்தான் இருந்தது. அரிசியும் பிற சாதனங்களும் தீப்பிடித்த விலை. உம்மா, மம்முஹாஜி என்ற பக்கத்திலுள்ள பெரிய பணக்காரரின் வீட்டில் மசால் அரைப்பது, காய்கறி நறுக்குவது, குளிப்பதற்குத் தண்ணீர் மொண்டுவைத்துச் சூடாக்குவதுபோன்ற வேலைகளைச் செய்துவந்தாள். மத்தியானச் சோறும் மாதம் ஐந்து ரூபாயும் கிடைக்கும்.கிடைக்கிற சோற்றை உம்மா மத்தியானத்திற்குப் பிறகு பத்திரமாக வீட்டுக்குக் கொண்டுவந்துவிடுவாள். அதை

உம்மாவும் ரம்லத்து பீவியுமாகச் சேர்ந்து சாப்பிடுவார்கள். ரம்லத்து பீவியிடம் ஆக மொத்தம் இரண்டு சேலைகள் இருந்தன. அதுகூட இலேசாகக் கிழியத் தொடங்கியிருந்தது. அப்படியாக, அடித்துப்பிடித்து மாதம் இருபது ரூபாய் சம்பளத்திற்கு ரம்லத்து பீவி டைப்பிஸ்டு வேலை செய்து வந்தாள். அவள், வேலை முடிந்து வீட்டுக்குத் திரும்பி வருவதற்கு இரண்டு வழிகளிருந்தன. சந்தைவழியாகவும் கடற்கரை வழியாகவும் வரலாம். சந்தைவழியே வருவதென்றால் குடிகாரர்களின் பிரச்சினையிருந்தது. கடற்கரை வழிதான் பரவாயில்லை. அதிகமாக ஆட்களிருக்க மாட்டார்கள். முக்குவர்களின் குடிசைகள்; உலரப்போட்டிருக்கும் வலைகள்; கரையேற்றப்பட்ட படகுகள்; நிர்வாணமாக ஓடி விளையாடும் முக்குவக் குழந்தைகள்; நாய்கள், பன்றிகள், பசுக்கள், எருமைகள், ஆடுகள், கோழிகள், பூனைகள், பருந்துகள், காகங்கள். காற்று வாங்க வந்து அங்குமிங்குமாகக் கறுத்த பாறைக்கூட்டங்களில் அமர்ந்திருப்பவர்கள். இருந்தாலும் பரவாயில்லை. பரந்து விரிந்த பெரிய கடல். அலைகளின் பேரிரைச்சல். வட்டமிட்டுப் பறக்கும் கடல் காகங்கள். தொலைதூரப் பிரதேசங்களிலிருந்து துறைமுகத்திற்கு வந்துகொண்டிருக்கும் பாய்மரக் கப்பல்கள்.

அமைதியான மாலைப்பொழுது. இளம் குளிர்காற்று. சூரியன், மேற்கின் அத்துவானத்தில். ஆனாலும் வெப்பமிருந்தது. இளம் நீலச் சித்திரவேலைப்பாடுகள் கொண்ட வெள்ளைச் சேலையின் முந்தானையால் தலையை மறைத்தபடி ரம்லத்து பீவி மெல்ல நடந்து வருகிறாள். கடலைப் பார்க்கும்போதெல்லாம் அவளுக்கு வாப்பாவின் நினைவு வந்து மனத்திற்கு வருத்தமாக இருக்கும்.

அப்படி, மனச்சோர்வுடன் அலைகள் வந்துபோகும் ஈர மணலினூடே ரம்லத்து பீவி நடந்துவரும்போது அலை வந்துபோன அந்த இடத்தில் உருண்டையாக எதுவோ ஒன்று அமிழ்ந்துகிடக்கிறது.

இது என்னது? அவள் வலது காலின் பெருவிரலால் மண்ணைக் கிளறிவிட்டாள். ஒரு சிறு தலைப்பகுதி. அப்போது ஒரு அலை பாய்ந்துவந்து எல்லாவற்றையும் மறைத்துவிட்டுச் சென்றது. ரம்லத்து பீவி, சேலையை மூட்டுக்குமேல் உயர்த்திக் கொண்டாள். அலைபோனதும் அவள் அந்த இடத்தில் குத்துக் காலிட்டு அமர்ந்து கைகளால் ஈர மணலைக் கிளறினாள். கிளறிக்கிளறி அவள் அதை வெளியே எடுத்தாள். சுமார் ஓர் அடி நீளமுள்ள ஒரு சிரிக்கும் மரப்பாச்சி.

சிரித்துக்கொண்டிருக்கும் மரப்பாச்சிப் பொம்மை!

நல்ல கனமாகயிருந்தது.

அவள் உப்பு நீரில் நன்றாக அலசி அதைச் சுத்தம் செய்தாள். பெரிய பானை வயிறுள்ள ஒரு உருவம். சம்மணமிட்டு உட்கார்ந்திருக்கிறது. பத்து நாற்பது வயதிருக்கும்போல் தோன்றியது. சிரிக்கிறது.

இந்தச் சிரிக்கும் மரப்பாச்சியை என்ன செய்வது? நுட்பமாகப் பார்த்தபோது அதன் கழுத்தில் ஒரு கோடு தெரிந்தது. தலையைப் பிடித்துப் பலமாகத் திருப்பினால் தலை உருவி வந்துவிடுகிறது. உள்ளே சுத்தமான வெண்ணிறப் பஞ்சு தெரிந்தது. பஞ்சுக்குள் இரண்டரை இலட்சத்திற்குமதிகமான விலையுள்ள, பளபளக்கும் இரத்தினக்கற்கள் உள்ளன. யாரிடமும் காட்டாமல் அவளிடம் அதை நேராக வீட்டுக்குக் கொண்டுபோகச் சொல்வதற்கு யார் இருக்கிறார்கள்?

அவள் அந்தப் பெரும்புதையலுடன் கறுத்த, வறுவறுத்தப் பாறையின்மீது ஏறி அமர்ந்தாள். மரப்பாச்சியைத் தன் எதிரிலேயே வைத்துக்கொண்டாள். இது என்ன உருவம்? பார்த்துச் சிரிக்கிறதே! யாருடையவாவது ஏதாவது தெய்வமாக இருக்குமோ? இங்கே எப்படி வந்தது? புதைத்துவைத்தது யார்? ஏன் புதைத்துவைத்தார்கள்?

அவள் கடலைப் பார்த்தாள். அலைகள் சீறிப்பாயும் விசாலமான கடல்பரப்பு பயத்தை உருவாக்குகிறது. கடல் காகங்கள் சிறு சத்தங்களுடன் பறந்து அலைகளில் அமருகின்றன. சிறுசிறு மீன்களைக் கொத்தியெடுத்து விழுங்குவதற்காக இருக்கலாம். அந்தக் காகங்களால் எப்படி அலைகளின்மீது உட்கார முடிகிறது? அவளுக்கு வாப்பாவைப் பற்றிய சோக நினைவுகள் வந்தன. வாப்பா, பரந்த மனோபாவமுள்ளவர். அன்பாக வளர்த்தினார். படிக்க வைத்தார். முஸ்லிம்கள், பிள்ளைகளைப் பாடசாலைக்கு அனுப்பிக் கல்வி பயிலச்செய்வதில் அக்கறை காட்டாத இந்தக் காலத்தில் மதரீதியிலான கல்வியுடன் கூடவே பாடசாலைக்கும் அனுப்பினார் வாப்பா. கப்பலிலிருந்து படகுகளில் இறக்கப்படும் சரக்குகளுக்குக் கணக்கெழுதுவதுதான் வாப்பா செய்துவந்த வேலை. நல்ல வருமானமும் கிடைத்து வந்தது. தினமும் இரவு வீட்டுக்கு வரும்போது அவளுக்கும் உம்மாவுக்கும் சாப்பிடுவதற்கு ஏதாவது இனிப்புப் பண்டங்கள் வாங்கிவருவார். ஒருமுறை, பருப்புவடை வாங்கி உப்பும் எரிப்புமாகக் கறுமுறுவென்று தின்பதற்கு ஆசையாக இருந்தது. வாப்பாவிடம் சொன்னாள். பிறகு, தினமும் பருப்பு வடையுடன்தான் வருவார் வாப்பா. அடிக்கடி, பழ ரோஸ்டும் வாங்கிவருவார். வாழ்க்கை நிம்மதியாகக் கழிந்துகொண்டிருந்தது. டைப் ரைட்டிங் – ஷார்ட் ஹான்ட் பரீட்சையில் முதல் தரத்தில் பாஸானபோது மகிழ்ச்சிக்குப் பதிலாக வேதனைதான் ஏற்பட்டது.

விபத்து நிகழ்ந்துவிட்டது. காற்றும் மழையுமுள்ள ஒரு சாயங்காலம். நிறைய சாதனங்களுடன் திரும்பிய ஒரு படகு, சூறாவளிக் காற்றில் அகப்பட்டு அதிலிருந்த மனிதர்களுடன் சேர்ந்து கடலில் மூழ்கிப்போனது. நிறைய பேர்களைக் காணவில்லை. அதில் வாப்பாவுமிருந்தார். எல்லாவற்றையுமே கடல் விழுங்கிவிட்டது. குடும்பம் அனாதையானது. அப்படியாக உம்மா, மம்முஹாஜி வீட்டு வேலைக்காரியானாள். மம்முஹாஜியை ரம்லத்து பீவி பார்த்ததில்லையென்றாலும் அவரைப் பற்றிய நிறைய கதைகளைக் கேள்விப்பட்டிருக்கிறாள். பிக்பாக்கெட்டும் திருட்டும்தான் மம்முஹாஜியின் ஆரம்பகாலத் தொழில். பிறகு சாயாக்கடை தொடங்கினார். ரோட்டோரத்தில் ஓலை வேய்ந்த ஒரு கட்டடம். அதில் இரண்டு மூன்று பெஞ்சுகள், ஒரு கள்ளிப்பலகை அலமாரி, ஒரு செயர், ஒரு மேஜை, கொஞ்சம் தம்ளர்களும் தட்டுகளும். உணவு வகைகளாக: இரண்டு மூன்று பழக்குலைகள், குழாய்ப்புட்டும், பொரித்த அப்பளமும், எருமை இறைச்சியும், சாயாவும். கடைக்கு நிறைய ஆட்கள் வருவார்கள். அதிகமும் பாய்மரக் கப்பலில் வரும் அரபிகள்தான். தங்கக் கடத்தலின் பொற்காலம் அது. அரபு நாடுகளிலிருந்து கடத்திக்கொண்டுவரும் தங்கத்தால் பலர் பணக்காரர்களாக ஆனார்கள். மம்மு பணக்காரனானது ஒரு நயவஞ்சக மோசடி மூலம். கடத்தல் தங்கம் விற்ற இரண்டு இலட்சம் ரூபாயை ஒரு அரபி, புதிய மண்ணெண்ணெய் டப்பாவிலடைத்து ஈயத்தை உருக்கியூற்றி டப்பாவை மூடிக்கொண்டு வந்துகொண்டிருந்தான். அப்போது அவனுக்குக் கஸ்டம்ஸ்காரர்கள் தன்னைப் பின்தொடர்ந்து வந்துகொண்டிருப்பதாகத் தோன்றியது. பயமாகவுமிருந்தது. அந்த அரபி, தன் நண்பனான சாயாக்கடை மம்முவின் கையில் டப்பாவைக் கொடுத்துவிட்டுச் சொன்னான், “இது இங்கேயே இருக்கட்டும். நாளைக்கு வந்து எடுத்துக்கொள்கிறேன்.”

அரபி போய்விட்டான், ஒரே போக்காக என்று சொல்வதைப்போல்.

டப்பாவுக்குள்ளிருந்த இரகசியத்தைப் புரிந்துகொண்ட மம்மு இரவு கடையை அடைத்த பிறகு பெஞ்சுகளிலும் அலமாரியிலும் நிறைய மண்ணெண்ணெய்யை ஊற்றித் தனது கடைக்குத் தீவைத்துவிட்டார். மறுநாள் அரபி வந்தபோது மம்முவின் எரிந்து சாம்பலாகிப்போன சாயாக்கடையைத் தான் கண்டான். அதில் கறுத்துச் சுருண்டுபோன டப்பாவும் கிடந்தது. அரபி, மம்முவைப் பார்த்து நெஞ்சிலடித்து வாய் விட்டழுதான். மௌனமாகவும் அழுது தீர்த்தான்.

எப்படியோ, மம்மு பணக்காரனாகிவிட்டார். இரண்டு தடவை மக்காவுக்குப் போய் புனித ஹஜ்ஜையும் நிறைவேற்றிக்

கொண்டார். அப்படி பிக்பாக்கெட்காரனும் திருடனும் சாயாக் கடைக்காரனுமாக இருந்த சதிகார மம்மு மதிப்புக்குரிய மம்முஹாஜியாரானார். பெரிய முக்கியஸ்தரானார். இதெல்லாம் ரம்லத்து பீவி பிறப்பதற்கு முன் நடந்த விஷயங்கள். மம்முஹாஜி மொத்தம் ஏழு திருமணம் செய்தார். இதில் நான்குபேரைத் தலாக் செய்தார். மீதி மூன்று மனைவிகள் இருந்தனர். ஏழு மனைவிகளிலுமாக இருபத்துநான்கு பிள்ளைகள். இதில் கொஞ்சம்பேர் அனாதைகளாக, அலவலாதிகளாகத் திரிகின்றார்கள். மம்முஹாஜிக்கு எப்போதும் புத்தம் புதியதாகத் திருமணம் செய்துகொண்டே இருக்க வேண்டும். ஏதாவது வீட்டில் குமரிப் பெண்கள் இருப்பதாக அறிந்தால் உடனே, "எனக்கே கெட்டி வெச்சுரு" என்று கேட்டுப்போய்விடுவார். சம்மதிக்காத வீட்டுக்காரர்களுக்கு மம்முஹாஜி பலவிதங்களிலும் தொந்தரவு தருவார். மம்முஹாஜியிடம் இதற்கான ஆட்களும் இருந்தார்கள். அப்படிப்பட்ட மம்முஹாஜியின் வீட்டில்தான் உம்மா வேலை செய்கிறாள். எல்லாமே வாப்பாவின் மரணத்துக்குப் பிறகு ஏற்பட்ட கிரஹப் பிழைகள்தான். ஒரு நல்ல காலம் எப்போது வரப்போகிறதோ?

"ஹா... சிரிக்கிற மரப்பாச்சிப் பொம்மை" யாரோ பின்னால்! வசீகரமானகுரல். ரம்லத்து பீவி திடுக்கிட்டுத் திரும்பிப் பார்த்தாள். புன்சிரிப்புடன் உயரமான ஓர் இளைஞன். நல்ல வெளுப்பாக இருந்தான். முடியைப் பின்புறமாகச் சீவி ஒதுக்கியிருந்தான். சிறுகோடுபோன்ற மீசை. பளபளக்கும் கண்கள். வெள்ளைச் சட்டையும் வெள்ளை வேட்டியும். கையில் ரிஸ்ட் வாட்சும் அணிந்திருந்தான். கால்களில் செருப்பும் கட்கத்தில் ஒரு செய்தித்தாளும்.

ரம்லத்து பீவியின் மனத்திற்குள் ஏனோ ஒரு உற்சாகமேற் பட்டது. இதுவரை பார்த்திராத அந்த இளைஞன்மீது திடீரென்று அவளுக்குக் காதல் உருவானது. கட்டிப்பிடித்து முத்தமிடலாம் போல் தோன்றியது. இதெல்லாம் நொடிப்பொழுதில் உருவான உந்துதல்கள்தான். தனது வெள்ளைப்பற்களைக் காட்டி அவளும் வசீகரமாகச் சிரித்துவிட்டு மெதுவாக, மிக மெதுவாகச் சொன்னாள்:

"எனக்கு இது கடல்கரையிலிருந்து இப்போ கெடச்சுது."

"கடல்கரையிலிருந்தா?"

"ஈர மணல்லே அப்பிடியே சிரிச்சுட்டே பொதஞ்சு நின்னுது. யாராவது பொதச்சு வெச்சிருப்பாங்க. இது யாராவது கும்பிடற ஏதாவது தெய்வமா இருக்குமா?"

"பாத்தா அப்பிடித் தெரியலெ. உம் பேரு?"

“ரம்லத்து.”

“எம்பேரு, அபுல்ஹஸன். பொம்மையை என்ன பண்ணப் போறே?”

“என்ன பண்றதுன்னே எனக்குத் தெரியலெ.”

“அப்பிடீன்னா எனக்குத் தந்துரு.” அபுல்ஹஸன் சொன்னான். “நான் அதைச் சுத்தம் பண்ணிக் காயவெச்சி வார்னீஷ் பூசி என் வீட்டு ரேடியோ பக்கத்திலெயோ டி.வி. மேலெயோ வெச்சுக்கிடுறேன். பொம்மை அதுலெ இருந்து சிரிக்கட்டும்.”

“ரொம்ப சந்தோசம்.” ரம்லத்து பீவி மகிழ்ச்சியுடன் பொம்மையை அபுல்ஹஸனின் கையில் கொடுத்தாள். அபுல்ஹஸன் அதைக் காகிதத்தில் பொதிந்து கட்கத்தில் வைத்துவிட்டு, “சரி பெறகு பாப்போம்” என்று சொல்லிவிட்டுப் பாறையிலிருந்து இறங்கிப் புதைமணலில் நடந்துபோனான்.

இரண்டரை இலட்சத்திற்குமதிகமான தொகை அவளிடமிருந்து போகிறதென்பதை அவளால் யூகித்துக்கொள்ள முடியுமா? தொலைவில், கண்களிலிருந்து மறைவதுவரை அவள் அபுல்ஹஸனைப் பார்த்துக்கொண்டே நின்றிருந்தாள். கண்பார்வையிலிருந்து அவன் மறைந்ததும் அவளுக்குள் வருத்தம் தோன்றியது. அந்த இளைஞனின் மீது காதல் உருவாவதற்கான காரணமென்ன? இதுவரை ஏற்படாத ஓர் உணர்வு. திடீரெனத் தோன்றியிருக்கிறது. அவனும் திடீரென மறைந்துவிட்டான். பிறகு பார்க்கலாமென்று சொல்லியிருக்கிறான் அல்லவா? நாளைக்குப் பார்ப்போம்.

ரம்லத்து பீவி உற்சாகத்துடன் எழுந்து நடந்தாள். மனத்திற்குள் மகிழ்ச்சி நிரம்பியிருந்தது. சிரிக்கிற மரப்பாச்சி கிடைத்த விவரத்தை உம்மாவிடம் சொல்ல வேண்டும். அதைச் சிரிக்கும் அபுல்ஹஸன் என்ற அழகான ஒருவனுக்குக் கொடுத்ததையும் சொல்ல வேண்டும். அபுல்ஹஸனுக்குக் கொடுத்ததாக மட்டும் சொன்னால் போதும். அழகானவன் என்று சொல்லக் கூடாது. அவனைப் பற்றிய விவரங்களை உம்மாவிடம் கேட்டால் தெரிந்துகொள்ளலாம். மனம் நிறைந்த உற்சாகத்துடன் அவள் வீட்டில் வந்து ஏறினாள். நான்குபுறமும் வேலிகட்டிய சிறு தோட்டம். அதன் நடுவில், இரண்டு மூன்று அறைகளும் வராந்தாவும் கக்கூசுமுள்ள ஓடுவேய்ந்த ஒரு சிறுவீடு. சற்று விலகிக் கிணறும் குளியலறையும். முற்றத்தின் நான்குபுறங்களிலும் அகலமாகக் கடற்கரை வெள்ளை மணல் விரிக்கப்பட்டிருந்தது. இந்த மணல், வாப்பா இரவு நேரங்களில் கடற்கரையிலிருந்து சுமந்து கொண்டுவந்து பாவியிருந்தார். முற்றத்தைச் சுற்றிலும்

செடிகளுக்குப் பதிலாக காந்தாரி மிளகாய்ச் செடிகளும் மிளகாய்ச் செடிகளும் வெண்டையும் வழுதலையும் நடப்பட்டு வளர்ந்து நின்றன. வருடம் முழுவதும் காய்க்கும் அமரப்பயறு தடித்து வளர்ந்து ஒரு மூலையில் படர்ந்துகிடந்தது. எல்லாமே வாப்பாவின் விவசாய வேலைகள்தான். வெள்ளை நிறத்திலும் பச்சை நிறத்திலுமாகக் காந்தாரி மிளகாய், வழுதலங்காய், வெண்டை, மிளகாய், நீளமாகப் பரந்து வளர்ந்த அமரப்பயறு. எல்லாமே ஏராளமாக வளர்ந்துகிடந்தன. பலா மரத்தில் பலாப்பழங்கள் நிறையக் காய்த்துத் தொங்கிக்கிடந்தன. எல்லாமாகச் சேர்ந்து வீட்டையும் தோட்டத்தையும் பார்க்கும்போது நல்ல ஐசுவரியமாகத் தெரியும். ஹுறுமத் என்று சொல்லலாம். மகிழ்ச்சியோடு வீட்டிற்குள் ஏறினாள் ரம்லத்து பீவி. உம்மாவின் முகத்தைக் கண்டதும் எதுவோ சரியில்லை என்பது போல் அவளுக்குத் தோன்றியது.

"என்ன விஷயம் உம்மா?" அவள் கேட்டாள். உம்மா சொன்னாள்: "மக்களே, இன்னைக்குச் சோறு இல்லை. என்னெ வேலையைவிட்டுப் போவச் சொல்லிட்டாரு ஹாஜியாரு. இந்த மாசச் சம்பளமும் தரல்லெ. இனி வரவேண்டான்னு சொல்லிட்டாரு."

"ஏன் அப்பிடி?"

"காரணம் ஒண்ணுமில்லெ."

கொஞ்சநேரத்திற்குப் பிறகு உம்மா மெதுவாகச் சொன்னாள்.

"மக்களே, கொஞ்சம் பயறு பறிச்சு அவிக்கலாம். ஒரு சக்கையும் சேத்து. வெல்லமும் தேயிலையும் இருக்கு. சாயா போடலாம். நானும் இதுவரை ஒண்ணுமே சாப்பிடல்லை."

ரம்லத்து பீவி கேட்டாள்:

"உம்மா, என்ன நடந்ததுன்னு சொல்லுங்கோ."

உம்மாவின் கண்கள் நிறைந்தன. அவள் கண்ணீருடன் சொன்னாள்:

"மக்களே, மம்முஹாஜிக்கு உன்னைக் கல்யாணம் செய்துக்கணுமாம். இஷ்டம்போலெ பெண்டாட்டிமார் இருக்கத்தானே செய்யுதாளுவன்னு நான் கேட்டதுக்கு இஸ்லாத்துலெ, எவ்வளவு வேணும்னாலும் கல்யாணம் செய்துக்க ஆம்புள்ளைகளுக்கு உரிமெயிருக்குனு சொல்றாரு. ரசூலுல்லா*வுக்கும் நிறைய மனைவிமார் உண்டாம். அதனாலெ

* முகம்மது நபி

எந்த முஸ்லிம் ஆணுக்கும் இஷ்டம்போலெ கல்யாணம் செய்துக்கலாமாம்."

"உம்மா, இந்த மம்முஹாஜிக்கு எத்தனெ வயசு இருக்கும்?"

"அறுபத்தியேழு. இப்பவும் நல்ல ஆரோக்கியமாத்தான் இருக்கேன்னு சொல்றாரு."

"கல்யாண மன்னன்." ரம்லத்து பீவி யோசனையுடன் நின்றபடியே சொன்னாள்:

"தப்பான கருத்து இது. இஸ்லாமியச் சமூகம் கீழெ போயிட்டுருக்கு."

உம்மாவும் மகளும் ஆலோசனையில் மூழ்கி அப்படியே அமர்ந்திருந்தார்கள்.

"உம்மா". ரம்லத்து பீவி சொன்னாள்:

"இஸ்லாத்துலெ இதொண்ணும் அனுமதிக்கப்படல்லே. சொல்லிக்கொடுக்கவோ தண்டனை கொடுக்கவோ ஆளில்லாமதான் இந்த மாதிரி சம்பவங்கள்லாம் நடக்குது. மம்முஹாஜியெப்போலெ நம்ம சமுதாயத்துலெ நிறைய கல்யாண வீரன்கள் இருக்கிறாங்க. பெண்ணெக் கெட்ட வேண்டியது. தலாக் சொல்ல வேண்டியது. இவங்க உதறி விட்டுவிடுற பெண்களோட நெலைமை பெறகு என்ன ஆகும்? ரசூலுல்லாவெ மம்முஹாஜி உதாரணங்காட்டுறது மிகப் பெரிய கொடுமைதான். ரசூலுல்லா ஒரு பெரிய முன்னுதாரணத்தைக் காட்டியிருக்காங்க. அவங்க, அனாதைகளுக்கு அபயம் குடுத்தாங்க. உம்மாவுக்கு ஞாபகம் இருக்குதா? வாப்பா, ரசூலுல்லாவோட வரலாற்றை நமக்கு வாசித்துக் காட்டுனது? பெறகு அதைப் பத்தியெல்லாம் விவரமாக சொல்லியும் தந்தாங்களே?"

"மக்களே, அதையெல்லாம் ஞாபகம் வெச்சிட்டிருந்து என்ன பிரயோஜனம்?"

"அதையெல்லாம் நம்ம ஞாபகத்துலெ வெச்சுக்கிடணும். முஸ்லிம் சமூகமும் ஞாபகம் வெக்கணும். இருபத்தஞ்சு வருசமா ரசூலுல்லாவுக்கு கதீஜா நாயகி மட்டும்தான் மனைவியா இருந்தாங்க. அவங்களோட மரணத்துக்குப் பெறகுதான் நாயகம் மற்ற பெண்களெ மனைவியா ஏத்துக்கிட்டாங்க. ரசூலுல்லா மட்டுமல்ல, அன்னைக்கு வாழ்ந்திட்டிருந்த பல முஸ்லிம்களும் ஒண்ணுக்குமதிகமான பெண்களெ மனைவிகளா ஏன் ஏத்துக்கிட்டாங்க? யுத்தங்கள்லெ ஏராளமான முஸ்லிம்கள் மரணமாயிட்டாங்க. நிறைய முஸ்லிம் பெண்கள் அனாதைகளானாங்க. இவங்கள்லெ பெரும்பாலான

பெண்களுக்கும் குழந்தைகளும் இருந்தாங்க. இப்படியாகப்பட்ட பெண்களெத்தான் யுத்தத்துலெ மரணமடையாத ரசூலுல்லாவும் அவங்களோடெ தோழர்களும் மனைவிமார்களாக்கிப் பாதுகாப்புக் குடுத்தாங்க.

"மக்களே, இதையெல்லாம் மம்மு ஹாஜியெப்போலெ உள்ள எழுத்து வாசனையில்லாதவங்களுட்டெ சொல்லி என்ன பிரயோஜனம்? இவனுவளுக்குப் பணமும் அகம்பாவமும்தான் இருக்கு. இவனுவளோட இஷ்டப்படி பெண்ணுகளெ நிக்காஹ் செய்துவைக்க கத்தீபுகளும் காஜிகளும் தங்ஙளுகளும் மௌலவிகளும் முஸல்யாருகளும் இருக்கும்போ, மத்தவங்க பெறகு என்ன செய்ய முடியும்?"

"உம்மா, இஸ்லாத்துலெ பல பெண்ணுடைமை அனுமதிக்கப்படல்லெ. சரி, அனுமதியே கிடையாதான்னு கேட்டா, அனுமதிக்கப்பட்டுமிருக்கு.

"கட்டுன மனைவிக்குப் பைத்தியம், குஷ்ட நோய் போலெ உள்ள தீராத வியாதிகள், குழந்தைப் பேற்றுக்குத் தகுதியில்லாம இருக்கிறது – இப்படியான சூழ்நிலையில் ஆரோக்கியமான ஒரு பெண்ணை மனைவியா ஏத்துக்கிடலாம். அப்போ, அதுக்குத் தகுந்த காரணங்கள் இருக்கணும்னு ஆயிடுது. இல்லியா? அப்புறம் ஏற்கெனவே சொன்னதுபோல, யுத்தங்கள் நடந்ததுனாலெ அனாதைக் குழந்தைங்க விதவைகளோடெ எண்ணிக்கை கூடிப் பெண்கள் அதிகமாகவும் ஆண்கள் குறைவாகவும் இருந்தப்போ பாதுகாப்புக் காரணங்களுக்காக முஸ்லிம் ஆண்கள் ஒண்ணுக்கதிகமான பெண்களெக் கல்யாணம் செய்துக்க இஸ்லாம் அனுமதி குடுத்திருக்கு. இப்பிடித்தான் ஒண்ணுக்கும் மேற்பட்ட பெண்களைத் திருமணம் செய்யலாம்.

"நான் இதை ஒண்ணும் அவருட்டெ சொல்லல்லெ மக்களே."

ரம்லத்து பீவி கேட்டாள்:

"உம்மா, அதிகமான மனைவிகளை நிக்காஹ் செய்றதைப் பத்தி அல்லாஹுவாலெ இறக்கப்பட்ட திருக்குர்ஆன் வசனத்துலெ என்ன சொல்லப்பட்டிருக்குனு உம்மாவுக்கு ஞாபகமிருக்கா? நான் சொல்றேன்: 'அனாதைக் குழந்தைகளின் விஷயத்தில் நீதியுடன் நடந்துகொள்ள இயலுமென்று நீங்கள் நம்புகின்ற பட்சத்தில் உங்களுக்குப் பிடித்தமான இரண்டோ மூன்றோ நான்கோ பெண்களைத் திருமணம் செய்துகொள்ளுங்கள். ஒருவேளை இதில் நீதியுடன் நடந்துகொள்ள இயலாதென்று அஞ்சுவீர்களானால் ஒரு பெண்ணை மட்டுமே திருமணம் செய்துகொள்ளுங்கள். அப்படின்னா, அனாதைக் குழந்தைங்க

உள்ள விதவைத் தாய்மார்களெ மட்டுந்தான் கல்யாணம் செய்துக்கிடணும். அப்போ, அந்தக் குழந்தைங்களோட பாதுகாப்பதான் அடிப்படையாகக் கொண்டிருக்கணும் அடுத்த கல்யாணம். இனி, என்னெப்போலெ உள்ள கன்னிப் பெண்களோட கல்யாணத்தெப்பத்தி ரசூலுல்லா என்ன சொல்லியிருக்காங்க தெரியுமா? 'ஒரு கன்னிப் பெண்ணை அவளுடைய அனுமதியில்லாமல் திருமணம் செய்து கொள்ளாதீர்கள்.' அப்படின்னா மம்முஹாஜி எங்கிட்ட அனுமதி கேட்கச் சொன்னாரா?"

"இல்லெ மக்களே, உன்னைக் கெட்டித்தர மட்டுந்தான் சொன்னாரு."

"நான் என்ன கன்னுக்குட்டியா? சரி, உம்மா என்ன சொன்னீங்க?"

உம்மா கோபத்தோடு சொன்னாள்:

"நான் ஒண்ணும் சொல்லல்லெ. லேசாப் பயங்காட்டிட்டு வந்தேன்."

"அது தேவையில்லை. அப்பிடிச் செய்திருக்க வேண்டாமாக இருந்தது."

"என்னாலெ சகிச்சுக்கிட முடியல்லெ. கெழட்டு ராஸ்கோல்."

"அப்பிடியெல்லாம் சொல்லக்கூடாதும்மா."

"நீ என்ன ஏதோ பொதையல் கெடெச்சது போலெ?"

ரம்லத்து பீவியால் எதுவும் பேசவில்லை. காதல் அல்லவா? உம்மாவிடம் எப்படிச் சொல்ல முடியும்? அவள் இலேசான புன்சிரிப்பொன்றை உதிர்த்தாள். மனதிற்குள், புன்னகை ததும்ப நிற்கும் அபுல்ஹஸன். அவள் நினைத்து நினைத்துப் புன்னகை பூத்தாள்.

"உனக்குப் பசிக்கலியா, மக்களே."

"பசிக்குது."

அவர்கள் பலாப்பழக் களியும் அமரப்பயறு அவித்தும் வெல்லம் சேர்த்த வெறுஞ்சாயாவும் போட்டுக் குடித்தார்கள்.

மறுநாள் பொழுது விடிந்து பார்க்கும்போது அவர்கள் ஒரு பயங்கரமான காட்சியைக் கண்டார்கள். சுற்றுப்புற வேலி இடித்துத்தள்ளப்பட்டிருந்தது. அமரச்செடிகள் எல்லாம் கண்டந்துண்டமாக வெட்டியெறியப்பட்டிருந்தன.

முற்றத்தில் நின்றிருந்த மிளகாய்ச் செடிகளும் வழுதலையும் வெண்டையுமெல்லாம் வேரோடு பிடுங்கியெடுத்து நடு முற்றத்தில் குவித்துப் போடப்பட்டிருந்தன.

இந்தப் பாதகச் செயலைச் செய்தது யார்?

அக்கம்பக்கத்திலுள்ளவர்களைக் கூப்பிட்டுக் காட்டினார்கள். எல்லாரும் வருத்தம் தெரிவித்தார்கள். இந்தத் துரோக வேலையைச் செய்தது யாராக இருக்கும் என்று யாருக்கும் தெரியாது. ஏன் செய்தார்கள் என்றும் தெரியாது. அன்று கூடவே, மற்றொரு சோகமும் வந்து சேர்ந்தது. ரம்லத்து பீவியின் உத்தியோகம் பறிபோனது, யாரோ சொல்லிப் பறித்ததுபோல்.

"ரம்லத்து பீவி இனிமேல் வேலைக்கு வர வேண்டாம். இந்தா அஞ்சு ரூபா."

அப்படியாக ரம்லத்து பீவி திரும்பிவந்தாள். கடற்கரையில் கறுத்த பாறைமீது மனவேதனையுடன் நீண்ட நேரமாக அமர்ந்திருந்தாள். அபுல்ஹஸன் வரவில்லை.

அபுல்ஹஸன் எங்கே?

ரம்லத்து பீவி வீட்டுக்கு வந்தாள். வேலை பறிபோன விஷயத்தை உம்மாவிடம் சொன்னாள். உம்மா கொஞ்சநேரம் எதுவுமே பேசவில்லை. கடைசியில் சொன்னாள்:

"பரவாயில்லெ மக்களே, நம்மளெப்படெச்ச ஆண்டவன் காப்பான்."

கடவுள் மட்டுமே காப்பான். நாட்கள் அப்படியே நகர்ந்தன. வறுமையின் தீவிரம். இருந்த சில தங்கத்துணுக்குகளை விற்று வாழ்க்கை கழிந்தது. சோறு வைத்ததுபோலவும் சாப்பிட்டது போலவும் காட்டிக்கொண்டார்கள். அப்படியிருக்கும்போது நடுச்சாமத்தில் யாரோ வீட்டின் மீது கல்லெறிகிறார்கள். விளக்கைப் பற்றவைத்து, வாசலைத் திறந்து பார்ப்பதற்குப் பயம். உம்மாவும் மகளும் பயந்து நடுங்கிப்போயிருந்தார்கள். இரண்டுபேரும் பிரார்த்தனை செய்தார்கள்.

"இரவும் பகலும், எல்லாப் பீதிகள்லேருந்தும் எங்களெக் காக்கணுமே யா . . . அல்லா."

மறுநாள், கல் விழுந்ததைப் பற்றி அக்கம்பக்கத்திலுள்ளவர் களிடம் சொன்னார்கள். யாருக்கும் எதுவுமே தெரியாது.

ஓர் ஆணாகப் பிறந்தவனின் துணையிருந்தால்? யாரைக் கூப்பிட்டுப் படுக்கவைப்பது? யாருமே இல்லை. அனாதைகளான

இரண்டு உயிர்கள். அவர்கள் உதவிகேட்டு இறைவனிடம் மன்றாடினார்கள். பகல்களும் இரவுகளும் அப்படியாகக் கடந்து போயின. ஒரு நாள் இரவு, தென்னை மரத்திலிருந்து யாரோ தேங்காய்களைத் திருடிப் பறித்துவிட்டுச் சென்றிருந்தார்கள். மறுநாள் இரவு பலாமரத்தில் கிடந்த பலாப்பழங்கள் திருடப் பட்டிருந்தன. வேதனைகளை யாரிடம் போய்ச் சொல்வது? போலீஸில் சொல்லலாமென்றால் பக்கத்தில் எங்குமே போலீஸ் இல்லை. போலீஸ் ஸ்டேஷன், ஐந்தாறு மைல் தூரத்தில் இருக்கிறது. அக்கம்பக்கங்களில் சொல்லிப்பார்த்தார்கள். அவர்களுக்கு எதுவுமே பிடிபடவில்லை. வாழ்க்கை அப்படி, பட்டினியும் வேதனைகளுமாக நகர்ந்துகொண்டிருந்தது. தீயே பற்றவைக்க முடியாத நாட்களும் வந்தன. இரவானால் முன்வீட்டில் விளக்குப் பற்றவைக்கவும் இயலாமலானது. எல்லா இடங்களிலும் இருட்டு.

துணிகளில் நீலம் போடுவதற்கென்று சொல்லி அக்கம் பக்கங்களிலிருந்து கஞ்சித் தண்ணீர் வாங்கி உப்புப்போட்டுக் குடித்தார்கள். அப்படியிருக்கவே ஒருநாள், மத்தியான நேரம். கை விரல்களில் தங்க மோதிரங்களும் தொப்பை வயிறும் மீசையை மழித்துத் தாடியும் மொட்டைத் தலையும் ஊன்று கோலுமாக மம்முஹாஜி ஆஜரானார்.

"ஒரு விஷயம் கேள்விப்பட்டேன். இந்த வீடும் வீட்டடியையும் நீங்க விக்கப்போறதா. நானே வாங்கிக்கிடுறேன். எவ்வளவு காசு தரணும்?"

ரம்லத்து பீவி தளர்ந்துபோய் உள்ளேயே படுத்திருந்தாள். உம்மா வாசலில் நின்றிருந்தாள். உம்மா சொன்னாள்:

"நாங்க இதை விக்கப்போறதா யாரிட்டெயும் சொல்லல்லெ. இதையும் வித்துட்டு நாங்க எங்கெ போவோம்?"

"நீங்க எங்கெ வேணும்னாலும் போய்ச் சாவுங்க. எனக்கென்ன? இங்கெ குட்டிச்சாத்தானோடெ தொந்தரவு இருக்குறதா கேள்விப்பட்டேன். ராத்திரியானா கல்லு வந்து விழுதுல்லே?"

உம்மா எதுவும் சொல்லவில்லை. மம்முஹாஜி சொன்னார்:

"எங்கிட்டே கேட்டா, நீங்க இதை வித்துச் சுட்டுட்டுப் போறதுதான் உங்களுக்கு நல்லது. உங்க மவளெக் கல்யாணம் செய்றதுக்கு ஒரு சொங்கிப் பயலும் இனி வரப்போறதில்லெ. அப்பிடியே இருந்து மூப்படைஞ்சு பூசணம் பூத்து அது சாவும். அப்பறம், கள்ளம்மார் தொந்திரவும் இருக்குல்லியா? தேங்காவோ சக்கையோ ஒண்ணுமே உங்களுக்குக் கெடைக்கப்போறதில்லெ" என்றவாறே மரங்களைப் பார்த்துவிட்டுச் சொன்னார்:

"தேங்கா மறுவயும் வெளையத் தொடங்கிட்டுதா? எல்லாத்தையுமே கள்ளம்மார் பறிச்சுட்டுப் போயிருவான். நான் சொல்லல்லேன்னு வேண்டாம். வித்துச் சுட்டுட்டு எடத்தைக் காலி செய்றதுதான் நல்லது. குட்டிச்சாத்தான் தொந்தரவுள்ள இந்த எடத்தை வாங்குறதுன்னாலும் நான்தான் வாங்கணும். காசு நிறைய ஒண்ணும் கெடைக்காது."

மம்முஹாஜி தொப்பை வயிற்றுடன் கம்பையூன்றியவாறே தாடியை மோதிரங்கள் வெளியில் தெரியும்படியாகத் தடவிய படியே மிடுக்காக நடந்துசென்றார்.

"படெச்ச ரப்பே, நீதான் எங்களெக் காப்பாத்தணும்." உம்மாவும் மகளும் பிரார்த்தனை செய்தார்கள். அன்று பகல் ஐந்து மணியிருக்கும். பயங்கரமாக வெடிச்சத்தமும் கூப்பாடும் கேட்டன. விசாரித்ததில் அந்த ஊரிலிருந்த ஒரேயொரு சினிமா கொட்டகையில் தீப் பிடித்திருக்கிறது.

அது ஒரு ஓலைக் கொட்டகை. தீ படர்ந்து பிடித்துப் பக்கத்திலிருந்த சாயாக்கடைகளும் தென்னை மரங்களும் எரிந்தன. இதைப் பார்க்க ரம்லத்து பீவியும் ஓடினாள். இந்த ஓட்டத்தில் எதுவோ நிகழப்போகிறதென்ற விஷயத்தை அவள் யூகிக்கவுமில்லை. கால மாற்றம் வரப்போகிறது. தீ பற்றிப் படர்ந்தெரிகிறது. தீயை அணைப்பதற்கு ஃபயர் என்ஜின் எதுவும் வருவதற்கான வாய்ப்புகளில்லை. தீ படர்ந்து பிடிக்காமலிருக்க ஆட்கள் பக்கத்திலுள்ள ஓலைக் கட்டடங்களின் மீது தண்ணீரை ஊற்றிக்கொண்டிருந்தார்கள். சுற்றுப்புறத்திலிருப்பவர்கள் வந்து கூடி நின்றிருந்தார்கள். கூப்பாடும் ஓட்டமும் ஆரவாரமும். அதனிடையில் வசீகரமான ஒரு குரல்.

"ரம்லத்து."

திரும்பிப் பார்த்தபோது சிரித்தபடியே அபுல்ஹஸன்.

ரம்லத்து பீவிக்கு மயக்கம் வருவது போலிருந்தது. அவள் ஒரு தென்னை மரத்தைப் பிடித்துக்கொண்டாள். அபுல்ஹஸன் பக்கத்தில் வந்தான்.

"ரம்லத்து ரொம்ப மோசமாயிட்டியே? என்னாச்சு? நான் உன்னெ எங்கெல்லாம் தேடினேன் தெரியுமா? தெனமும் கடல்கரைக்குப் போய் பாறைமேல உட்காந்திருப்பேன். ரம்லத் தோடெ வீடு எங்கே இருக்கு? வா, நமக்கு உன் வீட்டுக்குப் போவோம். உங்கிட்டெ கொஞ்சம் பேசவேண்டியதிருக்கு."

அவர்கள் நடந்தார்கள். ரம்லத்து பீவி அழுதாள். வீட்டுக்கு வந்து சேரும்வரை அழுதாள். வந்ததும் ஒரு செயரை எடுத்து வந்து வராந்தாவில் போட்டுவிட்டுச் சொன்னாள்:

"இருங்க."

அபுல்ஹஸன் உட்கார்ந்தான். ரம்லத்து பீவி அழுது கொண்டே சொன்னாள்:

"ஒரு சாயா தரதுக்குக்கூட எங்களாலெ முடியலெ. நாங்க அந்தளவுக்குப் பரிதாபமான நெலமையிலெ இருக்கோம்."

"சாயா வேண்டாம். எனக்கு ஒரு கிளாஸ் தண்ணி போதும்."

ரம்லத்து பீவி போய் ஒரு தம்ளர் தண்ணீர் கொண்டு வந்து கொடுத்தாள். உள்ளே போய் உம்மாவிடம் சிரிக்கும் மரப்பாச்சி கிடைத்த விஷயத்தைப் பற்றியும் அதை அபுல் ஹஸனுக்குக் கொடுத்ததைப் பற்றியும் சொன்னாள். உம்மா வாசலுக்கு வந்து அபுல்ஹஸனைப் பார்த்ததும் கேட்டாள்:

"கோயாமைதீன் முதலாளியோடெ மவன்தானே?"

அபுல்ஹஸன் எழுந்துநின்று சொன்னான்:

"ஆமா!"

கோயாமைதீன் முதலாளி ஒரு பெரிய வியாபாரி, பணக்காரன்.

உம்மா சொன்னாள்:

"உக்காருங்க. நான் ஒரு யூகம் வெச்சிதான் கேட்டேன்."

"நான் ரொம்ப வருசமா இந்த ஊர்லெ இல்லெ. படிச்சதெல்லாம் வெளியிலெ. பி.ஏ., பாஸாயி பி.எல். படிச்சேன். வக்கீலா ஆவ விரும்பினேன். வாப்பாவுக்கு வயசாயிட்டுது. வியாபாரத்தையும் வீட்டு விஷயங்களையும் கவனிக்க ஆளில்லெ. உம்மா இறந்துபோய் அஞ்சாறு வருசம் ஆவுது. ஒரு கல்யாணமும் செய்துட்டு வாப்பாவோடெ வியாபாரத்துக்கு உதவியா இருக்கலாம்னு நெனச்சிருக்கேன்."

"ரம்லத்தோடெ வாப்பா கடல்லெ விழுந்து இறந்துட்டாங்க. பேரு, அப்துல்ஹமீதுன்னு. வாப்பா இறந்ததுமே எங்களோட கஷ்டகாலம் தொடங்கியாச்சு."

"ரம்லத்து என்ன செய்யிறா?"

"ஸ்கூல் ஃபைனல் பாஸாகி, ஷார்ட் ஹான்டும் டைப் ரைட்டிங்கும் நல்ல மார்க் வாங்கி பாஸானாள். சின்னதா ஒரு வேலையும் கெடெச்சுது. இப்போ, அதுவும் இல்லெ."

இடித்துப்போட்டிருந்த வேலியையும் முற்றத்தில் குவித்துப் போட்டுக் காய்ந்துகிடக்கும் மிளகாய் செடிகளையும் வழுதச் செடியையும் வெண்டையையும் அமரச்செடியையும் சுட்டிக் காட்டி உம்மா சொன்னாள்:

“ஒரு கல்யாண வீரனோட அட்டகாசம்.”

தொடர்ந்து, மம்முஹாஜியின் அழிச்சாட்டியங்கள் முழுவதும் அபுல்ஹஸனிடம் தெரிவித்த பிறகு உம்மா சொன்னாள்:

“மம்முஹாஜியிட்டெ எடுத்துச்சொல்லக்கூட யாருமில்லெ. எங்க உயிருக்கும்கூடப் பாதுகாப்பில்லேன்னு ஆயிப்போச்சு. அல்லா மட்டுந்தான் உதவிக்கு இருக்கான். இந்த வீட்டு அடுப்புலெ தீயெரிஞ்சு நிறைய நாளாவுது. சாயங்கால நேரம் வெளக்குப் பத்தவெச்ச நாளுகூட மறந்துபோச்சு. இன்னைக்கு மம்முஹாஜி வந்து எங்க வீட்டையும் வீட்டடியையும் அவருக்கு விலைக்குத் தந்துரணும்னு கேட்டுட்டுப் போறாரு. அவருக்குத் தோணுற விலைக்கு. போவும்போ, தேங்கா வெளைஞ்சுட்டுதேன்னு சொல்லிட்டுப் போறாரு.”

“நீங்க எதுக்குமே பயப்பட வேண்டாம்.” அபுல்ஹஸன் ரிஸ்ட் வாட்சைப் பார்த்துவிட்டுச் சொன்னான்:

“நான் போயிட்டு ஒரு மணிநேரத்துக்குள்ளெ வந்து சேந்திடறேன்.”

அபுல்ஹஸன் இறங்கி முற்றத்தில் நின்றபடி ரம்லத்து பீவியுடம் சொன்னான்:

“ரம்லத்து தைரியமாக இரு.”

“சிரிக்கிற மரப்பாச்சிப் பொம்மை எங்கே?”

“வீட்டுலெ டி.வி. செட்மேலெ சிரிச்சிட்டு இருக்கு.”

அபுல்ஹஸன் போய்விட்டான். சாயங்காலத்திற்கு இரண்டு சுமட்டுக்காரர்கள் வீட்டுக்குத் தேவையான சாமான்களைக் கொண்டுவந்தார்கள். அரிசி, கூட்டுக்கறிச் சாமான்கள், உப்பு, மிளகு, மஞ்சள், வெங்காயம், தேங்காயெண்ணெய், பருப்பு, மண்ணெண்ணெய், சீனி, தேயிலை, விறகு போன்ற எல்லாச் சாமான்களும். நீண்ட நாட்களுக்குப் பிறகு அந்த வீட்டில் உலை வைத்தார்கள். வீட்டின் முன்புறம் விளக்கெரிந்தது.

அந்தி சாய்ந்தது. கொஞ்சநேரத்திற்குப் பிறகு அபுல்ஹஸன் வந்தான். கூடவே, டார்ச் லைட்டுகளுடனும் பிச்சுவாக்கத்தி களுடனும் நான்கு பேர். அபுல்ஹஸன் ரம்லத்துப் பீவியிடம் சொன்னான்:

“யாரும் சத்தம் குடுக்க வேண்டாம். விசேஷமா இங்கே ஒண்ணுமே நடக்காததுபோல இருந்துரணும். நாங்க இருட்டுலெ இந்த மூலைலெ இருப்போம். இன்னைக்கு வரானுங்களான்னு பாக்கலாம்.”

“சாயா?”.

ரம்லத்து பீவி கேட்டாள்.

“சரி. ஒரு அஞ்சு கிளாஸ் கடுஞ்சாயா.”

“கிளாஸ் அஞ்செண்ணம் இல்லெ.”

“சாயாவும் ஒரு கிளாசும் கொஞ்சம் தண்ணியும்.”

இரவு ஒன்பது மணியானதும் முன்புற விளக்கு அணைக்கப் பட்டது. வீடும் தோட்டமும் இருட்டில் ஆழ்ந்தன. எந்த அசைவுகளுமில்லை. பதினொரு மணியானபோது தோட்டத்தில் கால் அசைவுகள் தெரிந்தன. இரகசியம் பேசுவது போன்ற சத்தமும் கேட்டது. அவர்கள் தென்னை மரத்தில் ஏறுகிறார்கள்.

ஐந்துபேரும் இருட்டினூடே மெதுவாக முற்றத்தில் இறங்கினார்கள். தேங்காய்க்குலைகளுடன் ஊர்ந்திறங்கிய இரண்டுபேர்கள் டார்ச் வெளிச்சத்தில் தெரிந்தார்கள். அவர்களது முதுகில் பிச்சுவாக்கத்தியின் கூர்முனைகள் அழுத்தமாகப் பதிந்தன. அந்த இரண்டுபேர்களையும் முற்றத்திற்கு இழுத்துக்கொண்டுவந்து கைகளைப் பின்புறமாகக் கட்டினார்கள்.

“எங்களெ விட்டுருங்க,” தேங்காய்க் களவாணிகள் கெஞ்சினார்கள்: “நாங்க கடல்லெ மீன்பிடிக்கப் போறவங்க. மம்முஹாஜியோட கடப்புறத்துத் தோப்புலெ குடிசெ போட்டுத் தங்கியிருக்கிறவங்க. சொன்னதெச் செய்யலேன்னா மம்முஹாஜி எங்களெக் குடி எறக்கி விட்டுருவாரு.”

“இங்கெ, வேலியெ இடிச்சப் போட்டது, மிளகாச் செடியையும் மரக்கறிச் செடிகளையும் புடிங்கிப் போட்டது, தேங்கா, சக்கையெல்லாம் திருடுனது, ராத்திரி நேரங்கள்லெ வீட்டுலெ கல்லெறிஞ்சதெல்லாம் யாரு?”

“மம்முஹாஜி சொல்லி, நாங்கதான் செய்தோம்.”

“சரி. நான் சொல்றதுபோலெ சொல்லணும். நடங்க.”

அவர்கள் நடந்தார்கள். மம்முஹாஜியின் வீட்டு முற்றத்தில் வந்து நின்று அவர்கள் கூப்பிட்டார்கள்.

“ஹாஜியாரே.”

உள்ளேயிருந்து:

“எவன்டா அவன்?”

“ஹைதுருசும் குட்டியாலியும்.”

“எத்தனை தேங்காடா இருந்தது?”

“இரண்டு குலை பறிச்சதுமே பிடிச்சிட்டாங்க.”

“லெண்டு பெண்ணுவளா? அதுவளெ கொன்னு கடல்லெ எறிய முடியாதாடா ஹமுக்குவளே*?”

மம்முஹாஜி லைட்டை எரிய வைத்துவிட்டு வாசலைத் திறந்தார். ஏழுபேர் நிற்பதைக் கண்டதும் வெறித்த கண்களுடன் அப்படியே நின்றுவிட்டார்.

“அப்பறம்? சொல்லும் ஓய் மம்முஹாஜி, வேறெ என்ன விசேஷங்கள்?” அபுல்ஹஸன் கேட்டான்.

“பாவப்பட்ட ரெண்டு பொம்புளெங்களெக் கொன்னு கடல்லெயா எறியணும்? நாயகம் சொல்லியிருக்காங்க, பக்கத்து வீட்டுக்காரன் பசியோடிருக்கும்போ வயிறு நிறையத் திங்கிறவன் முஸ்லிம் இல்லேன்னு. நீரு உம்மெ வயித்தெ மட்டுமா நெறைச்சீரு? வேணுமுன்னே பக்கத்து வீட்டுக்காரனெ பட்டினிப் போட்டுக் கொல்லப் பாத்தீரு. போதாதுன்னு அவங்களெக் கொன்னு கடல்லெ எறிய உபதேசம் பண்றீரு. நீரு, ஏழு கல்யாணம் செய்து நெறைய உம்மாமாரையும் நெறைய பிள்ளைகளையும் அனாதையாக்கிட்டீரு. அனாதைகளுக்கு ஆதரவு காட்டணும்னு ரசூலுல்லா சொல்லியிருக்காங்க. உம்ம வாழ்க்கெயிலெ நீரு ஏதாவது ஒரு நல்ல காரியம் செய்திருக்கீரா ஓய் மம்முஹாஜி?”

“நம்மொ லெண்டு அஜ்ஜாக்கும் செய்துருக்கோம்.”

“ஏன் ரெண்டு ஹஜ்ஜோட நிறுத்திட்டீரு? நெறைய செய்திருக்க வேண்டியதுதானே? அரேபியா அங்கெதானே இருக்கு? மக்காவுலெ கஃபா இருக்கு. அங்கெயிருந்து ரேடியோ தங்கம் வாட்சு எல்லாங் கடத்திக்கொண்டு வந்தா ஒவ்வொரு ஹஜ்ஜுக்கும் குறைஞ்சது ஐயாயிரமாவது சம்பாதிக்க முடியுமே? ஹஜ் யாவாரம் நல்ல ஆதாயமுள்ள வேலைதானே ஓய்? பணக்காரனாகவும் செய்யலாம், அந்தஸ்தும் அதிகமாவும். கல்யாண ராஜாவாவும் ஆகலாம். சொன்னா, உமக்கு வெளங்குமான்னு தெரியல்லெ ஓய். ஹஜ் என்கிறது முஸ்லிம் ஒருவனோடெ வாழ்க்கையிலெ மிக உன்னதமான ஒரு புனித கர்மம். கொடுக்கல், வாங்கல் உள்பட எல்லாப் பொறுப்புகளையும் முடித்த பெறகு இருதய சுத்தியோடவும் செயல் சுத்தியோடவும் மரணத்துக்குத் தயார்படுத்துன நெலையிலெதான் ஹஜ் செய்யணும். அதுக்குச் செலவு செய்யுற பணமும் நியாயமான வழியிலெ சம்பாதிச்சதா இருக்கணும். நீரு மோசமான பாக்கெட்டடிக்காரனா இருந்தீரு,

* வசைச்சொல்

கள்ளனா இருந்தீரு, கடைசியிலெ நம்பிக்கெத் துரோகம் செய்து, சாயாக்கடையெ எரிச்சு, அரபியோடெ ரெண்டு லட்சம் ரூவாயை அபகரிச்சு எடுத்தீரு. அந்தப் பணத்துலெதானெ ஓய் நீரு அரேபியாவுக்குப் போயி புனித ஹஜ் செய்தீரு? உம்மப்போலெ உள்ள கொடூர வஞ்சக ஹாஜிமாரு இன்னைக்கு முஸ்லிம் சமுதாயத்துலெ நெறையபேர் இருக்காங்க. நீரே சொல்லிரும். உம்மளெ என்ன செய்யலாம்?"

கூட்டத்தில் நின்றிருந்த ஒருவன் மம்முஹாஜியிடம் கேட்டான்:

"ஹாஜியாரே, ஒரு மூணு காலிச் சாக்குப்பை இருக்குமா?"

"இருக்கும். என்னத்துக்கு?"

"பன்னி செய்த்தானே, உன்னை மூணா வெட்டி, சாக்குப் பையிலெ போட்டு, கல்லைக் கெட்டிக் கடல்லெ கொண்டு போய்ப் போடத்தான்."

மம்முஹாஜிக்கு நடுக்கம் வந்துவிட்டது.

"என்னெ விட்டுருங்க. நான் இனிமே எந்தத் தப்பும் செய்யமாட்டேன்."

"செய்த தப்புகளுக்கு என்ன தண்டனெ?"

"அபராதம் கெட்டிருதேன்."

"ஐநூறு ரூபா எடுத்துட்டு வாரும். அந்தப் பாவப்பட்ட உம்மாவுக்கும் மவளுக்கும் குடுக்கலாம்."

மம்முஹாஜி உள்ளே போனார். ஐந்நூறு ரூபாயைக் கொண்டுவந்து அபுல்ஹஸனின் கையில் கொடுத்தார். அபுல்ஹஸன் சொன்னான்:

"ஒரு வெள்ளெப் பேப்பர் எடுத்துட்டு வாரும்."

பேப்பரைக் கொண்டுவந்ததும் அபுல்ஹஸன் மம்முஹாஜியிடம் சொன்னான்:

"நான் சொல்றதை அதுலெ எழுதும்."

ஆச்சரியமாகப் பார்த்த மம்முஹாஜி பரிதாபமாகச் சொன்னார்:

"அதுசரி! நான் எழுத வாசிக்க ஒண்ணும் படிக்கல்லெ."

"சரி, நான் எழுதுறேன்."

மம்முஹாஜியின் வாழ்க்கை வரலாற்றுக் குறிப்புகளையும் அவர் செய்த எல்லாக் கொடுமைகளையும் எழுதி அவர் கேட்கும்படி வாசித்துக்கையொப்பமிட வைத்தான், மற்றவர்களைச் சாட்சியாக வைத்து. மம்முஹாஜியின் இரண்டு சிப்பந்திகளுக்கும் ஆளுக்குப் பத்து ரூபாய் கொடுத்தான். பாக்கி நானூற்று எண்பது ரூபாவையும் அவரிடமே திருப்பிக் கொடுத்துவிட்டுச் சொன்னான்:

"அந்தப் பொம்புளெங்களுக்கு உம்மளோட இந்தப் பாவப் பணம் வேண்டாம். இன்னொரு விஷயம், இனிமே நீர் எங்காவது கல்யாண யுத்தம் செய்யப் புறப்பட்டதாக் கேள்விப்பட்டேனு வெச்சிக்கிடும்."

"நம்மளெக் கொன்னுரலாம்."

"கொல்லமாட்டேன். உம்மச் சாமானத்தெ ஒட்ட வெட்டி உம்மக் கழுத்துலேயே தொங்கவிட்டுருவேன்."

அவர்கள் அங்கிருந்து கிளம்பினார்கள். அப்போதே ரம்லத்து பீவியையும் உம்மாவையும் எழுப்பி மம்முஹாஜியின் ஒப்புதல் வாக்குமூலத்தைப் படித்துக்காட்டிவிட்டுச் சொன்னான்:

"ஐநூறு ரூபாய் அபராதமும் வாங்குனேன்."

"அது வேண்டாமாயிருந்தது."

"திருப்பிக் குடுத்துட்டேன். சரி, இனிமே சுகமாக் கெடந்து தூங்குங்க. நான் காலையிலெ வாறேன்."

அபுல்ஹஸன் பிறகு தினமும் வரத்தொடங்கினான்.

வேலியைக் கட்டினார்கள். வீட்டுக்கு வெள்ளைப் பூசப்பட்டது. மின்சார விளக்குகள் வந்தன. காந்தாரி மிளகாய்ச் செடி, மிளகாய்ச்செடி, வெண்டை, வழுதலை போன்ற செடிகளைக் கொண்டுவந்து முற்றத்தின் ஓரங்களில் முன்போல் நட்டுவைத்தார்கள். அமரச்செடிக்குப் புதிய தளிர்கள் முளை விட்டன. அந்த வீட்டில் மகிழ்ச்சி விளையாடியது. ஒருநாள் அபுல்ஹஸன் புதிய போர்ட்டபிள் டைப்ரைட்டிங் மெஷினும் கொஞ்சம் பேப்பரும் பென்சில்களும் கொண்டுவந்து ரம்லத்து பீவியிடம் கொடுத்துவிட்டுச் சொன்னான்:

"ரம்லத்தை நம்ம கம்பெனியிலெ டைப்பிஸ்டா நியமிச்சிருக்கேன். சம்பளம் எவ்வளவு வேணும்?"

"சாப்பாட்டுக்கு ஏதாவது தந்தாப்போரும்."

"சரி, அப்பிடின்னா ஒரு கடிதம் சொல்றேன். ஷார்ட் ஹான்ட்லே எழுதியெடுத்து இங்கிலீஸ்லெ டைப் பண்ணித் தா! ரொம்ப சீக்ரெட்டான கடிதம்."

மெஷினின் பேப்பரை வைத்து ரம்லத்து பீவி அவசர அவசரமாகக் கொஞ்சம் டைப் பண்ணிப் பார்த்துவிட்டுச் சொன்னாள்:

"நல்ல மிஷின். மிஷினை எனக்கு ரொம்பப் பிடிச்சிருக்கு. கடிதத்தைச் சொல்லுங்க."

அபுல்ஹஸன் சொன்னான்:

'மாண்புமிகு பிரதமர் அவர்களுக்கு,

நாட்டில் பஞ்சம், விலைவாசி உயர்வு, ஊழல், போராட்டங்கள், வேலைநிறுத்தம், ஆர்ப்பாட்டம், தர்ணா, முற்றுகை, கள்ளக் கடத்தல், கறுப்புச்சந்தை, பட்டினிச்சாவு போன்றவை அதிகமாகிவிட்டன. இதற்கெல்லாம் உடனடியாகத் தீர்வுகள் எடுக்கப்பட வேண்டும். கூடவே, என்னுடைய சிறு விண்ணப்பம்: நான் ஒரு பெண்ணைத் தீவிரமாகக் காதல் செய்கிறேன். அவள் சிரிக்கும் மரப்பாச்சிபோல் இருக்கிறாள், எதுவும் சொல்லாமல். அவளுக்குப் பெரியஆள் என்று நினைப்பு. என்னைக் காதலிக்கச் சொல்லி அவளைத் தேவையான அளவில் நிர்ப்பந்தம்செய்து ஒரு உத்தரவைப் பிறப்பிக்கும்படி விண்ணப்பித்துக்கொள்கிறேன்.'

இதையெல்லாம் ஷார்ட் ஹான்டில் குறிப்பெடுத்துவிட்டு ரம்லத்து பீவி கேட்டாள்:

"பேரு?"

"டைப் பண்ணு. அபுல்ஹஸன்."

"பிரதமர் எப்பிடி இதுலெ தலெயிட முடியும்?"

"குடிமகனோட நலத்துலெ பிரதமருக்கும் இடம் உண்டு. அதுக்கான உரிமையும் உண்டு."

"சரி, பெண்ணோடெ பேரு?"

"சிரிக்கும் மரப்பாச்சி."

"வேறெ பேரில்லியா?"

"இருக்கே."

"என்ன பேரு?"

பெயரைக் கேட்டதும் ரம்லத்து பீவி அலுத்துக்கொண்டாள். மட்டுமல்ல, இளங் கறுப்பியான ரம்லத்து பீவி பெரிய அழகியாக மாறினாள். அபுல்ஹஸன் சொன்னது ரம்லத்து பீவியின் பெயர்தான்.

"ரம்லத்து."

"ம்...?"

"நான் விரும்புறதெப்போலெ ரம்லத்தும் என்னை விரும்புறதுக்கான வழி ஏதாவது இருக்குமா?"

"உம்மாட்டெ கேட்டுதான் சொல்லணும்."

"அப்பிடின்னா கேளு."

ரம்லத்து பீவி அமர்ந்தபடியே சொன்னாள்:

"உம்மா சொல்றாங்க, காதலிக்கச் சொல்லி உடனடி உத்தரவைப் பிறப்பிக்குமாறு தாழ்மையுடன் கேட்டுக்கொள்வதாக. முதல் முதல்லெ பாத்தப்பவே யாரிட்டயுமே கேட்காம நானாவே காதலிச்சிட்டேன்."

"அப்பிடின்னா என்னெக் கல்யாணம் செய்துக்க சம்மதம்தான்?

"சம்மதம்." என்றபடி அவள் டைப் ரைட்டிங் மெஷினின் மீது முகத்தைப் புதைத்து அழுதாள். அபுல்ஹஸன் சொன்னான்:

"ஸ்ரீதனமா உங்க வீட்டையும் நிலத்தையும் எனக்குத் தரமுடியுமா?"

மெதுவாகச் சொன்னாள்:

"தரலாம்."

கொஞ்சநேர அழுகைக்குப் பிறகு பார்க்கும்போது அபுல் ஹஸனைக் காணவில்லை. அன்று சாயங்காலம் உம்மாவுக்கும் மகளுக்கும் புடவைகள் வந்தன. ரம்லத்து பீவிக்கு விலை யுயர்ந்த விசேஷ ரகப் புடவைகள். ஜாக்கெட்டுக்கும் பாவாடைக்கும் துணிகள். ஸ்பெஷல் பிரேசியர்கள், தங்க வளையல்கள். பவுடர், ஸ்பிரே, கண்மை, டூத் பிரஷ், பேஸ்ட், ரிஸ்ட் வாட்சு, செருப்புகள், குடை. கூடவே ஆயிரம் ரூபாய்.

ரம்லத்து பீவி – அபுல்ஹஸனின் திருமணம் அமர்க்களமாக நடந்தேறியது. ஊரையே அழைத்து விருந்துபசாரம் நடந்தது. மம்முஹாஜியும் வந்திருந்தார். ரம்லத்து பீவியின் வீட்டை வாடகைக்குக் கொடுத்துவிட்டு இருவரும் அபுல்ஹஸனின் வீட்டில் தங்கியிருந்தார்கள். ஒருநாள் விசேஷமான ஒரு சம்பவம் நடந்தது. ரம்லத்து பீவியின் இரண்டு கையொப்பங்களை வங்கிக்காரர்களின் ஏதோ ஒரு படிவத்தில் அபுல்ஹஸன் வாங்கிச் சென்றான். எதற்கென்று அவளுக்குத் தெரியாது. அன்றிரவு ஒரு

செக் புக்கையும் பாஸ்புக்கையும் அபுல்ஹஸன் ரம்லத்து பீவியிடம் கொடுத்தான். பாஸ்புக்கைத் திறந்து பார்த்தபோது ரம்லத்து பீவி திகைத்துப்போய்விட்டாள். அவளால் நம்பவே முடியவில்லை. இரண்டு இலட்சத்து நாற்பதாயிரம் ரூபாய் ரம்லத்து பீவியின் பெயரில் வங்கியில் வைக்கப்பட்டிருந்தது.

"இது எங்கெயிருந்து?"

"நீ எனக்குத் தந்த அந்த மரப்பாச்சிப் பொம்மையிலிருந்து. அதுக்குள்ளெ நிறைய ரத்தினக் கல் இருந்தது. அதுலெயிருந்து நான் கொஞ்சத்தை எடுத்து வெளியிலெ உள்ள பெரிய நகரங்கள்லெ கொண்டு போயிவித்தேன். அது யாரோடதுன்னு உனக்குத் தெரியாதில்லியா? உன் பேர்லெ ஹிந்து, முஸ்லிம், கிறிஸ்தியானிகளோட அனாதை ஆஸ்ரமங்களுக்கு ரெண்டாயிரத்து ஐநூறு ரூபா வீதம் குடுத்தேன்."

"எல்லாமே நான் தந்த சிரிக்கிற மரப்பாச்சிலெ கெடைச்சதா?"

"வா."

விருந்தினர் அறைக்குள் சென்றார்கள். டெலிவிஷனின் மீதிருந்த சிரிக்கும் மரப்பாச்சியை எடுத்து அபுல்ஹஸன் அதன் தலைப்பகுதியைத் திருகி உருவியெடுத்தான். அதை ரம்லத்து பீவியின் இரண்டு கைகளிலும் குடைந்து கொட்டினான். பிறகு திரும்பவும் பொம்மையை டெலிவிஷனின்மீது வைத்தான் அவள் தளர்ந்துபோய் செயரில் அமர்ந்துவிட்டாள்.

உள்ளங்கைகளில் பிரகாசிக்கும் பல வண்ணங்களிலான இரத்தினக் கற்கள்.

அவள் பார்த்தாள்.

டெலிவிஷனின்மீது சிரிக்கும் மரப்பாவை சிரித்துக் கொண்டே இருக்கிறது.

மங்களம். சுபம்.

1975

பூமியின் வாரிசுதாரர்கள்

பூமிப்பந்தின் மிகச்சிறு அளவிலான ஒரு பகுதிக்கு ஏகபோக உரிமையாளனாக மாறியபிறகு எனது வருங்கால வாழ்க்கை பாதுகாக்கப்பட்டுவிட்டது என்ற உறுதியான நம்பிக்கையுடன் இருந்தேன். இதற்கான காரணம், இரண்டு ஏக்கர் தென்னந்தோப்பு. அதில், சரிப்படுத்தி ஸ்டைலாக மாற்றுமளவிலான ஒரு பழைய வீடும் இருந்தது. தேங்காய் பறித்து விற்று வாழ்க்கையின் எல்லாத் தேவைகளையும் நிறைவுசெய்துவிடலாம். தோப்பில் ஒரு சில மாமரங்களும் இரண்டு வருக்கைப் பலாவுமிருந்தன. வீட்டுக்குத் தேவையான விறகு, தோப்பிலிருந்தே கிடைத்துவிடும். ஒரு பழைய கிணறும் இருந்தது. நல்ல தண்ணீர் தாராளமாகக் கிடைக்கும்; மினரல் வாட்டர்.

எல்லாமாக, வாழ்க்கை பூரணத் திருப்தியென்ற நம்பிக்கையுடன் இருக்கும்போதுதான் ... என்ன சொல்ல? பூகோள உருண்டையின் மிகச் சிறு இந்தத் துணுக்கை வாங்கிய விலை முழுவதையும் பத்திரத்தில் எழுதப்போக, மிகப்பெரிய தொகைக்கு முத்திரைத் தாள்கள் வாங்க வேண்டியதாயிற்று. அதாவது, மிகப்பெரிய ஒரு தொகையை நான் அப்போதிருந்த அரசாங்கத்துக்குக் கொடுத்தேன் என்பதுதான் சுருக்கம். நிலத்தின் உரிமையாளனுக்கு அரசு எல்லாவிதமான பாதுகாப்புகளையும் அளிக்க வேண்டியதிருக்கிறதல்லவா? வீட்டுவரியும் நிலவரியும் கொடுத்துவருகிறேன். அதிகவிலை கொடுத்து வாங்கிய துக்கடா பூமியின் எல்லா வில்லங்கங்களையும் தீர்த்திருக்கிறேன். தாய்ப்பத்திரங்களுட்பட எல்லாமே பெட்டிக்குள் இருக்கின்றன. பூலோகத்தின் இந்த இரண்டேக்கர் இடத்தை மண்ணடங்க, மரமடங்க சூரிய சந்திராதிகளுள்ள காலம்வரை நான் ஆண்டு அனுபவித்துக் கொள்ளவும், இதில் மற்றவர்கள் — அந்த மற்றவர்கள் யாராக இருந்தாலும் அவர்களுக்கு

எவ்விதமான பாத்தியதைகளும் கிடையாதென்றும் இந்த விஷயம், நாட்டை ஆண்டுகொண்டிருக்கும் அரசாங்கம் உறுதியளித்திருக்கிறதுமாகும். ஆனால்...

இங்கே தென்னை மரங்களும் மாமரங்களும் பலாமரங்களும் மட்டுமல்ல கொய்யா, முந்திரி, முருங்கைமரம், புளியமரம், பப்பாளி, சப்போட்டா மரங்களும் இருக்கின்றன. கூடவே, ஆற்ற மரங்களும் ருமான் மரங்களும். அப்புறம் தேக்குமரங்களும் ஃபைன் மரங்களும் உண்டு. கார்டன் செண்பகமும் உண்டு. மாங்கோஸ்டைன் மரங்களும் உண்டு. முற்றத்தின் ஓரங்களில் பூச்செடிகள், பன்னீர் செண்பகங்கள், பூக்கள் பூத்துக்குலுங்கும் பிற செடிகளும். அனைத்தையும் உள்ளடக்கி நான்குபுறமும் பத்திரமாக முள்வேலி கட்டப்பட்டிருக்கிறது. உறுதியான இரும்புக் கேட்டும். கேட்டின் இருபுறமும் வெள்ளையும் சிவப்புமாகப் படர்ந்து பூத்துக்குலுங்கும் போகன் வில்லா. கேட்டு முதல் முற்றம் முழுவதும் வெள்ளை மணல். தோட்டத்திற்கும் வீட்டிற்குமெனப் பொதுக்காவலாளியாக ஒரு சுறுசுறுப்பான நாய், ஷான் என்ற பெயரில். அப்புறம், அபயம் தரப்பட்ட கோழிகள், பசுக்கள், ஆடுகள், பூனைகள். இவை அனைத்துமாகச் சேர்ந்து அப்படியே ஒற்றுமையாக வாழ்ந்துகொண்டிருக்கின்றன. வீட்டில், பிள்ளைகளும் பிள்ளைகளின் பிள்ளைகளும் மனைவியும் இருக்கிறார்கள். எல்லாருடைய சுக சௌகரியமான வாழ்க்கையும் தேங்காய்களைத்தான் நம்பியிருக்கிறது. தேங்காய்கள். புரிகிறதல்லவா? தேங்காய்கள்... அதுதான் கதை.

மண்ணைக் கிளைத்துக் குவித்துவைத்துத் தென்னை களுக்கும் மற்றவைகளுக்கும் தேவையான உப்பு உரமும் சுண்ணாம்புத்தூளும் இடப்பட்டிருந்தது. சரியான போஷாக்கின்றி நின்றிருந்த தென்னைகள் உரம் வைத்தபிறகு நன்றாகக் காய்க்கத் தொடங்கின. ஒவ்வொரு குலையிலும் பத்திருபது இளநீர்கள் நெருக்கிப்பிடித்துக்கிடந்தன. தென்னைமரத்தைப் பார்த்ததும் எல்லாருடைய மனதும் குளிர்ந்து முகம் மகிழ்ச்சியால் பிரகாசிக்கும். இப்போது தேங்காய் விலை அதிகமாகிக்கொண்டிருக்கும் காலம் வேறு. நன்றாக விளையட்டும். அப்படி, இரவும் பகலும் மகிழ்ச்சியுடன் வாழ்ந்துகொண்டிருந்தபோது...

ஆதாரப் பத்திரங்களையும் முள்வேலியையும் ஷானையும் அரசாங்கத்தையும் இந்த உலகத்திலுள்ள எதையுமே கண்டு கொள்ளாமல் ஒரு கூட்டம் வருகிறது.

தனிநபருக்குப் பாத்தியப்பட்ட இந்த இரண்டேக்கர் நிலத்தில் இவற்றுக்கு என்ன உரிமை இருக்கிறது?

முதலில் கண்ணில் பட்டவை, பறவைகளும் வண்ணத்துப் பூச்சிகளும்தான். எத்தனைவகையான பறவைகள், எத்தனை வகையான வண்ணத்துப் பூச்சிகள்? பறவைகள் மரங்களின் கிளைகளிலும் செடிகளிலும் வந்தமர்ந்து சத்தமெழுப்பின. வண்ணத்துப்பூச்சிகள் பல நிறங்களில் வெய்யிலில் பிரகாசித்த படி முற்றத்தில் பறந்து திரிந்தன.

யோசித்துப் பார்த்தால், இது எந்தவகையில் நியாயம்? இதெல்லாம் எதற்கு இங்கு வந்திருக்கின்றன? ஏதோ அனாதி காலம் முதலே தொடரும் உரிமையென்பதுபோல். இந்த உலகத்தில் மனிதன் உருவாவதற்கு முன்பே நாங்கள் வாழ்கிறோம் என்பது போன்ற பாவனையுடன். பறவைகளையும் வண்ணத்துப் பூச்சிகளையும் விரட்டவில்லை. ஆனால் காகங்கள். அவை, சமையலறைக்குள் ஏறி ஆகார சாதனங்களைத் திருடிச் செல்கின்றன. இரண்டு காகங்கள் யாருடைய அனுமதியும் இல்லாமல் இரண்டு தென்னை மரங்களில் கூடுகட்டியிருக்கின்றன. முட்டை போட்டிருக்கிறது. மற்ற பறவைகளை விடக் காக்கையின் குரல் கொஞ்சம் சகிக்கமுடியாத ஒன்றாகயிருக்கிறது. போதாக்குறைக்குக் கோழிக்குஞ்சுகளை வேறு கொத்திக்கொண்டு போகின்றன. இதே நோக்கத்துடன் பருந்துகளும் இருந்தன. கோழிக்குஞ்சுகளை அபகரிப்பதற்காக அவை தென்னை மரங்களில் காத்திருந்தன. கோழிக்குஞ்சுகளைத் திருடும் மற்றொருவகை பறவையும் உண்டு. ஏராளாடன் என்று சொல்லப்படும் எரியன். இவை மாமரத்தின் உச்சியில் இருந்தன. மூங்கில் கூட்டங்களினிடையில் நிறைய கீரிகளும் உண்டு. கோழிகளைச் சாப்பிடுவதற்காக மூங்கில் கூட்டங்களின் பக்கத்திலிருந்த காடுகளில் நரிகளும் இருந்தன.

இதற்கெல்லாம் இந்த இரண்டேக்கர் பூமியில் என்ன உரிமையிருக்கிறது என்று அப்படியே யோசித்துக்கொண்டிருந்த போது கையோ, காலோ, சிறகோ எதுவுமில்லாத ஒரு பயங்கர ரூபம் மத்தியான நேரம். நல்ல வெய்யிலுமிருந்தது. கோழிகள் கொக்கரித்தன. நாய்கள் குரைத்தன. பறவையினங்கள் கூட்டமாகக் குரலெழுப்புகின்றன. கவனமில்லாமல் நான் குதித்து வந்து ஒரு ராஜநாகத்தின் எதிரில் நின்றேன்.

அது, தலையைத் தூக்கிப் படம் விரித்துக் கௌரவத்துடன் நின்றது. உனக்கு இங்கே என்ன உரிமையிருக்கிறது என்று கேட்பதுபோல்! அந்தப் பாம்பை என்ன செய்வது? என்ன செய்ய முடியும்? கம்பில்லை. ஆயுதங்கள் எதுவுமில்லை. வெறுங்கை. மனிதன் எவ்வளவு பலவீனமானவன். சரி, மனைவியைக் கூப்பிட்டுக் கம்பை எடுத்துவரச் சொல்லலாம். பாம்பை அடித்துக்கொன்று குழி தோண்டி மூடலாம். இது நியாயந்தானா? பிரபஞ்சங்கள்

அனைத்தையும் எல்லா உயிர் ஜீவிகளையும் சிருஷ்டித்த ஈஸ்வரன் மனித உயிர்களைப் படைத்தது போலவே பாம்பினங்களையும் படைத்திருக்கிறான். பாம்பு பூமியின் வாரிசுதாரர்களில் ஒன்று. ஆகவே, தோழமையுடன் வாழ்வதுதான் நியாயமானது. இந்தத் தத்துவம் அங்கீகரிக்கப்படவேண்டிய ஒன்றல்லவா? ஆனால், தோழமையுடன் வாழ்வது சாத்தியமா? கொடிய விஷம்! கடித்தால் மரணம். "ஏய், சர்ப்பமே, உனக்கு இங்கே எந்தவித உரிமையுமில்லை. எனக்குச் சொந்தமான இந்த இரண்டேக்கர் இடத்திலிருந்து நீ உடனே போய்விடு."

ஆனால் எங்கே செல்வது? பக்கத்துத் தோட்டங்களுக்குச் சென்றால் அதன் உரிமையாளர்கள் தொந்தரவு செய்ய மாட்டார்களா? உலகத்தைத்துண்டுதுண்டுகளாக ஒவ்வொருவரும், அதாவது மனிதர்கள் பட்டா போட்டு வாங்கிவிட்டார்களே? அப்புறம், பிற உயிர் ஜீவன்கள் என்ன செய்யும், எங்கே போகும்? இந்த ராஜநாகம்தான் என்ன செய்யும்? எங்கேயாவது இருந்து வாழ்ந்துவிட்டுப்போகட்டும். நான் பார்க்கவில்லை, எனக்குத் தெரியாது என்று இருந்துவிடுவோம். ஆனால் கடவுளே, மரணத்தை ஏற்படுத்தும் கொடிய விஷம். எச்சரிக்கையாக வாழ வேண்டும். பார்த்து நடமாட வேண்டும். வெளிச்சமில்லாமல் இருட்டுப் பகுதிகளில் நடக்கக்கூடாது. எச்சரிக்கை தேவை.

கொஞ்சநேரத்திற்குப் பிறகு பாம்பு கோபத்தைக் கைவிட்டு சாந்த சொரூபியாக மாறி, படம் தாழ்த்தி மெதுவாக ஊர்ந்து சென்றது. பாம்பு, வேலியின் இடைவெளியினூடே அடுத்த தோட்டத்திற்குச் சென்றது.

மனைவி, சமையலறையிலிருந்து தீப் புகைச்சலில் கலங்கிச் சிவந்த கண்களுடன் ஓடிவந்து கேட்டாள்:

"நாயெல்லாம் குரைக்குது, கோழி கொக்கரிக்குது, பட்சியெல்லாம் சத்தம்போடுதில்லியா? ஏதாவது பாம்போ கீம்போவாட்டு இருக்குமோ?"

"தோழர் நாகராஜா."

"பெறவு? அடிச்சிக் கொல்லப்புடாதா?"

"இல்லெ. ஒன்னப்போலெ அதுவும் ஆண்டவனோட ஒரு படைப்பு. அது வாழ்ந்துட்டுப் போகட்டும். இந்த பூமியிலெ அதுக்கும் வாழ உரிமையிருக்கு."

"அது சரி, பிள்ளையொ ஓடி வெளெயாடுத எடமாக்கும். நம்ம தோட்டத்துலெ வந்தா உடனே அடிச்சிக் கொன்னுடணும்."

"கொன்னுடணும்னு சொல்லிடுவே, கொன்னுடவும் செய்துடலாம். ஒரு உயிரெ படெக்க முடியுமா?"

"மனுசனையெல்லாம் கடிச்சிக் கொல்லுற பாம்புகளெயும் ஆண்டவன் எதுக்குப் படெச்சான்?"

யானை, சிறுத்தை, சிங்கம், கரடி, காட்டெருமை, நீர்க்குதிரை, புலி, முதலை, ஒட்டகம், குதிரை, மனிதக்குரங்கு, ஓநாய், தேள், மலைப்பாம்பு, கொசு, மூட்டைப்பூச்சி, வவ்வால், கழுகு, மயில், மான், மைனா, பஞ்சவர்ணக்கிளி இப்பிடி பூமியிலெ வாழ உரிமையுள்ள நெறெய உயிரினங்களை ஆண்டவன் படெச்சிருக்கான். மட்டுமில்லெ, திமிங்கலம், சுறா, மீனினம், ஆக்டோபஸ், கடல்பாம்பு இப்பிடியெல்லாம்கூட நெறெய படைச்சிருக்கான். இதெல்லாம் ஏன் எதுக்குன்னு யாருக்கும் தெரியாது. எல்லாமே ஆண்டவனோடெ விருப்பம். எதுவாயிருந்தாலும் நாமெ எதையுமே கொல்லாமெ வாழ முயற்சி செய்யணும். உயிர்வதை கூடாது.

"எல்லாமே விசேஷமாதான் பேசுவீங்கோ. வீடு பூராவும் கண்ட எட்டுக்கால் பூச்சியும் பல்லியும் ஓணானும் அரணையும் நட்டுவாக்காலியும்*. ஒண்ணுவிடாமெ எல்லாம் அடுக்களைக்கு வருது. வேலி பூராவையும் கரையான் தின்னு முடிக்குது. வீட்டுக்குள்ளெயும் கரையான். பொஸ்தவங்களையும் உடுதுணிகளையும் அரிக்குது. எலிகளுக்கெ தொந்தரவுன்னா சொல்லிமாளாது. அந்த ரேடியோகிராம் ஒயரெ எலி வெட்டிப்போட்டு ருக்குதெ பாத்தீங்களா? வீடு பூராவும் சில்லுண்டியும்** வண்டும் எறும்பும் பாச்சானும்***.இதுக்கெடையிலெ ஒங்களுக்கு ஒரு ஐந்து பூசை."

"நான் எந்த ஐந்தையுமே பூசை செய்யல்லெ."

மனிதவர்க்கத்தில் ஒரு பிரிவினர் மிருகங்களையும் பறவை களையும் பூஜிக்கிறார்கள். பாம்பை பூஜிக்கிறார்கள். பாம்பைப் புனிதமாகக் கருதி வணங்குகிறார்கள். பாம்பின் மீதுதான் ஒரு கடவுள் படுத்திருக்கிறார். அதுவும் கடலில். மற்றொரு கடவுளின் கழுத்தில் பாம்பு சுற்றிக்கிடக்கிறது. ஒரு கடவுளுக்கு எலிதான் விருப்பமான வாகனம். மீன், முதலை, மலைப்பாம்பு, புலி போன்றவற்றை ஆராதிப்பவர்களும் இருக்கிறார்கள். ஒரு பிரிவினர் உலகத்தையே தேவியின் வடிவமாக சங்கல்பம் செய்கிறார்கள். அவர்களது கருதுகோளின்படி சூரியசந்திரர்கள் பகவான்கள்.

---

* தேள்

** சில்வண்டு

*** கரப்பான் பூச்சி

பூமி பரந்த வடிவம் கொண்டிருப்பதாகச் சிலர் நம்பிக்கை வைத்திருக்கிறார்கள். பூமிப் பந்தில் வாழும் பலதரப்பட்ட மனிதர்களின் நம்பிக்கைகளும் பல தரப்பட்டவைகள் அல்லவா? சிலர் ஏக இறைக்கோட்பாடுகளில் நம்பிக்கை யுள்ளவர்கள். சிலர் அனேக இறைக்கோட்பாட்டினர். சிலர் இறைக்கோட்பாட்டின் மீதே நம்பிக்கையில்லாதவர்கள். அப்புறம், கலகம்தான். கொலைபாதகம்வரை சென்றுவிடுகிறது. பெரிய யுத்தங்களும். பூமி, உருண்டையாக இருப்பதாகப் பொதுவான நம்பிக்கையிருக்கிறது. இந்த நம்பிக்கையைக் கண்டுகொள்ளாதவர்களும் இருக்கிறார்கள். உருண்டை வடிவிலான பூமி, பிடிமானமில்லாமல் அந்தரத்தில் நின்று சுழலுகிறது. நெடுந்தொலைவில், அந்தரத்தில், சதா தணலாக ஜொலிக்கும் சூரியனின் திசையில் பூமி சுழலும்போது பகல் பொழுது. மறுபுறம் இருள். ஆதியிலிருந்த அந்தகார இருள் . . . காலங்களில் எல்லைகளில்லா நகர்தலில் ஒருநாள், சூரியன் உதயமிழந்த அஸ்தமனத்தில் ஆழ்ந்துபோகும். அதற்குமுன் பூவுலகும் அழிந்துபோயிருக்கும். அண்ட சராசரங்கள் அனைத்துமே அழிந்துபோகும். கோளங்கள் ஒன்றையொன்று மோதித் துகள்களாகத் தகர்ந்துபோய்விடும். ஆதிகால காஸ்மிக் டஸ்டட். பிறகு, எல்லைகளில்லா இருள்வெளி. ஆதியில் இறைவன் இருளையே சிருஷ்டித்தான். பிறகு, வெளிச்சத்தை. சூடும் வெளிச்சமும்தானே உயிர்ச் சக்தி. உயிர்களனைத்துமே சூடும் வெளிச்சமும் இணை சேர்ந்த சந்ததியினர்தான். கரையானும் எட்டுக்கால் பூச்சியும் விருட்சங்களும் பறவையும் மிருகாதிகளுமெல்லாமே.

மனைவி சொன்னாள்:

“வருக்கப் பலாவுலெ பழுத்துக்கிடக்குதெ சக்கையை யெல்லாம் அணிலும் காக்கையும் தின்னுது. பேரைக்கா, ஸப்போட்டா, அயினிச்சக்கை, ரூமானி எல்லாத்தையுமே பட்சியும் வவ்வாலும் கொண்டு போவுது.”

அதுதானே இயற்கையின் வினோதம். எந்தத் தாங்கலு மில்லாமல் கோடானுகோடிக் கிரகங்களை நிலைநிறுத்தி யிருக்கும் இறைவன், பூமியிலுள்ள ஜீவராசிகளுக்கென்று என்ன வெல்லாம் படைத்திருக்கிறான்? பழவகைகள், மலர்கள், கிழங்குவகைகள், தானிய வகைகள், புல் பூண்டுகள், நீர், காற்று, அக்னி. பூமியில் விளையும் எல்லாப் பொருளும் மிருகங்களுக்கும் பறவையினங்களுக்கும் நுண்ணுயிர்களுக்கும் மற்றும் எல்லா ஜந்துக்களுக்கும் மரம் செடிகொடிகளுக்கும் உரிமைப்பட்டவைதான். இந்த உண்மையை எப்போதும் நினைவில் கொண்டிருப்பதுதான் சரியென்று ஏன் உனக்குத் தோன்றவில்லை.

மனைவி கேட்டாள்:

"ஒரு விசியம் சொன்னா கோவப்பட மாட்டீங்கல்லியா?"

"சுத்தமா படமாட்டேன். சும்மா வறுத்தெடு."

"அப்பிடீன்னா, ஐயாவெப்போலெ உள்ள மனுசன், கல்யாணம்செய்து வீடும் குடியும், பெண்டாட்டியும் புள்ளெயளுமா ஆவாமெ காட்டுலெ, எங்கயாவது ஒரு குகையிலெ போயி குண்டித்துணியும் கோமணத்துண்டும் இல்லாமெ அசெயாமெ இருந்து தவஞ் செய்யப்படாதா?"

"தின்னவும் குடிக்கவும் முதுகு சொறிஞ்சுவிடவும் நீயும்கூட இருப்பீன்னா எந்தக் குகைக்குள்ள இருந்தும் நீண்ட நெடுங்காலம் தவஞ்செய்யத் தயாரா இருக்கேன்."

"அப்பிடீன்னா, நமக்கு நம்ம வீட்டுக் குகைக்குள்ளேயே இருந்துடலாம். ஆனா, ஒண்ணு. இந்தக் குகைக்குள்ளெ, பாம்பும் பூரானும் நட்டுவக்காலியும் அரணையும் வர்றது எனக்குப் பிடிக்கல்லெ. அதெயெல்லாம் அடிச்சுக் கொல்லணும்."

"உன் அபிப்பிராயத்தோடு ஒத்துப்போறெ ஆளுக இதைத் தான் செய்துட்டுருக்காங்க. ஒரு ஐநூறு வருசங்களுக்குள்ளெ, இந்தப் பூமியிலுள்ள சர்வ உயிரினங்களெயும் பறவைகளையும் மிருகங்களெயும் மனுசன் கொன்னு அழிச்சிடுவான். மரங்களெயும் செடிகொடிகளெயும் அழிச்சிடுவான். இந்த பூமியிலெ மனுசன் மட்டும்தான் மிச்சமிருப்பான். பெறகு, ஒட்டு மொத்தமா அவனும் செத்துருவான்."

"பரவால்லெ, அதுக்கு இனி எவ்வளவோ காலம் இருக்கு. அப்போ பாத்துக்கிடலாம். நீங்கோ இப்போ எழும்பிவந்து அந்தப் பழுத்த சக்கையை ஏணி வெச்சு ஏறிப் பறிச்சுத்தாங்கோ, நானும் என் புள்ளைகளும் புள்ளைகளுக்கெப் புள்ளைகளும் மாடுகளும் திங்கிறோம்."

"பறவைகளே, அணில்களே மன்னித்துக்கொள்ளுங்கள்" என்று சொல்லிவிட்டுப்போய்ப் பலாப்பழத்தைப் பறித்தேன். கணவனும் மனைவியும் பிள்ளைகளும் பிள்ளைகளின் பிள்ளைகளும் தின்றோம். மாடுகளும் தின்றன. தேன்சுவைப் பலா. இறைவனுக்கு நன்றி!

மனைவி சொன்னாள்:

"சும்மா உக்காந்து கொசுவப்பத்தியும் நட்டுவக்காலி, பாம்பு பத்தியெல்லாம் யோசிச்சிட்டிருக்காமெ வீட்டையும் தோட்டத்தையும் கொஞ்சம் கெவனியுங்கோ. பட்சிப் பறவை,

மிருகம், கொசு, நல்லபாம்புபோல உள்ள உயிர்களோட காரியங்களெ ஆண்டவன் பாத்துக்கிடுவான். நீங்கோ ஒரு விசியத்தை அறிஞ்சீங்களா? வீட்டு வெளிச்சுவருலெ கட்டெறும்பு குழிகுழியா எடுத்திருக்கும்போ நான் தீ வெச்சு எரிச்சேன். அப்போ நீங்கோ விடல்லெ. இப்போ அதெல்லாம் வீட்டுக்குள்ளெயும் வந்தாச்சு. வீட்டு உத்திரம் முழுசும் கரையான் அரிச்சிட்டிருக்கு. எறும்பையும் கரையானையும் எல்லாத்தையும் அழிக்கணும்."

"இம்சை செய்ய என்னாலெ முடியாது."

"நம்மளெ தொந்திரவு செய்யிதையெல்லாம் நம்மளும் தொந்தரவு செய்யணும்."

"அப்பிடி செய்யக்கூடாது. ஆண்டவன் என்ன நெனைப்பான்? நட்பா நடந்துகொள்ளணும். எனக்கு இந்த பிரபஞ்சங்கள்லெ உள்ள எல்லாத்தையுமே நேசத்தோடெ அரவணைச்சுப் போவத்தான் தோணுது."

"நானும் நம்மெ மக்களுந்தான் பிரபஞ்சம்னு நெனைச்சுக் கிடுங்கோ. சொல்றேன்னு வருத்தப்படாதேயுங்கோ."

"அந்தளவுக்குச் சுருங்கிப்போக என்னாலெ முடியாது."

"அப்பிடின்னா விரிஞ்சுட்டே போங்கோ, பெருசா." மனைவிக்குக் கோபம் வந்தது. அன்றிரவு ஒரு சம்பவம் நடந்தது. மிகச்சிறு தோதுவிலான ஒரு பயங்கரம். வீடு புகுந்து தாக்குவது போல். உயிருக்கும் உடைமைக்கும் பாதுகாப்பில்லை. இது எந்த ஊர் நியாயம்?

இரவுச் சாப்பாடெல்லாம் முடிந்து திருப்தியோடு படுத்திருந்தோம். நல்ல உஷ்ணம் மிகுந்த காலநிலை. மின்சார விசிறியைச் சுழலவிட்டு விளக்கு வெளிச்சத்தில் படுக்கையில் கிடந்து வாசித்துக்கொண்டிருந்தேன். வளர்ந்துகொண்டேயிருக்கும் பெரும் பிரபஞ்சங்கள். அப்படியே படுத்துக்கிடக்கும்போது பலவகைப் பூச்சிகள்: வண்டு, கரப்பான் பூச்சி, சில்வண்டு, மின்னுட்டாம் பூச்சிகள், இவை எல்லாமே இந்த வீட்டுக்குள் வாழ்கிறதா? ஆண்டவா! ஜன்னல் வழியாக உள்ளே வந்திருக்கும். ஏராளமான கொசுக்களும் வந்தன. மூட்டைப் பூச்சி எப்போதுமே உண்டு. ஒரு கொசு முழங்கையில் வந்தமர்ந்து கடித்து இரத்தத்தை உறிந்துகொண்டிருந்தது. போகட்டும். மனிதர்களுடையவும் மிருகங்களுடையவும் இரத்தத்தைக் குடித்து உயிர் வாழ்வதற்காக இறைவனால் படைக்கப்பட்டதுதானே கொசுக்களும் மூட்டைப்பூச்சிகளும். தாராளமாகக் குடிக்கட்டும். இலேசான வலியோ அசுகமோ ஏற்படலாம்தான். அடித்துக் கொன்று

விடத்தான் தோன்றுகிறது. வேண்டாம். திருப்தியாகும்வரை குடிக்கட்டும் சாகப்போகும் மனிதன்தானே? பழைமையான இந்த வீடு. இதைக் கட்டியது யார்? இங்கே எத்தனையெத்தனை ஆண் பெண்கள் இதுவரை இறந்திருப்பார்கள்?

திரும்பிப் பார்த்தபோது மனைவியும் பிள்ளைகளும் வியர்வையில் நனைந்துகொண்டிருக்கிறார்கள். அவர்களுக்கும் கொஞ்சம் காற்று தேவை. இரத்தத்தைக் குடித்துத் தடித்த கொசு சிவப்பு நிறத்தில் பறந்து சென்றது. கடித்த இடத்தில் அரித்தது. மேட்டுத் திண்ணையில்தான் வழக்கமாகப் படுப்பது. நடுவாசலில் நான்கைந்தடி அகலத்தில் தாழ்வான இடம். அந்தப் பக்கமும் இந்தப் பக்கமும் சுவர்களோடு சேர்ந்து உயர்ந்த திண்ணைகள். இறைவனை வணங்குவதற்காக முன்பு யாரோ இந்தத் திண்ணைகளைக் கட்டியிருக்கிறார்கள். பிரார்த்தனைக்காக! பிரபஞ்சங்களைப் படைத்த இறைவா, நீதான் துணை!

மனைவிக்கும் பிள்ளைகளுக்கும் இலேசாகக் குளிர்ந்த காற்றடிக்க வேண்டும். கீழே ஒரு கயிற்றுப் பாய் கிடந்தது. அதை உதறிப்போட்டு நீண்ட நாட்களாகிவிட்டன. அந்தக் கயிற்றுப் பாயின் மீது படுக்கையை விரித்தேன். விளக்கைப் பக்கத்தில் வைத்தேன். மின் விசிறியைச் சரியாக வைத்தேன். எல்லாருக்கும் காற்று கிடைக்கிறது. மின்விசிறி சுழலும் சத்தம் மட்டுந்தான் கேட்கிறது. கோழிகளைப் பிடித்துக்கொண்டு போக நரி வருகிறதா? மரநாயும் வருவதுண்டு. நாய் குரைக்கவில்லை. சற்றுக் கூர்மையாகக் கவனித்துக் கேட்டேன். எதுவுமில்லை. வெளியில் இருட்டல்லவா? முழு அமைதி. மனிதர்கள் தூங்குகிறார்கள். தூக்கமென்பதே சிறு அளவிலான மரணம்தானே? எத்தனையோ மரணங்கள். வாழ்க்கை, தின்றும் குடித்தும் சுகமனுபவித்தும் கலகம் செய்தும் அப்படி முடிவில்லாமல் நகர்ந்துபோகிறது. மனது சும்மா அப்படியே தொலைவில் சந்திரனின் இடத்திற்குச் சென்றது. மேடுகளும் பள்ளங்களும். வெறும் பாழ்வெளிகள். விருட்சங்களில்லை. உயிர் ஜீவிகள் இல்லை. நிசப்தம் நிறைந்த பெரும் சூன்யம். எங்கும் கறுத்த ஆகாயம். பளபளக்கும் நட்சத்திரக்கோடிகள். சந்திர மண்டலத்தை இறைவன் எதற்காகச் சிருஷ்டித்தான்? பிரபஞ்சங்களையெல்லாம் எதற்காகச் சிருஷ்டித்தான்?

திடீரென்று ஒரு ஈ பறந்துவந்து புத்தகத்தின் பக்கத்தில் அமர்ந்தது. கடுகுமணிபோலிருந்தது. நீலச்சிறகுகள். எவ்வளவு அழகாகப் படைக்கப்பட்டிருக்கிறது? ஆண்டவனின் படைப்புகள் ஒவ்வொன்றுமே முழுமைபெற்ற கலைப்படைப்புகள்தான். மின்விசிறி மனிதனின் கலைப்படைப்பு. பெரிய வரப்பிரசாதமென்று சொல்லலாம். மின்விளக்குகளும் அப்படித்தான். ரேடியோவையும்

உலகப் புகழ்பெற்ற மூக்கு

ஒலிபெருக்கியையும் சிலநேரங்களில் வரப் பிரசாதமாக எடுத்துக்கொள்ள முடியாது. டெலிவிஷன்? இதுவும் மனிதப் படைப்புதானே? ஆகவே குணமும் தோஷமுமுண்டு. எவ்வளவு அமைதியாக இருக்கிறது. நரிகளின் ஊளைச்சத்தமில்லை. அமைதியில் ஒரு இசைலயம் இருக்கிறது. விளக்கணைந்தது. ஆதியின் இருள். மெல்லத் தூக்கத்தில் ஆழ்ந்தேன். திடீரென்று ஒரு வலி. தீயில் பழுக்கவைத்த ஊசியை உடலில் குத்துவதுபோல். முழங்கையில் தசைப்பற்றுள்ள இடத்தில். தோலுரிந்த சதையில் குளிர்ந்த காற்றுப் படுவதுபோல் எரிச்சலும் வலியும். கண்களைத் திறந்து இருட்டில் தப்பித் தடுமாறி விளக்கை எரியவைத்துவிட்டு மனைவியை எழுப்பினேன். அவள் கண்களைத் திறந்தாள்

"கையிலெ என்னவோ ஒரு வலி."

மனைவி பார்த்தாள்.

"எதையோ வெச்சிக் குத்துனதுபோலெ இருக்கே. சிவப்பா இரண்டு தடம் விழுந்துருக்கு. எழும்புங்கோ, பாக்கலாம்."

எழுந்ததும் தலையணையையும் படுக்கையையும் எடுத்து விட்டுப் பார்த்தாள். கயிற்றுப் பாயையும் ஒருபக்கம் லேசாக உயர்த்திப் பார்த்தாள்.

ஆண்டவா, ஒரு பெரிய பூரான்.

"வாசலெத் தெறந்து அதைத் தூக்கி வெளியெ எறி."

மனைவி எதுவும் பேசாமல் ஒரு ஷூவையெடுத்து பூரானின் தலையைக் குரூரமாகச் சிதைத்தாள். அது கிடந்து துடிக்கிறது. ஷூவால் அதை முழுவதுமாக அடித்துச் சிதைத்தாள். பிறகு, வெளிவிளக்கைப் போட்டு வாசலைத் திறந்து பூரானின் பூத உடலை ஒரு காகிதத்தில் எடுத்து வெளியே எறிந்தாள். பிறகு சொன்னாள்.

"விஷம். கடுகடுன்னு குத்தும். ஒரு மருந்து போடணும். ஒரு பெரிய மகான் சொல்லித் தந்த மருந்தொண்ணு உண்டு. பாம்போ பூரானோ நட்டுவக்காலியோ கடிச்சா ஆடாதோடெ எலை ரெண்டெண்ணம் எடுத்து, குருத்தோடு சேந்த தண்டும் ரெண்டு மூன்று நுள்ளியெடுத்து, எலையெ விரிச்சி வெச்சி, அதுலெ ஒரோ பதலு உப்புஞ்சேத்து சவைச்சுத் தின்னாப் போரும். வாங்கோ, போய்ப் பறிப்போம். டார்ச்சு லைட்டெ எடுத்துக்கிடுங்கோ."

ஆடாதோடையின் தளிரைப் பறித்துக்கொண்டுவந்து உப்புப் பரலும் சேர்த்து மென்று விழுங்கினேன். கொஞ்சம் தண்ணீரும் குடித்தேன். மறுநாள் வலி குறைந்தது. மருந்தை உவந்தளித்த இறைவனுக்கு நன்றி.

அன்று காலையில் மனைவி என்னை அழைத்துப் படுபயங்கரமான ஒரு சம்பவத்தைக் காட்டினாள். பத்து முப்பது இளநீர்கள் விழுந்துகிடக்கின்றன. உள்ளே ஆழமாகத் தோண்டப்பட்டிருந்தது.

"எலி, குடைஞ்சு போட்டிருக்குதுபோலெ இருக்கு. எலி விஷம் வாங்கிட்டு வாங்கோ. சோத்துலெயோ பழத்திலெயோ வெச்சி கொஞ்சம் எலிகளை கொன்னுருவோம்."

இப்படிச் செய்வது சரியா? எலிகளும் இறைவனின் படைப்பு தானே? மனிதர்களைப் போல் பூமியில் விளையும் பொருட்களின் மீது எலிகளுக்கும் உரிமை இருக்கிறதல்லவா?

மறுநாளும் படுபயங்கரக் காட்சியாக இளநீர்கள் விழுந்துகிடந்தன.

எலி விஷத்தின் விஷயத்தை நினைவுபடுத்திவிட்டு மனைவி, வீடு முழுவதையும் அடித்து வாரிச் சுத்தம் செய்துவிட்டுச் சொன்னாள்:

"ஒரு எரநூறு எட்டுக்கால் பூச்சி. அம்பது காணும் பாச்சான், நுப்பது கடந்தெ*, அஞ்சு நட்டுவக்காலி, நாலு பூரான், ஏழு வண்டு, ரெண்டாயிரம் எறும்பு, ஒரு ஐநூறு கரையான் புத்து ..."

"அதையெல்லாம் சண்டாளி நீ என்ன செய்தே?"

"கொன்னேன்."

"பூமியோட வாரிசுகள்."

"புண்ணாக்கு . . . பூரான் கடிச்செ புனித வேதனை மறந்துபோச்சோ?"

"ஞாபகமிருக்கு."

"அப்பிடின்னா, கண்டிப்பா, உடனே எலிவிஷம் வேணும்."

கொடுங்கொலை பாதகச் செயலுக்குக் கூட்டு நிற்க வேண்டும். உதவ வேண்டும். பதில் எதுவும் சொல்லவில்லை.

மனைவி கேட்டாள்:

"நாள் ஒண்ணுக்கு நுப்பது கருக்கு வெச்சி மாசத்துக்கு எத்தனை?"

"தொள்ளாயிரம்போலெ வரும்."

"அவ்வளவு தேங்கா பாழாவுது. தெரியுதா? தொள்ளாயிரம் தேங்கா! நம்ம வயித்துப்பாட்டுக்கான காசு . . . வீட்டு

---

* ஒருவகை வண்டு

மேல்கூரை முழுதும் கரையான் பிடிச்சு இத்துப்போயிருக்கு. தெரியுமில்லியா? ஓட்டைப் பிரிச்சுப் பட்டியலடிச்சுப் போடவேண்டாமா? தேங்காயை வித்து எல்லாத்தெயும் சரி செய்துடுலாம்னு சொல்லியிருந்தீங்கோ. இப்பிடியே விட்டா விக்கிறதுக்குத் தேங்கா இருக்காது. மட்டுமில்லெ, நம்மளும் பட்டினி கெடக்கவேண்டியதாவும். சேந்து மரிச்சுப்போயிருவோம். மனசுலாவுதோ? ஒண்ணுலெ நம்மொ அல்லது எலி. ரெண்டுலெ ஒண்ணுதான் உயிரோடிருக்க முடியும். நல்லா யோசிச்சுப் பாருங்கோ."

இறைவா, மனிதன் வாழ்வதற்காக எலிகளை அழிக்க வேண்டியதிருக்கிறதே. மற்றவற்றை அழிக்காமல் மனிதர்கள் வாழ வழியிருக்கிறதா? இறைவன் எண்ணற்ற நோயணுக்களையும் படைத்திருக்கிறான். மருந்துகள் மூலம் அவற்றையும் அழித்துக்கொண்டு வருகிறோம். இது நியாயந்தானா? புத்தம் புதிதான ஒரு தத்துவ சாஸ்திரம் தேவைப்படுகிறது. இம்சை செய்யாமல் வாழ முடியுமா? பாம்பு, தவளையைக் கொன்று தின்கிறது; எலிகளைத் தின்கிறது. சின்னெ மீனைப் பெரிய மீன் தின்கிறது. நரி, மரநாய் போன்றவை கோழியைக் கொன்று தின்கின்றன. சிங்கம், மானைத் தின்கிறது, பசுவைத் தின்கிறது, மனிதனைத் தின்கிறது. மனிதன் பறவைகளை, விலங்குகளைத் தின்கிறான்; மீனைத் தின்கிறான். பார்க்கும்போது ஒரு உயிர், தன்னைத் தக்கவைப்பதே சிரமம்தான். மனித இரத்தத்தைக் குடித்துத் தலைமுடிகளினூடே பேன் உயிர் வாழ்கிறது. ஒன்று மற்றொன்றை அழித்து உயிர் வாழ்கிறது. ஆசையாய் வளர்க்கும் ரோஜாச் செடிகள். அதன் பூ, இலைகளைப் பூச்சிகள் அரிக்கின்றன. இந்தப் பூலோக வாழ்க்கை, பொதுவாகப் பார்க்கும்போது பெரிய ஸ்டைலாக ஒன்றும் தெரியவில்லை. சரியான எந்தப் புரிதலிலும் சிறுபிடிகூடக் கிடைக்கவில்லை. தெளிவான ஒரு நம்பிக்கை? இறைவா, அனைத்துப் பிரபஞ்சங்களின் சிருஷ்டி கர்த்தாவே ... ஒன்றுமே விளங்கவில்லை. சரியான வழியைக் காட்டித் தரமாட்டாயா?

"கொஞ்சம் எழும்பி இங்கெ வாங்களேன்."

"என்னத்துக்கு?"

"கொஞ்சம் ரூவா வேணும். நான் வேற ஒரு பெம்புள்ளெக் கூட பஜாருக்குப் போறேன். எலி விஷமும் வாங்கிரலாம்."

"எங்கிட்டெ ரூவா ஒண்ணுமில்லெ. நம்மொ பதிவா தேங்கா விக்கிற ஆளுட்டெ ..."

"சரி, நான் கொஞ்சம் ரூவா கடனா வாங்கிக்கிடுறேன்."

மகிழ்ச்சி. எலிகளே, மன்னித்துவிடுங்கள். எலிகளைப் படைத்த இறைவா, பொறுத்தருள்வாயாக! எலிகளைச் சதி செய்து கொல்லப்போகிறோம். மாதம் ஒன்றொன்றுக்கு கிடைக்கும் தொள்ளாயிரம் தேங்காய் சம்பந்தப்பட்ட பிரச்சினை இது. எங்களது வாழ்க்கையைத் தொடர்ந்து மேற்கொள்வதற்காக! மன்னிப்பு. மன்னிப்பு.

மனைவி போய் இரண்டுமணிநேரம் கழிந்து மற்ற சாதனங்களுடன் ஒரு பெரிய டின் நிறைய எலி விஷத்துடன் சிரித்துக்கொண்டே வந்து சொன்னாள்:

"ஒரு ஆச்சரியமான சம்பவத்தைக் கேக்குறீங்களா? தேங்காக் காரனைப் பாத்து கொஞ்சம் ரூவா கடன் வாங்கினேன். தேங்காய்க்கு இப்போ நல்ல வெலையாம். இன்னும் வெலை கூடுமாம்."

"தேங்கா வெலை கூடிட்டு இருக்கிறதுலெ ஆச்சரியப்பட என்ன இருக்கு?"

"அதில்லே. நாங்கோ ரெண்டுபேருமா ஒருபாடு கடைகள்லெ போயி எலி விஷம் கேட்டோம். கடைக்கார னெல்லாம் சிரிக்கிறானுவ. எங்களுக்கு ஒண்ணுமே வெளங் கல்லெ. கடேசிலெ ஒரு கடைக்காரன் சொன்னான்: எலி விஷம் விக்கிறதுக்கு அரசாங்க அனுமதி கெடையாதாம். தேவைப்படுறவுங்க அரசாங்கத்துக்கு விண்ணப்பம் குடுக்கணும். அப்பவும் கெடைக்கிறது சிரமம்தான். என்ன காரணமுன்னு தெரியுமா? அதைத்தான் ஆச்சரியமுன்னு சொன்னேன். எலி விஷத்தைத் தின்னுட்டு மனுசம்மாரு தற்கொலை செய்துக் குறானுவளாம். அதுனாலெதான் அரசாங்கம் எலி விஷம் விக்கக்கூடாதுன்னு சொல்லியிருக்குதாம்."

"அறிவுகெட்ட அரசாங்கம். தண்டவாளமும் கயிறும் மரங்களும் குளங்குட்டைகளும் பிச்சுவாக்கத்தியும் மடக்குக் கத்தியும் ஒதங்ஙளப் பருப்பு வித்தும் – சரி, அதிருக்கட்டும். பெறகு, எப்பிடிக் கெடெச்சுது இந்த எலி விஷம். இவ்வளவையும் சாப்பிட்டு ஒரு லட்சம் மனுசம்மார் செத்துருலாமே?"

"கூட வந்தவங்களுக்கெ வீட்டுக்காரரு வேலெ செய்ற ஆஃபீஸ்லேருந்து கெடெச்சுது. இலவசமாவே தந்தாரு."

"ரொம்ப சந்தோசம். போயி கொலெ செய்யி. அந்த ரெத்தத்துலெ எனக்கு எந்தவிதமான பங்குமில்லெ. கொலெத் தொழிலைச் சொந்தமாச் செய்யி."

"இது கொலெ ஒண்ணுமில்லெ. நாமொ கோழியை ஆட்டையெல்லாம் அறுத்துச் சாப்பிடுறோமில்லியா? இது

கொலையா? இல்லை. ஆண்டவன் பேரைச் சொல்லி அறுக்கு றோம். நாமொ சாப்பிடறதுக்கு. இப்போ எலிகளுக்கு விஷம் வெச்சிக் கொல்லுதததும் மனுசம்மாரான நாமொ உயிர் வாழ்றதுக்குதான். ஆண்டவன் நம்மளெ மன்னிப்பான். ஆண்டவன் கருணையுள்ளவனில்லியா?"

கருணையே வடிவான இறைவன் மன்னித்தருள்வானாக! பழம், சோறு, கிழங்கு போன்ற உணவுகளில் எலி விஷத்தை வைத்து, வீட்டின் பல மூலைகளிலும் தென்னைமரத்தின் கீழும் வைக்கப்பட்டது. நான்கைந்து நாட்களில் ஐந்து கோழிகள், பனிரெண்டு அணில்கள், சுமார் இருநூறு எலிகள், ஒரு பூனை எனச் செத்துவிழுந்தன. மரணங்கள் நிகழ்ந்துகொண்டே இருந்தன. வீட்டின் மேற்கூரையில் பல பகுதிகளிலாகக் கிடந்து எலிகள் செத்து மடிந்தன. நாற்றம் வீடு முழுவதும் பரவியது. அப்போதும் இளநீர்கள் உதிர்ந்துகொண்டேதானிருந்தன. பத்துப் பதினைந்து நாட்கள் இப்படியே கழிந்தன. தென்னை மரமேறுபவர்கள் சொன்னார்கள்:

"ஆந்தை கொத்திப்போடுது."

பழைய சொலவடை. அவர்கள் இதை அவர்களது முன்னோர்கள் சொல்லக் கேட்டிருந்தார்கள். ஆந்தையின் வாய்ப்பகுதி வளைந்திருக்கும். சிறிதாகவுமிருக்கும். மட்டுமல்ல, ஆந்தைகள் தாவர உண்ணிகளல்ல. கடைசியில் ஒன்றிரண்டு மாதத்திற்குப் பிறகு இளநீர் தின்பவர்கள் பிடிபட்டார்கள்.

வவ்வால்!

இரவானால் பெரிய பெரிய வவ்வால்கள் கூட்டங்கூட்ட மாகப் பறந்து வந்து இளநீர்க் குலைகளில் பற்றிப்பிடித்து ஆழமாக ஓட்டை போட்டு இளநீரைக் குடிக்கின்றன. இளந் தேங்காயைக் கார்ந்து தின்றுவிட்டு இறைவனுக்கு நன்றி சொல்லிவிட்டுப் பறந்துபோகின்றன.

என்ன செய்வது?

கட்டுக்கட்டாக நீள முட்களைக் கொண்டுவந்து இளநீர்க் குலைகளைச் சுற்றிப் பொதியப்பட்டது. வெடி வைத்தும் டப்பாவைத் தட்டியும் உடைந்த மூங்கிலால் டப் டப்பென்றும் சத்தமெழுப்பப்பட்டன. விளக்குகள் பற்ற வைக்கப்பட்டன. தென்னை மர உச்சிகளில், ஆள் உருவம் செய்து சட்டையணிவித்து வைக்கப்பட்டது. கல்லெறியப்பட்டது. கூவி ஆர்ப்பாட்டம் காட்டப்பட்டது.எந்தப்பலனுமில்லை.தேங்காய் விற்றுக்கிடைக்கும் காசில் அல்லவா அரிசியும் பிற சாமான்களும் வாங்கி உயிர் வாழ

வேண்டும்? வீட்டிலிருப்பவர்கள் தூங்கியதும் வவ்வால்கள் வந்து இளநீர் குடித்துவிட்டுப் போய்விடும். மனைவியும் பிள்ளைகளும் பிள்ளைகளின் பிள்ளைகளும் உதிர்ந்துகிடக்கும் கதம்பல்களைக் கூட்டிப் பெருக்கிக் குவித்துப்போட்டார்கள். கதம்பல்களின் சிறுகுன்று. அழிந்துபோன தேங்காய்களின் மகா கும்பாரம்.

இப்படியே போனால் என்ன செய்வது? குடும்பம் பட்டினியிலாகிவிடும். கடைசியில் வவ்வால்களைச் சுட்டுக்கொன்றுவிடலாம் என்று முடிவு செய்யப்பட்டது. நல்ல ஐடியா. மனைவி சொன்னாள்:

"நமக்கு ஒரு தோக்கு வாங்கணும். வவ்வாலுகளெ மட்டுமில்லே, நரிகளெயும் மரநாய்களெயும் சுட்டுக்கொன்னுடலாம்."

"தோக்கு என்கிறது பாவத்தின் ஸ்தூல வடிவம். மனுசம்மாரு தோக்கைக் கண்டுபிடிச்சதே மாபெருந்தப்பு. பாவச்செயலோட வாரிசுதான் தோக்கு. அதுலெ நான் இல்லெ."

மனைவி சொன்னாள்:

"நானே படிச்சுடறேன். என் மாமா மகனுட்டெ ஒரு பயங்கரமான தோக்கு இருக்கு. சுட்டா குடைபோலெ உருண்டை வெடிச்சிச் சிதறும். ஒரு சூட்டுலெ அம்பது வவ்வால் செத்து விழும்." மனைவி சொல்லிக்கொண்டாள். "அதுதான் சரி. நமக்குத் தோக்கு வாங்க வேண்டாம். நான் போய் மாமாவுக்கெ மவனை தோக்கோடு கூட்டிட்டு வாறேன்."

'சரி, வவ்வால்களே மன்னித்துவிடுங்கள். நீங்கள் சிந்தும் இரத்தத்தில் என்னுடைய பங்கெதுவுமில்லை. இறைவா, நான் என்ன செய்வேன். பாதகத்தி, சம்ஹாரம் செய்யப் புறப்பட்டுவிட்டாள். நான் நிரபராதி. வவ்வால்களே, தப்பித்துக்கொள்ளுங்கள்.'

மனைவியின் மாமாவின் மகன் விலையுயர்ந்ததுப்பாக்கியுடன் வந்தவர் சொன்னார்:

"இங்கெ சுடக்கூடாது. பக்கத்துலெ உள்ள ஒரு தீவுலெ பழமையான ஒரு கோயில் இருக்கு. அதுப்பக்கத்துலெ ரெண்டு ஆல மரமிருக்கு. அதுலெ இரண்டு மூணாயிரம் வவ்வாலுகள் தொங்கிட்டுக் கெடக்கு. நான் அவ்வளவையும் சுட்டுப் பொசுக்கிடுதேன். ரெண்டு மூணு நாளைக்குள்ளெ அத்தனையும் கொன்னுடலாம். ஒரு பத்து மைல் சுத்தளவுலெ உள்ள இரண்டு மூவாயிரம் கருக்குகள் தினசரி பாழாவுது. அதாவது தினசரி ரெண்டு மூவாயிரம் தேங்காய்கள். மூவாயிரம் வவ்வாலுகளை நான் கசாப்பு போடப்போற அழகான காட்சியைப் பாக்க வாறீங்களா?"

வேடிக்கை பார்ப்பதற்கு மனைவியும் தோழியும் தயாரானார்கள். அவர்கள் மூன்றுபேர்களாகச் சேர்ந்து சாயாவும் குடித்துவிட்டு வவ்வால் வதம் செய்யப் புறப்பட்டார்கள். கணவன் பிரார்த்தனை செய்தான்:

'வவ்வால்களே, தப்பித்துக்கொள்ளுங்கள்'. ஆச்சரியம்தான். வவ்வால்கள் தப்பித்துக்கொண்டன. மனைவியும் தோழியும் துப்பாக்கிக்காரனுடன் இளித்தபடியே ஏமாற்றத்துடன் பயந்துபோய்த் திரும்பி வந்தார்கள்.

மனைவி சொன்னாள்:

"நல்லவேளை, உயிரோட திரும்பிவந்தோம். கோயிலைச் சுற்றிக் கொஞ்சம் வீடுகளிருக்கு. திடீர்னு பத்து முன்னூறு பேரு பயங்கரமான ஆயுதங்களோடெ எங்களெ சுத்திக்கிட்டாங்க. வவ்வாலுகளெச் சுட்டா எங்களெ கொன்னுட்டு கொலவிளி நடத்திடுவாங்களாம். எதுக்குன்னா, வவ்வாலுகள் மனுசங்களோட பூர்வீக ஆத்மாக்களாம். அதுனாலெ சுடப்புடாதுமாம்."

வவ்வால்கள் மனிதர்களின் பூர்வீகர்கள். நல்ல சித்தாந்தம்.

கணவன் மிக அழகான ஒரு முடிவுக்கு வந்தான். அவன் அறுதியிட்டுச் சொன்னான்:

"மறந்துரப்புடாது. வவ்வால்கள் யாருடைய பூர்வீக ஆத்மாவுமில்லெ. மூட நம்பிக்கையெ போதையேத்தி மனுசனுங்களெக் கொல்லப்புடாது. வவ்வால்கள், ஆண்டவனின் கோடானுகோடி சிருஷ்டிகளில் ஒண்ணு. ஒரு பறக்கும் உயிர். கருக்குகள் பாழாகட்டும். தேங்காய்கள் அழியட்டும். பரவாயில்லெ. மிச்சமிருப்பது போதும். ஆண்டவன் படைத்த தென்னை மரங்களின் கருக்குகள்லே வவ்வாலுகளுக்கும் உரிமையிருக்கு. ஆண்டவனோட சிருஷ்டிகர்ம சுபவேளையிலெ உயிரினங்களுக்குக் கெடச்ச புராதன புராதனமான உரிமை இது. நினைவிருக்கட்டும், எல்லா உயிர் ஜீவன்களுமே பூமியின் வாரிசுதாரர்கள்தான்.

1977

சிங்கிடி முங்கன்

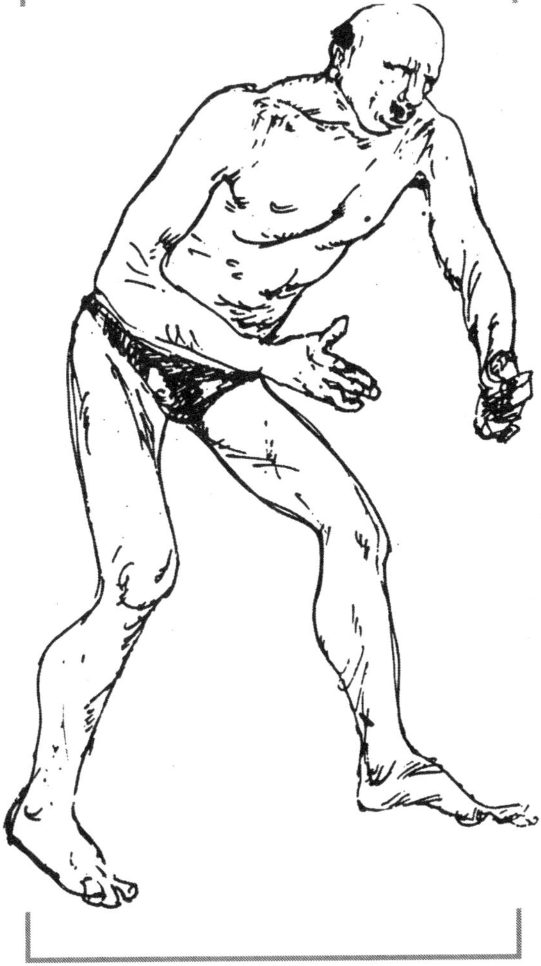

"யாரது?"

"அதுவா?"

"ஆமா, அதுவேதான்."

"அற்புதங்களிலெல்லாம் மகா அற்புதம். சொல்கிறேன். கவனமாகக் கேளுங்கள். பக்தி சிரத்தையுடன், தொழுத கைகளுடன், அடிபணிந்து கேளுங்கள். எல்லாவற்றையுமே கேட்ட பிறகு முடிவு செய்தால்போதும். அதுதானே நியாயமாகவும் இருக்க முடியும்?"

"யாருன்னு இன்னும் சொல்லல்லே."

"அதுதான் சொன்னேனே, சொல்றேன்னு முழு பக்தியுடன் கேட்கணும், என்ன கேட்கிறீங்களா?"

கரியாத்தனும் அப்துல்ரசாக்கும் ஆயிஷா பீவியும் சம்பந்தப்பட்ட ஒரு பிரச்சினையைத்தான் குறிப்பிடுகிறேன். யாரிந்த சிங்கிடி முங்கன்? அந்த அற்புத இரகசியத்தைப் பற்றிச் சொல்வதற்கு முன் வேறு சிலவற்றையும் சொல்லிவிடுகிறேன். அப்துல் ரசாக் வளைகுடா நாட்டில் வேலை பார்க்கும் ஒரு மானஸ்தன். அதாவது சவுதி அரேபியாவில். எல்லாச் செலவும் போக மாதமொன்றுக்கு எட்டாயிரம் ரூபாய் சம்பளம். மனைவி ஆயிஷா பீவியும் வேலை பார்க்கிறாள், வீட்டுக்குப் பக்கத்திலிருக்கும் ஒரு முஸ்லிம் பள்ளிக்கூடத்தில். மாதம் கிட்டத்தட்ட ஆயிரம் ரூபாய் வரை கிடைக்கும். இரண்டு பேருமாகச் சேர்ந்து இரண்டு லட்சம் ரூபாய் செலவு செய்து அழகான வீடு கட்டினார்கள். அங்கே சந்தோசமாகக் குடியமர்ந்து வாழ்ந்துவருகிறார்கள். அப்துல் ரசாக்குக்கு ஆறு மாதத்திற் கொருமுறை இரண்டு மாத விடுமுறை கிடைக்கும். வருவதற்கும் போவதற்குமான விமானச் செலவுகளையும் மற்றவற்றையும் கம்பெனியே கொடுத்துவிடும். வாழ்க்கை முற்றிலுமாக நிம்மதி. ஆனால், ஒரே ஒரு

வருத்தம், திருமணம் முடிந்து பத்து வருடமாகிறது. இதுநாள்வரை குழந்தையில்லை. பிரச்சினை இதுதான்! ஆயிஷா பீவி ஏன் கர்ப்பமாகாமல் இருக்கிறாள்?

ஜின்னு, செய்த்தான், இஃப்ரீத்து, ரூஹானி போன்ற அமானுஷ்ய சக்திகளின் தொந்தரவுகளிருக்கலாம். மகா பராக்கிரமசாலியான ஒரு முஸல்யார் வந்து, வீட்டில் தங்கியிருந்து சிறிதுகாலம் மந்திரவாதம் செய்தார். படிக்கற்களின் எதிர்ப் புறம் முட்டையில் மந்திரம் செய்து புதைத்துவைத்தார். வீட்டின் நான்கு மூலைகளிலும் மாந்திரீகப் புட்டிகளைக் கட்டித் தொங்கவிட்டார். எந்தப் பலனுமில்லை.

அடுத்தது என்ன செய்யலாம்?

ஒரு குழந்தையைத் தரும்படி அல்லாஹுவிடம் பிரார்த்தனை செய்யலாம். மனவருத்தத்திற்கு ஒரு பரிகாரம் கிடைக்கும். ஆனால், ஒரு சிக்கல். அல்லாஹுவோடு நேரடியான விண்ணப்பம் கூடாதென்பது ஒரு பிரிவினரின் கூற்று. ஒரு மத்தியஸ்தன் வேண்டும். அதற்குத் தகுதியான யோக்கியதையுள்ள ஒருவர், செய்கு முஹ்யித்தீன். அப்துல்காதர் ஜெய்லானி என்றும் சொல்வார்கள். இந்த மகான் மரணமடைந்து நூற்றாண்டுகள் கடந்துவிட்டன. அவரைக் கபரடக்கம் செய்திருப்பது பாக்தாதில். அவரை வேண்டிக் கேட்டு ஒரு குழந்தையைத்தர அல்லாஹுவிடம் சொல்லச் சொல்லியும் எந்தப் பலனுமில்லை. திருத்தூதரான முகம்மது நபியிடம் வேண்டிக் கேட்டும் அல்லாஹுவிடம் முறையிட்டுப் பார்த்தார்கள். அதிலும் விசேஷமான பலனெதுவுமில்லை. பிறகு புண்ணிய ஆத்மாக்களான மம்புரத்து அவுலியா, காஞ்ஞிரமுற்றத்து பரீது அவுலியா போன்ற நிறைய இடங்களுக்குப் பிரார்த்தனைகள் அனுப்பினார்கள். பீமா பள்ளி, காஷ்மீரில் பால்ஷரீஃப் (பால்ஷரீஃபென்பது திருத்தூதரின் தாடிரோமங்களில் ஒன்று என்பதாகச் சொல்லப்படுகிறது), நாகூர் ஆண்டவரான வீரா சாயிபு, அஜ்மீரில், காஜா கரீமே நவாஸ், தாதாஹயாத்துல் கலந்தர் போன்ற புண்ணிய ஸ்தலங்களுக்கும் ஆயிஷா பீவி கர்ப்பம் தரிப்பதற்கான பிரார்த்தனைகள் அனுப்பப்பட்டன. தாராளமாகக் காணிக்கைப் பணமும் அனுப்பப்பட்டது; ஆனபிறகும் எந்தப் பலனுமில்லை.

முஸ்லிம்களின் விஷயம் இப்படியிருக்கிறது. சரி, இனி கிறிஸ்தவத்தைக் கொஞ்சம் முயற்சி செய்து பார்த்தால் என்ன?

கடவுளின் ஏக குமாரனாகிய ஏசுபிரானிடம் நேரடியாக விண்ணப்பித்துக்கொண்டார்கள். எந்தவிதமான பலனுமில்லை. செயின்ட் பால், செயின்ட் பீட்டர், கன்னிமேரி, புனித தெரஸா, அல்ஃபோன்ஸா, வேளாங்கண்ணி மாதா, இப்படியாகவும்

பிரார்த்தனைகளும் விண்ணப்பங்களும். பல இடங்களுக்குப் பணமும் அனுப்பிவைக்கப்பட்டது. எந்த விசேஷமுமில்லை. ஆயிஷா பீவி கர்ப்பம் தரிக்கவில்லை. சரி, இனி?

ஹிந்துக்கள் இருக்கிறார்களே, தனி வைதீகர்கள். அவர்கள் தரப்பில் ஏராளமான தெய்வங்களும் அவதாரங்களும் புண்ணிய ஸ்தலங்களும் இருக்கின்றனவே. கொஞ்சம் முயற்சிசெய்து பார்க்கலாம். காசி விசுவநாதர், குருவாயூரப்பன், மதுரை மீனாட்சியம்மன், கூடல் மாணிக்கர் கோயில், ஸ்ரீபத்மனாபசுவாமி கோயில், வைக்கத்தப்பன், வேட்டைக்கொருமகன், கொடுங்கல்லூர் பகவதியம்மன், திருச்சூர் வடக்கும்நாதர், திருமலை தேவன், ஏற்றுமானூரப்பன், இளங்காவிலம்மை, சபரிமலை அய்யப்பன், வாவர்சுவாமி, சாய்பாபா, சத்ய சாய்பாபா – பிரார்த்தனைகளும் விண்ணப்பங்களும் ஏராளமாகப் போய்க்கொண்டிருந்தன. பணம் அனுப்புவதில் எந்தப் பிரச்சினையும் இல்லையே. எல்லாம் செய்தும் பலன்? ஆயிஷா பீவி கர்ப்பம் தரிக்கவில்லை. என்ன செய்வது?

இனி, அவர்கள் இரண்டு பேரும் மருத்துவப் பரிசோதனை செய்ய வேண்டும் என்று சொல்ல நினைப்பீர்களாக இருக்கலாம். அதெல்லாம் ஏற்கெனவே செய்தாகிவிட்டது. அப்துல் ரசாக்கையும் ஆயிஷா பீவியையும் திறமையான பல டாக்டர்கள் பரிசோதனை செய்துபார்த்து விட்டார்கள். யாரிடமும் எந்தக் குறையுமில்லையாம். இப்போது என்ன சொல்கிறீர்கள்?

நீரில்வாழும் உயிரினங்களும் தரையில் வாழும் உயிரினங்களும் அண்டவெளியில் வாழும் பறவையினங்களும் உண்டல்லவா? அவற்றின் பெண்ணினங்கள் அனைத்துமே நேரங்கூடி வரும்போது யாருடைய சிபாரிசுமின்றி முட்டைபோடவோ குட்டிபோடவோ செய்கின்றன. பொறுமையாக இருங்கள். இதைச் சொன்னது யார்? யாராகவும் இருந்துவிட்டுப் போகட்டும்! அதற்காக, இந்த ஒரு காரணத்தைச் சொல்லி, எவ்வளவு காலம்தான் பொறுமை காப்பது? திருமணமாகி வருடங்கள் பத்தாகிவிட்டன. நூற்றியிருபது மாதங்கள்! மூவாயிரத்து அறுநூற்றுக்குமதிகமான இரவுகளும் பகல்களும்! இதற்கெல்லாம் என்னதான் அர்த்தம்? இப்படியே எவ்வளவு காலந்தான் சோகத்துடன் வாழ்வது?

அப்போதுதான் வருகிறது ஒரு மகிழ்ச்சியான தகவல். குட்டிச்சாத்தான்...! பத்திரிகை விளம்பரங்களிலிருந்துதான் அப்துல் ரசாக்கும் ஆயிஷா பீவியும் குட்டிச்சாத்தானின் மகிமைகளைப் பற்றிக் கேள்விப்படுகிறார்கள். கடிதம் அனுப்புகிறார்கள். கேட்ட தொகையையும் பிரார்த்தனையையும் அனுப்பி வைக்கிறார்கள். இதிலும் பலனில்லை. அப்படியிருக்கும்போது பத்திரிகைகளில் மற்றொரு குட்டிச்சாத்தானின் அற்புத மகாத்மியங்களைப் பற்றிய

விளம்பரம் ..! இதுதான் உண்மையான குட்டிச்சாத்தானாக இருக்கும்.

கடிதங்கள் அனுப்பப்பட்டன. கேட்ட தொகையும் மணியார்டர் செய்யப்பட்டது. விண்ணப்பம் பதிவுத் தபாலில் சென்றது. எல்லாவற்றையும் முடித்துவிட்டுக் காத்திருந்தார்கள். நாட்கள் சென்றுகொண்டேயிருந்தன. ஆயிஷா பீவியிடம் கர்ப்பம் சம்பந்தமான எந்த ஒரு தொடர்பும் ஏற்பட்டுவிடவில்லை. இதற்கெல்லாம் என்னதான் அர்த்தம்? யாரிடம் முறையிடுவது?

அப்துல்ரசாக்கும் ஆயிஷா பீவியும் சோகத்துடன் அப்படியே வாழ்ந்துகொண்டிருக்கும்போது – வந்து சேர்கிறான் கரியாத்தன்.

கரியாத்தன் ஒரு சுத்தப் புலையன். கறுகறுவென்றிருப்பான். முப்பத்தொன்பது வயது. திருமணமாகி இருபது வருடங்களாகின்றன. குழந்தை இல்லை. ஆரோக்கியத் திடகாத்திரன். நிறைய பேசுபவன், சிந்திப்பவன், சித்தாந்தவாதி. தினமும் மூன்று பத்திரிகைகளாவது வாசிப்பான். கிடைக்கிற எல்லாப் புத்தகங்களையும் வாசிப்பான். எந்த விஷயத்தைப் பற்றியும் சொந்தமான கருத்துகள் வைத்திருப்பான். மேடையிலும் பேசுவான். அவனுக்கு ஒன்றரை ஏக்கர் தென்னந்தோப்பும் ஒரு வீடும் இருக்கின்றன. அதிலிருந்து கொஞ்சம் தேங்காய்கள் கிடைக்கும். மனைவிக்கு ஒரு பெரிய காய்கறித் தோட்டம் இருந்தது. கரியாத்தனுக்கும் அவனது குடும்பத்திற்கும் சொந்தமான ஒரு கோயில் இருந்தது. ஆக மொத்தத்தில் சுகமான வாழ்க்கை. மீன் சாப்பிட வேண்டும். கள்ளு குடிக்க வேண்டும். இரண்டுமே தனிப்பட்ட முறையிலான விருப்பங்கள்.

அப்துல் ரசாக் அரேபிய மலையாளியல்லவா? பணம் அவனுக்குத் தூசுக்குச் சமானம். மீன் சாப்பிடவும் கள்ளு குடிக்கவும் பத்து ரூபாய் பணம் கிடைக்குமா என்று பார்க்கத் தான் கரியாத்தன் போயிருந்தான். அப்போதுதான் அவன் அந்தச் சோகக்கதையைக் கேள்விப்படுகிறான். திருமணமாகிப் பத்துவருடமாகிறது. குழந்தைகளில்லை. முஸ்லிம், கிறிஸ்தவ, ஹிந்து என்று எல்லாக் குட்டிச்சாத்தான்களிடமும் கேட்டாகி விட்டது. என்னென்ன வழிபாடுகள், நேர்ச்சைகள்?

கரியாத்தன் எல்லாவற்றையும் கவனமாகக் கேட்டபடி தலையாட்டியும் சிரித்துக்கொண்டும் இருந்தான். அப்துல் ரசாக்கும் ஆயிஷா பீவியும் ஆச்சரியமாகப் பார்த்தார்கள். இதில் சிரிப்பதற்கு என்ன இருக்கிறது? கேட்கவும் செய்தார்கள். அப்போது கரியாத்தன் சொன்னான்.

"பிரார்த்தனைகள் இதுவரைக்கும் சேரவேண்டிய இடத்துக்குப் போய்ச் சேரவில்லை. அதுதான் காரணம்."

“அது போய்ச்சேர வேண்டிய இடம் எது?”

“சொல்றேன். பக்தி சிரத்தையா கவனிக்கணும். மிகப் பணிவாக் கவனிக்கணும். தொழுத கைகளுமாக விண்ணப்பிக்கணும். ஆள் ஒரு முன்கோபம் பிடிச்சவரு.”

“ஆள் யாரு?”

“சிங்கிடி முங்கன்.”

“சிங்கிடி முங்கனா? அது யாரு?”

“சொன்னேனே, அற்புதங்களுக்கெல்லாம் பெரும் அற்புதம். அப்துல் ரசாக் முதலாளிக்கும் ஆயிஷா பீவிக்கும் அருமையான ஒரு வாரிசை சிங்கிடி முங்கன் தருவான். பக்தியோட, பணிவோட தொழுத கைகளுமாப் பிரார்த்தனை செய்யணும். ஆதிப் புலையர்களோட தெய்வம்தான் அந்தச் சிங்கிடி முங்கன்.”

புலையர்களுக்கு இப்படியொரு கடவுளிருப்பதாகக் கேள்விப்பட்டதில்லையே? மற்ற புலையர்கள் இதை ஒப்புக்கொள்வார்களா?

கரியாத்தன் சொன்னான்: “அது தவறு. காளன், கூளன், மரப்போதன், சாமுண்டி, சிண்டோப்பன், சக்லிப் பொத்தன், பழங்காடன், சிண்டோதிச் சிப்பன், சக்களுக்குண்டன், சுங்குளாட்டன் – இப்பிடிப் பல தெய்வங்களிலாகப் பரந்து விரிஞ்சிக் கிடக்குது, புலையர் மகாஜனங்க. ஐக்கிய உணர்வு கிடையாது. கல்வியறிவு கிடையாது. புலையர்கள் யாரென்கிற தெளிவும் கிடையாது. மேல்ஜாதிக்காரங்க என்று சொல்லிக்கிட்டுத் திரியிற நம்பூதிரிங்க, பிராமணமாருங்க, கொங்கிணிங்க, நாயர்மாரு, ஈழவருங்க, தியம்மாரு*, முஸல்மான்மாரு, கிறிஸ்தியானிங்க, சலவை செய்றவங்க, தையல்காரன் முதல்கொண்டு நாசுவங்க வரை எல்லாருடைய அடியையும் உதையையும் ஏச்சையும் பேச்சையும் சகித்து அடிமைங்கபோல் நரக வாழ்க்கை வாழுற புலையர் எனும் நாங்க யாரு?”

“ஹரிஜனங்க?”

“சை ..! ஹிந்து மேல்ஜாதிக்காரங்கள்லே உள்ள யாரோ ஒருத்தரு சூட்டிய செல்லப் பெயர்தான் அது – ஹரிஜனங்க.”

அப்போது சாயாவும் பலகாரங்களும் பழங்களும் வந்தன. எல்லாவற்றையும் சாப்பிட்டுவிட்டு அரேபியாவிலிருந்து கொண்டுவந்த விலையுயர்ந்த டன்ஹில் சிகரெட்டைப் பற்ற வைத்துப் புகையை ஊதியபடியே கரியாத்தன் பேசினான்:

---

* அடிமைச் சமூகம்

“ஆதியில் கடவுள் புலையரைச் சிருஷ்டித்தார். அப்புறம் பறையர், மலையின மக்கள் போன்றவர்களைச் சிருஷ்டித்தார். பிறகு மிச்சமிருந்த அல்லறை சில்லறைக் கழிவுப்பொருட்களை வைத்து மற்றவர்களை ஒப்பேற்றியெடுத்தார். ஆனால், இப்போது அந்த ஒப்பேற்றியெடுக்கப்பட்ட சாதனங்கள் சொல்கிறது, நாங்கள்தான் உயர்ந்த ஜாதியென்று.” உயர்ஜாதிக்காரர்கள் என்று சொல்லிக்கொள்ளும் அவர்களை மிரட்டிவைப்பதுபோல் கரியாத்தன் காறித் துப்பிவிட்டு டன்ஹிலைப் புகைத்தபடியே சொன்னான்:

“நாங்கள்தான் ஆதி மனிதகுலம். எங்கள் மூதாதையர்கள் தான் ஆதிப் புலையர்கள். புலையர்களின் அரசர்கள். எங்களுடைய சிம்மாசனமும் கிரீடமும் செங்கோலுமெல்லாம் உயர்ந்த ஜாதியினர் என்று சொல்லிக்கொள்பவர்கள். . .” இந்த இடத்தில் உயர்ஜாதி என்று சொல்பவர்களைத் திட்டுவதுபோல் காறித் துப்பிவிட்டு டன்ஹிலை ஒருமுறை இழுத்துவிட்டுத் தொடர்ந்து சொன்னான்:

“நான் ஏற்கெனவே சொன்னதுபோல் அவர்கள் அபகரித்து எடுத்துக்கொண்டார்கள். புலையர்களைச் சிதறடித்து அடிமைகளாக்கிக்கொண்டார்கள். சிறிது காலத்திற்குமுன்பு புலையர்களையெல்லாம் ஒன்று திரட்டி ஒரே நம்பிக்கைக் குடைக்குள் அவர்களை ஐக்கியப்படுத்தி ‘சிங்கிடி முங்கன்’ என்ற அமைப்பின் கீழ் கொண்டுவந்து ‘சிங்கிடி முங்க’ மதக்காரர்களாக எங்களை அங்கீகரிக்கச் செய்ய ஆதிபுலையர்களான நாங்கள் ஒரு முயற்சியை மேற்கொண்டோம். ஆனால், வெற்றியடையவில்லை. புலையர்கள், பல அமைப்பினர்களாகப் பல பெயர்களில் இருக்கிறோம். அந்தப் பெயர்களில் அறியப்படுவதால் மட்டும் என்ன அர்த்தம் விளைந்துவிடப்போகிறது?”

சிங்கிடி முங்க மதமென்றால் என்ன? அவர்களின் அடிப்படை நம்பிக்கைகளும் அனுஷ்டான முறைகளும் என்னென்ன?

சிங்கிடி முங்க மதம் உலகம் முழுவதும் பரவும், மிகச் சீக்கிரமாகவே! இந்த மதத்தில் சேருவதற்குப் பெரிய உடல் பலமொன்றும் தேவையில்லை. எதையாவது கழுத்தில் தொங்க விடவெல்லாம் வேண்டாம். தலையை மழுங்கச் சிரைக்கவோ காவி உடுக்கவோ தேவையில்லை. தார் பாய்ச்சவோ பூணூல் போடவோ உச்சிக்குடுமியை மிச்சம் வைக்கவோ வேண்டாம். வலுவான நம்பிக்கை மட்டும் வேண்டும். ஒரே கடவுள்: சிங்கிடி முங்கன். கள்ளு குடிக்கலாம். மீன் சாப்பிடலாம் – அவ்வளவுதான்: ஹர ஹர சிங்கிடி முங்கன்.

இனிமேல்தான் அற்புதங்களின் வருகை. கரியாத்தன் சிகரெட்டை இழுத்து இருமிவிட்டுச் சொன்னான்: "இது எவ்வளவு இழுத்த பெறவும் தீரமாட்டேன்குதே?"

"அது நீளங்கூடுதலான சிகரெட்." அப்துல் ரசாக் சொன்னான்: "என்ன அற்புதங்கள் கரியாத்தன்?"

"அது வந்து ..." கரியாத்தன் தொடர்ந்தான்:

"சொல்கிறேன். ஒருநாள் சிங்கிடி முங்கன் தெய்வம் கீழே பார்க்கும்போது பூலோகத்தில் அக்கிரமம் நடந்துகொண்டிருந்தது..! மேல்ஜாதிக்காரர்களென்று சொல்லிக்கொள்ளும் நம்பூதிரிகளும் பட்டர்களும் முஸல்மான்களும் கிறிஸ்தியானிகளும் தியர்களும் ஈழவர்களுமெல்லாம் சேர்ந்து புலையர், பறையர், மலை ஜாதியினர் போன்ற புனிதர்களை, சிரேஷ்டர் களை அடித்து உதைத்து வீழச்செய்து அடிமைகளாக்கிக் கொண்டிருந்தார்கள். பயங்கரமான ஒரு காட்சியல்லவா? சிங்கிடி முங்கனால் சகித்துக்கொள்ள முடியுமா?"

கரியாத்தன் நிறுத்திவிட்டுத் தியானத்தில் ஈடுபட்டவன் போல் கொஞ்சநேரம் அமர்ந்திருந்தான். பிறகு, ஒரு புதிய டன்ஹிலைப் பற்றவைத்து இழுத்து இருமிவிட்டுத் தொடர்ந்தான்:

"ஆதிப் புலையர்களான நாங்கள், புலையர்களின் அரசர்கள்என்பது போன்ற வரலாற்று உண்மைகளைச் சொன்னேன் அல்லவா? ஒருநாள் ஒரு புலையப் பெண், எம்குல மூதாட்டி ஒருத்தி புல்லறுக்கப்போனாள். புல்லறுத்துக்கொண்டு நிற்கும்போது அந்தச் சிறுகாட்டில் ஒரு நீளக் கல்லைப் பார்த்தாள். கருங்கல். அதில் எம்குல மூதாட்டி அரிவாளைத் தீட்டிக் கூர்படுத்தத்தொடங்கினாள். அப்போது ஒரு அற்புதம் நிகழ்ந்தது."

"என்ன?" ஆயிஷா பீவி ஆச்சரியமாகக் கேட்டாள். கரியாத்தன் சொன்னான்:

"இரத்தம்."

"இரத்தமா?" அப்துல் ரசாக் கேட்டான்.

"ஆமாம். கருங்கல்லிலிருந்து நல்ல சிவப்பு இரத்தம். நிற்காமல் வடிந்துகொண்டே இருந்தது. எங்கள் மூதாட்டி பயந்துபோய் வீட்டுக்கு ஓடிவந்து பெரியவர்களிடம் விஷயத்தைச் சொன்னாள். அவர்கள் உடனே தெய்வ பிரசன்னம் வைத்துப்பார்த்தார்கள். அப்போதுதான் அந்த மகா அற்புதம் தெரிந்தது. உலக நன்மைக்கான ஓர் அவதாரம். சாட்சாத் சிங்கிடி முங்கன்.! ருத்ரமூர்த்தி.! முன்கோபி.! சுயம்பு ..."

கரியாத்தன் நிறுத்திவிட்டுத் தியானவசமானான். பிறகு பக்திப் பரவசத்துடன் சொல்லிக்கொண்டான்:

"ஹர ஹர சிங்கிடி முங்கன்."

"பெறவு?" ஆயிஷா பீவியும் அப்துல் ரசாக்கும் சேர்ந்து கேட்டார்கள். கரியாத்தன் சொன்னான்:

"பிறகு, ஓட்டம்தான். அர்ச்சனை, மந்திர உச்சாடனம், கோயில், கர்ப்பூர ஆராதனை, தங்க சிம்மாசனம் – கோயில் கட்டி பிரதிஷ்டை செய்யவேண்டும். மேல்ஜாதிக்காரர்களென்று சொல்லித் திரிபவர்கள் இடந்தருவார்களா? கடைசியில் ஆதிப் புலையர்களாகிய நாங்கள் ஒன்றுகூடிப் பணம் சேர்த்து மேல்ஜாதிக்காரர்களென்று சொல்லிக்கொண்டு நடப்பவர்களின் வயலில் ஒரு மூலையில் கொஞ்சம் இடத்தை விலைக்குவாங்கிக் கோயில்கட்டிப் பிரதிஷ்டை செய்தோம். ஹர ஹர சிங்கிடி முங்கன்."

"நாங்க என்ன செய்யணும்?"

"நான் முதல்லேயே விஷயத்தைச் சொல்லிட்டேனே. பக்தி வேணும், எளிமை வேணும், நம்பிக்கை வேணும். கோயிலுக்குப் போய்க் கீர்த்தனாலாபனை செய்து, வணங்கிச் சங்கடத்தைச் சொல்லணும். ஒரு குழந்தையைத் தரச்சொல்லி மனமுருகக் கேட்கணும். குழந்தைக்கு மீன் துலாபாரம் செய்றேன். ஒரு குடம் கள்ளும் நேர்ச்சைக் கடன் வெக்கிறேனு வேண்டிக் கொள்ளணும். என்ன சொல்றீங்க?"

இனி யோசிப்பதற்கு என்ன இருக்கிறது? அப்துல் ரசாக்கும் ஆயிஷா பீவியும் கரியாத்தனும் புனித யாத்திரைக்குப் புறப்பட்டார்கள். காரில்தான். பகலில்தான். மத்தியான நேரம். காரைச் சாலையோரத்தில் நிறுத்திவிட்டுக் கோயிலுக்குச் செல்ல கொஞ்ச தூரம் நடக்க வேண்டும். நிறைய வீடுகள் இருந்தன. எல்லாமே குடிசைகள்தான். அவற்றின் முன்புறமாகவும் இடை வழியாகவுமெல்லாம் நடந்தார்கள். ஏராளமான நாய்கள், ஏராளமான பன்றிகள், ஏராளமான பூனைகள், ஏராளமான கோழிகள், ஆடுகள். அப்படியே நடந்து நடந்து வயல்வரப்புகள் வழியாகக் கோயிலுக்கு வந்து சேர்ந்தார்கள். கரையான் பிடித்து இற்றுப்போகத்தொடங்கிய மேல்கூரையுடன் இருந்த ஓலைவேய்ந்த ஒரு சிறு கட்டடம்தான் கோயில். மூங்கில் தூண்கள். சுற்றிலும் ஓலையால் மறைக்கப்பட்டிருந்தது.

கோயிலைக் கண்டதும் அப்துல் ரசாக்குக்கும் ஆயிஷா பீவிக்கும் பெரிய ஆச்சரியமெதுவும் தோன்றவில்லை.

கயிற்றால் கட்டப்பட்டிருந்த வாசல் கதவை அவிழ்த்துத் தள்ளிவிட்டு கரியாத்தன் உள்ளே நுழைந்தான். பின்னால் அப்துல் ரசாக்கும் ஆயிஷா பீவியும் சென்றார்கள். உள்ளே நல்ல இருட்டாக இருந்தது. சுத்தமான காற்று உள்ளே நுழையாததால் புழுங்கிய ஒருவித வாசமுமிருந்தது. இருட்டுக்குக் கண்கள் பழகுவதற்கு முன்பே ஆயிஷா பீவிக்கும் அப்துல் ரசாக்குக்கும் தரிசனம் கிடைத்தது. அற்புதம்! கற்பூரத் தீபத்தின் ஒளி. கரியாத்தன் தீக்குச்சியை உரசிப் பற்ற வைத்த ஒளி. ஆலயத்தினுள் பீடம். எதிரில் நின்றுகொண்டிருந்தான் சாட்சாத் சிங்கிடி முங்கன்.

தங்க சிம்மாசனமோ கோயிலோ எதுவுமே தெரியவில்லை. கரியாத்தனின் கற்பூர தீப ஒளியும் சீக்கிரமாகவே அணைந்து போனது. எல்லாருமே இருட்டுக்குள். கண்களோ மூக்கோ வாயோ காதுகளோ கை கால்களோ எதுவுமே தெரியவில்லை. ஆக மொத்தம் தெரிந்தது கறுப்பாக, சுமாரான, சதுர வடிவிலான கனங்குறைந்த நீளமான கருங்கல் மட்டும்தான். வெறுந்தரையில் ஊன்றிவைக்கப்பட்டிருக்கிறதா?

தொழுத கைகளுடன் தியானித்து விருப்பத்தைத் தெரிவிக்கும்படி கரியாத்தன் சொன்னான். எங்கிருந்தோ ஒரு சிறுமணியைத் தேடியெடுத்து கரியாத்தன் ஆட்டத் தொடங்கினான். ஆயிஷா பீவியும் அப்துல் ரசாக்கும் சேர்ந்து பிரார்த்தனை செய்தார்கள்.

எங்களுக்கு ஒரு குழந்தைவரம் தர வேண்டும். நாங்கள் மீன் துலாபாரம் செய்கிறோம். ஒரு குடம் கள் நேர்ச்சை வைக்கிறோம்.

கரியாத்தனும் ஆயிஷா பீவியும் அப்துல் ரசாக்கும் சேர்ந்து பக்தியோடு பிரார்த்தனை செய்தார்கள்.

"ஹர ஹர சிங்கிடி முங்கன்... ஹர ஹர சிங்கிடி முங்கன்... ஹர ஹர சிங்கிடி முங்கன்..."

சங்கடம் தெரிவித்தலும் பிரார்த்தனையும் முடிந்தபிறகு அப்துல் ரசாக் கேட்டான்:

"கரியாத்தா, கோயிலுக்கு என்ன கொடுக்கணும்?"

"கோயிலுக்கு எதுவுமே கொடுக்க வேண்டாம். தெய்வத்துக்கு மட்டும் ஏதாவது கொடுத்தாப் போதும். ஏதாவது... விருப்பமானதை."

அப்துல் ரசாக் ஒரு நூறு ரூபாய் நோட்டை எடுத்து கரியாத்தனிடம் நீட்டினான். இருட்டுக்குப் பழகிப்போய் இருந்த கண்களால் ஓரளவு பார்க்க முடிந்தது. கரியாத்தன் சொன்னான்:

"அய்யோ, இதை வாங்குறதுக்கான அதிகாரம் எனக்குக் கெடையாது. பெரிய முன்கோபி. அவருட்டேயே கொடுத்திருங்க"

"கல்லுக்குமேலேயே வெச்சிரவா?"

"அய்யய்யோ, அது தலை! கால்மேல வெக்கலாம்."

அப்துல் ரசாக் பக்திப்பூர்வமாக அப்படியே செய்தான். ஆயிஷா பீவியும் அப்துல் ரசாக்கும் வெளியே வந்து நின்றார்கள். கரியாத்தன் தனியாக உள்ளே நின்று விசேட பிரார்த்தனை நடத்தினான்.

"ஹர ஹர சிங்கிடி முங்கன்."

அதை முடித்துவிட்டு கரியாத்தனும் வெளியே வந்தான். வாசலைச் சாய்த்துக்கட்டிவைத்துவிட்டு அவர்களுடன் காரை நோக்கி நடந்தான். அப்போது அவர்களுக்குத் தனது வீட்டையும் காண்பித்தான். ஓட்டுக்கூரை பாவியவீடு. வீட்டிலிருந்து பார்த்தால் ரோடு தெரியும். வீட்டில் இரண்டு வெடிக் குழல்கள்தான் இருந்தன. வருடந்தோறும் நடக்கும் கோயில் திரு விழாவில் வாணவேடிக்கைக்கு வெடிக்குழல்களை வெளியிலிருந்தும் வாடகைக்கு வாங்குவதுண்டு. திருவிழா இரண்டு மூன்று நாட்கள் இரவும்பகலுமாக நடக்கும். அப்போது தொலை தூரங்களிலிருந்தெல்லாம் ஜோடிஜோடிகளாகப் புலையர்கள் வருவார்கள். புலையப் பெண்களும் முதியவர்களும் குழந்தைகளும் வருவார்கள். நிறைய பறையர்களும் மலைவாசியினரும் கூட வருவார்கள். சாயாக்கடைகளும் பீடிக்கடைகளும் இராட்டினமும் இருக்கும். திருவிழாவின்போது மீனும் கள்ளும் பரிமாறும் மிகப்பெரிய விருந்து நடக்கும். நிறைய ஆண்களும் பெண்களும் சேர்ந்து உறுமியாடுவார்கள். பெரும் பக்திமான்களாகிய பெண்கள் முடியாட்டம் போடுவார்கள். முடியாட்டம் ஒரு புனிதமான நேர்ச்சைக்கடன். சுமார் இரண்டாயிரம்வரை பெண்களும் குழந்தைகளும் ஆண்களும் முதியோர்களும் சேர்ந்து கூடி மிகப்பெரும் ஆரவாரத்துடன் பக்தியுடன் முழங்குவார்கள்.

"ஹர ஹர சிங்கிடி முங்கன்."

நாய்கள், பூனைகள், பன்றிகள், கோழிகள், ஆடுகள் எல்லாவற்றிற்கும் இடையினூடே வீடுகளின் ஓரமாக நடந்து அவர்கள் காருக்கு வந்தார்கள். அப்போது அப்துல் ரசாக் கரியாத்தனுக்கு ஐம்பது ரூபாய் கொடுத்துவிட்டுச் சொன்னான்:

"மீனும் கள்ளும் சாப்பிடு. நான் ஒரு வாரம் கழிச்சு சவுதிக்குப் போயிருவேன். ஆறு மாசம் கழிச்சுதான் திரும்பி வருவேன். வந்த பிறகு ஆயிஷா பேருலே தனியாப் பிரார்த்தனை செய்யணும்."

கார் புறப்பட்டது. ஆயிஷா பீவியும் அப்துல் ரசாக்கும் காரியாத்தனும் தொழுத கைகளுடன் சத்தமாகச் சொல்லிக் கொண்டார்கள்.

"ஹர ஹர சிங்கிடி முங்கன்."

கார் நகர்ந்தது. ஒரு வாரத்திற்குப் பிறகு அப்துல் ரசாக் விமானத்தில் சவுதி அரேபியாவுக்குப் பறந்தான். வீட்டில் ஆயிஷா பீவி தனியாக ஒன்றுமில்லை. உம்மாவும் ஒரு தங்கச்சியும் தங்கச்சி புருஷனும் இருந்தார்கள். வாழ்க்கை நிம்மதியுடன் கழிந்துகொண்டிருந்தது. நாட்கள் மட்டுமல்ல, மாதம் ஒன்று கடந்துவிட்டது. உலகத்தில் எந்த விசேஷமும் நடக்கவில்லை. மந்தகதியில் அப்படியே நகர்ந்துகொண்டிருந்தது உலகம். அப்போதுதான் நடக்கிறது மாபெரும் அற்புதம்.

அணுகுண்டும் ஹைட்ரஜன் குண்டும் நியூட்ரோன் குண்டும் சேர்ந்தே வெடித்தன. உலகமே திடுக்கிட்டுவிட்டது. விஷயம் என்னவென்றா?... கர்ப்பம்!

ஆயிஷா பீவி கர்ப்பமாக இருக்கிறாள்.

உலகம் அறியவேண்டாமா? சவுதி அரேபியாவில் அப்துல் ரசாக்குக்கு அவசரத் தந்தி அனுப்பப்பட்டது.

'கர்ப்பம்! ஹர ஹர சிங்கிடி முங்கன் ஆயிஷா.'

அதிக தாமதமெதுவுமில்லாமல் சவுதி அரேபியாவிலிருந்து அவசரப் பதில் தந்தி வந்தது:

'ரொம்ப ரொம்ப மகிழ்ச்சி. விடுமுறையில் வருகிறேன். கவனமாக இரு. ஹர ஹர சிங்கிடி முங்கன் அப்துல் ரசாக்.'

ஆயிஷா பீவி கர்ப்பமான விவரத்தையறிந்து கரியாத்தன் வந்தான். மகிழ்ச்சி தாங்கமுடியாமல் கொஞ்சம் அதிகமாக மீன் தின்றான். கொஞ்சம் அதிகம் என்றால், கொஞ்சம் அதிகமாகவே தின்றான், கள்ளும் குடித்தான். நிமிர்ந்து நிற்க முடியவில்லை. உட்கார்ந்துவிடலாம். வேறு வழியில்லை, உட்கார்ந்து தான் ஆட வேண்டும். ஆடிக்கொண்டே சொன்னான்:

"ஹர – ஹர – சிங்கிடி – முங்கன்."

பெரும்பாலான நாட்களிலும் சிங்கிடி முங்கன் வந்து விடுவான். சாப்பாடெல்லாமே ஆயிஷாவின் வீட்டில்தான். நாட்கள் சந்தோசமாக நகர்ந்துகொண்டிருந்தன. மாதங்களும் அப்படியே கழிந்தன. அப்துல் ரசாக் மகிழ்ச்சியுடன் வந்து சேர்ந்தான். கரியாத்தனுடன் ஆயிஷா பீவியையும் அழைத்துக் கொண்டு மனத் திருப்தியுடன் ஆலய தரிசனம் செய்யப்

புறப்பட்டான். ஆயிஷா பீவியின் புடைத்த வயிற்றைச் சிங்கிடி முங்கன் பார்த்தான். அப்துல் ரசாக், நூறு ரூபாய் காணிக்கை வைத்தான். கரியாத்தனுக்கு டன்ஹில் பாக்கெட்டுகளும் ஐம்பது ரூபாயும் கொடுத்தான். திருப்தியுடன் நாய்களின், பன்றிகளின், பூனைகளின், கோழிகளின், ஆடுகளின் இடையினூடே திரும்பி நடந்தார்கள். அப்துல் ரசாக் அரேபியாவுக்குப் போவதுவரை பெரும்பாலான நாட்களும் கரியாத்தன் அவர்களது வீட்டிலேயே இருந்தான். நாட்கள் கடந்துகொண்டே இருந்தன. விடுமுறைக் காலம் முடிந்ததும் அப்துல் ரசாக் சவுதி அரேபியாவுக்கு விமானம் ஏறினான். எல்லாமே அமைதி. மங்களம்.

ஆயிஷா பீவியின் வயிறு, பும்மென்று உப்பிக்கொண்டிருந்தது. வயிற்றிலிருக்கும் குழந்தை ஆணோ பெண்ணோ?

பெண்ணாக இருந்தாலும் சரி ஆணாக இருந்தாலும் சரி, குட்டியூண்டு கால்கள், குட்டியூண்டு கண்கள், பொக்கை வாயில் சிரிப்பு. விட்டுவிட்டு அழுகை. எல்லாவற்றையும் பார்க்க வேண்டும் எல்லாமே நல்லபடியாக முடிய வேண்டும். சுபமாக முடிய வேண்டும். ஹர ஹர சிங்கிடி முங்கன்.

அப்போது வந்தது, செய்திகளுக்கெல்லாம் தலையாய செய்தி. இரத்தினச் சுருக்கமான செய்தி.

ஆயிஷா பீவி பிரசவித்தாள். ஆண் குழந்தை. சொங்கன்.

சுகப் பிரசவம். நலம். ஹர ஹர சிங்கிடி முங்கன். ஆயிஷா. தொலைவிலிருக்கும் சவுதி அரேபியாவுக்கு அவசரத் தந்தி. அங்கிருந்து அப்துல் ரசாக்கின் அவசரப் பதில் தந்தி:

'ரொம்பவும் மகிழ்ச்சி. குழந்தையின் ஆரோக்கியத்தையும் தாயின் ஆரோக்கியத்தையும் கவனித்துக்கொள்ளவும். சில மாதங்களுக்குள் வந்துவிடுகிறேன். ஹர ஹர சிங்கிடி முங்கன் அப்துல் ரசாக்.'

கரியாத்தன் வந்தான். மீன் தின்றும் கள்ளுக் குடித்தும் சந்தோசத் தாண்டவமாடிக் கீழே விழுந்தான். தப்பித் தடுமாறித் திரும்பவும் எழுந்தாடினான். எங்கும் மகிழ்ச்சி.

குழந்தை அழகாக வளர்ந்துகொண்டிருந்தது. மனத்தைக் கொள்ளையிடும் புன்னகை. பார்த்ததும் எடுத்துக் கொஞ்சத் தோன்றும் வசீகரம். குழந்தை சுறுசுறுப்பாக வளர்கிறது. வாப்பாவின் முகச் சாயலா, உம்மாவின் முகச்சாயலா? வளர்ந்தபிறகுதான் தெளிவாகத் தெரியும். செல்லக் குழந்தையைப் பார்க்க வாப்பா எப்போது வருவான்?

அதிகமாகக் காத்திருக்க வேண்டியதிருக்கவில்லை. நிறைய பெட்டிகளுடன் அப்துல் ரசாக் வந்து சேர்ந்தான். குழந்தையை அள்ளியெடுத்து முத்தங்களால் பொதிந்தான். அப்படியும் இப்படியுமாகக் குழந்தையைப் பார்த்துவிட்டு ஆயிஷா பீவிக்கு முத்தம் கொடுத்தான்.

கரியாத்தன் மகிழ்ச்சியுடன் வந்தமர்ந்து சாயாவும் பலகாரமும் சாப்பிட்டுவிட்டு டன்ஹில் புகைத்துக்கொண்டிருக்கும்போது அப்துல் ரசாக் சொன்னான்:

"குழந்தையோட துலாபாரத்தை நாளைக்கே நடத்திடணும். மீனும் கள்ளும் நாளைக்கு வாங்கணும். ஒரு பெரிய தராசு தேவைப்படும். கரியாத்தன் நாளை காலையிலேயே வந்துடு. காலைலே போனா சந்தையிலே நல்ல மீனு கிடைக்கும்."

"காலைலே சீக்கிரமாவே வந்துடுறேன்." கரியாத்தன் கிளம்பினான்.

மறுநாள் காலையில் ஒன்பது மணி சுபமுகூர்த்த வேளையில் எல்லாமே தயாராக இருந்தன. பெரிய ஒரு பாத்திரம் நிறைய உயிருடனிருக்கும் மீன். ஒரு பெரிய குடம் நிறைய கள்ளு. ஒரு பெரிய தராசு. குழந்தையைக் குளிக்கவைத்துக் குட்டி உடுப்புகள் அணிவித்துக் கைகள், கால்கள், இடுப்பு, கழுத்து என்று எல்லா இடங்களிலும் தங்க ஆபரணங்களெல்லாம் அணிவித்து ஆயிஷா பீவி ஏற்கெனவே குழந்தையைத் தயார் படுத்தியிருந்தாள். அப்துல் ரசாக் புதிய கால்சட்டை அணிந்திருந்தான். கரியாத்தனுடன் சேர்ந்து அனைவரும் காரில் ஏறிக் கோயிலுக்குப் புறப்பட்டார்கள். வழியில் எந்தப் பிரச்சினைகளுமில்லை. எல்லாமே சுபம்.

கோயிலுக்கு வந்து சேர்ந்தார்கள். ஆயிஷா பீவியும் குழந்தையும் அப்துல் ரசாக்கும் கோயிலுக்குள் நுழைந்தார்கள். ஆயிஷா பீவி குழந்தையைத் தூக்கி சிங்கிடி முங்கனிடம் நீட்டினாள். அப்போதும் அவள் குழந்தைக்கு முத்தம் கொடுத்தாள். ஆயிஷா பீவிக்கு ஒரு ஆசையேற்பட்டது அப்போது. சிங்கிடி முங்கனை ஒரு தடவை தொட்டுப் பார்க்க வேண்டும். முடியுமா?

விஷயத்தை அப்துல் ரசாக்கிடம் சொன்னாள். அவன் போய் கரியாத்தனிடம் சொன்னான். கோயிலில் உத்திரமாகக் கட்டிவைத்திருந்த மூங்கில் கம்பில் தராசைக் கட்டித் தொங்க விட்டுக்கொண்டிருந்த கரியாத்தன் இதைக் கேட்டதுமே சொன்னான்:

"அய்யோ, உக்கிர மூர்த்தியாக்கும். முன்கோபியும்கூட. சுயம்பு! பெண்கள் யாரும் தொடக் கூடாது. தொட்டால்

பற்றியெரிந்து சாம்பலாகிவிடுவாங்க... ஆனா, ஒண்ணு, பதிவிரதை என்கிறதுலெ நல்ல உறுதியிருந்தால் மட்டும் தொடலாம்."

ஆச்சரியமான பதிலைக் கேட்டதும் ஆயிஷா பீவி நீர் நிறைந்த கண்களோடு அப்துல் ரசாக்கைப் பார்த்தாள். அவளுக்குத் தொட்டுப் பார்க்க வேண்டும். தொட்டால் பற்றியெரிந்து சாம்பலாகிப் போய்விடுவோமா ... ஆயிஷா பீவி வலது கையை நீட்டி நடுக்கத்தோடு சிங்கிடி முங்கனைத் தொட்டாள் ... எதுவுமே நடக்கவில்லை. க்ளீன்! பதிவிரதை தான் . . . பதற்றம் நிறைந்த நிமிடம் அது. ஆயிஷா பீவியும் அப்துல் ரசாக்கும் சேர்ந்து கூட்டுப் பிரார்த்தனை செய்தார்கள்.

"ஹர ஹர சிங்கிடி முங்கன்."

பிறகு, குழந்தையைத் தராசின் ஒரு தட்டில் உட்கார வைத்துப் பிடித்துக்கொண்டார்கள். துலாபாரம், புனிதமும் மங்களகரமுமான ஒரு கர்மம். கரியாத்தன் காலியாக இருந்த தராசின் ஒரு தட்டில் மீனை நிறைத்துவைத்தான். சமமாக அல்ல, மீன்தான் அதிக எடையிருந்தது. மங்களம்!

அப்படியாக, மகத்தான அந்தப் புனித கர்மமும் நிறைவேறியது.

மீன்களை ஒரு பாத்திரத்தில் போட்டு கரியாத்தன் கோயிலுக்குள் கொண்டுபோய் சிங்கிடி முங்கனின் மீது பயபக்தியுடன் சொரிந்தான். கள்ளுக்குடத்தைப் பக்கத்தில் வைத்தான். மூன்றுபேரும் சேர்ந்து சத்தமாகச் சொன்னார்கள்:

"ஹர ஹர சிங்கிடி முங்கன்."

எல்லாமே சுபம். எல்லாமே மங்களம். எல்லாம் திருப்தியுடன் நடந்தேறின.

கரியாத்தன் கோயிலின் நடையை அடைத்தான். மகிழ்ச்சியுடன் அவர்கள் காரை நோக்கி நடந்தார்கள். காரில் ஏறி அமர்ந்ததும் அப்துல் ரசாக் கேட்டான்:

"கரியாத்தா, ஒரு ஆண்யானை வாங்கிக் கோயிலுக்குக் கொடுத்தா என்ன?"

கோயில் வாசலில் ஆண் யானை வாங்கிவிடுவது புண்ணிய கர்மம். ஆண் யானைகளை வாங்கிக் கோயில் வாசலில் நிறுத்திய பாக்கியசாலிகளைப் பற்றி நினைத்துப் பார்த்தான் கரியாத்தன். புண்ணியவான்கள். ஒரு முப்பதாயிரம் ரூபாய் கொடுத்தால் இலட்சணங்கள் ஒத்த ஒரு நல்ல ஆண் யானை கிடைக்கும்.

"யானை இனமே சரியில்லாதது." கரியாத்தன் சொன்னான்: "ஆட்களையெல்லாம் சரமாரியாகக் குத்திக் கொல்லுது.

பாகன்களைக் குத்திக் கொல்றதை அது ஏதோ ஒரு புனித கர்மம்போல் செய்துட்டிருக்கு. மட்டுமில்லே, அதுக்கெல்லாம் தினமும் தீவனம்வேறே போடணும். குளிக்க வைக்கணும். யானையாலே வேறெ என்ன நன்மை இருக்கு? ஒரு நல்ல கறவைப் பசுவை வாங்கிக் கோயில்வாசலில் விடலாமே? சிங்கிடி முங்கனுக்குப் பாலாபிஷேகமும் செய்யலாம்."

"அதுதான் சரி." அப்துல் ரசாக் சொன்னான்:

"ஆயிஷாவுக்கும் ஒரு ஆசை இருக்கு நாம அதை நிறைவேத்தி வைக்கணும். கோயில், கறையான் பிடித்து இத்துப்போயில்லே இருக்கு? நமக்குக் கோயிலை புனருத்தாரணம் செய்யணும். நல்ல மரப்பலகைபோட்டு அழகான மேல்கூரை கட்டி, கல்சுவர் கட்டி ஓடு வேய்ஞ்சு வெள்ளையடிக்கணும். தரைக்கு சிமெண்டு தளம் போடணும். பீடத்தை அழகுபடுத்தணும். சிங்கிடி முங்கனை நல்ல ஒரு சிமென்டு சிம்மாசனத்தில் பிரதிஷ்டை செய்யணும். கோயிலை ஒட்டுமொத்தமா அழகுபடுத்தணும். மின்சார விளக்குகள் போடணும். கோயிலின் உள்புறத்தையும் வெளிப்புறத்தையும் வெளிச்சமாக்கணும்."

"ஹர ஹர சிங்கிடி முங்கன்."

"ஒரு தச்சுவேலை செய்றவனைக் கொண்டுவந்து காட்டி முதல்லே உத்தேசக் கணக்குப் பார்க்கணும். நான் போயிட்டு வந்த பிறவு வேலையைத் தொடங்கினாப் போதும். நாளைக்குக் காலைலே நீ வீட்டுக்கு வா. உனக்குத் தர்றதுக்காக நான் சில சாமான்கள்லாம் கொண்டு வந்திருக்கேன். நாளைக்கு எங்க வீட்டிலேதான் உனக்குச் சாப்பாடு. சரி, நாங்கள் புறப்படுகிறோம்."

ஆயிஷா பீவியும் அப்துல் ரசாக்கும் கரியாத்தனும் சேர்ந்து சொன்னார்கள்:

"ஹர ஹர சிங்கிடி முங்கன்."

கார் புறப்பட்டது. அவர்கள் போய்விட்டார்கள்.

புண்ணியவாளன். புண்ணியவாட்டி. புண்ணியக் குழந்தை.

கரியாத்தன் திரும்பிக் கோவிலைப் பார்த்து மெல்ல நடந்தான். நாளை என்னவெல்லாம் தரப்போகிறான்? எதுவுமிருக்கட்டும். நேரில் தெரிந்துகொண்டால் போயிற்று. இப்போது மீனும் கள்ளும் தயார். கொஞ்சம் மீனைப் பொரிக்க வேண்டும். கொஞ்சம் மீனைக் குழம்பு வைக்கலாம். குழம்பில் மிளகாயும் இஞ்சியும் நிறையச் சேர்க்கச் சொல்ல வேண்டும். கொடம்புளி சேர்க்க வேண்டும். மீன் குழம்புக்குக் கொடம்புளிதான் ருசி! கொஞ்சம் எரிப்பும் புளிப்புமெல்லாம் தூக்கலாக இருந்தால்

கள்ளுக் குடிக்கும்போது நல்ல ரசனையாக இருக்கும். அயலை, கணவா, சிறு திருதா, ஆவோலி, கரி மீனும் இருக்கிறது. இரண்டு கரி மீன்களில் மிளகையும் மஞ்சளையும் உப்பையும் கொஞ்சம் காட்டமாகப் புரட்டி, எண்ணெய்யில் பொரித்தெடுத்துத் தீயில் வாட்டிய வாழையிலையில் பொதிந்து கள்ளுக் கடைக்காரன் கேளுமூப்பனுக்குக் கொண்டுபோய்க் கொடுக்க வேண்டும். ஆதிப் புலையர்கள் எப்படி வாழ்கிறார்களென்பதைக் கேளு மூப்பன் அறிந்துகொள்ளட்டும்.

சாப்பிட வேண்டும், குடிக்க வேண்டும், அனுபவிக்க வேண்டும், தூங்க வேண்டும் – இதுதான் வாழ்க்கை. இதைச் சொன்ன ஆள் யார்? யாராக இருந்தாலும் உண்மையில் பெரிய ஆள்தான். சித்தாந்தி! வாழ்க்கை மகிழ்ச்சி நிரம்பிய ஒன்று. இதற்கு அப்பீலே இருக்க முடியாது. யாராலும் இதை மறுக்கவும் முடியாது.

ஆனந்தம்... ஆனந்தம்... பரமானந்தம்... இப்படியெல்லாம் நினைத்தபடியே கோயிலை நெருங்கியபோது – உள்ளே என்ன அது? உறுமல் சத்தம், குரைப்பு, சீறும் சத்தம்...

பயங்கரமான கலாட்டா...

கோயில் நடைவாசல் திறந்துகிடக்கிறது. அடைத்துவிட்டுப் போன நடைவாசல்... திறந்தது யார்? உள்ளே ஒரே ஆரவாரம்..! ஊரிலுள்ள சகலமான நாய்களும் சகல பன்றிகளும் சகல பூனைகளும் எல்லாமே சேர்ந்து சாமியைத் தரிசனம் செய்வதற்கு வந்திருக்கின்றன.

கரியாத்தன் வெளியே இருந்து ஒரு கம்பைத் தேடியெடுத்து எல்லாவற்றையும் சகட்டு மேனிக்கு அடிக்கத் தொடங்கினான். முதலில் குரைத்துப் பார்த்தன, உறுமிப்பார்த்தன, சீறிப்பார்த்தன. கடைசியில் எல்லாம் ஓட்டமெடுத்தன. இடம் காலியான பிறகு கரியாத்தன் பதற்றத்துடன் பார்த்தான். மீனின் சிலாம்பு கூட மிச்சமில்லை. கள்ளுக்குடம் உடைந்து தகர்ந்துபோய்க் கிடந்தது.

கரியாத்தனுக்கு நடுக்கம் ஏற்பட்டது. கரியாத்தனுக்கு உதறலெடுத்தது. கரியாத்தன் மெதுவாக அலறியபடியே சிங்கிடி முங்கனிடம் கேட்டான்:

"சிங்கிடி முங்கா... களுவேறிக்குப் பொறந்தவனே, நீ என்ன வேலை செஞ்சு வெச்சிருக்குறே? அடேய், உன் எதிரிலே நிக்கிற நான் யார்னு தெரியுமாடா உனக்கு? நான் சாட்சாத் கரியாத்தன். உன் பூசாரிடா! உனக்கு நைவேத்தியம், மந்திர உச்சாடனம், கற்பூரத் தீபம், நெய்விளக்கு, கீர்த்தனாலாபனம், தீபாராதனை – உனக்கு இதெல்லாம் நினைவிருக்குதா, கூத்தச்சிக்குப் பொறந்தவனே? அடேய், இங்கே என்ன தினமுமா துலாபாரம் நடக்குது?

தவமாத் தவமிருந்து கிட்டிய ஒரு துலாபாரம். அதுவும் மீன். நல்ல கள்ளையும் ஒவ்வொரு மீனையும் பார்த்து வாங்கினேன்டா! ஆனால், நீ? களுவேறிக்குப் பொறந்தவனே, ஒரு துண்டுமீன் எனக்குக் கிடைச்சுதா? ஒரு சொட்டுக் கள்ளுக் கிடைச்சுதா? நாயும் பூனையும் பன்னியுமெல்லாம் உன் அப்பன்மார்களா? அடேய், உன்னை எந்த கெட்டவார்த்தையாலெ திட்டுறதுன்னே எனக்குத் தெரியல்லை. அடேய், ஒரு பெரிய சுத்தியலைக் கொண்டுவந்து அடிச்சு உன்னை ஜல்லிக் கல்லுகளாக்கி அப்பிடியே சாக்குப் பையிலே கெட்டிக் கடல்லே கொண்டுபோய் எறிஞ்சுடுவேன்டா. அடேய், நீ இந்தக் கரியாத்தன்கிட்டேயே விளையாடுறே? இன்னா வாங்கிக்கோ.”

கரியாத்தன், சிங்கிடி முங்கனை எட்டி உதைத்தான். சிங்கிடி முங்கன் பொதடீர்னு மல்லாந்து கீழே விழுந்தான்.

“அங்கியே கிட. கூத்தச்சிக்குப் பொறந்தவனே, அங்கியே கிட.”

சாமி தரிசனம் செய்யவந்தவர்களில் சிலர் சிங்கிடி முங்கனின் முன் கக்கூசுக்குப் போயிருப்பது கரியாத்தனின் கண்ணில் பட்டது. கரியாத்தன் வெளியே வந்து கொஞ்சம் வைக்கோலும் குப்பையும் கொண்டுவந்து மிலேச்சங்களைக் கூட்டியள்ளிக்கொண்டுபோய்த் தூர எறிந்தான். பிறகு உடைந்த கள்ளுக் குடத்தின் துண்டுகளைப் பொறுக்கியெறிந்து இடத்தைச் சுத்தம் செய்தான். எல்லாவற்றையும் கூட்டிச் சுத்தம்செய்துவிட்டு வெளியே நிற்கும்போது தூரத்தில், வயலின் மறுகரையிலிருந்து ஒரு பக்தையும் பக்தனும் கோழியுடன் வந்துகொண்டிருந்தார்கள். கோழி, சேவலா பெட்டையா?

கரியாத்தன் சிங்கிடி முங்கனைத் தூக்கி நேராக நிறுத்தி மண்ணைப் போட்டு மிதித்து உறுதியாக்கினான். ஆங்காங்கே பதிந்திருந்த மண்ணையும் சகதியையும் துடைத்துவிட்டுக்கொண்டு நிற்கும்போது பக்தர்கள் வந்து சேர்ந்தார்கள். சேவல்தான்.

அவர்கள் பக்தியுடன் கோவில் வாசலையடைந்ததும் வாசம் பிடித்தபடிக் கேட்டார்கள்:

“கள்ளு வாசமும் பச்சைமீன் வாசமும் அடிக்குதே?”

“அடிக்காமெ என்ன செய்யும்?” கரியாத்தன் சொன்னான்: “மீன் துலாபாரம். முஸ்லிம் ஜாதிக்காரங்க. பெஞ்சாதியும் புருசனும். கல்யாணம் முடிஞ்சு பத்துவருஷமான பெறவும் குழந்தை கிடையாது. பிரார்த்தனை, வழிபாடு, நேர்ச்சை. முஸல்மான் புனிதர்கள், கிறிஸ்தியானி புனிதர்கள், புனிதவதிகள், நம்பூதிரிமாரு, பட்டன்மாரு, நாயம்மாரு, கொங்கிணிமாருன்னு எல்லா தெய்வங்ககிட்டேயும் வேண்டிப்பாத்தாங்க. ஒவ்வொரு கோயில் கோயிலா, திய்யம்மாரு ஈழவம்மாருன்னு. கோயில்கள், தெய்வங்க,

குட்டிச்சாத்தானுங்க, சபரிமலை அய்யப்பர், வாவருசாமி, பீமா பள்ளி – சுருக்கமாச் சொல்றதுன்னா நேர்ச்சையும் கையுமா நடந்தாங்க. எல்லாமே செய்து பாத்தாங்க. நிறைய பணமும் செலவானது. என்ன பலன் கிடைச்சுது?"

"பெறவு?"

"கடைசி கடைசியா சிங்கிடி முங்கன் சாமிட்டெ வந்து சேந்தாங்க."

"வந்து சேருவாங்கள்லா, எல்லாரும். கடைசியில் இங்க தானே வந்து சேரணும்."

"திரு சன்னிதிக்கு வந்து சங்கடத்தைத் தீக்கச் சொல்லி பிரார்த்தனை செய்தாங்க."

"பெறவு?"

"பெஞ்சாதி கர்ப்பமாகிக் குழந்தைப் பெத்துக்கிட்டா, ஆண் குழந்தை. அந்தக் குழந்தையோட மீன் துலாபாரம்தான் நடந்தது. கூடவே ஒரு குடம் கள்ளும்."

"கள்ளும் மீனும் எங்கே?"

"மாயம்."

"அப்படின்னா?"

"காணல்லே. மாயமாக மறைஞ்சுபோச்சு."

அந்தப் பெண் பக்திப் பரவசத்துடன் சொன்னாள்:

"சேர்ந்து பிரார்த்தனை செய்வோம்."

மூன்றுபேரும் சேர்ந்து சத்தமாகச் சொன்னார்கள்:

"ஹர ஹர சிங்கிடி முங்கன்."

"சரி, நீங்க வந்த விஷயம்?"

"குழந்தைதான். எங்க ஆடு பிரசவிக்கவில்லை."

"அக்கம் பக்கத்திலே எங்கேயும் கடா இல்லையா?"

"இரண்டு மூன்றெண்ணம் உண்டு."

"ஆடு பிரசவிக்கும். ஆனையாக இருந்தாலும் சரி, பிரசவிச்சே தீரணும். என்ன கொண்டுவந்திருக்கிறீங்க?"

"கோழி."

"கால்களைக் கட்டிப்போட்டிருக்கிறீங்களா?"

"கட்டியிருக்கிறோம்."

"கொண்டுபோய் பாதத்திலே கீழே வையுங்க. கவனம்! உக்கிர மூர்த்தியாக்கும். முன்கோபி. சாம்பலாக்கிப்போடுவார்."

அவர்கள் கோழியைக் காணிக்கையாக வைத்துச் சங்கடம் சொல்லித் தொழுதுவிட்டு வந்தார்கள். கரியாத்தன் சொன்னான்:

"அந்த முஸ்லிம் ஜாதிக்காரங்க நம்மக் கோவிலைப் புதுசாக் கட்டி ஓடுபோட்டுக் கரண்டும் ஏற்பாடு செய்து தருவாங்க."

"ஹர ஹர சிங்கிடி முங்கன்."

பக்தர்கள் அங்கிருந்து போனதும் கரியாத்தன் நினைத்துக் கொண்டான். இனி எப்போதுமே கோயிலில் ஒரு ஆள் இருக்க வேண்டும். பூட்டும் சாவியும் வைத்த ஒரு உண்டியல் பெட்டி வைக்க வேண்டும். பக்த கோடிகள் வந்து கயிற்றை அவிழ்த்து வாசலைத் திறந்து உள்ளேபோய்க் கும்பிட்டு வருத்தங்களைத் தெரிவித்துக் காணிக்கைகளைக் கீழே வைத்துவிட்டுப் போவதுதான் வழக்கம். காசெதுவும் இதுவரை திருட்டுப்போனது கிடையாது. அதற்கான தைரியம் யாருக்குமே வராது. இருந்தாலும் உண்டியல் பெட்டி தேவை. அந்திக் கால பூஜையும் தீபாராதனையும் செய்ய வேண்டும். அதிகாலை பூஜையும் நடத்த வேண்டும். ஃபுல்டைம் ஒர்க்கர் தேவை. பார்க்கலாம். எல்லாம் சரியாகும். கரியாத்தன் உள்ளே போய் சிங்கிடி முங்கனிடம் சொன்னான்:

"சிங்கிடி முங்கா, நான் பழைய கரியாத்தன்தான். நமக்குள்ளே ராசியாயிடலாம். நான் செய்ததையும் சொன்னதையுமெல்லாம் மன்னிச்சுடு. வர்ற திருவிழாவுக்கு உனக்குத் தனியாக ஒரு பதினொரு குத்துவெடியை இந்த கரியாத்தன் வெடிப்பேன். டப் டப் டப்புனு பதினொரு வெடி. இப்போ, சிங்கிடி முங்கன் பெயருக்கு நூற்றியொரு ஸ்தோத்திரங்களை இந்த கரியாத்தன் சொல்வான். கொஞ்ச நேரத்திற்குப் பெறவு கோழி இரத்தம். என்ன திருப்திதானா?"

கரியாத்தன் நின்ற இடத்திலேயே பக்தியுடன் ஹர ஹர சிங்கிடி முங்கன் என்று நூற்றியொரு தடவை எண்ணி உருவிட்டான். பிறகு, கோழியின் கழுத்தையறுத்துக் கொஞ்சம் இரத்தத்தைச் சிங்கிடி முங்கனுக்குக் கொடுத்தான். கொஞ்சம் போல் அவனும் குடித்தான். கோயில் வாசலைச் சாத்திக் கட்டிவைத்துவிட்டு கரியாத்தன் கோழியுடன் கிளம்பினான். கோழிக்கறி வைத்துச் சாப்பிட்டுவிட்டுத் தூங்கும்போது சிங்கிடி முங்கன், கரியாத்தனிடம் வந்து எல்லாவற்றையும் மன்னித்து விட்டேன் என்று சொல்வதுபோல் கனவு கண்டான். கனவில், சிங்கிடி முங்கன் வந்த விவரத்தைக் கரியாத்தன் மனைவியிடம் சொன்னபோது அவள் கேட்டாள்:

“நமக்குக் கலியாணமாகி இருபது வருடங்களாயிப்போச்சே, தெய்வம் நமக்கு மட்டும் ஏன் இதுவரை குழந்தையைத் தராமலிருக்கு?”

“அது என்னுடைய குத்தமா?”

கரியாத்தன் காலையிலேயே ஆயிஷா பீவியின் வீட்டுக்குச் சென்றான். அங்கே எல்லாருமே மகிழ்ச்சியாக இருந்தார்கள்.

புட்டு, பயறு, அப்பளம், பழம், சாயாவெல்லாம் கொடுத்தார்கள். சாப்பிட்ட பிறகு கரியாத்தன் டன்ஹிலைப் பற்றவைத்துப் புகைவிட்டான். பிறகு, வழக்கமான மங்கள கர்மங்கள் ... பொன்னாடை அணிவித்தல்.

அப்துல் ரசாக்கும் ஆயிஷா பீவியும் சேர்ந்து கரியாத்தனுக்குப் பொன்னாடை போர்த்தினார்கள். அதில் பொன்னெல்லாம் எதுவுமில்லை. விலையுயர்ந்த ஒரு வெளிநாட்டுச் சால்வை. கூடவே, கரியாத்தனின் இடது கை மணிக்கட்டில் ஒரு ஃபாரின் வாட்சும் அணிவித்தார்கள்.

“வாட்சுக்குச் சாவிகொடுக்க வேண்டாம். சும்மா கெட்டியிருந்தாலே போதும். அதுபாட்டுக்கு ஓடிட்டிருக்கும்.”

அப்புறம் சட்டைத் துணி, ஒரு டபுள்வேஷ்டி, உல்லன் முழுக்கை பனியன், பவுண்டன் பேனா, பெரிய டார்ச் லைட், சோப்புகள், சவரக் கருவி, தலைவலிக்குப் புரட்டும் டைகர் பாம், ஒரு பெல்ட்டு, ஒரு குடை – எல்லாமே சுத்தமான வெளிநாட்டுச் சாமான்கள். கரியாத்தனின் மனைவிக்கு ஒரு சேலை, ஒரு ஜாக்கெட் துணி, இரண்டுமே ஃபாரின்தான். ஃபாரின் குடையை விரிக்கும் தொழில் நுட்பத்தையும் சொல்லிக்கொடுத்தார்கள்.

“கரியாத்தனுக்கு எத்தனைக் குழந்தைங்க?” ஆயிஷா பீவி கேட்டாள்.

கரியாத்தன் சொன்னான்:

“கலியாணம் முடிஞ்சு இருபது வருடங்களாகுது. இதுவரையிலும் குழந்தை இல்லை.”

“அது ஏன் சிங்கிடி முங்கன் உங்களுக்குக் குழந்தையை அருளிச் செய்யல்லே?”

“சிலபேர்களுக்கு உடனுக்குடன். சிலபேர்களுக்குத் தாமதமா. இதெல்லாம் தெய்வ இரகசியங்கள். யாருக்குத் தெரியும்?”

ஆயிஷா பீவியையும் அப்துல் ரசாக்கையும் சிங்கிடி முங்கன் தெய்வம் உடனடியாக அருளியிருக்கிறது ஆச்சரியமான விஷயம்தான்.

ஆயிஷா பீவி சொன்னாள்:

"எனக்கொரு நேர்த்திக் கடனிருக்கிறது. கோயில் திருவிழாவில் எனக்கு முடியாட்டம் நடத்த வேண்டும்."

"முடியாட்டம் உன்னதமான ஒரு புனித கர்மம். முடியாட்டம்னா அது முடியாட்டம்தான். அது ஒரு மாபெரும் சத்தியவாக்கு."

"கரியாத்தனோட பெஞ்சாதியை இங்கே அனுப்பிவைச்சு எனக்கு முடியாட்டம் சொல்லித்தரச் சொல்லணும்."

"இது எவ்வளவு பெரிய புனித கர்மம். கண்டிப்பா வந்து சொல்லித்தருவா."

அப்துல் ரசாக் சொன்னான்:

"கோயில் திருவிழாவிலே நான் உறுமியாடுவேன்."

"மகாப் புனித கர்மம். உறுமலாம். ஆடலாம் – உறுமியாடலாம். அதுதான் சத்தியவாக்கு."

"உறுமியாட கரியாத்தன் எனக்குச் சொல்லித் தரணும்."

"அந்தப் புனித கர்மத்தை நிறைவேத்த நானே சொல்லித் தர்றேன்."

"நாம ஒரு தப்பு பண்ணிட்டோம்." அப்துல் ரசாக் சொன்னான்: "துலாபாரமெல்லாம் நடத்தியதை போட்டோ எடுத்து எல்லாப் பத்திரிகைகளுக்கும் செய்தியாகக் கொடுத்திருக்கணும்."

"எனக்கும் மறந்து போயிட்டுது." ஆயிஷா பீவி சொன்னாள்.

"குழந்தையும் நானும் அவுங்களும் சிங்கிடி முங்கன் மதத்துலே சேர்ந்துடுறோம். எங்களுக்கு அதுலே பெரிய நம்பிக்கையிருக்குது."

"முஸல்மான் ஜாதி ரொம்ப மோசம்." கரியாத்தன் சொன்னான்: "அவுங்க உங்க மூணுபேரையும் வெட்டித் துண்டு துண்டாக்கி எறிஞ்சுடுவாங்க."

"எங்களையா?"

"யாரையா இருந்தாலும்."

"நாங்கள் அவுங்களோடெ செலவுலே ஒண்ணும் வாழல்லே. விருப்பமான மதத்துலே சேர்றதற்கான உரிமை இந்த நாட்டுலே யாருக்கும் உண்டு. எங்களுக்கு எங்க செல்ல மவனைத் தந்தது யாரு?"

"அற்புதம்தானே? அற்புதங்கள்லாம் தினமும் நடந்துட்டு தானிருக்கு. அதையெல்லாம் யாரு கவனிக்கிறாங்க? சிங்கிடி முங்க

மதத்தோட வாசல் கதவுகள்லாம் விரியத் திறந்துதான் கிடக்கு. முஸல்மான் ஜாதி அப்பிடியே உள்ளே வரலாம். அவுங்களோட முஸல்யார்மாரும் தங்ஙள்மாரும் மௌலவிகளும் கூட வரலாம்."

"செய்குகளும் இருக்கிறாங்க."

"அவுங்களும் வரட்டுமே. கிறிஸ்தியானிகளும் கூட்டமா வரட்டும். அவுங்களோட பாதிரிமாரும் கன்யாஸ்திரீமாரும் பிஷப்புமாரும் போப்பும் – எல்லாருமே வரட்டும். நம்பூதிரிங்க வரட்டும். பட்டன்மார், நாயம்மார், கொங்கிணி, சீக்கியரு, ஜைனரு, பவுத்தம்மாரு எல்லாரும் வரட்டும். திய்யங்க வரட்டும், ஈழவங்க வரட்டும். எல்லா சண்டாளம்மாரும் வரட்டும். மக்கள் அனைவருமே வரவேற்கப்படுகிறார்கள். சிங்கிடி முங்க மதம்தான் நவபாரதத்தின் புத்தம்புதிய பிரவாகம். இது உலகப் பிரவாகமாகப்போகிறது. காதுள்ளோர் கேட்கக் கடவீர்."

"கரியாத்தா ..." ஆயிஷா பீவி கேட்டாள்:

"சிங்கிடி முங்க மதத்துலே கள்ளுக்குடிக்கிறது கட்டாயமா?"

கரியாத்தன் பேசினான்:

"கள்ளின் வரலாற்றை முதலில் நான் சொல்லிவிடுகிறேன். சிங்கிடி முங்கன், ஆதியில் மூன்று நான்கு தென்னை மரங்களையும் நான்கைந்து பனைமரங்களையும் சிருஷ்டித்தான். அவனே அதிலிருந்து கள்ளிறக்கினான். நல்ல கள்ளு. குடித்துப் பார்த்தான். இனித்தது. பிறகு, அந்தத் தென்னைகளிடமும் பனைகளிடமும் அவன் இன விரித்தியாகும்படி சொன்னான். அந்த ஆதிகுல விருட்சங்களின் சந்ததியினர்தான் இப்போது நாம் பார்க்கும் பனைகளும் தென்னைகளும்."

சோறு, மீன்குழம்பு, பொரித்தமீன், இஞ்சிப் பச்சடி, தயிர்.

சோறு, திருதாக் குழம்பு, பொரித்தது. மிளகுப்பச்சடி, தயிர், குழாய்ப் புட்டு.

உருளைக் கிழங்குக் கறி, ஆட்டுக் கறி, குருணைக் கஞ்சி.

சோறு, கோழிக் கறி, பொரித்த கோழி, பொரித்த அப்பளம்.

புரோட்டா, கறி, சாயா.

பிரியாணி (வெஜிட்டபிள்), சட்னி, கடுஞ்சாயா.

பிரியாணி (முட்டை), சட்னி, கடுஞ்சாயா.

தேங்காய்ச் சோறு, ஆட்டுக் கறி, பருப்பு, அப்பளம், சட்னி.

சோறு, போத்துக் கறி, மசால் புரட்டியது, பருப்பு, அப்பளம், சட்னி.

நெய்ச் சோறு, கோழிக் கறி, அப்பளம், தொடுகறி.

பிரியாணி (ஆடு), தயிர், சட்னி, கடுஞ்சாயா.

பிரியாணி (கோழி), இஞ்சிப்பச்சடி, கடுஞ்சாயா.

பிரியாணி (மீன் – திருதா), எலுமிச்சம் பழக்குழம்பு, கடுஞ்சாயா என, எல்லா ஆகார வகைகளையும் அடிக்கடி நிறைய தின்ற பிறகு உடம்பில் ஒரு மினுமினுப்பும் வந்து இஸ்லாம் மதம் பரவாயில்லை போலிருக்கிறதே என்ற எண்ணமும் கரியாத்தனுக்கு வந்தது. மதரீதியிலான இந்த ஊசலாட்டம் கரியாத்தனிடம் சில நாட்கள்தான் இருந்தது. மீண்டும் அவன் சிங்கிடி முங்க மதத்திலேயே உறுதியுடன் நின்றான். இதுபோன்ற சின்னஞ்சிறு ஊசலாட்டங்கள் மனித வாழ்வில் இயல்புதான்.

குழந்தைக்குப் பெயரிடும் விஷயத்தைப் பற்றி இடையிடையே அப்துல் ரசாக்கின் உம்மா நினைவுப்படுத்திக் கொண்டிருந்தாள். உப்பப்பா இருக்கிறார் அல்லவா, அதாவது தாத்தா – அவரது பெயரைச் சூட்டலாம். இறைத் தூதர்களின் பெயர்கள், மகான்களின் பெயர்கள், புகழ்பெற்ற அரசர்களின் பெயர்கள், பிரதம மந்திரிகளின் பெயர்கள், ராஷ்டிரபதிகளின் பெயர்கள் என்று யாருடைய பெயரை வேண்டுமானாலும் சூட்டலாம், பெயர் அழகாக இருக்கவேண்டும். அதற்கொரு அர்த்தமிருக்க வேண்டும். கூப்பிடுவதற்குச் சிரமமில்லாமலிருக்க வேண்டும். எளிமையும் அழகும் நிறைந்த பெயர். பிரச்சினை தீவிரமானதுதான். என்ன பெயர் சூட்டுவது?

அப்துல் ரசாக்கும் ஆயிஷா பீவியும் சேர்ந்து யோசனை செய்து உறுதிப்படுத்தினார்கள். மகத்தான அந்தப் பெயர் என்ன?

ஆமாம்! நேரமும் காலமும் ஒத்துவரும்போது அந்த மங்கள காரியமும் நடந்தேறும்.

பசுவும் கன்றும் வந்தன. அதிக பால் கறக்கும் இனம். விலை குறைவாகக் கிடைத்தது. நான்காயிரத்து ஐந்நூறு ரூபாய்.

பசுவும் கன்றும் கரியாத்தனின் ஒரு சிப்பந்தியுடன் ஏற்கெனவே கோயிலுக்குப் போய்விட்டன. பின்னால் அப்துல் ரசாக்கும் ஆயிஷா பீவியும் செல்லமகனும், கூடவே கரியாத்தனும் காரில் மெதுவாகப்போய்க்கொண்டிருந்தார்கள். கார் மெல்ல அமைதியாகப் போய்க்கொண்டிருந்தது. உள்ளே அருமாந்த மகனல்லவா இருக்கிறான்! காரில் அசைவுகள் இருக்கக் கூடாது. சாலையோரத்தில் காரை நிறுத்திவிட்டு அவர்கள் இறங்கினார்கள். மெதுவாகக் கோயிலைப் பார்த்து நடந்தார்கள். நாய்களின், பன்றிகளின், ஆடுகளினிடையினூடே

நடந்துபோனார்கள். கரியாத்தன் நாய்களையும் பன்றிகளையும் வாய்ப்புக் கிடைத்தபோதெல்லாம் உதைத்தவாறே நடந்தான். குழந்தைக்கு மீன் துலாபாரம் செய்தவர்களும் கோயிலைப் புதிதாகக் கட்டிக்கொண்டிருப்பவர்களுமான முஸ்லிம் ஜாதிக்காரர்கள் கோயில் தரிசனம் செய்ய வருவதையறிந்து ஆண்களும் பெண்களும் குழந்தைகளும் முதியோர்களும் – எல்லாரும் உட்பட்ட பெரிய பக்தர்கள் கூட்டம் அப்துல் ரசாக், ஆயிஷா பீவி, மகன், கரியாத்தன் ஆகியவர்களின் பின்னால் ஆரவாரங்களுடன் நடந்தது.

அவர்கள் கோயிலில் பக்கத்தில் சென்றார்கள். கரியாத்தன் பசுவைக் கோயிலின் மூங்கில் தூணில் கட்டிப்போட்டான்.

கரியாத்தனின் உத்தரவின்படி அப்துல் ரசாக் கன்றுக்குட்டியைத் தூக்கிக்கொண்டு கோயிலுக்குள் சென்றான். சிங்கிடி முங்கனிடம் காண்பித்துவிட்டுப் பசுவையும் கன்றையும் கோயிலில் கட்டிப்போடலாம். ஆனால் உள்ளே தெளிவுடனில்லாத வெளிச்சத்தைப் பார்த்ததும் அப்துல் ரசாக் திகைத்துப்போய் நின்றான்.

கரியாத்தனும் ஆயிஷா பீவியும் செல்ல மகனும் உள்ளே வந்து பார்த்தார்கள். அவர்களும் திகைத்துப்போய் நின்றுவிட்டார்கள்.

கூட்டத்தில் நின்றிருந்த சில முக்கியஸ்தர்களும் உள்ளே ஏறிப்பார்த்துவிட்டு அதிசயித்து நின்றுவிட்டார்கள்.

இதென்ன ஆச்சரியம்?

சிங்கிடி முங்கன் ... இல்லை.

யாரோ சிங்கிடி முங்கனைத் திருடிக்கொண்டு போயிருக்கிறார்கள்.

பக்தர்கள் ஒட்டுமொத்தமாகக் கொந்தளித்தார்கள். சிங்கிடி முங்கனைத் திருடிச்சென்ற அந்த துஷ்டர்கள் யார்?

அவர்களைக் காலப் பாம்புதான் கடிக்கும்.

அப்துல் ரசாக் அனைவரையும் அமைதிப்படுத்தினான். பிரதம மந்திரி, ராஜாங்க மந்திரி, முதல் மந்திரி – ஆகியவர்களுக்கு அவசரத் தந்தியடிக்கச் சொன்னான். தந்திச் செலவுகளுக்காகக் கரியாத்தனிடம் ஐந்நூறு ரூபாய் கொடுத்தான். போலீசுக்கும் பத்திரிகைகளுக்கும் தகவல் கொடுக்க வேண்டும். தந்தியடிக்க வேண்டும். போலீஸ் இன்ஸ்பெக்டரை நேரில் சந்தித்து விவரத்தைச் சொல்ல வேண்டும். எல்லாவற்றிற்குமான பணத்துடன் முக்கியஸ்தர்கள் ஓடினார்கள்.

பக்தர்களின் முன்னிலையில் பசுவையும் கன்றையும் அப்துல் ரசாக் சிங்கிடி முங்கன் கோயிலில் கட்டினான். அப்படியாக அந்த மங்கள கர்மம் நிறைவேறியது.

இனி குழந்தைக்குப் பெயர் சூட்ட வேண்டும். திறமையான போலீஸ்காரர்கள் சிங்கிடி முங்கனை எங்கிருந்தாவது தேடிப் பிடித்துக்கொண்டுவந்துவிடுவார்கள். மறு பிரதிஷ்டையும் தவறாமல் நடக்கும்.

அப்துல் ரசாக்கும் ஆயிஷா பீவியும் கரியாத்தனும் குழந்தைக்குப் பெயர் சூட்டும் மாபெரும் கர்மத்தை நிறைவேற்றத் தயாரானார்கள். மக்கள் கூட்டம் கவனமாகப் பார்த்துக்கொண்டு நின்றது. அப்துல் ரசாக், கரியாத்தனின் காதில் முணுமுணுத்தான். கரியாத்தனின் கண்கள் பிரகாசித்தன.

கரியாத்தன் மணியை ஆட்டினான். மக்களும் அப்துல் ரசாக்கும் ஆயிஷா பீவியும் தியானத்தில் மூழ்கினார்கள். கடைசியில் அவர்கள் கண்களைத் திறந்தார்கள். வந்துவிட்டது. மங்கள முகூர்த்தவேளை.

ஆயிஷா பீவி – அப்துல் ரசாக் தம்பதியின் அருமாந்தப் புதல்வனுக்கு அப்துல் ரசாக் பக்தியுடன் திவ்யமான அந்தப் பெயரைச் சூட்டி அழைத்தான்:

"சிங்கிடி முங்கன்."

பக்த ஜனங்களும் கரியாத்தனும் அப்துல் ரசாக்கும் ஆயிஷா பீவியும் புனித அட்டகாசம்போல் பயங்கர சத்தத்துடன் முழங்கினார்கள்:

"ஹர ஹர சிங்கிடி முங்கன்."

1991

ஆனைமுடி

ஆனைமுடி. இது ஒரு திருட்டின் கதை. கொலை வெறிபிடித்த ஒரு கொம்பானை. நசுக்கியும் மிதித்தும் குத்தியும் இது ஒன்றிரண்டு பாகன்களைக் கொன்றிருக்கிறது. இதன் வாலிலிருந்து ஒரு முடியைத் திருட வேண்டும். திருட வேண்டுமென்றால் மற்றவர்கள் யாரும் காணாமல் செய்வது ஆனைக்காரனோ வாப்பாவோ உம்மாவோ யாரும்! அதைக் கடித்துப் பிடுங்கியெடுக்க முயற்சி செய்பவன் வேறு யாருமில்லை. நான் தான்! ஒரு ஆனையல்ல, மூன்று ஆனைகள். இரண்டு பெண் ஆனையும் ஒரு ஆண் ஆனையும்.இதில்கொம்பானையின்வாலிலுள்ள ஒரு முடியைத்தான் பிடுங்க வேண்டும். எனக்காகவும் அல்ல, ராதாமணிக்காக! எக்சைஸ் இன்ஸ்பெக்டரின் மகள். என் கிளாஸ்மேட். புத்தகத்தில் வைப்பதற்கு அவள் எனக்கு மயிலிறகு தந்திருக்கிறாள். அப்போது எனக்கு ஆனைத்தூவல் என்றொரு பரிகாசப் பெயரும் இருந்தது. நண்பர்கள் கேட்பார்கள்: “ஆனைத்தூவல் எங்கே போகுது?” அல்லது “ஆனைத்தூவல் கணக்கைத் தப்பா எழுதியிருக்கு. இன்னைக்குப் பெரிய கோழிமுட்டைதான்.” ஆனைமுடியை நான் ஆனைவால் என்றுதான் சொல்வேன். அந்தக் காலகட்டத்தில்தான் நான் எதுவுமாகட்டும் என்று பயங்கரமான ஒரு கொம்பானையின் கால்களினூடே நுழைந்து வந்த நிகழ்ச்சியும் நடந்தது.

ஆனைமுடி!

பண்டு, ஏதோ ஒரு காலத்தில் நடந்த சம்பவம்! உலகம் உருவான போதாக இருக்கலாம். அப்போது எனக்கு எட்டோ ஒன்பதோ வயதிருக்கும். என் தம்பி அப்துல்காதர் என்னைவிடவும் ஒரு வயது இளையவன்; செல்லப்பிள்ளை; அருமை சந்தானம்.மிகுந்த ஏக்கத்துடன் காத்திருந்து, நிறைய பிரார்த்தனைகளெல்லாம் செய்து பிறந்தவன்

இந்த நான். ஆனால் என்னால் ரொம்ப காலமொன்றும் செல்லப்பிள்ளையாக வாழ முடியவில்லை. அப்துல்காதருக்கு வலது காலில் ஒரு ஊனமிருந்தது. இதனால் பரிவு முழுவதும் அவனுக்குப் போய்விட்டது. அவன் தவறே செய்யாத உத்தமபுத்திரன். உலகத்தில் நடக்கிற எல்லாக் குழப்பங்களுக்கும் பதில்சொல்ல வேண்டியவன் நான். செய்யாத குற்றங்களுக்கும் நான்தான் தண்டனை அனுபவிக்க வேண்டும். என்ன இருந்தாலும் நான் சாமர்த்தியக்காரன்தான். ஆற்றில் விரால் பாய்ச்சலிட்டுக் குளிப்பது, முக்குளியிடுவது, நீரை வாரிச் சிதறடிப்பது, மரம் ஏறுவது, தலைப் பந்து விளையாடுவது போன்ற மகா வித்தைகளெல்லாம் எனக்கு அத்துப்படி. பிரமாதமாக விசிலடிக்கவும் தெரியும், இரண்டு விரல்களை வாய்க்குள்ளிட்டு! ஒரு விரலால் எல்லாம் பிரமாதமாக விசிலடிப்பேன். இதுபோன்ற எந்த வித்தையிலும் அப்துல்காதருக்குத் தேர்ச்சி கிடையாது. படிக்கிற விஷயத்தில் மட்டும் அவன் என்னைவிடக் கொஞ்சம் கெட்டி. எதிர்பாராத நேரத்தில் அசரீரிபோல் அவன் சொல்வான்:

“ஆனைத்தூவல்.”

அப்போதெல்லாம் நாங்கள் கண் விழிப்பதே ஆனையின் முகத்தில்தான். வாப்பா, தடி வியாபாரம் செய்யும் வியாபாரி. குடயத்தூர் மலையிலிருந்து தடிகளை வெட்டி, கட்டுகளாகக் கட்டி நதிவழியாகக் கொண்டுவருவார். வீட்டின் பக்கத்தில், நதிக்கரையில் தடிகளை இழுத்துப்போட்டு அடுக்கிவைப்பதற்குத்தான் இந்த ஆனைகள். வீட்டின் பக்கத்திலுள்ள தோட்டங்களில்தான் ஆனைகளைக் கட்டிப்போடுவது. அவற்றிற்குத் தென்னை யோலைகள், பனையோலைகள் போன்றவற்றைக் கொடுக்கும் வேலையை நான் மேற்பார்வை செய்வேன். அதாவது பார்த்துக்கொண்டு நிற்பேன், ஆனைகளின் மீதான எல்லா அதிகாரமும் என்னுடையது என்பது போல். கிளைத்துப் போட்டிருக்கும் தோப்பிலிருந்து மண்ணுருண்டைகளை எடுத்து யானையின் விலாவில் எறிந்து உடைப்பது மிகுந்த ரசனையான ஒன்று. என் கைகள் துருதுருவென்றுவரும். இருந்தாலும் நான் இதைச் செய்வதில்லை. சக நண்பர்கள் யாராவது இப்படி செய்யாமலும் கண்காணித்துக்கொண்டிருப்பேன். ஒருதடவை நான் இதற்கான வாய்ப்பை நத்துதாமுவுக்கு அனுமதித்தேன். அவன் ஒரு மண்ணுருண்டையை எடுத்து ஆனையின் விலாவில் எறிந்துடைத்தான். இதற்காக அவன் எனக்கொரு சிறு மாம்பழமும் தந்தான். நத்துதாமுவுக்கு என் வயதுதான். என்னுடன், நான் படிக்கும் அதே வகுப்பில்தான் படிக்கிறான். அவனுக்கு முண்டக் கண்கள். அவனது உண்மையான பெயர் தாமோதரன். அவனது

அப்பா சங்கரன் குட்டி எனது வாப்பாவின் காரியஸ்தர். சங்கரன் குட்டியின் அம்மா நங்கேலி, எங்கள் வீட்டின் சமையல்காரியும் உம்மாவின் காரியதரிசியுமாவாள். ஒருநாள் ஏதோ காரணத்திற்காக நத்துதாமு என்னை ஆனைத்தூவல் என்று கூப்பிட்டான். நங்கேலி அவனைத் தோட்டம் முழுவதும்போட்டு விரட்டினாள். நான் ஓடிப்போய் அவனைப் பிடித்து நங்கேலியிடம் ஒப்படைத்தேன். அவள் அவனை அடித்தாள். அப்போது அவன் கேட்டான்:

“அப்பிடீன்னா என்னை அவன் நத்துதாமுன்னு கூப்பிடறதோ?”

“இனிமே கூப்பிடமாட்டேன்.”

“அப்படீன்னா எனக்கொரு பழம் எடுத்துத் தா. இல்லேன்னா நான் கல்லெடுத்து ஆனையை எறிஞ்சதெ ஆனைக்காரன்டே சொல்லுவேன்.”

“நீதானேடா எறிஞ்சே?”

“இம்புட்டுப் பெருசா ஒரு மாம்பழம் வாங்கிட்டு ஒரு தடவை எறிஞ்சுக்கோன்னு சொன்னது யாராம்?”

ஆகவே ஐந்தாறு பழங்களை வீட்டிலிருந்து திருடிக் கொண்டுவந்து ஒன்றை நத்துதாமுவுக்கும் இன்னொன்றை அப்துல்காதருக்கும் கொடுத்தேன். ஒன்றை நானும் தின்றேன். மிச்சத்தை ஆனைக்காரர்களுக்குக் கொடுத்தேன்.

கிட்டத்தட்ட சதாசர்வகாலமும் நான் ஆனைக்காரர்களுடனே இருப்பேன். அவர்களுக்கான எல்லா ஒத்தாசைகளையும் செய்து கொடுப்பேன். ஆனைக்காரர்கள் அனைவருமே ஹிந்துக்கள்தான். ஆனைக்காரர்கள்தான் உலகிலேயே மிகப் பெரிய திறமைசாலிகள். அவர்களின் மீது எனக்கு மிகுந்த மரியாதை இருந்தது. அவர்களை நான் ஆராதித்தேன். எதிர் காலத்தில் ஓர் ஆனைக்காரனாக வேண்டும். இதுதான் என் ஜீவித அபிலாசை. ‘ஸெற்றியானெ. . .’ என்று நாசி வழியாக முழங்கிச் சொல்லவும் நான் பழகியிருந்தேன். ஆனையின் காதுகளில் குத்தியிழுக்கும் தொரட்டியை நான் தீட்டிக் கொடுப்பேன். கைத்தடிகளிலிருக்கும் தூசைத் துடைத்து வைப்பேன். பெரிய ஈட்டியொன்று எங்கள் வீட்டின் வராந்தாவில் சாய்த்துவைக்கப்பட்டிருந்தது. அதைத் தொடுவதற்கு யாரையுமே நான் அனுமதிப்பதில்லை. ஆனைக்காரர்களும் நானும் ரொம்ப அன்னியோன்யமாக இருந்தோம். நல்ல கொழுந்து வெற்றிலை, கொட்டைப் பாக்கு, ஜால்ப்பாணப் புகையிலை – எல்லாம் வீட்டிலிருந்து திருடிக்கொண்டுபோய் ஆனைக்காரர்களுக்குக்

கொடுப்பேன். ஆனைக்காரர்கள் பேசுவதை நான் பக்திச் சிரத்தையாக அமர்ந்து கேட்டுக்கொண்டிருப்பேன். நானும் ஒரு ஆனைக்காரனாவேன்.

எவ்வளவு நல்ல ஒரு பொற்காலம் அது. அந்தக் காலம் எங்கே... இந்தக் காலம் எங்கே ... அப்போதெல்லாம் சூரியன் எவ்வளவு பிரகாசமாக இருந்தது. நிலவென்றால் அந்தக் காலத்திலுள்ளதுதான் நிலவு. பூக்களெல்லாம் எவ்வளவு அழகும் நிறமும். குயில்களின் கூவல்தான் அப்போதெல்லாம் எவ்வளவு இனிமையாக இருக்கும். ஆற்று நீர் எப்படித் தெளிந்தோடியது. எவ்வளவு மீன்பாடு. பறவைகளும் மலர்களும் பறப்பதும் அசைந்தாடுவதும் ஹோ, எவ்வளவு அற்புதமான காலம். எட்டு ஒன்பது வயதான நாங்கள்தான் உலகின் உயிர் மூச்சு. எங்களை வட்டமிட்டேதான் காலமும் சுழன்றுகொண்டிருந்தது. வயதுக்கு மூத்தவர்களை நாங்கள் கணக்கில் எடுத்துக்கொள்ளவே மாட்டோம். அவர்கள் வயதானவர்கள். எங்களைவிட இளையவர்கள் குழந்தைகள். எங்களைவிட மூத்தவர்களெல்லாம் கிழவன்களும் கிழவிகளும். பதினாறு வயதுவரையுள்ளவர்களையும் நாங்கள் முதியோர்களாகவே கருதினோம். ஆனால் பெரியவர்களை நாங்கள் மதித்தோம். அப்போதெல்லாம் நேரத்திற்குப் பெரிய அளவிலான விலையொன்றும் கிடையாது. வாட்சுகள் அபூர்வமாகவே இருந்தன. இருந்த சில வாட்சுகளும்கூட பாக்கெட் வாட்சுகள்தான். பெரியதும் நல்ல பளபளப்பானதுமான ஒரு பாக்கெட் வாட்சு வாப்பாவிடமிருந்தது. அதைப் பார்த்து வாப்பா நேரத்தைச் சொல்லும்போது ஆச்சரியமாக இருக்கும். யாராவது மணி கேட்பது வாப்பாவுக்கு ரொம்பப் பிடிக்கும். அப்போது வாப்பா ஒரு பரிகாசப் புன்சிரிப்புடன் வாட்சை பாக்கெட்டிலிருந்து எடுப்பார். எடுத்ததுமே பார்த்து சுலபமாக நேரத்தைச் சொல்லிவிடவெல்லாம் முடியாது. அதன் ஒரு பகுதியைத் திறந்துபார்த்துதான் சொல்ல வேண்டும். வாப்பா அப்படி பார்த்துச் சொல்வார். அதிசயமும் முடிவில்லாததுமான காலத்தைக் கூட்டிலடைத்து வைத்திருக்கும் ஒரு இயந்திரம்தான் இந்த வாட்சு. நேரத்தைச் சிமிழிலடக்கிய இயந்திரம். இதை உருவாக்கியவர் யார்? எந்தப் பிடியுமில்லை. வயதான ஆட்களுக்கு இதுசம்பந்தமாக நிறைய சொல்ல வேண்டியதிருந்தது. நாங்கள் அவர்கள் சொல்வதையெல்லாம் கேட்டுக்கொண்டிருப்போம். ஆனால் நம்பமாட்டோம். பெரியவர்களை நிந்திப்பது கூடாதல்லவா? ஆகவேதான் நாங்கள் எதுவுமே சொல்ல மாட்டோம். 'சூரியன்தான் எங்களின் நேரம். அதுதான் எங்களுக்கான வாட்சு,' நிழலின் அளவைக் காலடிகளால் அளந்து பார்த்து அவர்கள் நேரத்தை மதிப்பிடுவார்கள். அதிகமாக யாருக்கும் வாட்சு இல்லையென்றாலும் எல்லாருடைய

சட்டைகளிலும் வாட்சு பாக்கெட் இருக்கும். எனக்கும் அப்துல் காதருக்கும் வாட்சு பாக்கெட் வைத்த சட்டையுண்டு. எங்களுக்குத் தொப்பியும் இருந்தது. நாங்கள் மலையாளப் பள்ளிக்கூடத்தில்தான் படித்துக்கொண்டிருந்தோம். அப்போது ஊரில் மலையாளப் பள்ளிக்கூடமும் இங்கிலீஷ் பள்ளிக்கூடமும் இருந்தன. இங்கிலீஷ் பள்ளிக்கூடத்தில் படிப்பதற்கு கோட்டும் தொப்பியும் வேண்டும். இங்கிலீஷ் பள்ளி, ஐந்தாறு மைல் தூரத்தில் இருந்தது. சட்டித் தொப்பியும் கோட்டுமணிந்த இங்கிலீஷ் பள்ளியின் மாணவர்கள் கௌரவத்துடன் இங்கிலீஷில் பேசிக்கொண்டே போவார்கள். நாங்கள் அவர்களை ஆச்சரியத்துடன் பார்ப்போம். நாங்களும் இங்கிலீஷ் படிப்போம். படிக்கவைக்கிறேன் என்று வாப்பா சொல்லியிருக்கிறார். அப்துல்காதரும் நானும் அரபு படிக்கிறோம். மலையாளம் நான்காம் வகுப்பு தேர்வான பிறகு இங்கிலீஸ் பள்ளிக்கூடத்தில் சேருவோம். கவனமாகப் படிக்க வேண்டும். புதுசேரி நாராயண பிள்ளை சார் எங்களுக்கெல்லாம் நன்றாகச் சொல்லித்தருகிறார். சில நேரங்களில் அடிக்கவும் செய்வார். இருந்தாலும் எங்களுக்கு அவரைப் பிடிக்கும். மரியாதையுமுண்டு. அப்போது போராட்டங்கள் கிடையாது. ஆசிரியர் போராட்டம், மாணவர் போராட்டம் எதுவுமில்லை. ஒழுங்குமுறையைக் கடைப்பிடிக்க வேண்டும். இல்லையென்றால் தண்டிப்பார். குறும்பு காட்டும் மாணவர்களையும் தண்டிப்பார். நல்ல சுட்ட அடி கிடைக்கும். இதுவும் போதாதென்றால் பெஞ்சின்மீது ஏற்றி நிறுத்திவைப்பார்; அல்லது வகுப்பறைக்கு வெளியே நிறுத்துவார். நான் வெளியே இப்படி நின்றிருக்கிறேன். பெஞ்சில் ஏறியும் நின்றிருக்கிறேன்.

அன்று ராஜ விசுவாசம் என்கிற ஒன்றிருந்தது. ராஜாதான் நாட்டை ஆண்டுகொண்டிருந்தார். பொன்னு தம்புரான், திருவிதாங்கூர் மகாராஜா, கொச்சி மகாராஜா என. மலபார் பகுதியைப் பற்றிக் கேள்விப்பட்டிப்பீர்களோ என்னமோ. அன்று கேரளம் கிடையாது. திருவிதாங்கூர், கொச்சி, மலபார் சமஸ்தானங்கள். மலபாரைத் தொலைவில் எங்கோ கடலிலிருக்கும் இங்கிலாந்து எனும் தீவிலுள்ள சக்கரவர்த்தியும் இந்தியாவை ஆண்டுகொண்டிருப்பவருமான ஏதோ ஒரு பொன்னு தம்புரானின் பிரதிநிதியான கவர்னரோ யாரோ ஆளுகிறார்கள். இந்த விவரங்கள் எதுவும் அப்போது எனக்குத் தெரியாது. ஆக மொத்தத்தில் ஒரு ராஜ விசுவாசம் வேண்டும் என்பது மட்டும் தெரியும். மகாராஜா என்பவர் கண்ணுக்குத் தென்படும் கடவுள். ராஜா என்றெல்லாம் சும்மா போகிறபோக்கில் சொல்லக் கூடாது. பொன்னு திருமேனி, பொன்னு தம்புரான் என்றெல்லாம்தான் சொல்ல வேண்டும். திருவிதாங்கூர் மகாராஜாவான பொன்னு

உலகப் புகழ்பெற்ற மூக்கு

தம்புரானின் ராஜவாழ்க்கை சூரிய சந்திராதிகளுள்ள காலம்வரை நிலைபெற பிரார்த்திப்பதுண்டு. வஞ்சிபூமி* பதேசிரம் ஸஞ்சிதாபம் ஜெயிக்கேணும் ... எனும் வஞ்சீச** மங்கலம் பாடலை அனைவரும் எழுந்து நின்று தொழுத கைகளுடன் பாடிய பிறகுதான் பள்ளிக்கூடங்களில் வகுப்பு தொடங்கும். அப்போதெல்லாம் பள்ளிக்கூடங்களாகட்டும் வேறிடங்களாகட்டும் நடந்துதான் போகவேண்டும். பேருந்தோ மோட்டாரோ கிடையாது. செம்மண் நிறைந்த வழிப்பாதைகளை ராஜவீதி என்று சொல்வார்கள். இந்த வழியாகச் சிலர் மாட்டு வண்டிகளில் பயணம் செய்வார்கள். அபூர்வமாகச் சிலர், குதிரையிலும் சவாரி செய்வார்கள். பெருமளவும் நடந்துதான். தீர்வை செலுத்துபவர்கள் மட்டும்தான் பிரஜைகள். இவர்களுக்குதான் ஓட்டுரிமையிருந்தது. தீர்வை செலுத்த வேண்டுமென்றால் சொந்தமாகப் பூமி இருக்க வேண்டும். வாப்பாவுக்குத் தீர்வையிருந்தது. மரம் வெட்டுவதற்கு அவர் நடந்துதான் போவார். இரண்டு மூன்றுநாள் நடைப்பயணத் தொலைவில் காட்டுவழியாக மலைக்குப் போக வேண்டும். கூடவே, நத்து தாமுவின் அப்பா சங்கரன் குட்டியும் இருப்பார். சோறு கட்டிக்கொண்டு போவார்கள். கட்டுச் சோறு தின்பதற்கு எனக்குக் கொதியாக இருக்கும். ஆகவே, ஒரு பொதிக் கட்டுச்சோற்றைக் கட்டி சங்கரன் குட்டி வீட்டில் வைத்துவிட்டுப் போவார். இதை நானும் அப்துல்காதரும் நத்துதாமுவும் பங்குபோட்டுத் தின்போம். அப்போதெல்லாம் பசியும் தாகமும் அதிகமாகவே இருந்தன. தின்பதற்கும் குடிப்பதற்கும் நிறைய சாதனங்களிருந்தன. எவ்வளவு இருந்தாலும் போதாது. கண்ணில் கண்டதையெல்லாம் அள்ளித்தின்று குடகுடா என்று தண்ணீரையும் குடித்துப் புடைத்த வயிற்றுடன் எங்காவது படுத்துத் தூங்குவோம். வழக்கமாக வாப்பாவோ உம்மாவோ நங்ஙேலியோதான் எங்களைத் தூக்கியெடுத்துப் பாயில் படுக்கவைப்பார்கள். வாப்பாவுடன் அப்துல் காதரும் நானும் பெரும்பாலும் கட்டிலில்தான் படுத்துக்கொள்வோம், மெத்தைப் படுக்கையில் வாப்பா, அப்துல்காதர், நான். உம்மா கொஞ்சம் தள்ளி வேறொரு கட்டிலில் படுப்பாள். இப்படியாகச் சுகமாக வாழ்ந்துகொண்டிருக்கும்போதுதான் அந்தப் பயங்கரமான சம்பவம் நிகழுகிறது. சத்தியம், நீதி, தர்மம் – ஆகிய இவற்றின் குரல்வளையைக் கருணையே இல்லாமல் அறுத்து, உலக அழிவுக்கு வழிகோலுகிற அந்த நிகழ்ச்சி. பிரச்சினை தெளிந்த சிறுநீர்தான். இரவில் யாரோ உறக்கப்பாயில் கிடந்து ஒண்ணுக்குப் போகிறார்கள்.

---

* வஞ்சிபூமி = திருவிதாங்கூர்

** வஞ்சீச = திருவிதாங்கூர் மன்னர்

அது யார்?

அப்துல்காதரா, நானா?

ஒரு துப்புமில்லை. யாரை அடிப்பது?

உம்மாவும் வாப்பாவும் தலை புகைய யோசனையில் ஆழ்ந்தார்கள். எதுவுமே பிடிபடவில்லை.

இந்தக் காலகட்டத்தில்தான் சத்தியம், நீதி, தர்மம் இத்தியாதிகள் கசாப்பு செய்யப்படுகின்றன. இந்தக் கொடூரச் சம்பவம் ஒரு சாயங்காலம் நேரத்தில் நடக்கிறது. சூரியன் அஸ்தமிக்கத் தொடங்கவில்லை. எங்கள் வீட்டின் மேற்குத் திசையில் படிக் கட்டின் பக்கத்தில் நிற்கும் தென்னங்கன்றின் உச்சியின் மீது நின்று சூரியன் எல்லாவற்றையும் பார்த்துக்கொண்டிருந்தான். அனைத்திற்கும் இந்த ஆதவனே சாட்சி. நான் குற்றவாளி யாக்கப்படுகிறேன். உலகமே என்னைத் துஷ்டனாகப் பார்க்கும் அந்த மகா சம்பவம்.

அந்தக் காட்சி மனத்திலிருந்து இன்னும் மாயாமலிருக்கிறது. எப்படி மாய்ந்துவிட முடியும்?

எங்கள் வீட்டு முற்றத்திலுள்ள வெள்ளை மணல் பளபளப்புடன் மின்னிக்கொண்டிருந்தது. அதில்தான் நீதிமான்கள் உட்கார்ந்திருக்கிறார்கள். யோக்கியர்கள் அனைவரும் அதிலுண்டு. வாப்பா, வாப்பாவின் கூட்டாளிகளான மாதவன் நாயர், கிருஷ்ணன், அவுசேப்பு மாப்பிள, சங்கரன் குட்டி, ஆனைக்காரர்கள். கூடவே, வாப்பாவின் அருமாந்த மச்சினனும் என் மாமாவும் லடாய் பேர்வழியும் பயங்கரமாக சவுண்டுவிடுபவரும் பெரிய பயில்வானுமான பாலசேரி முகம்மது. மாமாவின் மடியில் நொண்டிக்காலனும் செல்லப்பிள்ளையுமான அப்துல் காதர் உட்கார்ந்து மகிழ்ச்சியில் திளைக்கிறான். யோக்கியர்கள் அத்தனைபேரும் பாலூற்றிய கெட்டியான சாயாவும் குடித்துவிட்டு ஜால்ப்பாணப் புகையிலையும் சேர்த்து தாம்பூலம் கூட்டி ரசித்துக்கொண்டிருக்கிறார்கள். மாமா குடித்துவிட்டுக் கொடுத்த மீதிச் சாயாவை அப்துல்காதர் குடிக்கிறான்.

இந்தச் சபைக்கு வாப்பா என்னை அழைத்தார். எதற்காக என்று தெரியாது. நான் சென்றேன். வாப்பா என்னைப் பிடித்துப் பக்கத்தில் நிறுத்தினார். பிறகு எனது வேட்டியைப் பிடித்து உரிந்தெடுத்து என்னை முழு நிர்வாணமாக்கி இந்த உலகத்தின் முன் நிற்கவைத்தார். என் இடுப்பில் வெள்ளி அரைஞாண் இருந்தது. அதில் வெள்ளி ஏலசுகளும் இருந்தன. எல்லாம் களிம்பு படர்ந்து கறுத்துப்போயிருந்தன. வாப்பா உலகோரைப் பார்த்துச் சொன்னார்.

"பாத்தீங்களா? எல்லாம் கறுத்திருண்டு களிம்பு பிடிச்சுப் போய்க் கெடக்கு." இது மட்டுமல்ல சத்தியம், நீதி, தர்மம் ஆகியவற்றின் குரல்வளையைப் பிடித்து நெரிப்பது போல் வாப்பா தொடர்ந்து சொன்னார்.

"அப்புறம்... இவன் ராத்திரி பாயிலெ கிடந்து மோளுதான்."

எவ்வளவு பெரிய அபாண்டம்? அப்போது மின்னல் அடிக்கவில்லை; இடி விழவில்லை; ஆகாயம் தகர்ந்துவிடவில்லை. சூரியன் மட்டும் லேசாக மாற்றுக் குறைந்ததுபோல் ஒரு சந்தேகம் இருந்தது. மாதவன் நாயர் கன கம்பீரத்துடன் அறிவித்தார்.

"இது ராக்காய்ச்சல்."

நான் சொன்னேன்:

"பாயிலெ கெடந்து மோளுதது நான் இல்லெ, அப்துல் காதரு."

அப்துல் காதர் சொன்னான்:

"நான் இல்லெ, காக்காதான்*.

இரவில் பாயில் மூன்றுபேர் படுத்துத் தூங்குகிறார்கள். காலையில் பார்த்தால் பாயில் மூத்திரம். யாரோ ஒருவன் பாயில் சிறுநீர் கழித்திருக்கிறான். அது யார்? பிரச்சினை இதுதான். நான்தான் இதைச் செய்தேன் என்பதற்கான ஆதாரம் என்ன?

நான் முடிவாகச் சொன்னேன்.

"நான் இல்லெ."

ஆனால், உலகம்? இந்த உலகத்திலிருந்து சத்தியம், நீதி, தர்மம் அனைத்தும் ஒழியவேண்டுமல்லவா? இவற்றின் கழுத்தை அறுப்பதுபோல் பெரும் சத்தத்தின், லடாயின், கோபத்தின் மூர்த்தியான மாமா கர்ஜனையுடன் சொன்னார்:

"இவன் இல்லெ, நீதான்."

அத்தனைபேரும் என்னைப் பார்த்தார்கள்.

உறக்கப் பாயில் கிடந்து மோளும் துஷ்டன்... நான் சூரியனைப் பார்த்தேன். மனத்திற்குள் உம்மாவை அழைத்தேன். பெற்ற தாயும் ஏனென்று கேட்கவில்லை.

உலகமே..!

அனைவரும் ஒருமித்த தீர்ப்புச் சொன்னார்கள். பாயில் கிடந்து சிறுநீர் கழிக்காமலிருக்க வேண்டுமென்றால், ராக் காய்ச்சல்

---

* அண்ணன்

என்கிற பெரும் வியாதி விலக வேண்டுமென்றால் ஒரே ஒரு கைகண்ட பிரயோகம்தான். அதை நான் செய்ய வேண்டும். அதாவது...

கொம்பானையின் கால்களினூடே நுழைய வேண்டும்.

இப்படியான ஒரு தீர்ப்பைச் சொல்லிவிட்டுச் சபை பிரிந்தது. தீர்ப்பைக் கேட்டு நான் மயக்கம்போட்டு விழாத குறைதான். கொம்பானை அப்போது தும்பிக்கையால் மண்ணை அள்ளித் தலைமீது போட்டுக்கொண்டிருந்ததைப் பார்த்தேன். பயங்கரமாக வெளுத்துக் கூர்மையேறிய இரண்டு கொம்புகள். கருணையில்லாத குரூரமான கண்கள்.

நான் உம்மாவிடம் போய்ப் பயத்தோடு சொன்னேன்.

"கேட்டியா உம்மா, நான் கொம்பானைக்க கவுட்டுக் கிடையிலெ நுழையணுமாம்."

"நீ கெடந்து மோண்டதுனாலெதானே?" உம்மா கேட்டாள்.

நங்நேலி சொன்னாள்:

"பொன்னு மவனுக்கு ராக்காய்ச்சல் இருக்கு."

வாப்பா சொன்னார்:

"நீ பாயிலெ கிடந்து மோளாம இருக்கணும்னா நீ ஆனைக்க காலுக்கிடையிலெ நுழையணும்."

"பெண் ஆனைக்க காலுக்கிடையோடி நுழைஞ்சா போருமா?"

"போராது. கொம்பானைக்க காலுக்கிடையிலெதான் நுழையணும். நீ ஆம்புளைப்புள்ளெ."

சரி, அப்படியென்றால் எல்லாவற்றையுமே முடிவு கட்டித் தீர்ப்புச் சொல்லப்பட்டாகிவிட்டது. இரவுத் தூக்கத்தில் சிறுநீர் கழிப்பவன் நான்தான். எனவே கொம்பானையின் கால்களினூடே நுழைய வேண்டியவன் ராக்காய்ச்சல்காரனாகிய நான்தான். சரி, அப்படியே இருக்கட்டும், ஆனை என்னைக் கொன்றால் அவர்களுக்கெல்லாம் மகிழ்ச்சிதானே.

தியாகப் பலி.

நான் அப்படியே திரிகிறேன். ஆனால் காது கேட்கிறதே, எப்படிச் சும்மா திரியமுடியும்?

"காக்கா கொம்பானைக்க கவுட்டுக்கிடையோடி நுழையப் போறான், ராக்காய்ச்சல் மாறுதுக்கு. அதுனாலதான் காக்கா பாயிலெ கெடந்து மோளுதான்."

உலகப் புகழ்பெற்ற மூக்கு

அப்துல்காதர் பள்ளிக்கூடத்தில் போய்ப் பிள்ளைகளிடமெல்லாம் சொன்னான். இவனுடன் நத்துதாமுவும் உண்டு. அவன் இப்போது அப்துல்காதரின் அணுக்கத் தோழனாகத் திரிந்துகொண்டிருக்கிறான். என் கூட்டாளியாக இருந்தவன்தான். வழிதவறிப்போய்விட்டான். அப்துல்காதர் பண்டம் ஏதாவது கொடுத்திருப்பான். வரட்டும், என்றாவது ஒருநாள் என்னிடம் வராமலிருக்க மாட்டான். என் கையிலும் ஏதாவதொன்று இருக்கும். பேரீத்தம்பழமோ அல்வாவோ பொரித்த இறைச்சியோ ஏதாவது – நான் அவனுக்கு என்னவெல்லாம் கொடுத்திருக்கிறேன். நன்றி கெட்ட நத்துதாமு.

நன்றியுணர்வென்பது உலகத்தில் அறவே இல்லாமல் போய்விட்டது. அதை இப்படியாக்கியவன் இந்த நத்துதாமுதான்.

“கெடந்துமோளி.” என்னைத்தான் யாரோ கூப்பிடுகிறார்கள். யாரோ அல்ல, புற்றீசல்போல ஒரு கூட்டமே கூப்பிடுகிறது.

“கெடந்துமோளி.”

நான் ஒரு கூட்ட அடி நடத்தினேன்.

கொஞ்சமெல்லாம் எனக்கும் கிடைத்தது. வலியையும் வேதனையையும் தாங்கிக்கொண்டு பார்க்கும்போது எதிரில் புதுசேரி நாராயணபிள்ளை சார். கையில் பிரம்புடன் நிற்கிறார். முதலில் அடித்தவன் நான்தான் என்று அப்துல்காதரும் நத்து தாமுவும் சாட்சி சொன்னார்கள். இந்த அப்துல்காதர் தென்னம் பாலத்திலிருந்து நீரோடையில் தவறி விழுந்தபோது இறங்கிச் சென்று தூக்கியெடுத்துக் கொண்டுவந்து கரையில் சேர்த்தவன் நான். ஆற்றில் மூழ்கித் தண்ணீர் குடித்துத் தத்தளித்துச் சாக இருந்த இவனை மூழ்கிப்போய்க் காப்பாற்றிக் கரைச் சேர்த்தவன் நான். எல்லாவற்றிற்கும் மேலாக நான் இவனுடைய கூடப் பிறந்த காக்கா. இருந்தபோதும்கூட இவன் இப்படி அண்ணனுக்கெதிராக சாட்சி சொல்லிவிட்டானே! உலகம் அழிவதற்கு இனி வேறென்ன வேண்டும்?

நான் பேசாமல் நின்றேன்.

நத்துதாமுவும் அப்துல்காதரும் இல்லாததையும் பொல்லாததையும் சேர்த்து நான் செய்த அக்கிரமங்களைச் சொல்லிக்கொடுத்தார்கள். நான் எல்லாரையும் அடித்தேனாம், ஒரு காரணமுமே இல்லாமல். காக்காவுக்கு ராக்காய்ச்சல் உறக்கப்பாயில் கிடந்தே ஒண்ணுக்குப் போகிறான். அதற்காகக் கொம்பானையின் கால்களுக்கிடையே நுழைய இருக்கிறான்.

"கெடந்துமோளின்னு கூப்பிட்டது யாருடா?" புதுசேரி நாராயணபிள்ளை சார் கேட்டார். அப்துல்காதர் பதில் சொன்னான்:

"காக்கா ராத்திரி பாயிலெ கெடந்து மோளுதுனாலெ தானே?"

நான் சொன்னேன்:

"மோளுதது நான் இல்லெ."

"கணக்கு சொல்லித் தாறென்னு சொல்லி பொரிச்ச திருதாமீன் வாங்கித் தின்னவன் நீதானேடா?" புதுசேரி நாராயணபிள்ளை சார் என்னிடம் கேட்கிறார். சரிதான், இப்படியான ஒரு சம்பவம் பண்டைய காலத்தில் நடந்தது உண்மைதான். ஆனால், அதற்கும் இந்த வழக்கிற்கும் என்ன தொடர்பு?

சம்பவம் வேறு ஒன்றுமில்லை:

நானும் அப்துல்காதரும் கணக்குப்பாடத்தில் ரொம்பவும் மோசம். எப்போதுமே அடிவாங்கிக்கொண்டிருப்போம். கொஞ்ச நாட்களுக்குப் பிறகு அப்துல்காதர் மட்டும் அடிவாங்கத் தொடங்கினான். என் பக்கத்திலிருந்த ஒரு முஸ்லிம் சிறுமி எனக்குக் கணக்குப் பாடத்தைக் காட்டித் தருவாள். நான் பரமயோக்கியனாக அப்படி வாழ்ந்து வரும்போது ஒரு நாளிரவு, அப்துல்காதரின் சோற்றின் மீது பொரித்த ஒரு துண்டு திருதா மீன் ஸ்டைலாக உட்கார்ந்திருக்கிறது. எனக்குக் கிடைத்ததை நான் முதலிலேயே தின்றுவிட்டேன். அதிகமாக ஒரு துண்டு கேட்டபோது உம்மா தரவில்லை. அப்துல்காதரிடம் இருக்கும் மீன் துண்டை எப்படித் தட்டியெடுப்பது? நான் யோசித்தேன். அவன் மீன்துண்டைப் பார்த்தபடியே சோற்றை அள்ளி முழுங்குகிறான். நான் சொன்னேன்.

"டேய், நீ அந்த மீன்துண்டெ எனக்குத் தா. உனக்கு நான் கணக்கு சொல்லித் தாறேன்."

அப்துல்காதர் அடிபடாமல் வாழ்வதற்காக மன வருத்தத்துடன் அந்தப் பொரித்த திருதா மீனை எனக்குத் தந்தான். நான் அதை ருசித்துச் சாப்பிட்டேன். அவ்வளவுதான். பிறகு எனக்கு இந்த விஷயம் ஞாபகமே வரவில்லை. வந்துதான் எதற்கு? நானே களவாடிக் கணக்கு செய்கிறேன். இதை எப்படி உலகத்திற்கு அறிவிக்க முடியும்? எல்லாரும் கீழே அமர்ந்திருந்து கேட்டு எழுதும் கணக்கை நான் பார்த்து எழுதுகிறேன். அப்படியே நான் குசாலாக இருக்கிறேன். அப்துல்காதர் கணக்குச் செய்யவில்லை. ஆனால் நான் எப்படி அவனுக்குக் காட்ட முடியும்? வகுப்பிலுள்ள அத்தனைபேரும் பார்ப்பார்கள்.

கூடவே, புதுசேரி நாராயண பிள்ளை சாரும். தின்ற திருதாத் துண்டிற்கு நான் நன்றியுடையவன்தான் ஆனால், நான் கையறு நிலையில் இருந்தேன். கணக்குப் பாடம் செய்யாதவர்கள் எழுந்து நிற்கிறார்கள். கூடவே அப்துல்காதரும். அவன் என்னிலிருந்து பதினொன்றாவது ஆள். புதுசேரி நாராயணபிள்ளை சார் கணக்குப் பாடம் செய்யாதவர்களைத் தூரத்திலுள்ள ஒரு முனையிலிருந்தே அடித்து வரத் தொடங்கினார். அப்துல் காதரின் பக்கத்தில்கூட அவர் வரவில்லை. அதற்குள் அவன் அடிவாங்கத் தோதுவாக கையை நீட்டிப் பிடித்தபடியே சத்தமாக அழத் தொடங்கினான். தொலைவில் நின்றிருந்த நாராயண பிள்ளை சார் கேட்டார்.

"அப்துல்காதர் நீ எதுக்குடா அழுறே?"

"என் திருதா பொரிச்சதும் போச்சு. நான் இப்போ அடியும் வாங்கணும்."

"என்னடா விசியம்?"

"கணக்குப்பாடம் காணிச்சுத் தருவேன்னு சொல்லி என் பொரிச்ச திருதாவைக் காக்கா வாங்கித் தின்னான். ஆனா காணிச்சே தரல்லே. நான் இப்போ அடியும் வாங்கணும்."

எல்லாமே சத்தமாகத்தான். ஒன்றாம் வகுப்பிலிருந்தவர் களுக்கும் இரண்டாம் வகுப்பிலிருந்தவர்களுக்கும் கேட்டது. ஆகப்பெரிய அவமானமாகிவிட்டது. புதுசேரி நாராயணபிள்ளை சார் என் உள்ளங்கையில் இரண்டு அடி வைத்தார். எதற்காக? பொரித்தத் திருதாவை வாங்கித் தின்றதற்காகவா, கணக்கைக் காண்பித்துக்கொடுக்காததற்காகவா? எதற்கென்றே தெரியாது. ஆசிரியர்கள் மாணவர்களைத் தண்டிக்கும்போது அதற்கான காரணத்தையும் தெளிவாகச் சொல்லிவிட வேண்டும். இங்கே அப்படி நடக்கவில்லை. உலகிலிருந்து நீதியும் நேர்மையும் இத்தியாதிகளும்தான் காணாமல் போய்விட்டதே. இப்போது இந்தப் பழைய சம்பவத்தைத் தோண்டியெடுத்துக்கொண்டு வருவது ஏன்? இங்கே தற்போதைய பிரச்சினை என்னைக் கிடந்துமோளி என்ற சொன்னதுதான். அதற்காகத்தானே தகராறே ஏற்பட்டது? எதுவாயினும் ஆனையின் கால்களுக்கிடையே நுழைய வேண்டியவன் நான்தான். கணக்குப் பாடத்தில் மோசமானவனாக இருந்தாலும் விஷயங்களையெல்லாம் நான் புதுசேரி நாராயணபிள்ளை சாரிடம் விவரமாக எடுத்துச் சொன்னேன். அவருக்குதான் ஒன்றுமே புரியவில்லை. அவர் சண்டைபோட்ட சகலமானபேர்களுக்கும் தலா ஒரு அடி வீதம் கொடுத்தார். எனக்கு மட்டும் இரண்டு அடி. இதில் ஏதாவது நியாயமிருக்கிறதா? ஆனால் இதுதான் உலகம். சத்தியம், நீதி, தர்மம் – சொன்னேன் அல்லவா? கொஞ்சமும் கிடையாது.

பள்ளிக்கூடத்திலிருந்து வீட்டுக்கு வரும் வழியில் அசரீரிபோல் அப்துல்காதர் சொன்னான்.

"கெடந்துமோளி."

சொந்த அண்ணனைப் பார்த்துச் சொல்லும் வார்த்தை. தண்டிக்கப்பட வேண்டாமா? கொடுத்தேன் ஒரு அடி. அவன் அழுதுகொண்டே வாப்பாவிடமும் மாமாவிடமும் போய்ச் சொன்னான். இரண்டுபேருமே என் தலையில் குட்டிக் காதையும் பிடித்துத் திருகினார்கள். இதிலாவது சிறிதளவு நியாயமிருக்கிறதா? எதுவுமே இல்லை. உலகத்திடமிருந்து நீதியை எதிர் பார்க்கவே வேண்டாம். இப்படி அநியாயமான அடிகளையும் பலப் பிரயோகங்களும் ஏற்று நான் வாழ்ந்துகொண்டிருந்தேன். இருந்தாலும்கூட வருத்தப்படவில்லை. கொம்பானையின் கால்களுக்கிடையில் நுழையவிருக்கும் மாவீரன் நான். எங்கள் ஊரில் யாருமே இப்படியான வீர சாகசம் செய்ததில்லை. நான் செய்து காட்டப் போகிறேன். அபூர்வமான ஒரு வாய்ப்பு. கூட்டாளிகள் அசூயையுடன் என்னைப் பார்த்தார்கள். எனக்கு மகிழ்ச்சி. என் நடையிலும் பாவனையிலும் மாற்றம் வந்தது. பேச்சிலும்கூட. எவனாக இருந்தாலும் 'போடா புல்லே' என்ற மட்டில். ஆனையின் கால்களினூடே நுழைய வேண்டிய அந்த நாளும் நெருங்கியது. சிறிதாகப் பதற்றம் தொற்ற ஆரம்பித்தது. பயமும். ஆனை என்னைக் குத்திக் கொன்றுவிடுமோ? சமீபத்தில் தூரத்தில், எங்கோ ஒரு ஊரில் ஒரு கொம்பானை, பாகனைக் குத்திக் கொன்ற சம்பவமும் நடந்திருந்தது.

நான் நுழைய வேண்டிய ஆனை ஒரு காட்டு ஆனை. அடர்ந்த காட்டில் சுதந்திரமாக வாழ்ந்துகொண்டிருந்த ஆனை. அதைப் பிடித்துக்கொண்டுவந்து பழக்கியெடுத்தார்கள். அது இன்னும் சரியாகப் பழகவுமில்லை. "இடத்தியானெ" என்ற உத்தரவுபோட்டால் அது வலது புறம் திரும்பும்; அல்லது காதில் விழாதது போல் நிற்கும். ஆனைக்காரன் கூர்மையான தொரட்டியைக் குத்தி இழுப்பான். அது பயங்கரமான சத்தத்துடன் அலறும். இருந்த பிறகும் நான் அதன்மீது ஏறியிருக்கிறேன். ஆனைக்காரன் என்னைப் பிடித்திருந்தான். பயந்து நடுங்கிய நான் ஆனையின் மீது சிறுநீர் கழித்துவிட்டதாக ஆனைக்காரன் சொன்னான். இது பச்சைப்பொய். ஆனால், அவன் சொன்னதை ஆனையும் கேட்டுக்கொண்டுதான் நின்றது. அதற்குப் பிடித்ததோ என்னமோ?

கடைசியில் நான் ஆனையின் கால்களினூடே நுழைய வேண்டிய அந்த சுபதினம் வந்துவிட்டது கொம்பானையைக் குளிக்கவைத்து அழைத்துக்கொண்டுவந்திருந்தார்கள். என்னையும்

குளிப்பாட்டினார்கள். அதாவது நானும் கொம்பானையும் ஆற்றில் சேர்ந்து குளித்தோம். எனக்குப் புது வேட்டியும் புதுச் சட்டையும் புதுத் தொப்பியும். என் சட்டையின் வாட்சு பாக்கெட்டில் ஒரு சிறு மாங்காய் இருந்தது. அதைச் சாப்பிடு வதற்கான சந்தர்ப்பம் வாய்க்கவில்லை. அதை ருசித்துச் சாப்பிட வேண்டுமென்றால் கொஞ்சம் உப்பும் தேவை. இருக்கட்டும். ஆனை நுழைவு முடிந்தபிறகு தின்னலாம். நான் ஆனையை ஒரு தடவை சரியாகப் பார்த்துக்கொண்டேன். கறுத்திருண்டிருந்தது. வறுவறுப்பான கறுத்துருண்ட மலை. நான்கு கால்களும் வாலும் தும்பிக்கையும் கொம்புகளும். பயங்கரமான பகையுணர்வு கொண்ட கண்கள். எனக்கு மூச்சுத் தடைபடுவது போலிருந்தது. ஆனை என்னை மிதித்துக் கொல்லுமோ? தும்பிக் கையால் சுற்றிப் பிடித்து வாய்க்குள் போட்டு அசைபோட்டுத் தின்றுவிடவும் கூடும். எனக்கு வீட்டிலிருந்து ஓடிவிடலாம் போலிருந்தது. எங்கே போவது? எப்படிப் போவது?

சுற்றிலும் ஆட்கள். ஒரு பக்கம், எனது கூட்டாளிகள். பெண்களும் ஆண்களும். இதில் மற்றவர்களுக்குத் தெரியாமல் எனக்குக் கணக்குப் பாடம் காட்டித் தரும் முஸ்லிம் சிறுமியும் இருந்தாள். ராதாமணியும் இருந்தாள். ஆனையின் மறுபக்கம் ஓலையைக் கீறியபடி வாப்பா, மாமா, மாதவன் நாயர், சங்கரன் குட்டி, கிருஷ்ணன், அவுசேப்பு மாப்பிள அனைவரும் உட்கார்ந்து பழம் தின்றுகொண்டிருந்தார்கள். மாமாவின் மடியில் நிரந்தரமாக அப்துல்காதர். அவனது வாயிலும் இரண்டு கைகளிலும் ஒவ்வொரு பழம்.

வாப்பா ஒரு பெரிய பாளயங்கோடன் குலையுடன் வந்து அதை ஆனைக்கும் ஆனைக்காரர்களுக்கும் மற்றவர்களுக்கும் பிய்த்துக் கொடுத்தார். எனக்கு மட்டும் ஏன் தரவில்லை? கால்பங்கு பழக்குலை வாப்பாவின் பக்கத்தில், அப்துல்காதரின் அடுத்து, ஒரு ஓலையில். நான் சத்தமாகச் சொன்னேன்.

"வாப்பா எனக்குப் பழம் தரலே."

"இங்கே வெச்சிருக்கேன்டா." வாப்பா சொன்னார். "நீ முதல்லே ஆனைக்க காலுக்கிடையே நுழைஞ்சிட்டுவா."

இந்தப் பக்கம் நிறைய பெண்கள்: என் உம்மா, தங்கச்சிமார், உம்மாவின் உம்மா, மாமி, நங்ஙேலி ஆகியோருடன், அவுசேப்பு மாப்பிளயின், சங்கரன் குட்டியின், கிருஷ்ணனின் மனைவிமார்கள். பெண்கள் கூட்டத்தில் நத்துதாமுவும் இருந்தான். அவன் ஒரு பழத்தை ருசித்துத் தின்றபடியே எனக்கு உபதேசம் செய்கிறான்:

“நீ ஆடாம அசையாம அங்கெ போயிரு. நான் இங்கதானே இருக்கேன்? பயப்படாதெ.”

இவன் கூறுமாறியவன். எதிரிகளின் பக்கம் சேர்ந்தவன். எதிரிகளிடமும் அன்பு காட்ட வேண்டுமென்று சொல்லப் பட்டிருக்கிறது. நான் சட்டையின் வாட்சு பாக்கெட்டிலிருந்த மாங்காயை எடுத்து நத்துதாமுவுக்குக் கொடுத்துவிட்டுச் சொன்னேன்.

“என்னெ ஆனை மிதிச்சுக் கொன்னுபோடும். நீ இந்த பச்ச மாங்காயை உப்புச் சேத்துத் தின்னு. நல்ல ருசியா இருக்கும்.”

உம்மா சொன்னாள்:

“பயப்படாதடா.”

பயத்தைவிடவும் அதிகமாகப் பழம் கிடைக்காத வருத்தமும் பரிதவிப்பும். அப்துல்காதர் கப்புகப்பென்று பழத்தைத் தின்கிறான். நான் பெண்களின் பக்கத்தில் ஆனையின் இந்தப்பக்கம் நிற்கிறேன். ஆசையும் பதற்றமும் பயமும். கால்கள் இரண்டும் பூமியில் புதைந்துவிட்டதைப்போல் அசைய மறுக்கின்றன. வேர்த்து வடிகிறது. வாயில் நீரூறவில்லை. ஒண்ணுக்குப் போக வேண்டும் போலிருக்கிறது. இறுக்கமாக இருக்கிறது. தலை சுற்றுகிறதோ? கண்பார்வை தெரியவில்லையோ? இல்லை. கறுத்த வாசல் கதவின் வழியே தெரிவதுபோல் ஆனையின் கால்களினூடே வாப்பாவையும் மற்றவர்களையும் சரியாகப் பார்க்க முடிகிறது. பழக்குலையும் தெரிகிறது. அப்துல்காதர் கையிலிருந்த பழங்களையும் முழுங்கிவிட்டிருந்தான். திரும்பவும் இப்போது பழத்தை உதிர்க்கிறான். நான் சத்தமாகச் சொன்னேன்:

“வாப்பா, அவன் அவ்வளவு பழத்தையும் இப்ப தின்னுவான்.”

வாப்பா பழக்குலையை எடுத்து என்னிடம் நீட்டினார். மாமா கனத்த குரலில் உத்தரவிட்டார்:

“இங்கே வாடா நீ.”

நான் அசையவில்லை.

கிருஷ்ணனின் மனைவி சக்கி சொன்னாள்:

“நீ அந்த காலுக்கிடையோடி அந்தப் பக்கம் போ. சீ... பிள்ளைக்கு நாணமில்லியா? பொண்ணு கெட்டுத வயசாயாச்சு. இப்பவுமா கெடந்து மோளுது?”

“கெடந்து மோளுது நான் இல்லெ. அப்துல்காதர்தான்.”

“நீதான்.” உம்மா சொன்னாள்.

நான் சொன்னேன்.

“அது உங்களுக்கு எப்படித் தெரியும்?”

“உன்னைப் பெத்தவ நான்தானே? அப்துல்காதரு வயித்துலே இருக்கும்போகூட நீ கள்ளத்தனமா வந்து பால் குடிப்பியே.”

“நான் யாருட்டே இருந்தும் பால் குடிச்சது கெடையாது.”

“நீ மாமிட்டே இருந்தும் பால் குடிச்சிருக்கே, இந்த மாதவிக் குட்டிட்டே இருந்தும் பால் குடிச்சிருக்கே.”

நத்துதாமு சொன்னான்:

“எங்க அம்மைட்டே இருந்து நீ பால் குடிச்சேல்லியா? அதான் இவ்வளவு மூப்பு. யாராவது என்னெ விரட்டிப் பிடிச்சுர முடியுமா?” அவன் அம்மாவிடம் கேட்கிறான்:

“எம்மா, எனக்குள்ள பாலை நீ யாருக்குக் குடுத்தே?”

நான் சொன்னேன்:

“நான் யாருட்டே இருந்தும் பால் குடிச்சது கெடையாது.”

உம்மா கேட்டாள்:

“நான்தானேடா உன்னைப் பெத்தேன்?”

“என்னை யாருமே பெறல்லெ.”

“அப்புறம்?”

“நான், தானாவே பொறந்தவன்.”

ஆதம் நபியை அல்லாஹு படைத்தான். ஆதி மனிதனாகிய ஆதம் நபிக்கு உம்மாவும் கிடையாது. வாப்பாவும் கிடையாது. ஆதம், யாரிடமிருந்தும் பால் குடித்ததில்லை. இந்த விஷயத்தை நான் ஏற்கெனவே புரிந்துகொண்டிருந்தேன். உம்மா சொன்னாள்:

“நான் உன்னைப் பத்து மாசம் இந்த வயித்துலேயே கொண்டு நடந்தவொ. பெத்துப்போட்ட காலத்துலே நீ ஒரு பீக்கிரிக் குழந்தையா இருந்தே. உனக்கு நான் மொலப்பால் தந்து வளத்தி இந்த அளவுக்கு ஆக்கியெடுத்தேன். இப்போ நீயா பெத்தேன்னு கேட்குறே.”

“இதுக்கான சாட்சி யாரு?”

“உன் வாப்பா.”

“அப்படின்னா கெடந்து மோளூது நான் இல்லெ.”

“நீதான்.”

“நான் இல்லெ. ஆனை என்னை மிதிச்சுக் கொல்லட்டும்.”

நங்நேலி சொன்னாள்.

“எம்புள்ளெ பயராண்டாம். அங்கெ ஆனைக்காரங்கள் லாம் நிக்கிதாங்கதானே?”

நத்துதாமு சொன்னான்:

“அ ... ஏன் பயருதே? நாந்தான் இங்க நிக்கிதேனே?”

எனக்கு அப்போது அவன் கழுத்தைப் பிடித்து நெரித்து விடலாம் போலிருந்தது.

உம்மா சொன்னாள்:

“பிஸ்மி சொல்லிட்டு என் புள்ளெ போ.”

நான் பிஸ்மி சொன்னேன். வாப்பா பழக்குலையை நீட்டிக் கூப்பிடுகிறார். ஆசை ஆசையாக இருந்தது. ஆனை பயங்கரமான அகங்காரத்துடன் நிற்கிறது. அப்துல்காதர் பழங்களையெல்லாம் குமுக்குமுக்கென்று முழுங்குகிறான். அவன் அவ்வளவையும் இப்போ தீர்ப்பான். நான் கனவு காண்பவன் போல் நடந்தேன். ஆனையின் சகிக்க முடியாத துர்வாசம். நான் குகைக்குள் போவதுபோல் ஆனையின் கால்களினூடாக நடந்து வெளிச்சத்தில் வந்தேன். ஆனையின் கால்களினூடே நான் மறுபுறம் வரும்போது அது என் தலையில் மூத்திரம் பெய்யும் ஒரு முயற்சியை மேற்கொண்டது. அது, சடபுடாவென்று மூத்திரம் பெய்யத் தொடங்கியது. மூத்திரம் என் தலையில் விழவில்லை.

மக்கள், மகிழ்ச்சிக் கூப்பாடெழுப்பினார்கள். வாப்பா என்னை அள்ளியெடுத்தார். நான் குதறிக் கீழே இறங்கிப் பழக்குலையைக் கையிலெடுத்தேன். அப்துல்காதரின் கையிலிருந்த பழத்தைத் தட்டிப் பறித்தேன். பிறகு என் கூட்டாளிகளுக்கெல்லாம் ஆளுக்கொரு பழம் கொடுத்தேன். கணக்குப் பாடம் காட்டித் தரும் முஸ்லிம் சிறுமிக்கும் ராதாமணிக்கும் இரண்டு வீதம் கொடுத்தேன். அப்போது நத்துதாமு கை நீட்டினான்:

“எனக்கென்ன கரந்தீர்வை இல்லியா?”

அவனுக்கும் ஒரு பழம் கொடுத்தேன். பழத்தோல்களைச் சேகரித்து அதை ஒரு உருண்டையாக்கி நாங்கள் ஆனைக்குக் கொடுத்தோம். கொடுத்தது ஆனைக்காரன்தான்.

ஆனையின் கால்களினூடே தைரியமாக நுழைந்த அதிர்ஷ்டக்காரன்! மகான்! வீரன்!

நான் அப்படியே சுகமாக வாழ்கிறேன். இப்போது நான் பாயில் ஒண்ணுக்குப் போவதில்லையென்று உம்மா சொன்னாள். இதற்கான காரணம், பிறகு, நான் வாப்பாவுடன் படுப்பதில்லை என்பதுதான். உம்மாவுடன்தான் படுப்பேன். எல்லாமே அப்படி திருப்தியுடன் இருக்கும்போது ஒருநாள் நடுச்சாம நேரத்தில், அல்லோ உம்மோ என்று ஒரு அலறல் சத்தம். அது வாப்பா, அப்துல்காதரைப் போட்டு அடியோடடி என்று அடிக்கிற கோலாகல நிகழ்ச்சிதான். தீக்குச்சியை உரசி விளக்கைப் பற்றவைத்துப் பார்க்கும்போது அப்துல்காதர் வாப்பாவின் படுக்கையில் மோண்டு வைத்திருக்கிறான்.

அப்படியென்றால் இவ்வளவு காலமும் வாப்பாவின் பாயில் தைரியமாகக் கிடந்து மோண்டுவைத்த அந்தக் கள்ளன் யார்?

இவ்வளவு காலமும் அவச் சொல்லுக்கு ஆளான நிரபராதி யார்? உலகம் போகிற போக்கைப் பார்த்தீர்களா? கொம்பானையின் கவுட்டைக்கிடையில் நுழைந்திருக்க வேண்டியவன் அப்துல்காதர்தானே? ஆனால் அவன் இரண்டு கைகளையும் நெஞ்சிலடித்து வாயைப் பிளந்து அழுகிறான். அந்த அருமாந்தப் பிள்ளை அழுதபடியே சொல்கிறது:

“நான் மோளல்லே. காக்காதான் பதுக்க வந்து மோண்டு வெச்சுட்டுப் போயிட்டான்.”

அவன் குற்றவாளி இல்லையாம்.

“உள்ளதா இருக்கும்.” உம்மா நினைவுபடுத்திச் சொன்னாள்: “எனக்கு அஞ்சாங் காய்ச்சல் வந்தப்போ ...”

அது ஒரு பழைய சம்பவம். உம்மாவுக்குப் பொக்களம், மண்ணன் என்றெல்லாம் சொல்லப்படும் ஒரு வகைக் காய்ச்சல் வந்தது. அம்மை நோயின் கூடப் பிறந்த சகோதர வியாதி இது. படரக்கூடியது.எனவே என்னையும் அப்துல்காதரையும் மாமாவின் வீட்டில், பாலசேரியில் கொண்டுபோய் விட்டார்கள். அங்கே மாமி இருந்தார்கள். சின்னம்மாவும் இருந்தாள். உப்பப்பாவும் உம்மும்மாவும் இருந்தார்கள். மாமா இருந்தார். அந்தத் தோப்பில் ஏராளமான மரங்களிருந்தன. குடம்புளி, வாளம் புளி, கொல்லா* மரம், கூடவே நீரோடைகள், குடைப் பனைகள். அது மிகப் பழைமையான ஒரு வீடு. நிறைய இருட்டறைகள் இருந்தன.

---

* முந்திரி

அங்கே பேய்கள் குடிகொண்டிருப்பதாக நான் நம்பினேன். பகல் நேரத்தில் பயமிருக்காது. இரவில் ரொம்பப் பயமாக இருக்கும். நானும் அப்துல்காதரும் உம்மும்மாவுடன் படுத்துக்கொள்வோம். உம்மும்மாவை நாங்கள் உம்மா என்றுதான் சொல்வோம். ஒருநாள் நான், வாளம்புளியும் குடம்புளியும் கொல்லாம் பழமும் சக்கைப் பழமுமெல்லாம் தின்றேன். இரவு மத்திச் சாளை, குழம்பு வைத்ததும் பொரித்ததும் கூட்டி விலாப்புடைக்கச் சோறு தின்றேன். நடுச்சாமத்தில் எனக்கு வயிற்றுவலி வந்தது. கக்கூசுக்குப் போக வேண்டும் போலிருந்தது. ஆனால் உம்மாவை எழுப்புவதற்கும் பயம். பேய்கள் நிற்குமே? நான் கண்ணைத் திறக்காமல் இருட்டிலேயே இருந்துவிட்டேன். ஆசுவாசம் கிடைத்தது. பிறகு கண்களை இறுக அடைத்த படியே எதுவுமாகட்டுமென்று உம்மாவை எழுப்பினேன். உம்மா தீக்குச்சியை உரசி விளக்கைப் பற்றவைத்ததும் அப்துல்காதர் உறக்கப்பாயில் வெளிக்கிருந்த செய்தியைச் சொன்னேன். உம்மா பாயைக் கொண்டுபோய் ஓடையில் கழுவிவிட்டு வந்தாள். நான் அப்துல்காதரைப் பார்த்தேன். அவன் கண்களைக் கசக்கியபடி உட்கார்ந்திருந்தான். அவனுக்கு எதுவும் விளங்கவில்லை. நான் கேட்டேன்:

“டேய், நீ ஏண்டா பாயிலெ வெளிக்கிருந்தே? உனக்கு வெக்கமில்லியா? இவ்வளவு வயசான பெறவும்.”

அவன் ஒன்றும் புரியாமல் நிலா வெளிச்சத்தில் இறங்கிய சேவல்போல் மலங்க மலங்கப் பார்த்தான். உம்மா சந்து கழுவக் கூப்பிட்டபோது நான்போய் உட்கார்ந்து கொடுத்தேன். இருட்டில்தான். உம்மா எனக்குக் கழுவி விட்டபிறகு அப்துல் காதர் நொண்டி நொண்டி வந்து உட்கார்ந்து கொடுத்தான். உம்மாவுக்குக் கோபம் வராமலிருக்குமா? உம்மா அவனுடைய மூலத்தில் ஒரு அடி வைத்துவிட்டுச் சொன்னாள்:

“இப்பதானேடா உனக்குக் கழுவிவிட்டேன்?”

அப்துல்காதர் எதுவுமே பிடிபடாமல் உம்மா போட்டுக் கொடுத்த புதிய பாயில் வந்து படுத்தான்.

இந்தச் சம்பவத்தை நான் பெருமையுடன் நங்ஙேலியிடம் சொல்லியிருந்தேன். நான் வெளிக்கிருந்துவிட்டுப் பழியை அப்துல்காதரின்மேல் போட்டதை உம்மாவிடமும் வாப்பா விடமும்கூடச் சொன்னேன். இந்தச் சம்பவத்தைத்தான் இன்று அவர்கள் எனக்கெதிராகத் தாக்கல் செய்தார்கள். அப்துல்காதர் சொன்னதுபோல்தான் நடந்திருக்கிறது. நான் இருட்டில்போய் வாப்பாவின் பாயில் ஒண்ணுக்கு இருந்துவிட்டுத் திரும்பி வந்து

படுத்திருப்பேனாம். இவ்வளவு மூத்திரம் பெய்த அப்துல்காதர் பரமயோக்கியன்.

சிறுநீர்த் தாவா எதுவாயினும் துப்பு கிடைக்காமல் இருக்கிறது. உம்மாவுக்கும் வாப்பாவுக்கும் இதில் சந்தேகமிருந்தது. குற்றவாளி நானா அப்துல்காதரா? பொது ஜனம் இரண்டு அணியிலும் இருந்தது. பள்ளிக்கூடத்திலும் இருவேறு கருத்துகள் நிலவின. அப்துல்காதர் பலருக்கும் பலவிதமான பொருட்களைக் கொடுத்துத் தனது பக்கம் ஆள் பிடித்தான். நத்துதாமு, அணி சேராமல் நின்றதுடன் புதிதாக ஒன்றைச் சொன்னான். படுக்கையில் கிடந்து ஒண்ணுக்கு அடிப்பது நானோ அப்துல்காதரோ இல்லை.

வாப்பாதான்.

இதைக் கேட்ட நங்ஙேலியும் சங்கரன் குட்டியும் நத்துதாமுவைத் தோட்டம் முழுவதும் போட்டு விரட்டிப் பிடித்து அடியோ அடி.

அப்துல்காதரின் அணியிலிருந்து விலகி என் பக்கம் சேர்ந்த ராதாமணிக்கு அப்துல்காதர் ஒரு துண்டு வாளம்புளி கொடுத்தான். அவள் திரும்பவும் அவன் பக்கம் சேர்ந்துகொண்டாள். ஒரு புளித் துண்டுக்காகப் பெண்பிள்ளைகள் இப்படி கூறுமாறுவது சரியா? நான், சுட்ட முந்திரிப் பருப்பை உடைத்துக் கொடுத்தபோது அவள் என் அணியில் சேர்ந்தாள். வந்தது மட்டுமல்ல, ராதாமணி தீரத்துடன் அறிவித்தாள்:

“உறக்கப்பாயிலெ கெடந்து மோளுது அப்துல்காதர்தான்.”

எனக்குப் பெருமகிழ்ச்சி.

அப்போது ராதாமணிக்கு ஒரு ஆசை. அதை என்னிடம் இரகசியமாகச் சொன்னாள்.

“எனக்கொரு ஆனைவால் வேணும், தருவியா?”

எனக்கென்று சொந்தமாக ஆனையிருந்தால் ஒரு முழு ஆனையையே நான் ராதாமணிக்குக் கொடுத்திருப்பேன். இதை அவளிடம் நான் சொல்லவும் செய்தேன். அப்போது ராதாமணி சொன்னாள்.

“முழுசா ஆனை வேண்டாம். ஒரேயொரு ஆனைவால் மட்டும் போதும்.”

“தாறேன்.” நான் சொன்னேன். தருவதாகச் சொன்னது அப்துல்காதரின் நத்துதாமுவின் முன் வைத்துதான். சாதாரணமாக வாப்பாவும் உம்மாவும் ஹிந்து நண்பர்களுக்கு ஆனைவால் வாங்கிக்

கொடுப்பதுண்டு. மோதிரமாக விரலில் போட்டுக்கொள்வதற்கு. சிலர் மணிக்கட்டில் சுற்றிக்கொள்வதுமுண்டு. ஆனைவாலுக்கு அற்புத சக்திகள் இருக்கின்றன.

ஆனைவால் எனக்கு மிகச் சுலபமாகக் கிடைக்கும். ஆனைக்காரர்கள் அனைவரும் என் நண்பர்களல்லவா? இருந்தாலும் நான், ஒரு ஆனைவால் வாங்கித் தரச் சொல்லி உம்மாவிடமும் வாப்பாவிடமும் கேட்டேன். இரண்டுபேருமே சொல்லிவிட்டார்கள்.

"உனக்கிப்போ ஆனைவால் வேண்டாம்."

இதை ஆனைக்காரர்களும் கேட்டுக்கொண்டிருந்தார்கள். அவர்கள் தடம் புரண்டுவிட்ட விவரம் எனக்குத் தெரியாது. நத்துதாமுவும் அப்துல்காதரும் என்னைப் பற்றி என்னவெல்லாமோ போட்டுக்கொடுத்திருக்கிறார்கள். கூடவே ஆனைக்காரர்களுக்கு ஒரு சிரட்டை நிறைய சுட்ட கொல்லாங் கொட்டையும் கொடுத்திருக்கிறார்கள்.

நான் ஆனைக்காரர்களிடம் கேட்டேன்.

"ஒரு ஆனைவால் வேணும்."

அவர்கள் பரிகாசம் செய்வதுபோல் சொன்னார்கள்:

"ஆனைக்கு ஒரே ஒரு வால்தானே இருக்கு? அதையும் வெட்டியெடுத்துட்டா பெறவு ஆனை, வாலுக்கு எங்கெ போகும்?"

நான் சொன்னேன்:

"எனக்கு முழுசா வேண்டாம். ஒரு தூவல் மட்டும் போரும். ஒரு ஆனைத்தூவல்."

"ஆனைத்தூவலா?" ஆனைக்காரர்கள் சிரித்தார்கள். "இதென்ன ஏதாவது கோழித் தூவலா?"

"ஒரே ஒரு ஆனைத்தூவல்." நான் கெஞ்சினேன். ஆனைக்காரர்கள் மசியவில்லை. நத்துதாமுவும் தொத்துக் காலனும் நிற்கும்போதுதான் ஆனைக்காரர்கள் இதைச் சொன்னார்கள். எனக்கு அவர்கள் தந்திருக்க வேண்டாமா? வெற்றிலை, பாக்கு, இளநீர், புகையிலை, பழம், அல்வா, பேரீத்தம்பழம் என்று என்னவெல்லாம் ஆனைக்காரர்களுக்குக் கொடுத்திருக்கிறேன். இதெல்லாம் போதாதென்று வாப்பா இழுக்கும் நல்ல வாசனையுள்ள தடியொத்த சுருட்டும்கூட கொடுத்திருக்கிறேனே? ஆனைக்கார மகான்கள் இவ்வளவுக்கு நன்றியில்லாதவர்களா? நான் கேட்டது, வெறுமொரு ஆனைத்தூவல். அவர்கள் தரவில்லை. சரி விடு, பார்த்துக்கொள்ளலாம். நான்

பெரியாளாகும்போது ஆனைக்காரனாக மாட்டேன். அப்படியாக ஆனைக்காரர்களின் உலகத்தில் நல்லவனாகிய ஒரு ஆனைக்காரன் இல்லாமலாகிவிட்டான்.

ஒரு ஆனைத்தூவலை நான் திருடுவேன்.

எப்படித் திருடுவது?

அல்லும் பகலும் இதே யோசனைதான். உயிருள்ள ஒரு கொம்பானையின் வாலிலுள்ள ஒரு முடியைப் பிடுங்கியெடுப்பது எப்படி? யோசனையில் மூழ்கி அப்படியே நடக்கும்போது...

"ஆனைத்தூவல்." அசரீரிகள்தான். பள்ளிக்கூடத்திலுள்ள அதிகமான பேர்களும் என் முகத்தைப் பார்த்தே மெதுவாகக் கூப்பிடத் தொடங்கியிருந்தார்கள். நத்துவும் தொத்துவும்தான் இதன் தலைவர்கள். நான் தனிமைப்பட்டது போலாகிவிட்டேன். ராதாமணியும் எதிரிகளின் கோஷ்டியில் சேர்ந்துவிட்டாள். எல்லாருமே சேர்ந்து ஆனைத்தூவல், கெடந்துமோளி என்றெல்லாம் கூப்பிடுவதும் அடிதடிகள் நடப்பதும் புதுசேரி நாராயண பிள்ளை சாரிடமிருந்து அடி வாங்குவதும் தொடர்ந்து நடந்துகொண்டிருந்தன. இரவு படுத்திருக்கும்போது அப்துல்காதர் சொல்வான்:

"ஆனைத்தூவல்; கெடந்துமோளி."

காட்டித் தருகிறேன்டா. உலகை முன்னிறுத்தி மனத்திற்குள் உறுதி பூண்டேன். நான் ஒரு ஆனைத்தூவல் திருடுவேன். அதற்குச் சுலபமான வழி எது?

அப்படியிருக்கும் காலகட்டத்தில் ஒருநாள் நான் உலகமகா வெற்றிவீரன் போல் வகுப்பறைக்குள் பிரவேசித்தேன். சத்ரு மித்ராதிகள் அனைவரையும் அழைத்துக் கூட்டினேன். தொத்துக் காலன் அப்துல்காதரின் நத்துதாமுவின் முகங்களில் பார்வையை ஊன்றியபடி ராதாமணியிடம் கேட்டேன்:

"நீங்க யாராவது ஆனைத்தூவல் பாத்திருக்கிறீங்களா? தொட்டுருக்கீங்களா?"

சபையோரிடமிருந்து எந்தப் பதிலும் வரவில்லை; நிசப்தம். நான் ஒரு பெரிய ஆனைவாலை ராதாமணிக்குக் கொடுத்தேன். பிறகு சபையினரோடும் இந்த உலகத்தோடுமாகச் சொன்னேன்:

"ப்ளுங்கோ."

ஆனைவால் எப்படிக் கிடைத்தது என்பதையறிய சபை ஆர்வம் காட்டியது. நத்துதாமுவுக்கும் தொத்துக்காலன்

அப்துல்காதருக்கும் இது எப்படி கிடைத்தது என்பதை அறிய வேண்டும். பலமுறை கேட்டுப்பார்த்தார்கள். நான் சொல்லவே இல்லை. நீண்ட காலமாகவே அதைச் சொல்லாமலிருந்தேன். அதை இப்போது சொல்கிறேன்.

உயிரோடுள்ள ஒரு கொலைகாரக் கொம்பானையின் வாலிலிருந்து ஒரு முடியை எப்படி திருடுவது? தென்னை மரத்தில் கட்டிப்போடப்பட்டிருக்கும் ஆனையின் பின்புறம் நைசாகச் சென்று வாலைப் பிடித்து மெதுவாக ஒரு முடியைத் திருடலாம். ஆனால் திடீரென்று திரும்பி அது முட்டிவிட்டாலோ? சொன்னேன் அல்லவா? இரவும் பகலும் இதே யோசனைதான். கடைசியில் ஒரு சுளுவான வழியைக் கண்டுபிடித்தேன். ஆனைகளும் நாங்களுமெல்லாம் சேர்ந்துதானே ஆற்றில் குளிப்போம். ஆனைக்காரர்களுடன் சேர்ந்து, பரந்த கருங்கல்லால் நான் பல தடவை ஆனையின் முதுகைத் தேய்த்துவிட்டிருக்கிறேன். அப்போது ...

சகலமான மனிதர்களும் ஆனைகளும் குளிப்பது படகுத் துறையில்தான். பெரியாறு. கண்ணீர்போல் வெள்ளம். வேனல் காலத்தில் ஆட்கள் நீந்திச் செல்வார்கள். சகதியே இருக்காது. நல்ல சரல்மண். மறுகரையில் பழைய ஒரு கள்ளுக்கடை இருக்கிறது. நீந்திச் செல்பவர்கள் அனைவரும் கள்ளுக்கடைக்குப் போகிறவர்கள்தான். குளித்ததுபோலவும் இருக்கும். கள்ளும் குடிக்கலாம். கரையோர ஆற்றுநீரில் மூன்று ஆனைகள் கிடந்தன. நடுவில் கிடப்பதுதான் கொம்பானை. அதன் வாலைத்தான் திருட வேண்டியது.

நிறையபேர் குளித்துக்கொண்டிருந்தார்கள். நிறையபேர் நீந்திச் செல்கிறார்கள். இடையே படகிலும் ஆட்கள் போய்க் கொண்டிருக்கிறார்கள். குளிப்பவர்களில் வாப்பாவும் இருந்தார். மாமாவுமிருந்தார். சங்கரன் குட்டியும் கிருஷ்ணனும் இருந்தார்கள். பத்மநாபன் நாயரும் அவுசேப்பு மாப்பிள்ளையும் இருந்தார்கள். நானும் நத்துதாமுவும் முண்டுகளை அவிழ்த்தெறிந்துவிட்டு ஆற்றில் குதித்தோம். நத்துதாமுவை அவனது அப்பா தேய்த்து அழுக்குபோகக் குளிப்பாட்டிக்கொண்டிருந்தார். வாப்பா என்னை நன்றாகக் குளிக்கவைத்தார். பிறகு நான் தண்ணீரில் முக்குளியிட்டுத் தூரத்தில்போய் மேலே உயர்ந்தேன். சரியாக ஒருதடவை அங்குமிங்கும் பார்த்துக்கொண்டேன். எந்தப் பிரச்சினையுமில்லை. யாரும் என்னைக் கவனிக்கவில்லை. நல்ல தருணம். நான் நீருக்குள் மூழ்கியபடியே மெதுவாக கொம்பானையின் பின்னால்போய்த் தலையை மட்டும் உயர்த்திப் பார்த்தேன். வால் சரியாகத் தெரிந்தது. பிறகு நீரில் மூழ்கியபடி ஆனையின் வாலை மெல்லப் பிடித்தேன்.

நல்ல உறுதியாக இருந்தது. நீளமான ஒரு முடியைப் பற்களால் கடித்து எடுத்து விடலாம். கடிக்க முயற்சி செய்து பார்த்தேன். முடியவில்லை. நான் கடித்துப் பிடித்திருந்த வாலை ஆனை பலமாக இழுத்தது போலிருந்தது. ஆகக் குழப்பம்.

வாலின் பிடி விடுபடவும் நான் மேலே உயர்ந்தேன். ஆனை பயங்கரமாகப் பிளிறியபடியெழுந்து திரும்பியபோது என்னைப் பார்த்துவிட்டது. நான் அப்படியே நீரில் மூழ்கினேன். மரண பயத்துடன் மூழ்கினேன். தரை தட்டுப்பட்டபோது மிதித்துத் துள்ளிப்பாய்ந்து போய்க்கொண்டிருந்தேன். மூச்சுவிட வேண்டும். குரல்வளை தெறித்துவிடப்போகிறது. இருந்த போதும் மேலே வரவில்லை. அப்படியே நீந்தி நீருக்குள் இருட்டான பகுதிக்குச் சென்றதும் மேலே உயர்ந்தேன். ஆற்றில் சாய்ந்துகிடக்கும் பருத்திக் காட்டுப் பகுதியில், எக்சைஸ் நிலையத்தின் பக்கத்தில். திரும்பிப் பார்த்தேன். ஆனை, தும்பிக்கையை உயர்த்தித் தந்தங்களை நீட்டியபடியே நின்று பயங்கரமாகப் பிளிறுகிறது. மற்ற இரண்டு ஆனைகளும் கூட எழுந்து நின்று பிளிறின. ஆட்கள் அங்குமிங்குமாக ஓடுகிறார்கள். பெரும் கோலாகலம். நான், முழு நிர்வாணம். கரையில் ஏறி முள்ளும் குண்டும் குழிகளுமெல்லாம் குதித்துப் பாய்ந்து, கொடிகள் படர்ந்த ஒரு பெரிய மரத்தில் வலிந்தேறி இலைகளின் மறைவில் ஒரு கிளையில் அமர்ந்து நடுங்கினேன். முசுறு எனும் சிவப்பெறும்புகள் என் உடலைச் சுற்றிப் பொதிந்தன. நான் அவற்றைத் தட்டி உதறியபடியே நடுங்கிக்கொண்டிருந்தேன். எவ்வளவு நேரம் அப்படியே இருந்திருப்பேன் என்று தெரியவில்லை. ஆனைகளின், ஆட்களின் ஆரவாரங்கள் ஓய்ந்தன, எதுவுமே நடக்காததுபோல். எல்லாமே பழைய நினைவுகள்போலாயின. ஈரம் முழுவதும் உலர்ந்து உடல் வறண்டது. முசுறு கடித்த வலி மட்டுமிருந்தது. நான் அப்படியே அமர்ந்திருக்கும்போது வாப்பா அழைக்கும் குரல் உச்சத்தில் கேட்டது. என் பெயரைச் சொல்லிக் கூப்பிடுகிறார். நான் வாப்பா... என்று பதிலுக்குக் குரல் கொடுத்தேன். பிறகு இறங்கிச் சென்றேன். வாப்பா தோளில் கிடந்த துண்டையெடுத்து உடுத்திவிட்டார். என் தலையைத் தடவிவிட்டபடி உடலில் கடித்துப் பிடித்திருந்த எறும்புகளைக் கிள்ளியெடுத்தார்.

நாங்கள் வீட்டுக்குத் திரும்பினோம். நான் உம்மாவிடம் சொன்னேன்:

"உம்மா, என் வேட்டி தொலைஞ்சுபோச்சி." உம்மா சொன்னாள்:

"எல்லாருக்க வேட்டியும்தான் போச்சு."

ஆனை மிரண்ட ஆரவாரத்தில் ஆட்கள் இடுப்புத் துணியும் கோமணத்துண்டுமில்லாமல் விழுந்தடித்து உயிரையும் கையில் பிடித்துக்கொண்டு ஓடிவிட்டார்கள். அவர்களுடன் நிர்வாணக் கோலத்துடன் வாப்பாவும் மாமாவும் பத்மநாபன் நாயரும் கிருஷ்ணனும் சங்கரன் குட்டியும் நத்துதாமுவும் அவுசேப்பு மாப்பிளயும் ஊரைப்பார்த்து ஓட்டம் பிடித்து நீரோடைகள் வழியாக எங்கள் தோட்டத்திலேறி வீட்டுக்கு வந்தார்கள். அவுசேப்பு மாப்பிள வழியில் ஒரு கல்தட்டிக் கீழே விழுந்து கால்மூட்டைப் பெயர்த்துக்கொண்டார். கொம்பானை ஒரு பெண்யானையை லேசாக முட்டித் தள்ளியிருக்கிறது. ஆனைக்காரர்கள் ரொம்பவும் சிரமப்பட்டு அவற்றைக் கொண்டுபோய்க் கட்டிப்போட்டார்கள். கொம்பானைக்குத் திடீரென்று மதம் பிடித்துவிட்டது.

அது தவறல்லவா? இதற்கெல்லாம் காரணம் நான்தானே? இந்த உண்மையை எப்படி வெளியே சொல்ல முடியும்? அறிந்தால் வாப்பா என்னைக் கட்டித்தூக்கிக் கீழே புகையிட்டு விடமாட்டாரா? இருந்தபோதும் சொல்லிவிட்டேன்:

“வாப்பா அதுக்கு வெறி பிடிக்கலே.”

“பெறவு?”

“கடிச்சு இழுத்ததுனாலெ.”

“எது கடிச்சி இழுத்தது?”

“வாப்பா, நான்தான் ஆனையைக் கடிச்சேன்!”

“நீ, கொம்பானையைக் கடிச்சியா?”

“ஓ . . . நான் முங்கிப்போய் அதுக்க ஒரு தூவலை கடிச்சி எடுக்கப் பார்த்தேன்.”

உம்மா சொன்னாள்:

“அல்லா, அதுக்கு நல்ல நொந்துருக்கும்.”

வாப்பா சிரித்தார். ரொம்ப நேரம் சிரித்தார். பிறகு கேட்டார்:

“உனக்கெதுக்குடா ஆனைத்தூவல்?”

நான் சொன்னேன்:

“வாப்பாக்க கூட்டாளியே – அந்த எக்சைசு இன்சுபெட்டரு? அவருக்கெ மவொ ராதாமணி எங்கிட்ட ஒரு ஆனை வாலு கேட்டா.”

இப்போதுதான் உம்மாவுக்குச் சிரிப்பு வந்தது.

“பொன்னு மவனே பெரிய ஆபத்து ஒண்ணுமில்லாமெ அல்லா காப்பாத்துனான்.” வாப்பாவிடம் சொன்னாள்:

“ஒரு ஆனைத்தூவலை வாங்கி இவனுட்டெ குடுத்துருங்கோ. இல்லேன்னா அந்தப் பாவப்பட்ட கொம்பானையை இவன் இனியும் கடிப்பான்.”

“இருந்தாலும் நீ அதைக் கடிச்சுப்போட்டியே?”

“கடிக்கல்லெ. ஒரு ஆனைத் தூவலைக் கடிச்சு உருவியெடுக்கப் பாத்தேன்.”

“செரி, வா. நீ இதை யாருட்டயும் சொல்ல வேண்டாம்.”

வாப்பா என்னை ஆனைகள் நிற்குமிடத்துக்கு அழைத்துக் கொண்டுபோனார். ஒரு பெண் ஆனையின் கைப் பதகின்* மீது சிறிதாக ஒரு சிவந்த சிராய்ப்பிருந்தது. அதில் ஆனைக்காரன் எதையோ அரைத்துப் புரட்டியிருந்தார். இருந்தாலும் லேசாக இரத்தம் துளிர்த்திருந்தது. கொம்பானையின் ஒரு முடியை ஆனைக்காரர்களிடம் சொல்லி வெட்டியெடுத்து வாப்பா எனக்குத் தந்தார். அந்தக் கொம்பானை கிண்டல் தொனிக்கும் ஒரு பயங்கரத்துடன் என்னைப் பார்த்தபடி வயிற்றால் படபடவென்று ஒரு சத்தத்தை வெளிப்படுத்தியது. அதன் அர்த்தம்: அயோக்கிப் பயலே, நீதானேடா என் தூவலைக் கடித்துப் பிடுங்க வந்த கள்ளன்?

1975

* தும்பிக்கையின் மீதுள்ள வெள்ளைப் பகுதி

பர்ர்ர்...!

ஒரு 'பர்ர்ர்' சம்பவத்தைப் பற்றிதான் நாம் இப்போது பார்க்கப்போகிறோம். சிறுதோதிலான ஒரு காதலும் இதிலுண்டு. இதிலென்ன காதல்?

ஒரு பெண்ணை நான் காண்கிறேன். அவள் அழகும் ஆரோக்கியமும் நிரம்பியவள். பிறகு என்னால் பொறுத்துக்கொள்ளவே முடியவில்லை. இந்தா பிடித்துக்கொள் என்பதுபோல் அவள்மீது மையல் கொண்டுவிட்டேன். அவளிடம் எந்தக் குறைபாடுமில்லை. தேவ கன்னிகையவள். தேவதை – ஹூரி*.

அவள்தான் எனது ஐடியல் கேர்ள். கற்பனையில் நானொரு சிம்மாசனம் தயார்செய்து அவளை அதில் குடியமர்த்துகிறேன். அப்புறமென்ன? நான் அவளைத் தொழுத கைகளுமாக, பணிவுடன் ஆராதனை செய்கிறேன்.

இப்படியாக நானொரு பக்தனாக மாறியபின் என்ன நடந்ததென்றா கேட்டீர்கள்? சொல்கிறேன்:

அஃபோது எனக்குப் பதின்மூன்றோ பதினான்கோ வயதிருக்கும். கால்களில் செருப்பில்லை. ஒரு வெள்ளை வேட்டி உடுத்தியிருக்கிறேன். சிவப்புக்கோடு போட்ட காலர் வைத்த வெள்ளைச் சட்டை. தலைமுடியை ஒட்ட வெட்டியிருக்கிறேன். என் முன்புறம் வாப்பா நடந்து போய்க்கொண்டிருக்கிறார். நான் உடுத்தியதுபோன்ற உடைகள்தான் வாப்பாவும் உடுத்தியிருந்தார். தலையில் ஒரு தொப்பியும் ஒரு குடையும் அதிகமாக வைத்திருந்தார். நாங்கள் ஒன்றிரண்டு மைல் தூரத்திலிருக்கும் ஒரு வீட்டிற்குப் போய்க்கொண்டிருக்கிறோம். வாப்பாவுக்கு அங்கே

---

* சுவர்க்கலோக அழகி

பணம் சம்பந்தமான ஏதோ கொடுக்கல் வாங்கல் இருந்தது. வாப்பா, மர வியாபாரி.

நாங்கள் நடக்கும் வழி – ராஜபாதைதான். ஆனால் தார்ரோடல்ல. பாதையின் இருபுறமும் மரங்கள். இடையிடையே வீடுகளும் இருந்தன. வழிப்பாதையில் வாகனங்கள் எதுவுமில்லை. ஆட்களின் சஞ்சாரமெல்லாம் அப்போது நடந்ததுதான்.

"வாப்பாவும் மவனும் எங்கே?" வழியில் சிலர் கேட்கிறார்கள். வாப்பா நின்று பதில் சொல்கிறார். நாங்கள் நடந்து நடந்து ராஜபாதையிலிருந்து விலகித் தாழ்ந்த ஓர் இடைவழிப் பாதையில் இறங்கினோம். கொஞ்ச தூரம் சென்றதும் மனத்திற்கு இதமான ஒருகாட்சி. பரந்துவிரிந்த நெல்வயல்கள். அதன் விசாலப் பரப்பினூடே ஒரு மேடான பகுதி. அதில் ஓடு வேய்ந்த ஒரு சிறுகட்டடம்.

நாங்கள் மேட்டுப் பகுதியிலேறி மரங்களின் இடையினூடே முற்றத்திற்கு வந்தபோது நிற்கிறாள், வெண்ணிற ஆடைகள் தரித்த ஒரு தேவலோகக் கன்னிகை.

நிறைய சிவப்புமலர்கள் பூத்துக் குலுங்கும் பன்னீர் செண்பகச் செடியின் பக்கத்தில் அவள் நின்றிருந்தாள். தலை முடியை விரித்துப்போட்டிருந்தாள். அதிக நீளமில்லாத வெளுத்த முகம். உருண்டு திரண்ட மார்பகங்கள், வடிவொத்த உடல் ஆகிருதி.

மனதிற்குவப்பான ஒரு மந்தகாசப் புன்னகையுடன் அவள் என்னைப் பார்த்தாள்.

"பெரியவன்தானே?" தேவலோக இசைபோல் கேட்டாள்.

"ஆமா." வாப்பா சொன்னதும் வீட்டினுள்ளிருந்து ஒரு கனத்த குரல் வந்தது:

"வாங்கோ, வாங்கோ."

அவளது அப்பாதான். வாப்பா வீட்டினுள் சென்றார்.

நானும் தேவதையும் தனித்து!

ஒரு பெரிய பன்னீர் செண்பகப்பூவை அவள் அடர்த்தெடுத்தாள். கொஞ்சநேரம் அதன் அழகைப் பார்த்துவிட்டு என்னிடம் தந்தாள். ஆஹா...! பிரபஞ்சம் முழுவதும் வாசனையிலும் அழகிலும் மூழ்கிப்போனது. நான் அனைத்தையும் மறந்துவிட்டேன். அவளையே பார்த்தபடி நின்றிருந்தேன்.

அவளுக்குப் பத்தொன்பது இருபது வயதிருக்கலாம்.

கண்குளிர அவளை ... அவளையே பார்த்தபடி நின்றிருந்தேன்.

அந்த ஹூரி, புன்னகை பூத்தாள்.

என் பெயரைக் கேட்டாள் அவள். எத்தனாவது படிக்கிறாய் என்றும் கேட்டாள்.

வீட்டில் யாரெல்லாம் இருக்கிறீர்கள் என்று கேட்டாள்.

எல்லா விவரங்களுக்கும் நான் திக்கித்திணறித் தப்பித் தடுமாறிப் பதில்சொல்ல முயற்சி செய்தேன்.

அவள் கேட்டாள்:

"எதுக்கு வெட்கப்படுறே?"

ஆண்டவா, நான் வெட்கப்படுகிறேனா?... அவளுடன் எனக்கு நிறைய பேச வேண்டும் போலிருந்தது. ஆனால் எதுவும் பேச முடியவில்லை. நாக்குத் தளர்ந்துபோய், தொண்டை வறண்டிருந்தது. மிகுந்த பதற்றத்துடன் வேர்த்துத் தளர்ந்து அந்தத் திருச்சன்னிதியில் நான் நின்றுகொண்டிருந்தேன்.

அனுராகம் ... காதல்.

நறுமணங் கமழும் பொற்கனவு. நான் அதில் மூழ்கினேன். இனிமை நிறைந்த திகைப்பு. திவ்யமான மயக்கநிலை.

எல்லாம் முடிந்தபிறகு நானும் வாப்பாவும் சாயா குடித்தோம். அவளது அப்பாவிடமிருந்து பணமும் வாங்கிவிட்டுத் திரும்பி வந்தோம்.வாரத்தில்இரண்டுமூன்றுதடவை நான் அங்குபோனேன்; பணம் வாங்குவதற்காகவோ கொடுப்பதற்காகவோதான்.

காதலும் மையலும் மறைத்துவைத்துவிட முடிகிறவையா? விஷயம், காட்டுத் தீபோல் படர்ந்தெரிந்தது. நான் அவள் மீது மையல்கொண்டுவிட்ட தேவரகசியத்தை அவளது சகோதரி அறிந்துகொண்டாள். அம்மாவும் அப்பாவும்கூட அறிந்துகொண்டார்கள்.

எல்லாருக்கும் அது ஒரு தமாஷ் விஷயமாகிவிட்டது.

அவளைவிடவும் இரண்டு வயது இளையவள் அவளுடைய சகோதரி.

என்னைத் தூரத்தில்வைத்துப் பார்த்ததுமே தங்கையவள் அக்காளிடத்தில் சொல்வாள்:

“வர்றான்.”

அப்போது அவள் அரசகுமாரியைப்போல் அல்ல, ஒரு பட்டமகிஷிபோல் கனகம்பீரமாக, அலட்சிய பாவத்துடன் அமர்ந்திருப்பாள். என்னைக் கண்டால் குறுநகை செய்வதில்லை. குசல விசாரணைகள் கிடையாது. ஒருபுறக் கண் புருவத்தை இலேசாக வளைத்தொடித்துப் புழுவைப்போல் ஒருதடவை பார்ப்பதுடன் சரி. அந்த ஒரு பார்வை மட்டும் தான். ஃப்பூ! அப்புறம் நான் அங்கே இல்லை.

இப்படியாக அவள் இந்த மகா பிரபஞ்சத்தை அரசாண்டு கொண்டிருந்தாள்.

நான் அவளது அருகிலேயே, அவளை ஆராதனை செய்த படி . . .

சிலவேளைகளில் அவளது சகோதரி ஜன்னல் வழியாக எங்களை ஒரு தடவை எட்டிப் பார்ப்பாள். எனக்கு இந்தச் சகோதரியுடனோ அம்மாவுடனோ அப்பாவுடனோ பேசுவதில் எந்தச் சிரமமும் இருக்கவில்லை. சொற்கள் சுலபமாகவே கிடைத்துவிடும். ஆனால் அவள் . . . அவளிடம் என்னால் பேச இயலவில்லை. நாக்கு உள்ளே புகுந்து வயிற்றினுள் ஒளிந்துவிட்டதைப் போல். ஆனால், என்மீது அவளுக்குச் சிறிதளவாவது இங்கிதம் வேண்டுமே?

அவளுடைய தங்கைக்காரி ஒரு பெரிய குழிப்பீங்கானில் சாயா கொண்டுவருவாள். பயங்கரச் சூடாக இருக்கும். நான் அதைக் கைகளால் வாங்கி, தாங்க முடியாத சூட்டில் வெந்து வேர்த்து, கண்ணீர் வடித்துக்கொண்டிருப்பேன்.

“சூடா இருந்தா கீழே வெச்சிடேன்.” அவளது உத்தரவு. சமாளித்துக்கொள்ள முடியாத தயக்கத்துடன் நான் அதைக் கீழே வைப்பேன். பிறகு துண்டால் கண்களைத் துடைத்துக் கொள்வேன்.

“வேர்க்குதுன்னா வெளியேபோய் காற்றுலே இரு, என்ன?” ஹூரியின் உத்தரவு. நான் எழுந்துசென்று வராந்தாவில் போய் நிற்பேன். பிரபஞ்சத்தில் குறிப்பிடும்படியான எந்த அசைவுகளுமில்லை. காற்றெல்லாம் எங்கேதான் போய் விட்டதோ?

நான் அப்படியே நிற்கும்போது அவளது தங்கை வந்து சாயா ஆறிப்போகும் என்று அன்பொழுகச் சொல்வாள். எல்லாருக்குமே என்மீது பரிவுதான். அவள் மட்டும் . . . நான் திரும்பவும் சென்று அவளது சன்னிதியில் அமர்ந்துகொள்வேன். அவளைப் பார்த்தபடியே சாயா குடிப்பேன். பார்த்தபடி என்றால் அவளுடைய முகத்தைப் பார்க்கவா தைரியமிருக்கிறது? அந்தத்

தேவலோக மங்கைக்குக் கருவிழிகளுள்ள அகன்ற பெரிய கண்கள். கழுத்து மிகமிக அழகாக இருக்கும். அவளிடமுள்ள எல்லாமே அழகுதான். மூக்கின் கீழ், மேலுதட்டின் மீது துளிர்த்திருக்கும் வேர்வையின் துணுக்குகள். அதுகூட அதற்கேயான அழகுடன் இருக்கும். நேர்த்தியான அதரங்கள். இந்த விசேஷ அம்சங்களெதுவும் நேரடியாகப் பார்த்துப் புரிந்துகொண்டவைகளல்ல. அருகிலமர்ந்து ஒளிந்தும் ஓரக்கண்களாலும் பார்த்து ஆராதிப்பதினூடே அறிந்துகொண்ட உண்மைகள் என்பதுதான் இதன் பொருள். இருந்தாலும் அவள் என்னிடம் நல்லதாக ஒரு வார்த்தையாவது பேசவேண்டாமோ?

அவள் தந்த ரோஜாப்பூவை நான் ஒரு புத்தகத்தில் வைத்திருக்கிறேன். அது உலர்ந்துபோய்விட்டது. இருந்தாலும் நான் அதைப் பக்தி சிரத்தையுடன் பாதுகாத்து வருகிறேன். தினமும் இரவில் அதை எடுத்துப் பார்ப்பேன். இலேசாக அழவும் செய்வேன்.

இந்தக் காலகட்டங்களில் என்னால் சிரிக்க இயலவில்லை. புன்முறுவல்கூட முழுவதுமாக என்னிடமிருந்து மாய்ந்துபோயிருந்தது. மனச்சஞ்சலம். காதலுக்காகச் சாதல் என்பது உயர்வான ஒரு கோட்பாடுபோல் எனக்குத் தோன்றியது. காதல் யாசகம் வேண்டுகிற முயற்சியில் சாக வேண்டும். அவளுடைய வீட்டில் போய்ப் பலாமரத்திலோ மாமரத்திலோ தூக்குப்போட்டு – சரியான விஷயம்தான். காதலுக்காக அகால மரணத்தை நாடியவர்கள்தான். மகான்கள்.

அப்போதெல்லாம் எனக்குக் கவிதை எழுதத் தெரியாது. தெரிந்தால் முதலில் அவளைப் பற்றிப் பெரும்காவியங்களை இயற்றியிருப்பேன். பின் அந்தத் தேவலோகக் காரிகையின் திருச்சன்னிதிக்குச் சென்று தூக்குப்போட்டு நாண்டிருப்பேன்.

அவள் அழ வேண்டும்.

ஆனால், தூக்குப்போட்டுச் சாவதற்கான தன்திடம் இருக்கவில்லை. எந்த மரமாக இருந்தாலும் சரி, நான் ஏறிவிடுவேன். ஒரு கிளையிலிருந்து மற்றொரு கிளைக்குத் தாவவும் முடியும். ஒரு துண்டு கயிறு மட்டும் கையிலிருந்தால் போதும், விஷயம் குசாலாக முடிந்துவிடும். ஆனால், தைரியம்...? இப்படியாக, காதல் மேலிட சோகம் ததும்பி நடக்கிறேன். வாரங்களும் மாதங்களும் கடந்துபோயின.

அப்போதுதான் வருகிறது, என் குருந்து வாழ்க்கையில் அற்புத ஒளி வீசும் மனமோகனமான ஓர் அதிகாலை விடிவெள்ளி.

உலகப் புகழ்பெற்ற மூக்கு

அன்று நான் குதியாட்டமிட்டு அகமகிழச் சிரித்தேன். அப்போது நான் அவளது முகத்தைச் சங்கோஜமின்றி, தைரியமாகவே எதிர்கொண்டேன். விஷயம் என்னவென்றால் –

அதிகாலை நேரமென்று சொன்னதாக நினைக்கிறேன். உண்மையைச் சொல்வதென்றால் அதிகாலை நேரமெல்லாம் கடந்திருந்தது. நல்ல வெப்பம் மிகுந்த காலை நேரம், மணி பத்து இருக்கும். வேர்த்து விறுவிறுக்க நான் அவளது எதிரில் ஒரு செயரில் அமர்ந்திருக்கிறேன். அவள் மேஜையின் மீது கைமூட்டையூன்றி மோவாயை உள்ளங்கையில் தாங்கி அலட்சியமாக அமர்ந்து உலகை ஆண்டுகொண்டிருக்கிறாள்.

நானும் பிரபஞ்சமும் அசைவற்று அமர்ந்திருக்கிறோம். என்ன நடக்கப்போகிறது என்பது பற்றிய எந்தவிதமான முன் அனுமானங்களும் அப்போதில்லை. அப்படி என்னதான் நிகழ்ந்துவிட முடியும்? ஒரு இளங்காற்று அவளது கண்ணிமைகளை மெல்ல அசையச் செய்கிறது. அவள் தலைமுடியை அவிழ்த்துதான் போட்டிருக்கிறாள். அதில் கொஞ்சம் அவளது ஒருபுற மார்பகத்தை மறைத்தபடி எங்கோ தவழ்ந்துகொண்டிருந்தது. கறுத்த ஒரு சிற்றோடைபோல் ஹூரியின் வலதுபுறத் திருநெற்றியின் மீது கிடந்த தலைமுடியில் பூத்து நின்ற ஒரு ரோஜாப்பூ பிரகாசித்தது. அந்தப் பூ அதில் எப்படித் தங்கி நிற்கிறது?

நானும் பிரபஞ்சமும் அசையமுடியாமல் அந்தப் பூவைப் பற்றிய சிந்தனையிலாழ்ந்துகொண்டிருந்தபோது எதிர்பாராமல் ஓர் இடி மின்னல் –

புதுத் துணியைத் திடீரென்று இழுத்துக் கிழிக்கும்போது எழும் ஓசைபோல் –

தேவலோகக் காரிகையிடமிருந்து,

'பர்ர்ர் ...!' என்றொரு சத்தம், ஒரு நாற்றம்.

"அய்யோ" நான் மூக்கைப் பொத்தியபடி துள்ளியெழுந்தேன். எங்குமில்லாத சிரிப்பு எனக்குப் பொத்துக்கொண்டு வந்தது. சிரித்துச் சிரித்து அழுதபடி நான் ஓடினேன். அவளது தங்கையிடம் சொன்னேன். அம்மாவிடம் சொன்னேன். அவள் செய்த அற்புதச் செயல்பற்றி அனைவரிடமும் சொன்னேன். எனக்கு இந்த உலகம் முழுவதும் கேட்கும்விதமாக சத்தமாக 'பூகோய்' என்று கூக்குரல் எழுப்பத் தோன்றியது. அம்மா வந்தார். சகோதரி வந்தாள். கூடவே, நானும் வந்தேன்.

காரிகையவள் காற்றுப்போன பலூன்போல் அமர்ந்திருந்தாள், வெளிறிப்போய்.

அம்மா கேட்டார்:

"ஏன்டி அசடே, இந்தப் பையனோட எதிரிலே வெச்சு – வெட்கமா இல்லியாடி உனக்கு?"

தங்கைக்காரி கிளிமொழியில் கேட்டாள்:

"சே ... கஷ்டம். தளிர்விட்ட காதலோட முகத்துலே கரிபூசி விட்டுட்டியே அசடே." இத்தோடு நிறுத்திவிடாமல் என்னைப் பார்த்துக் கேட்டாள்:

"உனக்குக் குளிக்கணுமா?"

நான் உரத்தகுரலில் சத்தமாகச் சொன்னேன்:

"குளிக்கணும். எனக்குக் குளிக்கணும்."

உள்ளேயிருந்து தேவலோகக் கன்னியின் அப்பா குரலை உயர்த்திக் கேட்டார்:

"அங்கே என்ன ரகளை?"

அம்மா உள்ளே ஓடினார். விவரத்தையெல்லாம் சொல்லி இருப்பார்போல். உள்ளேயிருந்து ஹூரியின் அப்பாவின் பங்காக வீட்டின் முகட்டுக்கூரை தகரும்விதமாகப் பயங்கரமான அட்டகாசத்தில் ஒரு சிரிப்புக் கேட்டது.

"ஹஹ்ஹஹ்ஹா."

தேவதை, அமர்ந்திருந்த அதே நிலையில்தான். ஆனால், சிம்மாசனம் மட்டும் இடிந்து விழுந்திருந்தது. மிகச் சாதாரணமான ஒரு மனுஷி. கொஞ்சநாட்கள் கழிந்தது. இப்போது என்னைப் பார்த்தால் அவளால் புன்னகை புரிய முடிகிறது. வேடிக்கையாகக் கதைகள் பேசிச் சிரிப்பதிலும் தயக்கமெதுவுமில்லை. அவள் ஒருநாள் என்னிடம் சிறு தயக்கத்துடன் கேட்டாள்.

"அன்னிக்கு நீ ஏன் அதைச் சத்தமா எல்லாருட்டேயும் போய்ச் சொன்னே?"

பதிலெதுவும் சொல்லாமல் நான் மிகத் தைரியமாக அவளது முகத்தில் கண்களிலேயே பார்வையை ஊன்றியபடி மனத்திற்கிசைவாக மந்தகசித்தேன். விஷயமென்னவென்றால் காதல், மையல் போன்றவர்களது பலூன் உடைந்து புஸ்ஸென்றாகி விட்டது. அவள்மீது மையலுமில்லை, காதலுமில்லை. எல்லா உயிரினங்களின் மீதுமுள்ள அன்பு மட்டும். இதன் மூலம் நான் மாவீரனாகவும் மாறிவிட்டேன்.

அவள் கேட்டுக்கொண்டாள்.

“இதை யார்கிட்டேயும் இனி சொல்லக் கூடாது, என்ன?”

கேட்டுக்கொண்டேன். ஆனால், சொல்லவும் செய்தேன். நான் போய் உம்மா என்று சொல்லப்படும் என் அம்மாவிடம் சொன்னேன்.

உம்மா சொன்னாள்:

“சீ, வெக்கம் கெட்டவனே. இதை வெளியே சொல்லாதடா. நீ குசுவிடமாட்டியா?”

எனக்கு அப்போதும் புரியவில்லை. நான் கேட்டேன்.

“அவள் என்னைப் போலவா உம்மா?”

உம்மா சொன்னாள்:

“உன்னைப் போலதான் எல்லா ஆம்பிள்ளையளும், அவளைப் போலதான் எல்லாப் பெம்பிள்ளையளும். நீ ஒவ்வொரு இடமாப்போய் இதைச் சொல்லிட்டுத் திரியாதே. இதெல்லாம் எல்லாருக்குமே உள்ளதுதான்.”

சரி, பிறகு இதை நான் யாரிடமும் இதுவரை சொல்லவில்லை. வருடங்கள் நிறைய கடந்துவிட்டதல்லவா, அதை மறந்துவிட்டேன். வாழ்க்கையில் நடந்த அபூர்வமான நிகழ்ச்சிகள் கூட எப்போதாவதுதான் ஞாபகத்திற்கு வருகின்றன. இதை இப்போது நினைவில் கொண்டுவருவதற்கொரு காரணம் ஏற்பட்டது.

வருடங்கள் ... சொன்னேனே, நிறைய வருடங்கள் குப்பை போல் தள்ளப்பட்டுவிட்டன. என்னவெல்லாம் மாற்றங்கள் நிகழ்ந்திருக்கின்றன! அவள் இப்போது கணவருடன் காரும் பங்களாவுமாக எல்லா சௌபாக்கியங்களுடனும் வாழ்ந்து வருகிறாள். பிள்ளைகளும் பிள்ளைகளின் பிள்ளைகளுமாக!

எனக்கு அங்கே ஒரு விஷயத்திற்காகப் போகவேண்டியதாயிற்று. நாங்கள் நிறைய பேசினோம். அவளுடைய தகப்பனாரின் மரணம், என்னுடைய தகப்பனாரின் மரணம். அவளது திருமணம், அவளது சகோதரியின் திருமணம், என்னுடைய திருமணம், மனைவியின் பெயர், மகளுடைய மகனுடைய பெயர்கள்.

நான் சொன்னேன்:

“பெஞ்சாதியோட பேரு பாபி, மகளோட பேரு ஷாஹினா, மகன் பேரு அனீஸ் பஷீர். இவங்க எல்லாருமே என்னை ‘டாற்றா’னுதான் கூப்பிடுவாங்க.”

"டாற்றான்னா?"

"ஆமா."

பிறகு, அவர்கள் என்னை 'டாற்றா' என்று கூப்பிடும் ரகசியத்தை நான் சொன்னேன். ரொம்ப நேரம் சிரித்தோம். அவள் சிரித்தபடியே சொன்னாள்:

"அய்யோ, எனக்கு முதல்லே ஆளையே பிடிபடலே. கசண்டியெல்லாம் விழுந்து ஆளே மாறிப்போயிட்டே? சின்னதுலே எவ்வளவு அழகா இருந்த நீ..."

நான் சொன்னேன்:

"எல்லாருந்தான் மாறிப்போயிட்டாங்களே? தேவலோகக் காரிகையாக இருந்த சிலபேருகூட."

அவள் கேட்டாள்:

"ஞாபகமிருக்கா – சின்ன வயசுலே – எங்க வீட்டுக்கு வருவே?"

நான் சொன்னேன்:

"ஞாபகமிருக்கு."

"பொய்." அவள் சொன்னாள்: "ஆண்களல்லவா? எல்லாத்தையுமே மறந்துபோயிடுவீங்க."

உண்மைதான். நினைவுபடுத்திப் பார்த்த நான் புன்னகைத்தேன். அவளும் சிரித்தாள்.

நினைத்துப்பார்த்து இரண்டுபேரும் வாய்விட்டுச் சிரித்தோம். நான் சிரித்தபடியே சொன்னேன்:

"பர்ர்ர்!"

1967

பின்னுரை

பஷீர் எனும் தனிமரம்

இந்த நூற்றாண்டின் துவக்ககால நான்கைந்து பத்தாண்டுகளில் கேரள இளைஞர்கள் மிக முக்கியமான, அடிப்படையான சில கேள்விகளை முன்வைத்தார்கள். போருக்கு முன்பின் காலகட்டங்களில் இந்தக் கேள்விகளின் நோக்கம் மிகவும் முக்கியத்துவம் வாய்ந்தவையாகவும் இருந்தன. ஏழ்மையைக் குறித்த அவர்களது தெளிவுதான் அதற்கான காரணம். உலகம் முழுவதுமே, உணவும் பரஸ்பர அன்பும் நீதியும் ஆரோக்கியமும் மிகவும் குறைந்துகொண்டிருப்பதாக அவர்கள் உணர்ந்தார்கள். உன்னதமெனக் கருதப்படும் தர்மம், அதர்மத்தின் சுவையுடன் இருப்பதாகவும், பாலகர்கள் அருந்திக்கொண்டிருப்பது பூதகியின் முலைப்பால் என்றும் அவர்கள் உரத்த குரலில் பேசினார்கள். சட்டகங்களின் பாதுகாவலர்களை நோக்கி அவர்கள் கேள்விக் கணைகளைத் தொடுத்தார்கள். குடும்ப வரையறைகளைப் பற்றி மட்டுமல்ல, அரசு, மத நிறுவனங்கள் அனைத்துமே கேள்விக்குள்ளாக்கப்பட்டு அவற்றைக் கட்டுப்பாட்டுக்குள் வைத்திருப்பவர்களது நோக்கமும் சரியான வகையில் சந்தேகிக்கப்பட்டன. இந்தக் காலகட்டத்தின் இளைஞர்தான் பஷீர். இந்த நாற்சந்தியில் நின்றுகொண்டுதான் 'சப்தங்க'ளின் நாயகன் படைப்பாளியிடம் கேட்கிறான்:

"நான் ஒன்று கேட்கட்டுமா? கடவுள் இருக்கிறானா?"

“தேவைப்படுபவர்களுக்கு இருக்கிறான். இந்த முப்பத்து நான்காவது வயதில் எனக்கு இப்படித்தான் சொல்லத் தோன்றுகிறது.”

இருபத்தொன்பதாவது வயதில் ராணுவத்திலிருந்து பிரிந்து வந்த வீரனுக்கு இப்படி தோன்றுவதற்கான காரணங்கள் எதுவுமிருக்கவில்லை. தனது இருப்புக்கான காரணகர்த்தாக்க ளென்று கருதிக்கொள்ளும் தாய் தந்தையரை அவன் அறிவதுகூட, பிஞ்சுப்பருவத்திலேயே தன்னை உதாசீனப்படுத்திச் சென்றுவிட்டவர்கள் என்ற அளவில் மட்டும்தான். இந்த நாற்சந்தியில் அவர்களும் இல்லையென்ற முடிவுக்கு அவன் வந்துசேர்ந்திருந்தான்.

பெருவெளியில் அனாதையாக்கப்பட்ட இந்த மனிதனின் சாயல் பஷீரின் பெரும்பாலான படைப்புகளிலும் பஷீர் என்ற கதாபாத்திரத்திலும் உண்டு.

“போடா... நீ, போ... ஊரு ஒலகத்தெ ஒண்ணு சுத்திக் கெறங்கிப் படிச்சுட்டு வா. மனசுலாச்சுதா? இல்லியா.”

“போடா... நீ.” அந்தச் சத்தம் உலகத்தின் எல்லைவரை மஜீதை விரட்டியடிப்பதற்கான வீரியம்கொண்டது.

‘பால்யகால சகி’யில் வரும் இந்தச் சித்திரத்தை ‘நினைவுகளின் அறைகளிலும்’ பஷீர் காட்சிப்படுத்தியிருக்கிறார்.

உலகத்தின் எல்லை மட்டுமல்ல, ஒவ்வொன்றின் எல்லை களையும் தேடும் ஜீவமரணச் சிந்தனைக்குள் தூக்கியெறியப் படுகிறார் பஷீர். பதில்கள் கிடைக்கும் கேள்விகளுக்குள் சென்றடையும் எந்தக் கதையையும் பஷீர் எழுதியதில்லை. அவை, சுகத்தையும் சோகத்தையும் பகடி செய்கின்றன. அவற்றின் வரம்புகளை அமிழ்த்திவிடுகின்றன. தெருத்தெருவாகத் திரிபவன் தனது அனுபவங்களுக்குப் பெயர் சூட்டுவதில்லை.

விரட்டியடிக்கப்பட்டு, அலைந்து திரிந்து, தன் ஆதிக்கத்தின் கீழ் கொண்டுவந்த தேசங்களுக்குள் தன்னை உறுதிப்படுத்திக் கொண்ட இந்த சுல்தான், ஓர் இடிஃபஸ் சுற்றைப் பூர்த்தி செய்திருப்பதை நாமின்று அறிவோம். கில்கமேசைப் போல், கர்ணனைப் போல், ராமனைப் போல், ஏசுகிறிஸ்துவைப் போல் அவர் தனக்கான ஒரு தேசத்தை ஸ்தாபித்திருக்கிறார். இன்றைய இந்தக் கதாநாயகன் தேசாடனம் செய்த உலகங்கள் வேறுபாடுகளுடன் கூடியவை மட்டுமல்ல, அவர் ஸ்தாபித்துக்கொண்ட தேசத்தின் நீதியும் முறைமைகளும்கூட. அதுபோன்ற வேறுபாட்டுத் தன்மைகளுடன் புதியதாகவே இருக்கின்றன. தான் தேடியெடுத்த ஒரு துண்டு பூமியில்

அவர் புதியதொரு உலகின் தளிர்களையும் விதைகளையும் முளைக்கச்செய்கிறார். நரிகள், பாம்புகள், புள்ளினங்கள், வௌவால்கள் எனப் பூமியின் பிற வாரிசுதாரர்களையும் அதில் சேர்த்துக்கொள்கிறார். பூமியின் உரிமையாளர்கள் யார், அதன் அனுபவ உரிமை யாருக்கு என்றெல்லாம் கேட்கப்படும் கேள்விகளுக்கான இன்றைய பதில்கள் அனைத்தும் பொய் யென்பதை பஷீர் அறிவார். படைப்புகளிலும் இதற்குச் சரியான பதில்கள் சொல்லப்படவில்லை. வாழ்க்கையின் ஒரு சிறு துண்டிக்கப்பட்ட பகுதி மட்டுமே நமது படைப்புகளில் இடம்பெற்றிருக்கிறது. ஆனால் பஷீர் அனுபவங்களின் புதிய, பெரும்பரப்பையே படைப்புகளின் மூலம் பதிவுசெய்திருக்கிறார். காடாக விரியும் தனியொரு விருட்சத்தின் சுய அனுபவம்தான் பஷீரின் படைப்புலகம்.

"எனக்குப் பலநூறு அனுபவங்கள்", "வெந்து நீறும் இந்த அனுபவங்களும் எழுதுகோலும் தவிர மற்ற எதுவுமே என்னிடம் இல்லை" என்றெல்லாம் பஷீர் பலமுறை குறிப்பிட்டிருக்கிறார். அலைந்து திரிந்த அந்த அனுபவம் பஷீரை அடங்கியிருக்க விடாமல் வேட்டையாடி, வேதனைக்குட்படுத்திக் கதைகளுக்குள் கொண்டுசேர்த்தவர் யார்? கலாச்சாரத்தின் எண்ணற்ற தொட்டில்களைத் தேடவும் பரிவைச் சுரக்கும் ஆயிரமாயிரம் முலைக்காம்புகளைத் தேடவுமாக, கருணையே இல்லாத எந்த விதிகர்த்தா இந்த முதிர்ந்த குழந்தையை வீசியெறிந்துகொண்டிருந்தது? "எனது எல்லாவகையான தீர்மானங்களும் தவறாகிவிட்டதென்றாலும் நான் எப்போதுமே அபாரமான கற்பனைகளுடனேயே வாழ்ந்துகொண்டிருந்தேன்" என்று பஷீர் 'பால்யகால சகி'யில் குறிப்பிடுகிறார். ஆகாயம்வரை உயர்ந்த மரகதக் கொட்டாரம் அமைக்கும் அரபிக்கதைகளில் வரும் கற்பனை. வீட்டிலும் சிறைச்சாலைகளிலும் நரகத்திலும் – தான் போகும் எல்லா இடங்களிலும் பூந்தோட்டங்களை உருவாக்கும் படைப்பு மனம். "நானே மலர், நானேதான் தோட்டமும்" என்று பஷீர் ஒரு இடத்தில் குறிப்பிட்டிருக்கிறார். உள்ளங்கையைக் கருகவைக்கும் தணலைக்கூட மலராக மாற்ற முடிந்த ஒரு கலைஞன் நான் என்று அவர் அனுபவங்கள் சார்ந்து குறிப்பிடுகிறார். இதையேதான் தேவியிடமும் சொன்னார்: 'அனுராகத்தின் தினங்களி'ல். நான் ஒரு கலைஞன் என்று பஷீர் திரும்பவும் சொல்கிறார். திருமணம் முடிந்த மறுநாள், காதலியின் கண்ணாடியை முத்தமிட்டுவிட்டு 'தீர்க்கசுமங்கலி பவ' என்று ஆசி கூறுவதற்குக்கூட பஷீரால் முடிகிறது. காரணம், கலைக்கும் கண்ணாடிக்குமிடையிலான மிகச்சிறு தொலைவுதான். வாழும் காலத்திலேயே பஷீர் ஒரு கதையாகவும் பல கதைகளாகவும் மாறுவதற்கு இதுதான் காரணமாக

இருக்குமென்று நினைக்கிறேன். சங்கம்புழைக்கும் கூட இது ஓர் அளவுவரைதான் சாத்தியப்பட்டது.

கற்பனையாக எதுவுமில்லை, எதையும் மிகைப்படுத்தவு மில்லை என்ற உண்மை வாக்குமூலத்துடன் சொல்ல வரும் 'அனுராகத்தின் தினங்கள்', யதார்த்தங்களின் ஆழ்மன உணர்வுதான் கற்பனையென்று கேரளீயர்களைப் புரிந்துகொள்ளச் செய்கிறது. நீரோடைகளும் நீர்த்தேக்கங்களும் புனித நீர்த்தடாகங்களுமெனத் தனது அனுபவ வாய்க்காலைக் கல்லறைவழியாக வேறுபடுத்திப் பார்க்கும் பஷீர் அதன் இயல்பான இடிபாடுகளையும் மாசுகளையும் அப்படியே சித்திரப்படுத்திக் காட்டுகிறார். அனுராகத்தின் அக உணர்வை பஷீர் உடல் சார்ந்ததென்றும் குறிப்பிடுகிறார். 'தனது சோக காவிய'த்திடம் நிறையச் சாப்பிட வேண்டும் என்று உபதேசிப்பது மட்டுமல்ல, கொக்கோக சாஸ்திரத்தில் குறிப்பிட்டிருக்கும் மூலிகைக் குறிப்பையும் மறக்காமல் அனுப்பிக்கொடுக்கிறார். காதலியின் கண்களிலும் உதடுகளிலும் முத்தம் கொடுப்பதுடன், அவளது நினைவாக ஆகாரத்தை மறந்துவிடவும் பஷீரால் முடிந்திருக்கிறது. அனுபவத்தின் இந்த முரண்தன்மையும் கலப்புக்கூறும்தான் லயசுத்தமான ஆய்வாளர்களைப் புரிந்து கொள்ளவிடாமல் செய்கிறது. கலை அனுபவம்சார்ந்த போதாமைகளும் பழகிய வடிவம் சார்ந்த இறுக்கமும்தான் இதற்குக் காரணமாக இருக்க முடியும். ஆசானின் 'ஆத்மிக நட்'பில் வரும் உடல்நெருக்கத்தை நல்ல மனிதர்களாகிய நமது ஆசிரியப் பெருந்தகையோர் விவரிக்காமல் கடந்துவிடுகின்றனர். யதார்த்தங்களைச் சித்தாந்தங்களால் ஊனமாக்கிவிடக் கூடாது.

ஆசிரியப் பெருந்தகையோடு ஆய்வாளர்களுக்கும் கூடிவந்த இந்தப் பார்வைக்கோளாறு ஒரு யதார்த்தக் கலைஞனிடம் இல்லாமல் போகிறது. வாழ்க்கையை மாங்காய்போல் புளிப்போடும், நெல்லிக்காய்போல் துவர்ப்போடும்தான் அவனால் கடித்துத் தின்ன முடிகிறது. இந்த அவசரக் கட்டத்தில் எங்கோ ஓர் இடத்தில் வைத்து வாசவதத்தையைப் போல் அக மகிழ்ச்சியுடன் கூடிய சுதந்திரமான அக உணர்வில் 'அபூர்வ கணம்' தோன்றி மறைவதையும் உணர்ந்துகொள்கிறார். அறைகள் எதையும் பூட்டாமலேயே இறங்கிப் போகிறோம் என்றும் தனது ஒரேயொரு ஆயுதத்தையும்கூட இழப்பதற்காக வாய்ப்பைக் கொடுத்திருக்கிறோம் என்றும் எதுவுமில்லாத நிராயுதபாணியான தன்னெதிரில் பிரபஞ்சம் கழுவித் துடைத்த, தெளிந்த ஒரு புது அனுபவமாகத் தெரிகிறது என்றும் – நாம் இப்போது காதலித்துக்கொண்டிருக்கிறோம் – அவர் உயிர்த்தெழுந்திருக்கிறார்.

முதன்முதலாகவும் கடைசியாகவும் காதல் என்றால் என்னவென்று அப்போதுதான் உணர்ந்துகொள்ள முடிந்தது. விரிந்துகிடந்த வானம் கழுவித் துடைத்துப் புதுவண்ணங்கள் பூசிக்கொண்டது போல் – கட்டடங்கள், மனிதர்கள், பறவைகள், வாகனங்கள் – அனைத்துமே புது சோபையுடன் தெரிந்தன. யாருக்குத் தெரியும் அதிர்ஷ்டம் இப்படியொரு திவ்யமான அனுபூதி நிலையை எனக்கு அளிக்கக் கூடுமென்று?

அதிகாரப்பூர்வமாகப் பாலியல் ஆபாசம் என்று அங்கீகரிக்கப் பட்ட ஒரு படைப்பிலிருந்துதான் நாம் இப்போது வாசித்தோம். இதை நியாயப்படுத்துவதற்கான மற்றொன்றையும் பார்ப்போம்: ஒன்பதரை மணிக்கு தேவியைப் பார்க்கச் சென்றேன். கடைசிப் போக்காக! வழியில் பல பெண்கள் ஆசையோடு என்னைக் கவனித்தார்கள். நானும் பார்த்தேன்.

அனுராகத்தின் அந்திம இழப்புகளில்கூட உணர்வுகளின் வர்ணபேதங்களை பஷீர் இழந்துவிடவில்லை. வெள்ளை வேட்டியணிபவர்களும் மூக்கைத் தடம்பிடித்து நேர்க்கோட்டில் சஞ்சரிப்பவர்களுமான மலையாளிகளுக்கு இது அனுபவத்தின் புது வர்ண சாஸ்திரம். சப்பையாகவும் குலைத்துப்போட்டும் நுனியில் முடிந்தும் வடிவம் மாறும் தலைமுடியின் மாற்றங்கள், உணர்ச்சிகளின் அக வேறுபாடுகளை உணர்த்துவதாகவே பஷீர் பார்க்கிறார். சந்தேகத்தாலும் அசூயையாலும் சுய அபிமானத்தாலும் மட்டுமல்ல, மற்றவர்களின் அருகாமை யிலும்கூட நட்பின் ரசவாத வர்ணங்கள் தகிடம் மறிகின்றன. பிராமண யுவதியின் – சாவித்திரியின் மதர்த்த மார்பகத்தைப் பார்த்தோ வேறொரு புளித்த புன்னகையாலோ இது திருத்தப் படவும் செய்கிறது.

தேவி, சகோதரனுக்காக எழுதிய கடிதத்தை வேண்டு மென்றே, தெரியாமல் கொடுத்தபோது அதை வாசித்த பஷீருக்கு என்ன தோன்றியது?

அந்தக் கடிதத்தை நான் வாசிக்க வேண்டுமென்பது தேவியின் விருப்பம். நிறைய வரன்கள் வந்துகொண்டிருந்தபோதும், அதையெல்லாம் வேண்டாமென்று தவிர்த்துதான் என்னை ஏற்றுக்கொள்ள முடிவு செய்ததாக அவளுக்குக் காட்டிக்கொள்ள வேண்டும் – அதற்காக இப்படி ஒரு பொய்யைச் சொல்லியிருக்க வேண்டுமா?

இந்தப் புரிதல்தான் நன்மைக்கும் இன்னொரு புறம் இருப்பதான சிந்தனைக்கு பஷீரைக் கொண்டு சேர்த்தது.

முதல் அனுராகத்தின் படுதோல்வி நம்மைக் காதல் செய்வதி லிருந்து கௌரவமான ஓர் அகலத்திற்கும் கௌரவமற்ற அகலங்களுக்குமாக விலக்கி நிறுத்துகிறது. இது நாவலில் சந்தேகத்துக்கிடமான மற்றோர் அலகையும் உருவாக்குகிறது — தேவி தன்னைக் காதலிக்கிறாள் என்பது மட்டுமல்ல, இதற்கு முன்பும் அவள் காதலித்திருக்கிறாள் என்ற செய்தி காதலை அபூர்வத்தன்மையிலிருந்து விலக்கிக் காட்டுகிறது. தேவியின் வேர்வையில் காமப் போதையூட்டும் வாசம் மட்டுமல்ல, கந்தகத்தின் நெடியும் காதுப் பீளையின் நாற்றமும் இருக்கின்றன. காதல் மட்டுமல்ல, தர்மங்களும் நீதிகளும்கூட ஏதோ ஓர் இடத்தில் மலினப்பட்டுப்போன நாற்றம் இதில் தெரிகிறது. இந்தப் புரிதல்கள்தான் பஷீரை ஒருபோதுமே சமரசப்பட இயலாத மனிதனாக மாற்றிவிடுகின்றன. காலக்கிரமத்தில், துர்வாசத்துடன் கூடிய ஒரு சுகந்த வாசம்தான் வாழ்க்கையென்பதையும் பஷீர் புரிந்துகொள்கிறார்.

வாழ்க்கையின் விகாரங்களையும் அதன் எதிர் மன வோட்டங்களையும் பற்றிய புரிதல்களின் தொடக்கமாக அன்பு, நகத்தின் கூர்மையுடனும் பல்லின் கூர்மையுடனும் இருப்பதை மஜீது 'பால்ய கால சகி'யில் புரிந்துகொள்கிறான்.

"நா ஒண்ணுமே செய்யாம இருந்தாலும் வாப்பாவும் உம்மாவும் சும்மா சும்மா என்னெ அடிக்கவும் திட்டவும் செய்துவெ.ா" அனுதாபமும் நீதியும் தனக்கு வாய்க்கவில்லை.

பிறகு அவனது எட்டோ பத்தோ வருடத் தேசாடனம், உலகின் அனுபவ எல்லைகள்வரை நீண்டுசென்றது. மனிதர்கள் வாழும் எல்லா உலகங்களிலும் பஷீர் சஞ்சரித்ததாகவே சொல்லலாம். வெள்ளைக் களிமண் பூசிய வீடுகளில் வாழும் ஆய்வாளர்களுக்கு இவ்வுலகம் சார்ந்த பெருமளவும் அறியாதவைகளாகவும் எனவே, ஆபாசமாகவும் தெரிகின்றன. இது அவர்களது தவறல்ல, வெறும் குறைபாடு மட்டும்தான். அவர்கள் நாடோடி களுடனோ துறவிகளுடனோ ஆண் வேசியர்களுடனோ பாக்கெட் அடிப்பவர்களுடனோ யோகிகளுடனோ சூஃபிகளுடனோ உலகம் சுற்றியவர்களல்லர். அனுராகத்தில் அவர்கள் சிகரம்வரை சென்றுவிட்டதாகச் சொல்வது உண்மையாக இருக்கும் என்று நம்பவும் முடியாது. ஒரு வேட்டை நாயைப் போல் தன்னைப் பின்தொடரும் விதியின் நோக்கம் எதுவென்று பஷீர் திரும்பிநின்று பலமுறை கேட்டிருக்கிறார். தான் செய்த குற்றம் என்னவென்று யகோவாவிடம் கேட்கும் யோபுவைப்போல் — பதில் தெரியாத இந்தக் கேள்விக்கு ஏராளமான பதில்களும் இருக்கின்றன.

அவற்றில் குழுசார்ந்த பதில்களும் இருக்கின்றன. படித்துவிட்டுத் திரும்பிவந்த பஷீரிடம் இதற்கான பதில்கள் இருக்கின்றனவா? எனக்கு அப்படித் தோன்றவில்லை. "பதில்களில்லாத பல கேள்விகள் இருக்கின்றனவல்லவா? அவற்றிற்கான பதில்களைத் தேடிக்கொண்டே இருக்க வேண்டும்" என்று பஷீர் இப்போதும் குறிப்பிடுவதன் பொருள் வேறெதுவாக இருக்கும்? பதில் கிடைக்காத தனது கதைகளையும் முடிவின்மைகளுடனான பிரச்சினைகளையும் கடைசியில் தங்கத் தட்டால் மூடிவிட பஷீர் முடிவு செய்வதற்கான காரணம் என்ன? லோகா ஸமஸ்தா சுகினோ பவந்து. கவிழ்த்துக் காட்டும் உள்ளங்கையால் பிரச்சினைகளை ஆற்றுப்படுத்தும் பஷீரின் அனுக்கிரகம்.

ஆகவே, அலைந்து திரிந்து பெரிய அண்ணனாக வீட்டிற்குத் திரும்பிவந்து ஓய்வாக நிழலில் படுத்து ஆடுமாடுகள்போல் அசைபோட்டுக்கொண்டிருக்கும் 'பாத்துமாவின் ஆ'ட்டில் பஷீரை நான் மற்றொரு நபராகப் பார்க்கிறேன். ஆடுகளின் ஆர்வத்துடன் கூடிய எதிர்பார்ப்பு, பயம், சுறுசுறுப்பு எதுவுமே இந்த ஆட்டிடம் இல்லை – அப்போதே அனுபவங்கள் *domesticate* செய்யப்பட்டுவிட்டன. அப்போது வாழ்க்கை மீள்நினைவுகளாக மாறிவிட்டிருந்தது. அமைதியில் தொகுக்கப்படும் நினைவுகள். ஆகவே 'பால்யகால சகி'யிலோ 'அனுராகத்தின் தினங்க'ளிலோ இல்லாத புதியதொரு எள்ளல் 'பாத்துமாவின் ஆ'ட்டில்' இருக்கிறது. "இது ஒரு வேடிக்கைக் கதை. இருந்தாலும் இதையெழுதும்போது என் மனம் நீறிப் புகைந்துகொண்டிருந்தது. வேதனையை மறக்க வேண்டும் – எழுத வேண்டும்" என்று பஷீர் தனது முன்னுரையில் குறிப்பிட்டிருக்கிறார். கிட்டத்தட்ட அப்போதே நாம் உட்கொள்ளும் விதமாக பஷீர் தனது அனுபவங்களைப் பக்குவப்படுத்தியிருந்தார். போர்களின் நிழல் கூடாரங்களிலிருந்துகொண்டுதான் பஷீர் 'சப்தங்க'ளை எழுப்பினார். வரலாற்றின் மனப்பிறழ்வுதான் யுத்தம் என்பதை நாம் யுத்தத்திற்குப் பிறகுதான் அறிந்துகொள்கிறோம். யாருடையவோ தேவைகள் முடிந்ததும் பிரித்துவிடப் பட்டவன்தான் 'சப்தங்க'ளின் ராணுவ வீரன்.

"நீங்கள் வேலை நீக்கம் செய்யப்பட்டவரா?"

"ஆமாம்."

"என்ன காரணத்திற்காக?"

"போர் வெற்றிபெற்றுவிட்டது."

போர் வெற்றியடைந்தபோது அவனுக்குக் கொனேரியாவும் தெருச் சத்திரமும்தான் மிச்சம். அவன் வாழ்க்கையின்

மற்றொரு புறவெளிக்கு வந்துசேர்ந்தான். யோகிகளைப் போல் இரவு விழித்திருப்பவர்களின் மற்றோர் உலகம்.

உலகின் யதார்த்த முகங்களைக் காண்பதற்குக் கௌரவ மிக்க மனிதர்கள் ஒருபோதுமே விரும்புவதில்லை. யதார்த்தத்தின் நிழல்கூட அவர்களைப் பயமுறுத்துவதாகவே இருக்க வேண்டும். வேசியர்களில் ஆண்களும் இருப்பதாகவும் அவர்களுக்கு ஹிஜடகள் எனும் நாமகரணம் இருப்பதாகவும் கற்றுக்கொடுப்பதல்ல 'சப்தங்க'ளின் அர்த்தத் தளம்.

குருநாதர்களுக்கும் குருகுலவாசிகளுக்கும் வைதீக ஸ்தாபனங்களுக்கும் இது புதுப்புது அர்த்தத் தளங்களை முன்வைக்கிறது. 'ஆச்சார்யால் பாதமாதத்தே,' முதலில் குருவிடமிருந்தும் பிறகு பிரம்மச்சாரிகளிடமிருந்தும்தான் இதில் மாணவன் தனது வித்தைகளைக் கற்றுக்கொள்கிறான். வித்தைக்குள் எப்படி அறியாமை அடக்கம்கொண்டிருக்கிறது எனும் உண்மையை இப்படியாகச் சொல்லிக்கேட்க அறவோர் விரும்பவில்லை. ஏனென்றால் 'சப்தங்கள்' ஓர் அர்த்தத்தில் நமது கலாச்சார வரலாறும்கூட. வாழ்க்கையிலிருந்து வடித்தெடுக்கப்பட்ட கலாச்சார வாசனைப் பொருள்தான், ஒரு கௌரவமான பெண்ணுக்குத் தனது வசீகரத்தையும் ஒரு இளைஞனுக்குத் தனது கனவுகளையும் ஒரு விபச்சாரனுக்குத் தனது துர்வாசத்திலிருந்து விடுதலையையும் அளிக்கிறது. நமது நாகரிகம் வாசனைகளின் நாகரிகம்தான் என்பதை பஷீர் அறிவார். வாசனைகள், நமது இரகசியங்களை உடைத்து மனக் கிடக்கைகளை வெளித்தள்ளுகின்றன. வாசனைகள், பண்பாடுகளை விளம்பரம் செய்யவும் சிலவேளைகளில் கூட்டிக்கொடுக்கவும் செய்கின்றன.

'பால்யகால சகி' முன்பே பரிச்சயமான காதலின் மற்றொரு விரிவாக்கம் மட்டும்தானென்று இன்று தோன்றக்கூடும். விமர்சனத்தின் நினைவுத் தடுமாற்றம்தான் இதற்குக் காரணம். அனுராகத்தின் வர்ணப் பகட்டுகளாக நாம் இன்று புரிந்துகொண்டிருப்பதை உருவாக்கித் தந்தவை, 'ரமண'னும் 'பால்யகால சகி'யும் உட்பட்ட ஒரு சில படைப்புகள்தான். கேரளீயர்களுக்கு நட்பின் புதிய அடையாளங்களை இந்தப் படைப்புகள்தான் அளித்தன. நட்பிற்கு எத்தனை நிறங்களிருக்கின்றன என்பதை 'பால்யகால சகி' மென்மையாகச் சொல்கிறது; உரக்கக் கேட்கவும் வைக்கிறது. அன்பான குரூரமும் பச்சாதாபமும் வெறுமையும் தியாக வீரியமும் கலந்ததுதான் என்பதையும், சிலவேளைகளில் அது அனாதைமையை நோக்கி ஆவியாக மாறும் ஒரு கண்ணீர்த் துளிதான் என்பதையும் நீங்கள் இறுதியில் புரிந்துகொள்கிறீர்கள். கொடும்வேனலிலும்

கருகாத ஒரு செம்பருத்தியாக அது 'பால்யகால சகி'யில் பூத்து நிற்கிறது.

சுயமான வாழ்வனுபவங்களிலிருந்து மட்டுமே கலையனுபவத் திற்கான தீவிரத் தன்மையை உருவாக்க இயலும்.

பஷீரின் யானைக் கதையில் காதல், தனிமனித சுய அனுபவத்திலிருந்து மேலெழுந்து சமூகத்தையே மாற்றிவிடுகிற ஒரு நவீன மன உணர்வாக மாறுகிறது. நரகத் தீவில் சொர்க்கத்தைக் கட்டியெழுப்புவதுதான் இங்கே அன்பின் முரண்விதி. கடந்தகால நினைவுகளில் சிக்குண்டுபோன ஒரு தலைமுறையையும் இயற்கையைப் போல் சுயமான, களங்கமற்ற மற்றொரு தலைமுறையையும் இதில் காண முடிகிறது. 'பற்றியெரிந்து தகர்ந்து சாம்பலாகிவிட்ட புராதன வரலாற்'றிலிருந்துதான் நிஸார் அகமது 'ஒளிமயமான ஓர் எதிர்கால'த்தைக் கட்டியமைக்க முயற்சிசெய்கிறான். சந்துமேனோனின் 'இந்து லேகா'விலும் ஆசானின், 'சண்டாள பிட்சுணி'யிலும் இதுபோன்ற சமூகக் கனவுகளிருப்பது நமக்குத் தெரியும். அன்பு, சிலவேளைகளில் வரலாற்றின் மாபெரும் சக்தியாகவும் மாற்றமடைகிறது.

தனது இளம்வயதில் புகழ்பெற்றிருந்த ஏக உலகக் கருத்தியலும் மானுட சகோதர உணர்வும் பஷீரை மிகவும் ஆகர்ஷித்திருந்ததில் சந்தேகமில்லை. 'நான் எல்லா ஜாதியிலு முள்ள பெண்களிடமும் பால் குடித்திருக்கிறேன்' என்றும், 'எல்லா ஜாதிக்காரர்களுடனும் போகித்திருக்கிறேன்' என்றும் அவர் சொல்லியிருக்கிறார் அல்லவா? திருவுடை மாந்தர்கள், இதெல்லாம் ஆபாசம் என்றே கணித்துச் சொன்னார்கள். போஜனமும் பாலினச் சேர்க்கையும் மானுட குல ஒற்றுமையின் அடிப்படை அம்சங்களென நாம் பிரித்தறிவது, சம போஜனம், சமத்துவ விவாகம் என்றெல்லாம் சொல்லப்படும்போது மட்டும்தான். எல்லா மார்பகங்களிலிருந்தும் சுரப்பது பால்தான் என்ற உணர்வுதான் பஷீரின் மானுட சமத்துவச் சிந்தனையின் அடித்தளமென்று சொல்லலாம். போகமும் போஜனமும் சிலவேளைகளில் வரலாற்றின் அதிகாரம் சார்ந்த அர்த்தங்களுக்குள்ளாகலாம். அதுபோன்ற ஒரு சந்தர்ப்பத்தில்தான்,

சண்டாளிதன் மெய்யந்தண பீஜம்
பிண்டத்திற் குதவாதோ

என்ற குமாரனாசானின் கேள்வி, பிண்டம் உருவான ஜாதியைப் பிறந்த ஜாதியாக மாற்றிவிடுகிறது. ஆக, மனிதன் ஒரே ஜாதிதான்.

என்றாலும் ‘காதல் கடித’த்தின் சாராம்மாவுக்கும் கேசவன் நாயருக்கும் பயணத்தின்போது ஒரு நிமிடமாக இருந்தாலும் தோன்றியது அதுவல்ல. ஜாதியையும் மதத்தையும் ஊரையும் தொழிலையும் மறந்து காதலால் ஈர்க்கப்பட்டு ஓடிப்போகும் போதும், மனத்திற்குள் ஓரிடத்தில் சாராம்மா சாராம்மாவாகவும் கேசவன் நாயர் கேசவன் நாயராகவும்தான் இருந்தார்கள்.

கேசவன் நாயர் தேநீருக்கு ஆர்டர் செய்தான்; காப்பி போதுமென்று சாராம்மா சொன்னாள்; இரண்டுபேருக்கும் கோபம் வந்தது. கடைசியில் கேசவன்நாயர் தேநீரும் சாராம்மா காப்பியும் குடித்தார்கள். சூரியன் மிக அழகாக மகிழ்ச்சியுடன் உதித்தது.

மனிதர்களால் செய்ய முடிந்த பல தொழில்களில் ஒன்றான கலையினூடே சமத்துவ வாழ்க்கைத் தரிசனச் சிந்தனை நமது எழுத்தாளர்களிடம் இல்லையென்றே சொல்ல வேண்டும். அவர்கள் இப்போதும் ஞான ஒளியின் தத்துவ சாஸ்திரத்திற்குள்தான் முடங்கிக்கிடக்கிறார்கள். கவிதை எழுதவும் தேநீர் போடவும் தனிமையும் சிரத்தையும் தேவைப்படுவதாகத் தியானபுத்தர்கள் நினைக்கிறார்கள். சமூகத்திற்குத் தேவைப்படும் சில பொருட்களைத் தயாரிக்கும் தொழிலாளர்கள்தான் கலைஞர்கள் என்று இந்த விஷயத்தை மற்றொரு விதமாகச் சொல்லியிருக்கிறார் ஆனந்த குமாரசுவாமி. மற்ற எந்த விஷயத்தையும் பயிற்சி செய்து பார்க்கவில்லையென்பதால் பயிற்சியே தேவைப்படாத இலக்கியத் தொழிலைத் தான் தேர்வுசெய்ததாக பஷீரும் சொல்லியிருக்கிறார். “அல்லது, நான் ஒரு காவலாளியாகவோ சமையல்காரனாகவோ பத்திரிகை ஆசிரியனாகவோ பாக்கெட் அடிப்பவனாகவோ மாயாஜால வித்தை காட்டுபவனாகவோ ஆகியிருப்பேன்.” சுய இனத்தி லுள்ள ஒரு தொழிலாளியின் கதையைத்தான் பஷீர் தனது ‘கதாபீஜ’த்தில் நாடகமாக்கியிருக்கிறார். இதுபோலவே மூணுசீட்டு விளையாட்டுக்காரர்களுக்கும் குழாய்ப் புட்டு வியாபாரிகளுக்கும் விபச்சாரிகளுக்கும் துறவிகளுக்கும் புத்தக வெளியீட்டாளர்களுக்கும் அரசியல்வாதிகளுக்கும் அவரவர் களுக்கான கதைகளும் மொழியும் இருக்கின்றன. ஜாதிகளுக்கும் மதங்களுக்கும் பிரதேசங்களுக்கும் அவரவர்களுக்கான வாழ்க்கை முறைகளும் சுய கௌரவங்களும் இருக்கின்றன. அவர்கள் தனியாகவும் கூட்டுச்சேர்ந்தும் வாழ்க்கையை மேற்கொள்ளவும் மொழியைக் கட்டமைக்கவும் செய்கிறார்கள். ஆகவே இவர்கள்தான் தத்தமது மொழியின், பூமியின், அனுபவங்களின் வாரிசுதாரர்கள். இந்த சுயத் தன்மைக்கு மட்டுமே இலக்கியத்தின் ஒட்டுமொத்த முகச்சாயலையும்

மாற்றிவிடக்கூடிய திறன் உண்டு. ‘பால்யகால சகி’யைப் படைக்கும் காலகட்டத்தில் இலக்கிய மொழியின் செவ்வியல் உயரத்திற்குச் சமமாகச் செல்வது தனது நோக்கமென்றுதான் பஷீரும் கருதியிருந்தார். “இளம் சூரியன் குன்றின் உச்சியில் நின்று தனது பொற்கிரணங்களால் தாழ்வாரக் கிராமத்தைப் பொன்னொளியில் மூழ்கவைத்திருந்தான்” என்று எழுதினார். இதிலிருந்து பஷீரின் யதார்த்த உலகம் மிகத் தொலைவிலிருந்தது. பிறகு பஷீர் எழுதுவது எதுவோ அதுவே மலையாள மொழியாக மாறிவிட்டது. வாழ்க்கையே ஒரு கதைதான், அதன் சொல்முறை எதுவோ அதுதான் மொழி என்பதான புரிதல் பஷீரின் உலகத்திற்கு முடிவில்லாத விசாலப் பரப்பை உருவாக்கிக்கொடுத்தது. தனது குழந்தை ‘ஹக்கு’ கேட்கும்போது வாழ்க்கையின் சொல்வடிவம் மொழியாக மாறுகிறது. மொழி அதன் வற்றாத இயல்புப் பிரவாகத்துடன்தான் இருக்கிறது என்பதை அறிந்து கொண்டதால்தான் போள், ‘வாழ்க்கையிலிருந்து பிய்த்தெடுக்கப் பட்ட ஒரு ஏடு’ என்று குறிப்பிட்டார். சுய அனுபவத் தீயினால் சுடப்பட்ட வடுக்கள்தான் யதார்த்தக் கலையின் உறைவிடம் எனும் ரொமான்டிக் (எதிர் கிளாசிக்) எண்ணம்தான் ‘பால்யகால சகி’யை எழுதச் செய்தது. சந்துமேனோனோ சீவியோ இப்படிக் கருதவில்லை. உலகையும் தாம் வாழ்ந்த காலத்தையும் வர்ணிப்பதற்குக் கடமைப்பட்ட வெறும் பார்வையாளர்கள் மட்டும்தான் அவர்கள். பஷீரின் படைப்புகள் சுருங்கிவிட்டதற்கான காரணம், அனுபவங்களுடன் கொண்டிருந்த நெருக்கமான அழுத்தம்தான் என்பதை இன்று நாம் புரிந்துகொள்கிறோம்.

நானேதான் கதை. நான் சொல்வதுதான் மொழி. இதை நீங்கள் தற்பெருமையென்றோ அகந்தையென்றோ சொல்லலாம். ஆனால் பஷீரின் படைப்புகளிலிருக்கும் வாழ்க்கையின் நக வடுக்கள்தான் காதல் உலகம். தனக்குக் கிடைத்த அடிகளும் உதைகளும்தான் சுதந்திரத்திற்கான போராட்டம். தான் அலைந்த தேசங்கள்தான் இந்த உலகம். தன் அனுபவங்களின் பூரணத்துவம்தான் தத்துவத் தரிசனம். பஷீர் வரலாற்றைத் தன்னை முன்னிறுத்தியே அளந்து சொல்கிறார். அதன்வழியாகவே தனது படைப்புக்களை அடையாளப்படுத்துகிறார். விழிப்புடன் வாழும் ஒரு கலைஞனின் ஆத்ம கதைதான் வரலாறு. இப்படியாகப் பிடுங்கியெறியப்பட்ட சில மனிதர்கள் தனியாக நின்று காலத்தின் சீதோஷ்ண நிலைகளைக் குறித்துவைக்கவும் எடுத்துச்சொல்லவும் செய்கிறார்கள் என்பதால்தான் பஷீர் நிறுவனங்களிலிருந்து நிரந்தரமாக விலகி நிற்கிறார். உலகத்தின் எல்லைவரை ஓடுவதற்கு விதிக்கப்பட்டவன்தான் தானென்ற உணர்வு இருந்தது

அவருக்கு. எங்குமே கூட்டத்துடன் நின்றுவிடக்கூடாது. எங்குமே நிரந்தரமாகத் தங்கிவிடவும் முடியாது. ஆகவேதான் பஷீர் ஓர் இடத்திலிருந்து மற்ற பல இடங்களுக்கும் ஒரு தொழிலிலிருந்து மற்ற பல தொழில்களுக்கும் என்று எப்போதுமே புதிய அனுபவங்களைத் தேடித் தேசாடனம் செய்தார். சுய வாழ்க்கையைச் சொல்வதன் மூலம் அவர் பல பிறவிகளின் வாழ்க்கைத் தளம் சார்ந்த கதைகளைச் சொல்கிறார் – அரசியல், துறவு, பாக்கெட் அடிப்பது, சுயபாலின சம்போகம் என ஒரு சமையல்கலைப் படைப்புக்கு நிகராக முன்னுரைகள் எழுதிய ஒரே ஒரு நாவலாசிரியரும் பஷீராகத்தான் இருப்பார் – காந்தாரி மிளகும் உப்பும் சேர்ந்த தீவிர ரசனையின் ஏழாம் சொர்க்கத்தை லட்சியமாக்குவது போல் அவர் சஞ்சாரம் செய்கிறார். சொறியும் அதன் தியான வடிவமான வறட்டுச் சொறியுமென ஆன்மிக நிலையை உடலில் கொண்டு வந்து சேர்த்த பஷீர்தான், 'மதிலுக'ளில் காதலை அரூப வடிவமாகச் சித்திரித்திருக்கிறார். மதில்களால் தடுக்கப்பட்ட நட்பு ஒரு முழு ஆர்வமாக மாறிவிட்டிருந்தது. நாடுகள்தோறும் சிறையி லடைக்கப்பட்ட மனிதர்கள் சித்தாந்த உலகங்களைச் சிருஷ்டிப்பதுபோல் நினைவுகளும் கற்பனைகளும்தான் உயிரை இயக்குகின்றன – நீங்கள் அங்கே வரலாற்றையும் சுயவரலாற்றையும் கற்பனைப் பாடல்களையும் இயற்றுகிறீர்கள். வெளியே வரும்போது சுதந்திரம் ஒரு சுமையாகவும் மாறுகிறது. இதுதான் கற்பனையே யதார்த்த உண்மையாக மாறிவிடும் நிலை.

கருத்தியல் தளங்களை முரண்படுத்தும் தன்மைகள்தான் பஷீரின் படைப்புகளைக் கவனிக்கச் செய்கிறது என்பதல்ல இதன் பொருள் – பஷீரின் சொல்முறையின் விசேஷத் தன்மை மலையாளத்தில் மற்ற எந்த எழுத்தாளர்களுக்கும் வாய்க்க வில்லை. வாசகர்களை விஷயங்களின் எந்த இடைவெளிக் குள்ளும் கூட்டிச்செல்ல முடிந்த மாப்பசானின், மூச்சடைக்க வைக்கும் சூழ்நிலைகளைச் சிருஷ்டிக்க முடிந்த செக்காவின் விசேஷ அம்சங்கள் பஷீரிடம் கூடிக் கலந்திருக்கின்றன. 'சப்தங்க'ளிலும் 'மதிலுக'ளிலும் 'சுவர்ணமாலை'யிலும் 'உம்மா'விலும் 'பூவன்பழ'த்திலும் இதை வெளிப்படையாகக் காண முடியும். ஏனைய எழுத்தாளர்களைவிடவும் விரிவாகவும் நுட்பமாகவும் எள்ளலுடனும் பஷீர், வாழ்க்கைப் போக்குகளைப் பகிர்ந்துகொள்கிறார். யதார்த்த வாழ்க்கையின் மீதான அவரது தீரா ஆர்வத்தின் காரணமாக சுயவரலாற்றின் வெறுமையையும் சூனியத்தையும் அவரால் கடந்துவிட முடிகிறது. மற்றெந்த எழுத்தாளர்களைவிடவும் வெளிக்குத் தெரியாத வேறுபட்ட அம்சங்களும் பஷீரின் படைப்புகளிலுண்டு. ஒரு வாழ்க்கையை

வைத்து பஷீர் உழுதுபோட்ட நிலங்கள், பிடித்தெடுத்த சிகரங்கள் எவ்வளவு பெரிய வாசகரையும் ஆச்சரியப்படுத்தாமலிருக்க முடியாது. பஷீருக்கு இதில் பெரிய பங்கிருப்பதாக நாம் திருப்திப்பட்டுக்கொள்ளலாம்.

நாளைய உலகம் 'சப்தங்க'ளைப் படைத்தவர் என்ற வகையில் பஷீரை நினைவுகூராமலிருக்க முடியாது. 'பால்யகால சகி'யின் உலகத்தையோ, 'பாத்துமாவின் ஆடு' உலகத்தையோ மற்ற எழுத்தாளர்கள் எட்டிப் பார்த்துவிட ஒருவேளை இயலுமாக இருக்கலாம். வாழ்க்கைக் கூறுகளின் அத்தனை விழுமியங்களையும் கேள்விகளாக முன்வைக்கும் 'சப்தங்க'ளின் எளிமையையும் தீவிரத்தையும் மீண்டும் யாரும் படைப்பில் கொண்டுவர முடியாது. இதன் பன்னிரண்டு அத்தியாயமும் சேர்ந்து கட்டமைத்துக் காட்டும் மனம் பதறவைக்கும் வாழ்க்கைச் சிற்பத்திற்கு நிகரான மற்றொரு படைப்பை மலையாளத்தில் குறிப்பிட இயலாது. 'பூமியின் ரத்த'த்தைப் போன்ற, மகாபாரத யுத்தக் காட்சிகளைத் தோல்வியடையச் செய்யும் திறனோடு பஷீரால் மட்டுமே கலந்து காட்சிப்படுத்த முடியும்.

ஒரு சிறுத்தையின் வாத்சல்யம் ரௌத்திரம்தான் என்று இதில் தாயிடமிருந்து உதைபெற்ற ராணுவவீரனுக்குத் தெரியும். தான் தவறுசெய்துவிட்டதாக அறிந்ததும் முந்தானையின் முடிச்சை அவிழ்த்து நாலணாவை அவனது மடியிலிட்டுக் கொடுக்கும் தாயின் கரிசனம் நமது கவிஞர்களால் கற்பனை செய்ய இயலாதது. மறுநாள் காலையில் அவன் கையிலெடுக்கும் சூடான அந்த நாலணாவிற்கு இராமாயணத்தில் பரத்வாஜ உபசாரத்தின் அடையாளமாகப் பாடிய பூமாலையின் சாயலிருக்கிறது.

மானுட நாகரிகங்களின் காரணகாரியங்கள் அனைத்தையும் உடைத்துச் சிதிலமடையச் செய்யும் வாழ்க்கைப் பிரச்சனைகள் தான் 'சப்தங்க'ளில் உரத்துக் கேட்கின்றன. நமது பண்பாட்டை ஒரு வெடியோசையால் தகர்த்துவிடப் போதுமான தீவிரம் அதன் படிமங்களில் இருக்கின்றது. தற்கொலை செய்துகூடத் தப்பித்துவிட முடியாத, வாழ்க்கையை அனுபவித்துத் தீர்ப்பதற்கு விதிக்கப்பட்ட ஓர் அனாதை மூலம் நமது உன்னதக் கட்டமைவுகள் அனைத்தும் கேள்விகளுக்குள்ளாகின்றன. நாம் 'சப்தங்க'ளைக் கேட்கப் பயப்படுவதற்கான காரணமும்கூட அது நாம் தகர்ந்துகொண்டிருக்கும் 'சப்தங்கள்' என்பதால்தான்.

18.05.1992 **எம்.என். விஜயன்**